வரலாற்று நிலவியல் நோக்கில் சிதம்பரம் நகரும் - நகர்ப்புறமும்

முனைவர் ஜெ. ஆர். சிவராமகிருஷ்ணன்

இந்தியா♦மலேசியா♦இலங்கை♦ஜெர்மனி♦அமெரிக்கா

நூல்: வரலாற்று நிலவியல் நோக்கில் சிதம்பரம் நகரும் - நகர்ப்புறமும் ♦ஆசிரியர்: முனைவர் ஜெ. ஆர்.சிவராமகிருஷ்ணன் ♦பதிப்பு: (முதல்) ஏப்ரல் 2023♦உரிமை: ஆசிரியருக்கு ♦வெளியீடு: தமிழ் மரபு அறக்கட்டளை பன்னாட்டு அமைப்பு ♦விலை : ரூ.300/- ♦ஐரோப்பாவில் யூரோ 7/-

Book Title: Nilaviyal Nokkil Chidambram Nagarum Nagarpuramum ♦Author: Dr. J.R. Sivaramakrishnan ♦ Publisher: Tamil Heritage Foundation Pathipagam ♦Edition: April 2023 (First) ♦ Size: Demy Octovo ♦ Pages: 284♦ Copyright: Author ♦ E-mail: mythforg@gmail.com ♦

Price Rs.300/-Euro 7/-

ISBN: 978-81-969626-9-2

ഏ⊙ൗ

பதிப்புரை

ஒவ்வொரு நகரமும் அதன் தொடக்கம் முதற்கொண்டு தன் நீண்ட கால வரலாற்றைக் கொண்டிருக்கின்றது. பல்வேறு காலகட்டங்களில் வாழ்ந்த சாமானிய மனிதர்கள் முதல் மாமன்னர்கள் வரை நிகழ்த்திய செயல்களும் இயற்கையின் செயல்பாடுகளும் ஒரு நகரின் வரலாற்றுக்குள் பொதிந்து கிடக்கின்றன. இச்செய்திகள் ஆராயப்பட்டு அவை ஆவணப்படுத்தப்படும்போது வரலாறு பாதுகாக்கப்படுகின்றது.

நகர அமைப்பு உருவாக்கம் என்னும் செயல்பாட்டின் பின்னணியில் பல்வேறு காரணங்கள் உள்ளன. ஒவ்வொரு நகரமும் அதன் இப்போதைய சிறப்புகளையோ அல்லது அதன் அளவையோ தொடக்கம் முதல் கொண்டிருப்பதில்லை. பல்வேறு காலகட்டங்களில் நகரங்கள் பெரும் மாற்றங்களைச் சந்தித்திருக்கின்றன. ஒரு காலத்தில் மாமன்னர்களின் தலைநகரமாகச் செயல்பட்ட நகரங்கள் பிற்காலங்களில் அதன் சுவடுகள் அழிந்து சாதாரண சிற்றூராக மாறிய நிலையையும் வரலாறு நமக்குக் காட்டுகிறது. இது தமிழ் நிலத்தில் மட்டுமல்ல உலகம் முழுவதும் நிகழ்ந்திருக்கும் ஒன்று.

இந்த நூலின் ஆசிரியர் முனைவர் ஜெ. ஆர். சிவராமகிருஷ்ணன் சிதம்பரம் என்ற ஊரை தனது ஆய்வுக் களமாக எடுத்துக்கொண்டு அதன் சிறப்புகளையும் வரலாற்றையும் ஆராய்கின்றார். மிக விரிவாகச் சிதம்பரம் நகர அமைப்பை ஆழ்ந்து நோக்கி நிலவியல் அடிப்படையிலும் அதன் வரலாற்றுச் சிறப்புகளையும், கல்வெட்டுகள் தரும் ஆதாரங்களையும், மக்கள் வழக்கில் உள்ள

பல்வேறு தகவல்களையும் உள்வாங்கி உருவாக்கப்பட்டிருக்கும் ஒரு சிறந்த ஆய்வு நூல் இது.

நூலில் இடம் பெறுகின்ற ஒன்பது அத்தியாயங்களும் பிற்சேர்க்கைகளும் ஆய்வாளர்களுக்கு ஏராளமான வரலாற்றுச் செய்திகளை வழங்குகின்றன.

இந்த நூல் உருவாக்கத்தில் ஆர்வத்துடன் செயல்பட்டு இந்நூல் வெளிவருவதற்கான பணிகளை முன்னெடுத்த தமிழ் மரபு அறக்கட்டளை பதிப்பகப் பிரிவின் பொறுப்பாளர் திரு மணிவண்ணன், எழுத்துப்பிழைகளைச் சரி பார்த்து உதவிய முனைவர் பாப்பா, முனைவர் இறைவாணி மற்றும் நூல் உருவாக்கப் பணியில் செயல்பட்டு வரும் திரு. அருணேஷ் மற்றும் அட்டைப் படத்தை மிக அழகாக வடிவமைத்துத் தந்திருக்கும் நாணா (திரு.எஸ்.நாராயணன்) ஆகிய அனைவருக்கும் எனது நன்றி.

தமிழக வரலாற்றில் நகரங்களின் வரலாற்றைப் பேசுகின்ற நூல்கள் மிகக் குறைவு. இக்குறையை எதிர்கொள்ளும் வகையில் இதற்கு முன்னர் கங்கைகொண்ட சோழபுரம் நகரின் வரலாற்றைத் தன் ஆய்வுகளின் வழி ஆவணப்படுத்திய நூலாசிரியர் ஜெ.ஆர் சிவராமகிருஷ்ணன் இந்த நூலின்வழி சிதம்பரம் நகருக்கும் அதன் வரலாற்றை வழங்கியுள்ளார். ஆசிரியரின் நகரங்கள் தொடர்பான இத்தகைய ஆய்வுகள் தமிழ்நாட்டின் வரலாற்று ஆய்வில் தனிச்சிறப்பிடம் பெறும் என்பதில் ஐயமில்லை. அவருக்கு எனது நல்வாழ்த்துக்கள்.

முனைவர் க. சுபாஷிணி
தலைவர்
தமிழ் மரபு அறக்கட்டளை பன்னாட்டு அமைப்பு
1.4.2024

ஆசிரியர் உரை....

கடந்த காலம் என்னும் எல்லையில்லாப் பெருவெளியில் காலத்தச்சன் கட்டியுள்ள அனுபவம் என்னும் மாபெரும் கோபுரமே வரலாறு. இப்பழம்பெரும் கோபுரத்தின் கொடுமுடியில் ஏறி அங்கிருந்து அப்பெருவெளியின் முழுத்தோற்றத்தைக் காண முயல்வது எளிய செயலன்று. எனினும் இளைஞர்கள் ஆற்றல் மிக்கவர்கள். அவர்கள் முயன்றால் அப்பெருவெளியின் முழுத் தோற்றத்தையும் காணலாம் என்று வரலாற்று அறிஞர் ஹென்றிக் வில்லெம் வான்லூன் (Hendrik Willem Van Loon) குறிப்பிடுகிறார். இவர் நெதர்லாந்தில் பிறந்து அமெரிக்காவில் வாழ்ந்தவர். இக்கூற்றினை ஒருமுறை பேராசிரியர் முனைவர் அடைக்கலம் சுப்பையா அவர்கள் வகுப்பில் சுட்டிக் காட்டினார். அது முதற்றே வரலாற்றின்மீது எனக்குப் பற்றாடல் ஏற்பட்டது. அந்த உந்துதலே

என்னுள் ஆய்வுக் கட்டமைப்புகளைத் தேடலினால் பெறக் காரணமாக அமைந்தது. இவ்வாறாகப் பதினைந்து ஆண்டுகாலத் தேடலில் சேகரிக்கப்பட்ட தரவுகளைக் கொண்டு உருவாக்கப்பட்டதே **"வரலாற்று நிலவியல் நோக்கில் சிதம்பரம் - நகரும் நகர்ப்புறமும்"** என்ற இந்நூலாகும்.

நம் வரலாற்றை நாம் விரும்பும் வகையில் அமைக்க இயலாவிடினும் அதை உருவாக்குவோர் நாம்தான். உண்மையில் வரலாறு என்பது அறப்போரைச் சித்தரிக்கும் ஒரு நாடகம்; அதில் மனிதர்களே முக்கியக் கதாப்பாத்திரங்கள். தனிமனித வாழ்வை மட்டுமல்ல, ஒரு நாட்டின் நீடித்த வாழ்வியலையும் நிலவியலின் விதியே தீர்மானிக்கிறது என்ற வரலாற்று அறிஞர் அர்னால்டு ஜெ. டாயின்பி கூறும் கூற்று சரியே. காரணம் தற்காலத்தில் புதிதாக மக்கள் வாழ்விடப்பகுதிகளுக்கான இடத்தேர்வில் காட்டும் அலட்சியப் போக்கே மழைக்கால வெள்ளப் பெருக்காலும் கோடை காலத்தில் தண்ணீர்த் தேவைக்காகவும் அல்லல்படுமிடத்தில் கொண்டுபோய் நிறுத்தியிருக்கிறது. இந்த நிலவியல் குறைபாடே அம்மண்டலத்தின் அமைதியின்மைக்குக் காரணமாக அமைகிறது. ஆனால் பண்டைக்கால மன்னர்கள் புதிதாக மக்கள் குடியேற்றங்களை உருவாக்கும்போது கடைபிடித்த மக்கள் நலன் சார்புடைய அடிப்படை

அலகுகள்தான் அவ்வூர்களின் நீடித்த ஆயுளுக்கு முக்கியக் காரணமாகும். தமிழ்நாட்டில் உள்ள ஈராயிரம் ஆண்டுகள் பழமைமிக்க ஊர், நகரங்களின் நீடித்த ஆயுள் குறித்த ஆய்வுகளை ஊக்கப்படுத்துதல், ஊரகத்தொல்லியலுக்கு முக்கியத்துவம் அளித்தல் போன்றவற்றால்தான் ஊர் மற்றும் நகர உருவாக்கத்தின் நுட்பங்களை அடுத்த தலைமுறைக்குக் கொண்டு சேர்க்க முடியுமென்ற அடிப்படையில் இந்நூல் எழுதப்பட்டுள்ளது. கடந்த 2009ஆம் ஆண்டு முதல் சிதம்பரத்தின் நிலம்சார் அமைவியல் குறித்த தரவுகளை அவ்வப்பொழுது வழங்கி ஊக்கமளித்து வந்த இந்திய மண்ணியல் துறையின் இயக்குநராகப் பணியாற்றி ஓய்வுபெற்ற மறைந்த திரு. சிங்காநெஞ்சன் அய்யா அவர்களுக்கு எனது நன்றியைத் தெரிவித்துக் கொள்கிறேன். இந்நூலிற்கு ஏற்ற தலைப்பினை வழங்கி நெறிபடுத்திய தஞ்சாவூர் தமிழ்ப் பல்கலைக்கழகத்தின் கடல்சார் வரலாறு, கடல்சார் தொல்லியல்துறையின் தலைவரும் பேராசிரியருமான முனைவர் வீ. செல்வகுமார் அவர்களுக்கும் எனது மனமார்ந்த நன்றியினை உரித்தாக்குகிறேன்.

முனைவர் ஜெ. ஆர். சிவராமகிருஷ்ணன்
2.4.2024

பொருளடக்கம்

பதிப்புரை	*iv*
ஆசிரியர் உரை....	*vi*
1. முன்னுரை	*1*
2. நிலவியலும் வரலாறும்	*32*
3. வரலாற்று நிலவியல் நோக்கில் சிதம்பரம்	*56*
4. நடராஜர் கோயில் வரலாறு	*80*
5. சிதம்பரம் நகர வரலாறு	*121*
6. சிதம்பரம் நகர்ப்புறங்களின் வரலாறு	*131*
7. மக்கள் நல அலகுகள்	*187*
8. அயலகத் தொடர்பு	*209*
9. முடிவுரை	*220*
குறிப்பு நூல்பட்டியல்	*227*
பிற்சேர்க்கை	*232*

1. முன்னுரை

நிலவியலின் செயல்பாடுகள் என்பவை நாள்தோறும் மனிதனையும் அவனால் வளர்க்கப்பட்ட நாகரிகத்தையும் எழுச்சி பெற்றிருந்த பண்பாட்டையும் பாதிப்பிற்கு உள்ளாக்குவதும் அதனை மீளெழுச்சி பெற வைப்பதையும் குறிக்கோளாகக் கொண்டதாகும். மனிதகுலம் பூமி என்னும் கிரகத்தில்தான் வாழ்கின்றது. உயிர் பூமியைத் தவிர வேறு எங்கும் காணக்கிடைக்காதது என்பது உண்மையாயின் நிலத்தின் இயல்பிற்கும் மனித வாழ்க்கைக்கும் அடிப்படைத்தொடர்பு இருப்பதாகவே தெரிகிறது. ஏதோ சில இயற்கையின் சேர்க்கைகளால் ஆதிகாலத்தில் உயிரினங்கள் பிறந்து அதன் பரிணாமப் போக்கிலே மனிதனும் தோன்றினான். ஆதலால் வரலாறும் நிலவியலில் தோன்றிற்று என்றால் அது மிகைக் கூற்றாகாது.

கல், மண், தாதுக்கள், மழை, பூகம்பங்கள், எரிமலைச்சீற்றம், காடுகள், மலைகள் என்பனவற்றின் சூழலில் மனிதன் வாழ்கின்றான். இவற்றில் சிலவற்றை எதிர்த்து வாழ்கின்றான்; சிலவற்றைப் பயன்படுத்திக்கொள்கிறான். கடல் கொந்தளிப்பால் நாடுகளின் பகுதிகள் அழிகின்றன; புதிய தீவுகள் தோன்றுகின்றன. இவை சிலநேரங்களில் வரலாற்றின் கட்டமைப்பையும் அதன் போக்கையுமே மாற்றிவிடுகின்றன. அதனால்தான் நிலவியலுக்கும் வரலாற்றிற்கும் உள்ள தொடர்பு வெளிப்படையாகப் புலனாகும் தன்மை கொண்டவை என்கின்றனர் நிலவியலாளர்கள்.

தட்பவெப்பநிலைகள், ஆறுகள், ஆற்றோரங்களில் தோன்றி வளரும் நாகரிகங்கள், காடுகளால் மழை மிகுதலால் அங்கு வளமைமிக்க செழிப்பு ஏற்பட்டு மனிதகுலம் பயனடைதல், சூழ்நிலையால் பண்பாடு என்ற கட்டமைப்புகள் உருவாதல், பிற பண்பாட்டுப் பரவல்களால் சூழ்நிலையை மாற்றியமைத்துக் கொள்ள முயலுதல் என்பவையும் இவைபோன்ற பிறவும் நிலவியலுக்கும் வரலாற்றிற்கும் நெருங்கிய உறவுண்மையைக் காட்டும் கருத்தாக்கங்களாகக் கருதலாம். இவற்றின்படி ஒவ்வொரு நாட்டினுடைய வரலாறும் அதன் நிலவியல் இருப்பைப் பொறுத்து மாறியமைந்துள்ளது என்பது உண்மையே. நிலவியல் வசதி மிகுதியாக உள்ள நாடுகளில் தெள்ளிய பண்பாடு செழித்தோங்கியிருப்பதும் அவ்வசதி குன்றியுள்ள இடங்களில் வாழும் மக்கள் கடுமையான சவால்களால் காட்டுமிராண்டிகளாயிருப்பதும் கடுங்குளிர்ப் பிரதேச நாடுகளில் வாழும் மக்கள் செயலற்று தேக்கநிலையோடு முடங்கிக் கிடப்பதும் நிலவியல் வரலாற்றில் நிரம்பக் காண்கிறோம்.

தொன்றுதொட்டு சமகாலம் வரையில் நிலவியல் புதிர்கள் குறித்து அறிந்துகொள்ள வரலாற்றாய்வாளர்கள் முயன்று வருவதை மறுக்க முடியாது. மேலைநாடுகளில் பண்டைக்கால நிலவியல் செயல்பாட்டாளர்களின் ஆவணப் பதிவுகளைத் தொகுத்து அவற்றின் வழியாகத் தற்காலத்தில் புதிய மக்கள் குடியேற்றங்களை ஏற்படுத்தும்போது அக்காலத்தில் நடைமுறையில் இருந்த நிலவியல் கோட்பாடுகளை அப்படியே செயல்முறைச் சோதனைக்கு உட்படுத்தி வெற்றி பெற்று வருவது குறிப்பிடத்தக்க ஒன்றாக உள்ளது. வாழும் நிலவியல் மண்டலம் சாதகமாக இருந்தால் அங்கு அமைதியான வாழ்வியல் சூழலோடு மக்கள் வாழமுடியும். அவ்வாறு வாழும் பட்சத்தில் அங்கு யாதும் ஊரே யாவரும் கேளிர் என்ற பொதுமறையான சிந்தனையோட்டம் ஊற்றெடுத்து அது உலக ஒற்றுமைக்கு வழிவகுப்பதாகக் கொள்ளலாம். இங்கு மக்களிடையே வேற்றுமைத் தீ ஏற்படாமல் உலக ஒற்றுமைக்கு இட்டுச்செல்லும் காரணியாகத் திகழ்வது நிலவியலேயாகும். தாலமி என்னும் கிரேக்கப் புவியியலாளர் ராலே, கொலம்பஸ், மான்டெஸ்கியூ, பக்கில், ஹண்டிங்டன் போன்றோர் ஒரு நிலப்பகுதியின் சீதோஷ்ண நிலையே வரலாற்றில் தேசியத் தன்மையை ஏற்படுத்துகிறது, அத்தன்மைக்கேற்ப அந்தந்த நாடுகளின்

வரலாற்றுச் சித்தாந்தங்களும் மாறுகின்றன என்ற கருத்தியலைக் குறிப்பிடுவது மேற்கண்ட கூற்றுக்கு வலுச்சேர்ப்பதாகக் கருதலாம். பெபர் *(Febure)* அவர்கள் எழுதிய *(Geographical Introduction to History)* வரலாற்றிற்கோர் புவியியல் முகவுரை என்ற நூலில் வரலாற்றிற்கும் புவியியலுக்கும் எத்தகைய நெருங்கிய தொடர்பு உண்டு என்பதை விரிவாகச் சுட்டுகிறார். மனிதன், விஞ்ஞானம், தொழில் நுட்பக்கலை முதலியவற்றில் மிகுந்த தேர்ச்சியுற்ற பின்பு சூழ்நிலையைக் கட்டுப்படுத்திக்கொள்ள இயலுகின்றதாயினும் இயற்கையை வென்றுவிட்டதாகச் சொல்லமுடியாது. ஏனெனில் பருவமழை தவறுவதையும் புயல்காற்று, சுழல்காற்று, கடல் கொந்தளிப்பு ஆகியவற்றால் நேரும் சேதங்களையும் பூகம்பங்கள் ஏற்படுவதையும் எரிமலைச் சீற்றங்களையும் முற்றிலும் முற்கூற முடியாது. இவை ஓரளவு கணிக்கப்பட்டாலும் அவற்றை நிரந்தரமாகத் தடுக்க இயல்வதேயில்லை. இவ்வாறு நிலம் சார்ந்த இயற்கையால் தொடுக்கப்படும் சவால்களை எதிர்த்து மானிடம் போராடினாலும் இறுதியில் அழிவையே சந்தித்துள்ளது என்பனவெல்லாம் வரலாற்றின்கண் இடம்பெறுகின்றன என்று குறிப்பிடுகிறார்.

இருப்பினும் தமிழர்கள் நிலம் சார்ந்த படிப்பினையில் கைதேர்ந்தவர்கள் என்பதைத் திணைசார் பகுப்பின் வாயிலாக அறிகின்றோம். அதனால்தான் மக்களின் வாழ்விடங்கள் திணைசார் நிலவியலுக்கு ஏற்ப அமைக்கப்பட்டிருந்ததைச் சங்க இலக்கியப் பதிவுகளில் நிரம்பக் காணமுடிகிறது. இயற்கையால் எக்காலத்திலும் இடர்பட்டுவிடக் கூடாது என்பதாலயே பண்டைத் தமிழர்கள் வாழ்விடங்களை அமைத்துக் கொள்ளும்போது ஐந்திணைக் கோட்பாட்டின் அடிப்படையிலேயே உருவாக்கிக்கொண்டனர். குறிப்பாகக் குறிஞ்சித் திணையான மலையும் மலை சார்ந்த பகுதியில் சிறுகுடிகளும் காடும் காடு சார்ந்த முல்லைத் திணைப் பகுதியில் பாடி, சேரிகளும், வயலும் வயல் சார்ந்தப் பிரிவான மருதத் திணைப் பகுதியில் பேரூர், மூதூர் போன்றவைகளும் கடலும் கடல்சார் நிலமான நெய்தல் திணை மண்டலத்தில் பட்டினம், பாக்கம் போன்றவையும் மணலும் மணல் சார்ந்த பாலைத் திணைசார் பகுதியில் குறும்புகளும் இருந்துள்ளதை அறியமுடிகிறது. இந்தத் திணைசார் மண்டலமே பிற்காலத்தில் அரசு உருவாக்கத்தின் தாயகமாகத் திகழ்ந்துள்ளதையும்

மறுக்கமுடியாது. எனவேதான் முன்னோர்கள் வகுத்தளித்துள்ள ஐந்திணைக் கோட்பாட்டின் அடிப்படையிலேயே குடிகள், பாடி, சேரி, ஊர், பேரூர், மூதூர், பட்டினம், பாக்கம் போன்றவற்றை உருவாக்கிக் கொண்டனர் போலும். எனவேதான் சிதம்பரத்தின் ஆதிப்பெயரான தில்லை என்பது தில்லைவனப் பகுதியைக் குறிப்பதாகும். நமது பாரம்பரியமிக்க ஐந்திணைக் கோட்பாட்டின்படி இப்பகுதியை முல்லைநிலப் பகுதியாகக் கொள்ளலாம். முதலில் ஊர் உருவாக்கம் பிறகு அதன் விரிவாக்கம், இந்த விரிவாக்கத்தின் அடுத்த பரிணாமமே நகர், நகர விரிவாக்கமாக விரிவடைந்துள்ளது. இங்கு மானிட வசதிக்காக முல்லை நிலம் மருத நிலப்பகுதியாக மாற்றப்பட்டுள்ளதையும் காண்கிறோம். இந்த மேல்நோக்கிய வளர்ச்சி நிலையை ஆய்கின்றபோது சிதம்பரம் உருவாக்கப்பட்டதன் சூழியலையும் அறிகிறோம். எனவேதான் தமிழ்நாட்டில் உள்ள ஒவ்வொரு ஊர்களையும் அக்காலத்திய நிலவியல் செயல்பாட்டாளர்கள் வகுத்தளித்திருந்த விதிகளின்படியே உருவாக்கிக் கொண்டதால்தான் ஈராயிரம் ஆண்டுகள் கடந்தும் அத்தகைய ஊர்கள் இன்றும் கம்பீரத்துடன் இயங்கி வருவதையும் பார்க்கமுடிகிறது. அத்தகைய ஊர்களை ஆராய்ந்து அவற்றின் உருவாக்கவியலை அடுத்த தலைமுறையினரிடம் ஒப்படைப்பது ஒவ்வொரு மனிதனின் கடப்பாடாகும் என்ற அடிப்படையில் உருவாக்கப்பட்டதே இந்த நூலாகும்.

எங்கே வரலாறு மௌனம் சாதிக்கத் தொடங்குகிறதோ அங்கே இடப்பெயர்களும், ஊர்ப்பெயர்களும் வாய்திறந்து பேசத் தொடங்கும். வரலாற்றை அறிய உதவும் மூலங்களுள் ஊர்ப்பெயராய்வும் ஒன்று . காலந்தோறும் தொடர்ந்து வரும் ஊர்ப்பெயர்கள் அந்தந்தக்கால மக்களின் வாழ்வியலை நாம் அறிந்துகொள்ளப் பெரும் பங்களிப்பினை நல்கி வருகின்றன. அதனால்தான் மேற்கத்திய ஆய்வாளர்கள் இரண்டாயிரம் ஆண்டின் துவக்கத்திலேயே ஊராய்வு மற்றும் ஊரகத் தொல்லியலில் அதிகக் கவனம் செலுத்தத் தொடங்கிவிட்டனர். இந்தியாவிலும் ஊரகத் தொல்லியலுக்கு அதிக முக்கியத்தும் வழங்கப்பட்டால்தான் சாமானியர்களின் வரலாற்றினை அறிந்துகொள்ளமுடியும். ஒரு நாட்டின் பழங்கால வரலாற்றையோ, பண்பாட்டையோ அறிந்து கொள்ள

தொல்பொருட்கள், இலக்கியங்கள், கல்வெட்டுக்கள், செப்பேடுகள், நாணயங்கள், வெளிநாட்டவர் குறிப்புகள் எந்த அளவு துணைபுரிகின்றனவோ அந்த அளவிற்குத் துணைபுரியும் தன்மை ஊர்ப்பெயர்களுக்குமுண்டு. எனவேதான் மேலைநாட்டவர் ஊர்ப்பெயர்கள் பழமையின் எச்சங்கள் என்று கூறுகின்றனர்.

இனவரைவியலைத் தீர்மானிப்பது மானிடம் சார்ந்த நிலவியல் அமைப்பாகும். நிலவியல் அமைப்பும் அதன் சூழலும் சாதகமாகும் பட்சத்தில் அங்கே பண்பட்ட நாகரிகம் தோற்றம் பெறுமென்பது இனவரைவியலின் முதன்மைக் கோட்பாடாகும். இதைக் கருத்தில் கொண்ட தமிழ் மன்னர்கள் அரண்மனை வளாகத்தை மையப்படுத்தி தலைநகரையும் கோயிலை மையப்படுத்தி புதிய நகர் மற்றும் ஊர்களையும் வணிகர், வணிகத்தை முன்னிலைப்படுத்தி நகரங்களையும் உருவாக்கி அதில் மக்கள் குடியேற்றங்களை ஏற்படுத்தினர். இதுதான் ஊர், நகர், நகர்மயமாக்களின் முதல் படிநிலையாகும். இதில் கோயில் என்ற கட்டுமானம் அப்பகுதி மக்களின் சமூக ஊடகமாக்கப்பட்டிருந்தது. இக்கருதுகோளின்படி உருவாக்கப்பட்ட பல சிறப்புமிக்க நகர், ஊர்களை இன்றும் தமிழகத்தில் காணமுடிகிறது. இந்நூலானது சிதம்பரம் என்ற நகர் உருவாக்கத்தின் பொழுது அக்காலத்தில் பின்பற்றப்பட்ட நிலவியல் அமைப்பை அறிவியல், தொல்லியல், இலக்கியங்கள், செப்பேடுகள், கல்வெட்டுக்கள் போன்ற தரவுகளின் வழியாக ஆராய்வதைக் கருப்பொருளாகக் கொண்டுள்ளது.

வரலாற்று நிலவியல் நோக்கில் சிதம்பரம் - நகரும் நகர்ப்புறமும் என்ற தலைப்பில் சேகரிக்கப்பட்டுள்ள சான்றுகளின் அடிப்படையில் இந்நூல் எழுதப்பட்டுள்ளது. பொதுவாக வணிகர்களையும் வணிக நடவடிக்கைகளையும் முன்னிலைப்படுத்தி நிர்மானிக்கப்பட்ட பகுதியே நகரமென அழைக்கப்படுகிறது. இத்தகைய நகரங்கள் கடற்கரை சார்ந்த பகுதியிலும் நீர்வளமும், நிலவளமும் மிக்க வளமையான மருதநிலப் பகுதிகளிலும் உருவாக்கப்பட்டதன் நோக்கம், அப்பகுதியில்தான் அதிக அளவில் நுகர்வோர் இருப்பர். வணிகத்தின் பிரதானமென்பது நுகர்வோரைச் சார்ந்திருப்பதேயாகும். அந்த அடிப்படையில் பண்டைத்

தமிழகத்தில் உருவாக்கப்பட்ட அத்தனை நகரங்களும் மேற்கண்ட நிலவியல் மண்டலத்தில்தான் அதிகம் இருந்திருப்பதை உணரமுடிகிறது. ஆனால் சிதம்பரம் என்பது ஆதியில் தில்லை மரம் செறிந்த காடாக இருந்தது. பிறகு கோயில் உருவாக்கப்பட்டது. **''காடு கொன்று நாடாக்கிக் குளந்தொட்டு வளம் பெருக்கி''** (பட்டினப் - 283) என்ற வரிகளுக்கேற்ப சிதம்பரம் நகரும் உருவாக்கப்பட்டது. பல்லவர் காலத்தில் தொடங்கிய கோயில் விரிவாக்கப் பணியானது சோழர் காலத்தில் முழுமை பெற்று விஜயநகர நாயக்க மன்னர்கள் காலத்தில் நிறைவுபெற்றதாகும். இக்காலக்கட்டத்தில் கோயிலைச் சார்ந்து ஊரும் விரிவாக்கம் அடைந்துள்ளது. இடைக்காலத்தில் சிதம்பரம் என்ற ஊர் பெரும்பற்றப்புலியூர் தனியூர், என்ற சிறப்பு அந்தஸ்தைப் பெற்றிருந்தாலும் அக்காலக்கட்டத்தில் நகர் என்ற தோற்றப்பொலிவுடன் திகழ்ந்துள்ளதையும் மறுக்கலாகாது. இங்கு சுட்டப்படும் நகர் என்பது வணிகர்களோடு தொடர்புடையது அன்று. மாறாகக் கோயிலையும் வாழ்கின்ற மக்களையும் முன்னிலைப்படுத்தப்பட்ட நகராகக் கொள்ளவும். இதனை நவீன காலத்தியப் பொலிவுறு நகரத்திற்கு இணையானதாகக் கருதலாம். ஆனால் சிதம்பரம் நகரின் புறம்படிப் பகுதிகளில் பல்வேறு மன்னர்களின் காலகட்டத்தில் வணிக நகரங்கள் புதிதாகத் தோற்றம் பெற்றுள்ளதை நடராஜர் கோயில் கல்வெட்டுகளில் காண்கிறோம்.

நகர வரலாற்றை ஆராய்ந்த சமகால அறிஞர்கள்

தமிழ்நாட்டில் இரும்புக் காலத்திலேயே நகரமயமாக்கலின் துவக்கப் புள்ளியானது ஆரம்பிக்கப்பட்டுவிட்டதைச் சமீபகால அகழாய்வுகள் உறுதிப்படுத்தியுள்ளன. கீழடி அகழாய்வில் கிடைத்துள்ள சான்றுகள் கி.மு. 600 ஆண்டுகள் பழமையானவை என்பது அறிவியல் பூர்வமாக நிரூபிக்கப்பட்டுவிட்டது. இது இரும்புக்காலப் பண்பாட்டுக் கூறுகளைக் கொண்ட எழுத்தறிவு பெற்ற நகர நாகரிகமாகும். எதிர்வரும் காலங்களில் தமிழ்நாட்டில் விரிவான அகழாய்வுகள் நடத்தப்படுகின்றபோது நகரமயமாக்கலின் காலவரையறை என்பது இன்னும் பின்னோக்கிச் செல்லக்கூடிய வாய்ப்புகள் அதிகமுள்ளன. இது சிந்துசமவெளி நகர நாகரிகத்தின் காலத்தை எட்டித்தொட்டிடவும் வாய்ப்புள்ளது. காரணம் தமிழ்நாட்டில் இரும்பின் பயன்பாடு 4200 ஆண்டுகளுக்கு முன்னர் தோன்றிவிட்டது என்பதை

மயிலாடும்பாறை அகழாய்வு உறுதிப்படுத்தியுள்ளது. இவ்வளவு சிறப்புமிக்க வரலாற்றுப் பின்புலத்தைக் கொண்ட நகரமயமாக்கம் (Urbanization), நகர வரலாறு (Urban History) என்பது இருபதாம் நூற்றாண்டில் நவீன கால நகரங்கள் உருவாகிய பிறகு பெருமளவு ஆராயப்பட்டன (Checkland1983). தற்காலத்தில் நவீன கால நகரங்களைக் குறித்த ஆய்வுகள் உலகளவில் அதிகமாக ஆராயப்பட்டு வருகின்றன. இந்தியாவிலும் அறிஞர் பெருமக்கள் பலர் நகர வரலாறுகள் குறித்து ஆராய்ந்துள்ளனர் (VijayKumar Thakur1981; Chakrabarti1997). வட இந்தியாவில் வெண்கலயுகத்தில் நிலைபெற்றிருந்த நகரங்களின் வரலாறு, அயலக வணிகம், கல்வெட்டுகள், சமூக உருவாக்கம், துறைமுகங்கள், தொல்லியல் அகழாய்வுகள் மூலம் வெளிக்கொண்டு வரப்பட்ட இந்திய நகரங்களின் சுவடுகளைப் பற்றி ரகல்தாஸ் பானர்ஜி (Rakhaldas Banerji 1922), மார்ட்டிமர் வீலர் (Wheeler et al. 1946), கசால் (Casal 1949) போன்றோர் ஆராய்ந்துள்ளனர். பண்டைக்கால இந்திய நகரங்களை நிலவியல் ரீதியாக ஆராய்ந்தவர்களில் அலெக்சாண்டர் கன்னிங்காம் (Sir Alexander Cunningham 1861) மிக முக்கியமானவராவர். இதே போன்று பண்டைய தமிழக நகரங்கள் குறித்து கனகசபைபிள்ளை (Kanakasabhai Pillai 1904), சிங்காரவேலு (Singara velu 1966), சுப்பிரமணியன் (Subrahmanian 1966), நீலகண்ட சாஸ்திரி (Nilakanta Sastri 1972) விமலாபெக்லி (Begley 1983), ஆர். செண்பகலட்சுமி (Champakalashmi 1978,1996), வெங்கடசுப்பிரமணியன் (Venkatasubramanian1988), நாகசாமி (Nagaswami 1970, 1991,1995), கே. வி. இராமன் (K.V.Raman 1991), சிலேன் (Slane 1996), வில் (Will 1996), பா. ஜெயக்குமார் (2001), கா. இராஜன் (Rajan1991 2004), மாதையன் (2010), ஐராவதம் மகாதேவன் (2003), எ.சுப்பராயலு (2008), இராஜன் குருக்கள் (2012), ந. அதியமான் (2014), பூங்குன்றன் (2016), வீ. செல்வக்குமார் (2018) உள்ளிட்ட அறிஞர்கள் ஆராய்ந்துள்ளனர்.

சிதம்பரம் அமைவிட வரலாறு

கடலூர் மாவட்டத்தில் அமைந்துள்ள சிதம்பரம் இன்று மாநகராட்சியாகத் திகழ்கிறது. சிதம்பரம் என்பது ஊரின் பெயர் அல்ல. அது கோயிலின் பெயராகும். இவ்வூர் பண்டைக்காலத்தில் தில்லைவனம், தில்லை என்று அழைக்கப்பட்டது. காலப்போக்கில் ஊரின் பெயர் மறைந்து கோயிலின் பெயரே ஊரின்

பெயராகிவிட்டது. முதலாம் இராஜேந்திர சோழனின் காலத்தில் பெரும்பற்றப்புலியூர் என அழைக்கப்பட்ட இவ்வூர் கி.பி. 1036ஆம் ஆண்டு முதல் தனியூர் என்ற சிறப்பு அந்தஸ்தைப் பெற்று சுமார் 546 ஆண்டுகாலம் எதேச்சதிகாரத்தோடு விளங்கியது. சிதம்பரம் என்ற ஊர் பல்லவர் காலம் தொட்டு சோழர், பிற்காலப் பல்லவர், பாண்டியர், விசயநகர நாயக்கர் காலம் வரைப் படிப்படியாக வளர்ச்சியுற்ற நகராகும். பொதுவாக வணிகர்களையும் வணிகத்தையும் மையப்படுத்தி உருவாக்கப்பட்ட பகுதி நகரம் என்ற பொதுச் சொல்லாடலால் அழைக்கப்பட்டு வந்தாலும் சிதம்பரம் என்ற நிலப்பகுதி கோயிலை மையப்படுத்தி விரிவாக்கம் செய்யப்பட்ட நகர்ப் பகுதியாகும். இங்கு முதலில் கோயில் உருவாக்கம், அதைச் சுற்றி நேராக அமைக்கப்பட்ட அகன்ற வீதிகளுடன் அமைக்கப்பட்ட தெருக்கள், மக்கள் அச்சமின்றி நடக்க வீதிகள்தோறும் இரவு விளக்குகள், நகர மக்களுக்குக் கல்வி வழங்கப்பட வேண்டும் என்பதற்காகக் கல்விச்சாலை, அறிவு ஐயப்பாட்டினைப் போக்கிக்கொள்வதற்காக பொது நூலகம், இலவசப் பொது மருத்துவமனை, மழைநீர் வடிகால், மக்களின் பசிப்பிணியைப் போக்குவதற்காக இலவச அன்னச்சாலைகள், அழகிய நந்தவனங்கள், மரம் வளர்ப்பு, நகரைச் சுற்றிக் குளங்கள் என நகர உருவாக்கத்திற்கான அத்தனை நிலம்சார் மற்றும் மக்கள்நல அலகுகள் சிதம்பரம் நகர உருவாக்கத்தில் மிகக் கவனத்துடன் கடைபிடிக்கப்பட்டிருந்தன.

சோழப் பேரரசின் தலைநகரான தஞ்சாவூரில் இராஜராஜன் எழுப்பிய இராஜராஜேஸ்வரம் என்ற கோயில் பேரண்டத்தின் குறியீடான **"தக்ஷிணமேருவை"** (தெற்கு மேருமலை - பேரண்டத்தின் அச்சு) பிரதிபலிக்கும் விதமாகக் கட்டப்பட்ட முதல் அரசக்கோயிலாகும். சைவ சமயத்தின் முழுமுதற் கடவுளான தக்ஷிணமேரு விதங்கர் என்ற ஒரு குறியீட்டுத் தன்மையைச் சோழர் ஆட்சி எல்லையின் அதிகாரமையத்தில் நிறுவப்பட்டதற்கான காரணம் பலவாக இருப்பினும் இதனைச் சமயக் குறியீட்டின் வெளிப்பாடாகவும் கருதலாம். இதேபோன்று இவரது மகன் இராஜேந்திர சோழன் தான் நிறுவிய புதிய தலைநகரான கங்கைகொண்ட சோழபுரத்தில் தம் தந்தையைப் போன்று பிரமாண்டமாக கங்கைகொண்ட சோழீஸ்வரம் என்ற இரண்டாவது அரசக்கோயிலை நிறுவினான். சோழ மன்னர்களின் மூத்தத் தலைநகரான பழையாறின் வடபகுதியில் ஐராவதேஸ்வரர்

என்ற மூன்றாவது அரசக்கோயில் இரண்டாம் இராஜராஜ சோழனால் கட்டப்பட்டது. இவ்வாறு அரசர்களால் தங்கள் குடும்பத்தார்களின் வழிப்பாட்டிற்கென உருவாக்கப்பட்ட இக்கோயில்களின் கருவறை என்பது சோழர்களின் அதிகார மையமாகவும் இங்கு மூலவருக்கு எடுக்கப்படும் பூஜை புனஸ்காரங்கள் அனைத்தும் பார்க்கின்ற சாமானியர்களுக்கு அரசர்களுக்கு எடுக்கப்படுகின்ற சடங்கீட்டின் குறியீட்டினை உரைப்பதாகவும் கருத இடமுள்ளது. மேலும் கோயிலின் பிரகாரத்தில் உள்ள அஷ்டதிக்குப் பாலகர்களுக்கு எடுக்கப்படும் பூஜைகள் என்பவை சோழப் பேரரசின் எட்டுத்திக்குகளிலும் உள்ள பகர ஆட்சியாளர்களுக்கு (சோழ அரசப் பிரதிநிதிகள்) அளிக்கப்படும் சிறப்பு கௌரவத்தை வெளிப்படுத்துவதாகவும் கொள்ளலாம். மொத்தத்தில் இக்கோயில்களை வணங்குவோர்க்கு மன்னர் இறைவனுக்கு நிகரானவர் என்பதை வெளிப்படுத்தும் குறியீடாகவும் பார்க்கலாம். அதனால் தான் மற்ற கோயில்களைவிட இக்கோயில்கள் அனைத்தும் அம்மன்னர்களின் காலத்தில் அதீத செல்வத்துடன் புகழின் உச்சத்தில் இருந்துள்ளதைக் காண்கிறோம். புவிவெளிக்குச் சோழ நாட்டின் அதிகார இருப்பையும், வளத்தையும், பாதுகாப்பையும், உத்திரவாதப்படுத்தக் கூடிய நிர்வாக அமைப்பாக இந்த அரசக்கோயில்களை நோக்கலாம்.

சோழர்களின் ஏகாதிபத்திய கொள்கையின் அதிகார மையங்களில் உருவாக்கப்பட்ட சிவாலயங்களைப் போன்று சிதம்பரத்தில் உருவாக்கப்பட்ட நடராஜர் கோயில் தென்னிந்தியா மற்றும் கிழக்காசிய நாடுகளின் சைவ சமயத்தின் மையமாகத் திகழ்ந்ததற்குக் காரணம் இங்கு வீற்றிருக்கும் நடராஜர் பெருமான் சோழர்களின் குலதெய்வமாக விளங்கியதோடு சோழ மன்னர்கள் முடிசூட்டிக்கொள்ளும் இடமாகவும் இருந்துள்ளது. இந்நிகழ்வினைக் கடலூர் மாவட்டம் திருமாணிக்குழி வாமனபுரீஸ்வரர் கோயிலில் உள்ள இரண்டாம் குலோத்துங்க சோழரின் 8 ஆம் ஆட்சியாண்டு வெளியிடப்பட்ட (கி.பி. 1140) கல்வெட்டில் **"ஸ்வஸ்திஸ்ரீ ராஜகேஸரிபன்மரான திரிபுவனச்சக்கரவத்திகள் தில்லைத்திரு நகர் சிறப்புடைத்தாகத் திருமுடிசூடிய ஸ்ரீகுலோத்துங்க சோழதேவர்க்கு யாண்டு அ வது.....***(S.I.I.VOL.VII.NO.780)*" என்ற கல்வெட்டு வரிகளால் அறிகின்றோம். சோழ மன்னர்கள் முடிசூடும் வைபவத்தின்

மையமாக சிதம்பரம் நடராஜர் கோயில் இருந்ததால் இந்நகர் சோழ மன்னர்களின் தலைநகருக்கு ஒப்பானதாக அக்காலகட்டத்தில் பார்க்கப்பட்டது. மாறாக இக்கோயில் அரசர்களுக்கான கோயில் மட்டுமன்று. இது அனைத்துத்தரப்பு மக்களுக்குமான சமூகக் கோயிலாகவும் திகழ்ந்திருந்தது. அரசக் குடும்பத்தார்களின் ஜென்ம நட்சத்திரத்தன்று நடக்கும் திருவிழாக்களின்போது மன்னரின் பெருமைகளை முன்னிலைப்படுத்தும் விதமாக நாடகங்கள் நிகழ்த்தப்படுவது மட்டுமல்லாமல் அதைப் போன்ற நிகழ்ச்சிகளில் ஆட்சியாளர்களின் ஆணைப்படி சிறப்பு மானியங்கள் அளிக்கப்பட்டிருந்ததைக்கூட புனிதத்தையும் உலகியல் நோக்கங்களின் பிரிக்க முடியாத இயல்பையும் அப்பட்டமாகக் காட்டுவதாகக் கூடக் கருதலாம். சோழர்களின் மாளிகையொன்று பெரும்பற்றப்புலியூரில் இருந்த போதிலும் நகரத்தின் சடங்கு அம்சங்கள் நடராஜர் கோயிலைச் சுற்றியே மையம் கொண்டிருந்தன. அரச ஊர்வலப் பாதையும் கோயில் கடவுளின் பாதையும் பிரதான வீதியில் சந்தித்துக் கொண்டதற்குக் காரணம் மன்னர் இறைவனுக்கு நிகரானவன் என்ற தோற்ற பிம்பத்தை மக்களிடையே மறைமுகமாகக் கொண்டு செல்வதற்கான யுக்தியாகவே நோக்கலாம். நடராஜர் அறுபத்து நான்கு கலைகளின் பெட்டகமாகும். இக்கோயிலிலுள்ள சுவரோவியங்கள், குறுஞ்சிற்பங்கள் போன்றவை பக்தித் துறவிகளின் கதைகளின் கருத்துக்களை மையப்படுத்துகின்றன. கற்சிலைகள், சுதைச்சிற்பங்கள், உலோகச்சிற்பங்கள் போன்றவை பல்வேறு தெய்வங்களின் திருவிளையாடல் கதைகளையும், நாயன்மார்களின் வாழ்வியல் கதைகளையும் உயர்ந்த படிமக் கலைகளின் வாயிலாக வெளிப்படுத்தியிருப்பது சிறப்பு வாய்ந்ததாகும். இத்தகைய சமய மையங்களில் வைதீகச் சடங்கு முறைகள் பேரரசு முழுவதும் பரவலாக்கப்பட்டதன் விளைவாகக் கோயில்களை மையப்படுத்தி ஒரு சமூக வலைப்பின்னலையே சோழ மன்னர்கள் ஏற்படுத்தியிருந்தனர். இங்கு கோயில் என்பது சமூக நிறுவனமாகச் செயல்பட்டுள்ளது. இந்நிறுவனம் மக்களையும் மன்னரையும் இணைக்கும் பணியினைத் தொய்வின்றி செய்து வந்தது. இப்பெரு நிறுவனங்களுக்கு வழங்கப்பட்ட கொடைகள், இங்கு பொறிக்கப்பட்டுள்ள கல்வெட்டுக்கள் அனைத்தும் ஆட்சியாளர்களின் இறையாண்மையை வெளிப்படுத்துவனவாகும். பொதுவாகத்

தலைநகர் என்ற அரச மையம் ஒரு புனிதமான இடமாகும். அது புனிதத் தீர்த்தம், புனித பக்தி, மனிதன் புனிதம் பெறுவதற்கான இடம் என்ற வகையில் ஒற்றை வழிபாட்டு மையத்தைச் சுற்றியே உருவாகிப் பின்னாளில் பக்தி யாத்திரை மையம் என்ற தன்மையை அடைந்ததையும் பார்க்கமுடிகிறது. அந்த வகையில் சிதம்பரம் என்ற ஒற்றை நகர் சைவ சமயத்தின் உலக யாத்திரை மையமாக சோழர்களால் மாற்றப்பட்டு விட்டதாகவே கருதலாம்.

சிதம்பரம் நகரின் தோற்ற வரலாறு

இன்றைய சிதம்பரம் பகுதி பல ஆயிரம் ஆண்டுகளுக்கு முன்பு தில்லைமரக் காடாக இருந்தது. இக்காட்டிலிருந்து தோற்றம் பெற்றதால் தில்லை என்ற பெயரினைப் பெற்றது. இன்று தமிழ்நாட்டில் உள்ள பல ஊர்கள் காடும் காடு சார்ந்த இடமான முல்லை நிலப்பகுதியிலிருந்து உருவானவையே. அதனால்தான் அவ்வூர்களின் முன்னொட்டிலோ அல்லது பின்னொட்டிலோ தோற்றக்காலத்திய நிலம்சார் பதிவுகளைத் தாங்கியிருப்பதைக் காண்கிறோம். உதாரணமாக கடம்பூர், திருப்பாதிரிப்புலியூர், திருமறைக்காடு, திருவெண்காடு போன்ற ஊர்களை இதற்குச் சான்றாகாகக் கொள்ளலாம். எனவே சிதம்பரம் என்ற ஊர் காட்டில் இருந்து தோற்றம் பெற்றதாயிருந்தாலும் இங்கு இவ்வூரின் வரலாற்றுப் பின்புலம் வரலாற்று வரைவியல் கோட்பாட்டின் அடிப்படையில் தகுந்த சான்றுகளுடன் ஆராயப்படுகிறது.

வரலாற்றுக்கு முற்பட்ட காலம்

வரலாற்றுக்கு முற்பட்ட காலம் என்பது எழுத்தாவணங்களற்ற காலமாகும். இக்காலகட்டத்தைக் கற்காலம் என்பர். சுமார் இரண்டு லட்சம் ஆண்டுகளுக்கு முன்பு வாழ்ந்த இம்மனிதர்கள் உணவிற்காகக் கற்களைக் கொண்டு வேட்டையாடுவதைத் தொழிலாக கொண்டிருந்தனர். இவர்கள் விட்டுச்சென்ற கற்கருவிகள் தமிழ்நாட்டின் வடபகுதியில் அதிகம் கிடைக்கின்றன. இருப்பினும் தென் தமிழகத்தில் அதன் எண்ணிக்கை மிகவும் குறைந்தே காணப்படுகிறது. இது ஆய்வுக்குரிய ஒன்றாகும்.

கற்காலம்

இப்புவியில் தோன்றிய மானிடத்தை அறிவுப்பாதைக்கு

இட்டுச்சென்ற பெருமை கற்காலத்தையே சாரும். காடுகளில் விலங்கோடு விலங்காக வாழ்ந்த மனித இனம் உணவிற்காக வேட்டையாட முற்பட்டபோது முதலில் கையாண்ட ஒரே ஆயுதம் கல்லாகும். ஆரம்பகட்டத்தில் கையாளப்பட்ட ஆயுதங்கள் கரடுமுரடாக முறையற்ற தன்மை கொண்டதாக இருந்தன. காலம் செல்லச்செல்ல அறிவு வளர்ச்சியின் விளைவாக குவார்ட்சைட் வகைக் கற்களில் இருந்து கையடக்கக் கூர்முனை ஆயுதங்களைத் தயாரித்து வேட்டையாடவும் வேட்டையாடிய விலங்கின் சதைகளை அறுக்கவும் இக்கூர்முனை ஆயுதங்களைப் பயன்படுத்தினர். இத்தகைய ஆயுதங்களைக் கையாள்வதற்கு நன்கு பயிற்சி பெறவேண்டிய சூழல் அக்கால மானிடத்திற்குத் தேவைப்பட்டிருக்க வேண்டும். காரணம் மனிதர்களைவிடப் பன்மடங்கு வலிமை மிக்க விலங்குகளை வேட்டையாடி வீழ்த்துவது என்பது மிகக் கடினமான செயல். இதை உணர்ந்ததால் குழு அமைத்து வேட்டையாடும் யுக்தியை விலங்குகளிடமிருந்தே மானிடம் பெற்றிருக்க வேண்டும். மேலும் வேட்டையாடும் பொழுது கையில் உள்ள ஆயுதம் கைநழுவி விட்டால் உயிரிழப்பு தடுக்க முடியாததாகிவிடும். இதை தவிர்க்க எண்ணிய மனிதர்கள் சரியாகத் தமது கைகளில் பொருந்தும் வகையில் கூர்மையான ஆயுதங்களைத் தயாரித்துக் கொண்டனர். இதுவே மனிதப் பரிணாம வளர்ச்சியின் உச்சநிலை எனலாம். இச்சிறப்பு வாய்ந்த கற்காலத்தை ஆய்வாளர்கள் பழைய கற்காலம், புதிய கற்காலம், நுண்கற்காலம் என்று வேறுபடுத்தியுள்ளனர்.

பழைய கற்காலம்

பழைய கற்காலம் முதல், இடை, கடை என மூன்று உட்பிரிவுகளைக் கொண்டது. குறிப்பாக, கி.மு. 2,00,000 - கி.மு.10,000 வரையில் தமிழகத்தில் பழைய கற்காலம் நிலவியதாக தொல்லியல் ஆய்வாளர்கள் கூறுகின்றனர். அத்திரம்பாக்கம் அகழாய்வில் கிடைத்துள்ள அச்சூலியன் வகைக் கற்கருவிகளின் காலம் இரண்டு இலட்சம் ஆண்டுகள் பழைமை வாய்ந்ததாகும். இக்காலத்தைச் சார்ந்த மக்கள் பயன்படுத்திய கற்கருவிகள் தமிழகத்தின் வடபகுதியில் உள்ள திருவள்ளூர், காஞ்சிபுரம், வேலூர், தருமபுரி மற்றும் அரியலூர் போன்ற மாவட்டங்களில் கிடைக்கப்பெற்றுள்ளன. இதேபோன்று கடலூர் மாவட்டம் விருத்தாசலம் அருகே உள்ள ஒடப்பன்குப்பம் சின்ன ஓடையில் பழைய கற்காலக் கற்கருவிகள் நூலாசிரியரால்

கண்டுபிடிக்கப்பட்டுள்ளன. இதன்மூலம் சிதம்பரத்தின் தொன்மையும் தொல்லியல் சிறப்பும் பழைய கற்காலத்திலிருந்தே தொடங்குவதாகவே கொள்ளலாம்.

புதிய கற்காலம்

சுமார் 10,000 ஆண்டுகளுக்கு முன்னர் உருவான புதிய கற்காலப் பண்பாடு மனித நாகரிக வளர்ச்சியில் ஒரு முக்கியமான காலகட்டமாகும். தமிழகத்தில் புதிய கற்காலப் பண்பாடு நிலவியதற்கான சான்றுகள் பரவலாகக் கிடைத்துள்ளன. குறிப்பாக மனித நாகரிக வளர்ச்சியின் முக்கியப் பரிணாம உயர்வு புதிய கற்கால மக்களிடம் இருந்தே ஆரம்பமாகிறது. இக்காலத்திய மக்கள் நிலையாக ஒரே இடத்தில் தங்கி வாழ முற்பட்டனர். விலங்குகளைப் பழக்கவும் தமக்குத் தேவையான உணவுப் பொருட்களை உற்பத்தி செய்யவும் கற்றுக் கொண்டனர். மனித வரலாற்றில் மிக முக்கியக் கண்டுபிடிப்பான சக்கரத்தை (Wheel) உலகிற்கு அறிமுகப்படுத்திய பெருமை இப்புதிய கற்கால மக்களையே சாரும். இதுவரை கையினால் வனையப்பட்டு வந்த புழங்குபொருளான மட்பாண்டங்கள் சக்கரத்தில் வைத்து செய்யப்பட்ட நேர்த்திமிகு பானைகள் நெருப்பினால் சுடப்பட்டு வலிமையான மட்பாண்டங்கள் ஆகியவற்றைப் பயன்படுத்தியவர்கள் இவர்கள். தொலைதூரப் பண்டமாற்று வாணிபத்தைத் துவக்கி வைத்தவர்களும் இப்பண்பாட்டு மக்களேயாவர். இந்த உயரிய பண்பாட்டு மக்கள் தமிழகத்தில் உள்ள வேலூர், தருமபுரி, கிருஷ்ணகிரி, கோயம்புத்தூர், சேலம், திருவண்ணாமலை போன்ற மாவட்டங்களில் வாழ்ந்ததற்கான தடயங்கள் கண்டறியப்பட்டுள்ளன. சிதம்பரம் நகர் அமையப்பெற்ற கடலூர் மாவட்டத்தில் உள்ள கண்டரக்கோட்டை, கரைமேடு, மாத்தூர், பண்ருட்டி போன்ற ஊர்களில் புதிய கற்காலக் கருவிகள் கண்டுபிடிக்கப்பட்டுள்ளன.

கண்டரக்கோட்டை

சிதம்பரத்திலிருந்து 70 கி.மீ. தொலைவில் கண்டரக்கோட்டை கிராமம் அமைந்துள்ளது. இங்குள்ள அரசியம்மன் கோயில் எதிரே சுமார் இரண்டு ஏக்கர் பரப்பளவில் கோட்டைமேடு என அழைக்கப்படும் பண்பாட்டுப் பகுதி ஒன்று உள்ளது. இப்பகுதியிலிருந்து 21 செ.மீ நீளமும், 9 செ.மீ. அகலமும், 19 செ.மீ. சுற்றளவு கொண்ட கைக்கோடரியும் 15 செ.மீ. நீளமும்,

8 செ.மீ. அகலமும்,16 செ.மீ. சுற்றளவும் கொண்ட சிறிய வகைக் கைக்கோடரியும் கண்டறியப்பட்டுள்ளன. இக்கருவிகளின் கைப்பிடியானது கூர்மையானதாகவும் வெட்டும் பகுதி பட்டையாகச் செதுக்கப்பட்டும் கூர்மையாக்கப்பட்டிருந்தது. இங்கு கிடைத்துள்ள கற்கருவிகளின் காலம் சுமார் 6000 ஆண்டுகள் பழமையனதாகும்.

நுண்கற்காலக் கற்கருவிகள்

கடலூர் மாவட்டத்தில் புதிய கற்காலத்தைத் தொடர்ந்து நுண்கற்கால மக்கள் வாழ்ந்ததற்கான தடயங்கள் கண்டுபிடிக்கப்பட்டுள்ளன. இருப்பினும் சிதம்பரத்தின் வடக்குப்பகுதி மற்றும் மேற்குப் பகுதியில் அதிக எண்ணிக்கையில் கிடைத்துள்ளன. சிதம்பரம் நகரில் இருந்து வடக்கே 30 கி.மீ. தொலைவில் உள்ள வடலூர், மருங்கூர், முத்தாண்டிக்குப்பம், வீரசிங்கன்குப்பம், நடுக்குப்பம், கீழக்குப்பம், முடப்பள்ளி, பாலக்கொல்லை, நடியப்பட்டு, ஒடப்பன்குப்பம் போன்ற ஊர்களில் நுண்கற்காலத்தைச் சார்ந்த கற்சீவல்கள் இந்நூலாசிரியரால் கண்டுபிடிக்கப்பட்டுள்ளன. பாலக்கொல்லை கிராமத்திற்கு அருகே உள்ள ஒடப்பன்குப்பம் பெரிய ஓடைப் பகுதியில் கிடைக்கக்கூடிய பால்நிற குவார்ட்சைட் வகையைச் சார்ந்த கூழாங்கற்களிலிருந்து மிக வலிமையான சிறியவகைக் கூர்முனை ஆயுதங்கள் தயாரிக்கப்பட்டுள்ளன.

இங்கு கிடைத்துள்ள கருவிகள் மெல்லிய தோலினையுடைய விலங்கு மற்றும் பறவைகளை வேட்டையாடவும், பிறைவடிவிலான கருவிகள் வேட்டையாடப்பட்ட விலங்குகளின் சதைகளை அறுப்பதற்கும் அக்கால மக்கள் பயன்படுத்தியுள்ளனர். இப்பகுதியில் மேற்கொள்ளப்பட்ட களஆய்வில் நான்கு இடங்களில் நுண்கற்கருவிகள் தயாரிக்கப்பட்ட தொழிற் கூடம் இந்நூலாசிரியரால் கண்டறியப்பட்டுள்ளது. குறிப்பாக ஒடப்பன்குப்பம் கிராமத்தின் மேற்குப்பகுதியில் உள்ள சின்ன ஓடைக்கும் நடியப்பட்டு கிராமத்தின் கிழக்குப்பகுதியில் ஓடும் பெரிய ஓடைக்கும் இடைப்பட்ட பகுதியில் அதிக அளவிலான முற்றுப் பெறாத சிறியவகைக் கற்கருவிகள் கிடைக்கப்பட்டுள்ளன. இப்பகுதியில் கற்செதில்கள், பிறைவடிவக் கற்கருவிகள், கற்சீவல்கள், ஊசிமுனை ஆயுதங்களும் கிடைத்துள்ளன. இங்கு சேகரிக்கப்பட்ட கற்கருவிகளை ஆய்வு செய்த தஞ்சை தமிழ்ப்

பல்கலைக்கழக கடற்சார் தொல்லியல் துறையின் பேராசிரியர் முனைவர் வீ. செல்வக்குமார் அவர்கள் கி.மு.6000ஆம் ஆண்டுகள் பழமை வாய்ந்தது என குறிப்பிட்டுள்ளார். சிதம்பரத்திற்கு அருகே உள்ள வடஹரிராஜபுரம், புவனகிரி அருகே உள்ள ஆதிவராகநத்தம் போன்ற இடங்களில் குறைந்த எண்ணிக்கையில் நுண்கற்காலத்தைச் சார்ந்த பிறைவடிவக் கற்கருவிகள் கிடைக்கப்பட்டுள்ளன. இவ்விரு ஊர்களும் சிதம்பரத்தில் இருந்து 7கி.மீ. தொலைவில் வடமேற்கு திசையில் அமையபெற்றவையாகும்.

வெண்கலக் காலம்

வட இந்தியாவில் புதிய கற்காலத்தைத் தொடர்ந்து கி.மு. 3300 ஆண்டுகளுக்கு முன்பாக வெண்கலக்காலம் தொடங்கியது. இதற்குச் சிறந்த எடுத்துக்காட்டாக விளங்குவது சிந்துசமவெளி நாகரிகமாகும். காரணம் இரும்பின் பயனை இப்பண்பாட்டு மக்கள் அறிந்திலர். செம்புக் காலத்திற்கு பிறகுதான் இரும்பின் பயன்பாடு வடஇந்திய மக்களிடையே புழக்கத்திற்கு வந்தது. ஆனால் தமிழகத்தைப் பொறுத்தவரை புதிய கற்காலத்தைத் தொடர்ந்து கி.மு.1000 ஆண்டுகளுக்கு முன்பாகவே வெண்கலத்தின் பயன்பாட்டினைத் தமிழர்கள் அறிந்திருந்தனர். அதனால்தான் தமிழகத்தில் பெருங்கற்கால மக்கள் புதைக்கப்பட்ட இடங்களில் நடத்தப்படும் அகழாய்வுகளில் வெண்கலப் பொருட்களுடன் இரும்புப் பொருட்களும் கிடைக்கின்றன. மூவாயிரம் ஆண்டுகள் பழமையான ஆதிச்சநல்லூர் அகழாய்வில் 391 வகையான இரும்பு பொருட்களும் எண்பதிற்கும் மேற்பட்ட வெண்கலப்பொருட்களும் கிடைத்துள்ளன. இதே போன்று சிதம்பரத்தில் இருந்து வடக்கே 30கி.மீ. தூரத்தில் உள்ள ஆணையம்பேட்டை கிராமத்தின் தெற்குப்பகுதியில் உள்ள வயல்வெளியில் கடந்த 1997ஆம் ஆண்டு ஏற்பட்ட வெள்ளப் பெருக்கில் குமார் என்பவரது நிலத்தின் மீதிருந்த மேலடுக்கு மண் சுமார் இரண்டு மீட்டர் ஆழத்திற்கு அடித்துச் செல்லப்பட்டது. இதன் விளைவாக சுமார் மூன்று ஏக்கர் பரப்பளவில் நூற்றுக்கும் மேற்பட்ட முதுமக்கள் தாழிகள் மற்றும் கால்களுடன் கூடிய ஈமப்பேழைகள் வெளிப்பட்டிருந்தன. சிதைந்த தாழி ஒன்றின் உட்பகுதியில் ஒரு மீட்டர் நீளம் கொண்ட இரும்பு வாள் ஒன்றும் 30செ.மீ. அளவுள்ள ஐந்து குறுவாட்களும், மனித எலும்புத் துண்டுகள், கருப்பு - சிவப்பு

மட்கலன்கள், விளக்கு மற்றும் தாங்கிகள், கருப்பு நிற மூடி, சிதைந்த வெண்கலக் கிண்ணம், வெண்கலத்தால் செய்யப்பட்ட மீன் உருவம் என எட்டிற்கும் மேற்பட்ட வெண்கலப் பொருட்கள் இந்நூலாசிரியரால் கண்டுபிடிக்கப்பட்டுள்ளன. இவற்றில் சில கடலூர் அருங்காட்சியகத்தில் வைக்கப்பட்டுள்ளன.

சிதம்பரம் அண்ணாமலைப் பல்கலைக்கழக மருத்துவக் கல்லூரியின் விரிவாக்கக் கட்டிடம் கட்டுவதற்காகத் (1993) தோண்டப்பட்ட பள்ளத்தில் சுமார் மூன்றடி ஆழத்தில் முதுமக்கள் தாழி ஒன்று சிதைந்த நிலையில் வெளிப்பட்டிருந்தது. இதிலிருந்து இரும்பு ஆயுதங்கள், வெண்கல வட்டிலின் சிதைந்த பாகங்கள், கருப்பு - சிவப்பு மட்பாண்டங்களின் உடைந்த பாகங்கள், கருப்பு நிறத்திலான விளக்குத் தாங்கி போன்றவை சேகரிக்கப்பட்டன. மற்றொரு குழியிலும் முதுமக்கள் தாழி முற்றிலும் சிதைந்த நிலையில் இருந்தது. அதன் அருகிலிஇருந்த கருப்பு - சிவப்பு நிறப் பானை ஓடுகள் சேகரிக்கப்பட்டன. இவற்றின் மூலம் வெண்கலப் பண்பாட்டைச் சார்ந்த மக்கள் சிதம்பரம் பகுதியில் வாழ்ந்துள்ளனர் என்பதை அறிகின்றோம்.

இரும்புக் காலம்

இக்காலத்தைப் பெருங்கற்காலம் என்றும் அழைப்பர். இரும்பின் பயனை மனிதன் முழுமையாக அறிந்த காலம். இக்காலத்தில் வாழ்ந்த மனிதன் நிலையாக ஓரிடத்தில் தங்கிக் கூட்டமாக இணைந்த சமூக வாழ்க்கையை மேற்கொண்டதோடு, வேளாண்மை, கால்நடை வளர்த்தல் இரும்பை உருக்கி ஆயுதங்கள் செய்தல் போன்றவற்றில் ஈடுபட்டான். குறிப்பாக மானிடம் எழுத்தறிவு பெற்றதும் இக்கால கட்டத்தில்தான். இப்பண்பாட்டைச் சார்ந்த மக்களின் ஈமச்சின்னங்களும் அவர்களின் வாழ்விடப் பகுதிகளும் கடலூர் மாவட்டத்தில் 385 இடங்களில் கண்டுபிடிக்கப்பட்டுள்ளன.

முதுமக்கள் தாழி

இரும்புக்காலப் பண்பாட்டைச் சார்ந்த மக்கள் தங்களில் இறந்தவர் உடல்களை மிகப்பெரிய அளவிலான மட்பாண்டம் செய்து, அதனுள் வைத்து அடக்கம் செய்தனர். இதையே முதுமக்கள் தாழி என்பர். இதுபற்றிச் சங்க இலக்கியமான புறநானூற்றில் **''வியன் மலர் அகன்பொழில் ஈமத்தாழி''** என்றும்

"கவி செந்தாழிக் குவி புறத்து" என்ற வரிகளின் மூலம் அறியமுடிகிறது. எனவே பெருங்கற்காலத்தில் தோன்றிய இப்புதைப்பு முறையானது சங்ககாலம் வரையில் தொடர்ந்துள்ளது. முதுமக்கள் தாழியினுள் இறந்தவரின் உடலுடன் சேர்த்து அவருக்குப் பிடித்தமான முக்கிய உணவுப் பொருட்களைச் சிறியவகை மட்கலங்களில் வைத்துப் புதைத்தனர். இவ்வாறு வைக்கப்படும் உணவுப் பொருட்களை இறந்தவரின் ஆன்மா உண்டு வாழும் என்று நம்பினர். மேலும் அவர்கள் பயன்படுத்திய ஆயுதங்கள், ஆபரணங்கள் போன்றவற்றையும் இறந்தவர்களுடன் வைத்தே புதைத்தனர். முதுமக்கள் தாழிகளின் வாய்பகுதியை மூடுவதற்குப் பயன்படுத்தப்பட்ட மூடிகளில் கிழக்கு திசையைப் பார்த்தவாறு சிறியதுளை இடப்பட்டுள்ளது. இதற்குக் காரணம் புதைக்கப்பட்டவரின் ஆன்மா வெளியே சென்று மீண்டும் தாழியினுள் வரும் என அக்கால மக்கள் கருதியுள்ளனர். இதன் மூலம் தமிழர் மனித உடலுக்கு அழிவு உண்டு ஆனால் ஆன்மாவிற்கு அழிவில்லை என்ற தத்துவத்தில் நம்பிக்கை கொண்டிருந்தனர் என்பதை அறிகின்றோம். இத்தகைய புதைப்பு முறையானது சுமார் 3000 ஆண்டுகளுக்கு முன்பே தமிழகத்தில் தோன்றிவிட்டதாகத் தொல்லியல் ஆய்வாளர்கள் கூறுகின்றனர். தமிழகத்தில் கிடைத்துள்ள முதுமக்கள் தாழிகளில் காலத்தால் முந்தையதாகக் கருதப்படுவது தாமிரபரணி ஆற்றங்கரையில் அமைந்துள்ள ஆதிச்சநல்லூரில் கிடைத்துள்ள தாழிகளேயாகும். இவை கி.மு. 1000 ஆண்டுகள் பழமை வாய்ந்தவை. இக்கால கட்டத்தில்தான் இரும்பின் பயன்பாடும் மக்களின் புழக்கத்திற்கு வந்தது. தமிழ்நாட்டில் மயிலாடும்பாறையில் கண்டறியப்பட்ட இரும்பு வாளின் காலம் கி.மு.2600 ஆகும். எனவே தமிழ் நாட்டில் இரும்பின் பயன்பாடு 4600 ஆண்டு முதல் மக்களின் பயன்பாட்டிற்கு வந்துவிட்டது.

இரும்புக்காலப் பண்பாடு

தமிழகத்தில் நிலவிய இரும்புக் காலப் பண்பாட்டின் தாக்கம் மற்றும் அதன் தடயங்கள் சிதம்பரம் பகுதியிலும் கிடைக்கப்பட்டுள்ளன. குறிப்பாக அண்ணாமலைநகரில் கிடைக்கப்பெற்ற முதுமக்கள் தாழிகளிலிருந்து இரும்புக் கருவிகளின் சிதைவுகள் கண்டுபிடிக்கப்பட்டுள்ளன. சிதம்பரத்திலிருந்து 7 கி.மீ. தூரத்தில் வெள்ளாற்றின் தென்கரையில் அமைந்துள்ள வடஹரிராஜபுரம் கிராமத்தில் மேற்கொள்ளப்பட்ட

களஆய்வில் கருப்பு சிவப்பு நிறப் பானை ஓடுகள், வழுவழுப்பான கருப்புநிறப் பானை ஓடுகள், செங்காவி பூசப்பட்ட பானை ஓடுகள், கருப்பு -சிவப்பு நிறம் கொண்ட வட்டில்களின் உடைந்த பாகங்கள் போன்றவை நூலாசிரியரால் சேகரிக்கப்பட்டுள்ளன. இவற்றில் உடைந்த வட்டில் ஒன்றின் கழுத்துப்பகுதியிலும், கருப்பு சிவப்பு நிறம் கொண்ட உடைந்த கிண்ணம் ஒன்றின் கழுத்துப்பகுதிலும் கீறல் குறியீடுகள் இருப்பது கண்டுபிடிக்கப்பட்டது. இதே பண்பாட்டுப்பகுதியில் 7x21x42 செ.மீ. அளவுகள் கொண்ட செங்கற்களும் சேகரிக்கப்பட்டன. இங்கு கிடைத்துள்ள கருப்பு நிறப் பானை ஒட்டின் கழுத்துப்பகுதியில் றன(ன்) எனக் கீறப்பட்டிருந்தது. முதலில் தமிழ் எழுத்துக்கள் குறியீடுகளாக இருந்து பிறகு எழுத்துருக்கள் தோன்றியதாக ஆய்வாளர்கள் கூறுகின்றனர். அந்த அடிப்படையில் நோக்குங்கால் வடஹரிராஜபுரத்தில் தமிழ் எழுத்தைக் குறியீடுகளாகப் பயன்படுத்திய மக்களும் அதைத்தொடர்ந்து தமிழ் எழுத்துக்களைக் கற்றறிந்த மக்களும் வாழ்ந்துள்ளனர் என்பதை அறியமுடிகிறது. மேலும் கடலூர் மாவட்டத்தில் உள்ள தர்மநல்லூர், கொண்டாரெட்டிப்பாளையம், மருங்கூர் போன்ற ஊர்களில் நடத்தப்பட்ட களஆய்வில் இதே போன்ற குறியீடுகள் பொறிக்கப்பட்ட பானையோடுகள் கிடைத்திருப்பது குறிப்பிடத்தக்கது. மேற்கண்ட ஊர்கள் சிதம்பரத்தின் வடக்கு மற்றும் மேற்குப்பகுதியில் உள்ளவையாகும். அண்ணாமலைநகரில் இரும்புக் காலத்தைச் சார்ந்த முதுமக்கள் தாழி கடந்த 1997ஆம் ஆண்டு கண்டுபிடிக்கப்பட்டுள்ளதாக பேராசிரியர் K.இராஜன் அவர்களும் (*Catalogue Of Archaeological Sites In Tamil Nadu Vol I P.NO.*119) தெரிவித்துள்ளார். இந்த இடம் நடராஜர் கோயிலின் கிழக்குப்பகுதியில் அமைந்துள்ளது. இதன் மூலம் 2600 ஆண்டுகளுக்கு முன்பாகவே சிதம்பரம் மற்றும் அதைச் சார்ந்த பிற பகுதிகளிலும் இரும்புக்காலத்தைச் சார்ந்த மக்கள் வாழ்ந்துள்ளனர் என்பதைக் காண்கிறோம். 2009ஆம் ஆண்டு சிதம்பரம் நடராஜர் கோயிலின் மேற்குப்பகுதியில் அமைந்துள்ள ஓமக்குளம் தூர்வாரப்பட்டது. அப்போது குளத்தின் வடக்குப்பகுதி மற்றும் தெற்குக் கரைப்பகுதியின் கீழ் வெட்டுப்பகுதியிலிருந்து கருப்பு சிவப்பு நிறப் பானை ஓடுகளும், வழுவழுப்பான கருப்புநிறப் பானை ஓடுகளின் உடைந்த பாகங்களும் நூலாசிரியரால் சேகரிக்கப்பட்டன. இதன் மூலம் இங்கும் இரும்புக்கால மக்கள் வாழ்ந்துள்ளனர் என்பதை

அறிகிறோம். வருங்காலத்தில் இப்பகுதியில் முறையான அகழாய்வு மேற்கொண்டால் இரும்புக் காலத்தோடு தொடர்புடைய மேலும் பல சான்றுகள் கிடைக்கப்பெறும்.

சங்க காலம்

சங்ககாலத்தை இலக்கிய யுகமென்றும் (Classic Years) அழைப்பர். இதன் காலவரையறை குறித்து வேறுபட்ட கருதுகோள்கள் வரலாற்று அறிஞர்களிடையே இருப்பினும், பெரும்பான்மையான அறிஞர்கள் கி.மு. 3 முதல் கி.பி. 3ஆம் நூற்றாண்டு வரையிலான காலகட்டத்தையே சங்ககாலம் என்கின்றனர். சங்ககாலத்தில் தமிழகம் இலக்கிய வளர்ச்சியில் அபார உயர்வைப் பெற்றது. மேலும் உலக நாடுகளுடன் ஏற்பட்ட வாணிபத் தொடர்பு காரணமாக அந்நியச்செலாவணியை ஈட்டுவதில் தன்னிறைவைப் பெற்றுப் பொற்காலமாகத் திகழ்ந்தது. இக்காலத்தில் புகழ்பெற்று விளங்கிய நிலம்சார் நகரங்களான மதுரை, உறையூர், கரூர், கொடுமணல், கீழடி போன்ற இடங்களிலும் கடல்சார் நகரங்களான கொற்கை, அழகன்குளம், நாகைப்பட்டினம், காவிரிப்பூம்பட்டினம், அரிக்கமேடு, போன்ற இடங்களிலும் கிடைத்த அகழாய்வுத் தரவுகள் மூலம் இப்பண்பாட்டுக் கூறுகளின் உயர்வைப் பற்றி விரிவாக அறியமுடிகிறது.

சங்ககாலப் பண்பாடானது கிரேக்க, எகிப்திய நாகரிகங்களுக்கு இணையானது என்பதை மறுப்பதற்கில்லை. இவ்வளவு சிறப்பு வாய்ந்த இப்பண்பாட்டின் தாக்கம் கடலூர், பண்ருட்டி, குறிஞ்சிப்பாடி, சிதம்பரம், விருத்தாசலம் போன்ற வட்டங்களுக்கு உட்பட்ட ஊர்களான காரைக்காடு, குடிகாடு, தியாகவல்லி, அன்னப்பன்பேட்டை, ஆண்டார் முள்ளிப்பள்ளம், பெரியப்பட்டு, சிலம்பிமங்கலம், மணிக்கொல்லை, தர்மநல்லூர், வடஹரிராஜபுரம், மருங்கூர், குருவப்பன்பேட்டை, கொண்டாரெட்டிப்பாளையம், அவியனூர், மாளிகைமேடு, செங்கமேடு போன்ற ஊர்களில் நிலைபெற்று இருந்துள்ளதைக் களஆய்வு மற்றும் அகழாய்வுகள் மூலம் கண்டறியப்பட்டுள்ளன. குறிப்பாக இப்பண்பாட்டின் தாக்கமானது கடலூர் மாவட்டத்தில் கடற்கரையை ஒட்டிய பகுதிகளில் மட்டுமன்றி மாவட்டத்தின் உட்பகுதியிலும் விரவிக் காணப்படுகிறது.

காரைக்காடு அகழாய்வு

காரைக்காடு கிராமம் சிதம்பரத்தில் இருந்து 30 கி.மீ. தூரத்தில் வங்கக்கடல் அருகே அமைந்துள்ளது. இவ்வூரில் பாரிஸ் நகரைச் சார்ந்த யூவாஸ் மார்டின் என்பவர் காந்த சக்திமுறை ஆய்வினை மேற்கொண்டு பூமிக்கடியில் இருந்த தொன்மையான ஊரிருக்கைப் பகுதியினைக் கண்டுபிடித்தார். இங்கு மேற்கொள்ளப்பட்ட மாதிரிக்குழி ஆய்வின் மூலம் ரௌலட்டட் வகை மட்கல ஓடுகளையும் கருப்பு - சிவப்பு நிற மற்றும் வழுவழுப்பான சிவப்பு நிற மட்கல ஓடுகளையும் கண்டுபிடித்தார். இச்சான்றுகளின் அடிப்படையில் தொல்லியல் ஆய்வாளரும் பேராசிரியருமான K.V. இராமன் தலைமையில் 1966 - 67 ஆம் ஆண்டில் இங்கு அகழாய்வு மேற்கொள்ளப்பட்டது. அந்த ஆய்வறிக்கையில் காரைக்காடு கி.பி. முதல் மற்றும் இரண்டாம் நூற்றாண்டுகளில் ரோமானியர்களுடன் நேரடி வாணிபத்தொடர்பு கொண்ட பகுதியாக இருந்துள்ளதைக் கண்டறிந்துள்ளனர்.

மட்கலன்கள்

காரைக்காடு அகழாய்வில் ஊதா மற்றும் வெளிறிய நிறமுடைய ரௌலட்டட் மட்கலன்களும் உள்ளூரில் செய்யப்பட்ட கூம்புவடிவ ஜாடிகளும் கிண்ணங்களும் வட்டில்களும் இங்கு நடைபெற்ற அகழாய்வில் கிடைத்துள்ளன.

மணிவகைகள்

கட்டிடப் பகுதியுடன் சால்சிடனி, அமெதிஸ்ட், பெரில், ஜாஸ்பர், அகேட் போன்ற அரிய கற்களினால் செய்யப்பட்ட வண்ணக் கல்மணிகளும் இங்கு நடைபெற்ற அகழாய்வில் வெளிக்கொண்டு வரப்பட்டுள்ளன. மேலும் மணிகள் செய்வதற்குப் பயன்படுத்தப்பட்ட மூலக்கற்கள் இப்பகுதியில் அதிக அளவில் கிடைத்திருப்பதால் கி.பி. 1 - 2 ஆம் நூற்றாண்டில் இப்பகுதி கல்மணி தயாரிப்பில் சிறந்து விளங்கியதாகவும் குறிப்பிடுகிறார்.

குடிகாடு அகழாய்வு

காரைக்காடு அருகே குடிகாடு கிராமம் அமைந்துள்ளது. இப்பகுதியில் நிலவிய தொன்மையான நாகரிகத்தினை முழுமையாக வெளிக்கொண்டு வரும் நோக்கில் சென்னைப்

பல்கலைக்கழகத்தின் பண்டைய வரலாறு மற்றும் தொல்லியல்துறை பேராசிரியர் K.V.இராமன் தலைமையில் 1988 - 89 ஆம் ஆண்டு அகழாய்வு மேற்கொள்ளப்பட்டது. இரண்டு இடங்களில் காணப்பட்ட பண்பாட்டு மேடுகளில் 6×4 மீ அளவுள்ள குழிகள் தோண்டப்பட்டன. அவை முறையே குடிகாடு 1, குடிகாடு 2 எனப் பெயரிடப்பட்டது.

குழி எண் ஒன்று

முதல் அகழாய்வுக் குழியானது 2.5 மீ ஆழமுடையதாகும். மொத்தம் ஏழு மண்ணடுக்குகள் காணப்பட்டன. இவை தவிர இரண்டு தோண்டு குழிகளும் கண்டறியப்பட்டன. பொதுவாக மண்ணடுக்கு என்பது அப்பகுதியில் நிலவிய பண்பாட்டுக் கூறுகளின் காலவரையறையைச் சரியாகக் கணிப்பதற்கு உதவுவதாகும்.

குழி எண் இரண்டு

இக்குழியானது 3.2 மீ ஆழமுடையது. மொத்தம் எட்டு மண்ணடுக்குகளைக் கொண்டது. இங்கு இரண்டு தோண்டு குழிகளும் ஒரு கட்டடப்பகுதியும் கண்டுபிடிக்கப்பட்டன.

கட்டடப் பகுதி

குடிகாடு அகழாய்வுக் குழி இரண்டில் 0.47 மீட்டர் ஆழத்தில் 0.70 மீட்டர் அகலமுடைய செங்கல் சுவர் காணப்பட்டது. இந்த சுவர்ப் பகுதி $35 \times 22 \times 6$ செ.மீ அளவுகளைக் கொண்ட செங்கற்களால் கட்டப்பட்டதாகும். இதே அளவுள்ள செங்கற்கள் காவிரிப்பூம்பட்டினம், உறையூர், காஞ்சிபுரம், அரிக்கமேடு போன்ற அகழாய்வுகளில் கிடைத்துள்ளன. இது தவிர வீட்டின் தரைத் தளப்பகுதி ஒன்றும் கண்டறியப்பட்டது.

கட்டிடத்தின் கூரைப் பகுதியைத் தாங்குவதற்காக மரத்தூண்கள் நடப்பட்டு இருந்தன. இக்கால் நடப்பட்டிருந்த குழிகள் (Post holes) மட்டும் தரைத் தளத்தை ஒட்டி கண்டுபிடிக்கப்பட்டன. இக்குழிகள் 0.08மீ விட்டத்தையும் 0.04 மீ ஆழத்தையும் கொண்டிருந்தன. ஊதுலை ஒன்றும் அகழாய்வில் கிடைத்துள்ளது. வட்டவடிவிலான இவ்வுலை 0.70மீ விட்டத்தினைக் கொண்டதாகும். இந்த ஊதுலை இரும்பு மற்றும் செம்பினை உருக்கப் பயன்படுத்தப்பட்டிருக்க வேண்டும்.

இங்கு அரியவகைக் கல்மணிகள், கண்ணாடி, சங்கு போன்றவற்றால் தயாரிக்கப்பட்ட கலைப்பொருட்கள் அதிக அளவில் கிடைத்துள்ளன. இவை கூம்பு, கோளம், உருளை, முட்டை போன்ற பல்வேறு வடிவங்களில் நீளம், பச்சை, மஞ்சள், வெள்ளை, கருப்பு போன்ற நிறங்களைக் கொண்டவைகளாகும். முழுமை பெற்ற மணிகளுடன் துளையிடப்பட்ட மற்றும் துளையிடப்படாத கல்மணிகளும் அகழாய்வில் கிடைத்துள்ளன. சுடுமண்ணாலான காதணிகள், அகல் விளக்குகள், விளையாடுவதற்குப் பயன்படுத்தப்பட்ட பகடைக் காய்கள், நூல் நூற்கப் பயன்படுத்தப்பட்ட தக்களி, செம்பினாலான காதணி போன்றவை இங்கு கிடைத்துள்ள முக்கியக் கலைப்பொருட்களாகும். குறிப்பாக இப்பகுதியில் இரும்பு உருக்கியதற்கான அடையாளங்களாக அதன் கசடுகள் பெருமளவில் கிடைத்துள்ளதால் இங்கு வாழ்ந்த மக்கள் இரும்பைப் பிரித்தெடுக்கும் தொழிநுட்பத்தை அறிந்திருந்தனர்.

கி.மு.1 ஆம் நூற்றாண்டு முதல் கி.பி. 2 ஆம் நூற்றாண்டு வரையிலான ஒரே பண்பாட்டைச் சார்ந்த மக்கள் குடிகாடு பகுதியில் வாழ்ந்துள்ளனர். இக்காலகட்டத்தில் குடிகாடு கல்மணிகள் செய்யும் தொழிற்கூடமாக விளங்கியுள்ளது. இங்கு தயாரிக்கப்பட்ட அரியவகைக் கல்மணிகள் அரிக்கமேடு வழியாக ரோம் மற்றும் உலகின் பிறநாடுகளுக்கு ஏற்றுமதி செய்யப்பட்டுள்ளதை இங்கு நடைபெற்றுள்ள அகழாய்வு தெளிவுபடுத்துகிறது. குடிகாடு கிராமத்தில் இருந்து தெற்கே உள்ள தியாகவல்லி, திருச்சோபுரம், அய்யம்பேட்டை, அன்னப்பன்பேட்டை, ஆண்டர்முள்ளிப்பள்ளம், பெரியப்பட்டு, சிலம்பிமங்கலம், மணிக்கொல்லை போன்ற ஊர்களில் நடைபெற்ற தொல்லியல் களஆய்வில் அரிட்டைன் மற்றும் ரௌலட்டட் வகை மட்கல ஓடுகள் கிடைத்துள்ளன. குறிப்பாக அரிட்டைன் வகை மட்கலன்கள் பண்டைய இத்தாலி நாட்டில் உள்ள அரிட்டியம் என்ற இடத்தில் தயாரிக்கப்பட்டவையாகும். இவை இளஞ்சிவப்பு - அரக்கு நிறத்தில் இருக்கும். இவை அரிக்கமேடு அகழாய்விலும் கிடைத்துள்ளன. குறிப்பாக தியாகவல்லி கிராமத்தில் கிரேக்க மற்றும் ரோமானிய நாட்டில் இருந்து மதுவகைகளைக் கொண்டுவரப் பயன்படுத்தப்பட்ட ஆம்போரா ஜாடிகளின் உடைந்த பாகங்கள் கிடைத்துள்ளன. அதோடு மட்டுமன்றி தொண்டமா நத்தம் கிராமத்தில்

ரோமானிய நாணயம் ஒன்று கண்டுபிடிக்கப்பட்டுள்ளது. இதன் மூலம் சங்க காலத்தில் சிதம்பரத்தின் வடபகுதி மக்களுடன் கிரேக்க மற்றும் ரோமானியர்களின் நேரடி வாணிபத்தொடர்பு இருந்துள்ளதை உறுதியாக நம்பமுடிகிறது.

செங்கமேடு அகழாய்வு

கடலூர் மாவட்டம் விருத்தாசலத்திற்கு மேற்கே 24 கி.மீ. தொலைவில் மணிமுத்தாறு நதிக்கரையில் செங்கமேடு கிராமம் அமைந்துள்ளது. இக்கிராமத்தின் தெற்குப் பகுதியில் நல்லூரும், கிழக்கே இலங்கியனூர் என்ற கிராமமும் அமைந்துள்ளன. இவ்வூரில் உள்ள மேட்டுப்பகுதியில் பழங்காலச் செங்கற்கள் அதிகம் கிடைப்பதால் இதற்கு செங்கமேடு என்று பெயர் வந்துள்ளது. சுமார் நான்கு ஏக்கர் பரப்பளவு கொண்ட இப்பண்பாட்டுப் பகுதியின் மேற்பரப்பில் உடைந்த செங்கற்கள், பானை ஓடுகள் போன்றவை பரவலாகக் காணப்படுகின்றன. இப்பகுதியில் நிலவியிருந்த தொன்மையான நாகரிகச் சிறப்பை வெளிக் கொண்டுவரும் நோக்கில் இந்திய தொல்லியல் பரப்பாய்வுத் துறையைச் சார்ந்த *N.K.* பானர்ஜி தலைமையில் 1952 - 53ஆம் ஆண்டில் இங்கு விரிவான அகழாய்வு மேற்கொள்ளப்பட்டது.

மட்கலன்கள்

செங்கமேடு அகழாய்வில் பெருங்கற்காலத்தைச் சார்ந்த கருப்பு - சிவப்பு நிற மட்கலன்கள், பளபளப்பான கருப்பு நிற மட்கலன்களின் உடைந்த பாகங்கள், மங்கலான மஞ்சள் நிறமுடைய (BUFF WARE) மட்கலன்களும் கிடைத்துள்ளன. இவை தவிர கருஞ்சிவப்பு மற்றும் பழுப்பு நிற ரௌலட்டட் வகை மட்கலன்கள் கிடைத்திருப்பது குறிப்பிடத்தக்தாகும். இங்கு நடைபெற்ற அகழாய்வில் சில கருப்பு - சிவப்பு நிற மட்கலனில் கீறல் குறியீடுகள் இருப்பது கண்டறியப்பட்டுள்ளன.

கட்டடங்கள்

செங்கமேடு அகழாய்வில் கண்டுபிடிக்கப்பட்ட கட்டிடப்பகுதிகள் செங்கற்களுடன் சுண்ணாம்புச் சாந்து கலந்து கட்டப்பட்டுள்ளன. இச்செங்கற்கள் 42 x 21x 7 செ.மீ. அளவுகளை கொண்டவை. இதே அளவுகளைக் கொண்ட செங்கற்கள் அரிக்கமேடு, காவிரிப்பூம்பட்டினம், உறையூர் போன்ற ஊர்களில்

நடைபெற்ற அகழாய்வுகளிலும் கிடைத்துள்ளன. கட்டிடப் பகுதியை ஒட்டியவாறு சுடுமண் உறை கிணறுகளும் கிடைத்துள்ளன. குறிப்பாக ஒரு அகழாய்வுக் குழியில் மனித எலும்புகளும் மண்டையோடும் கருப்பு - சிவப்பு நிற மட்கலன்களும் கிடைத்தன. மேலும் எலும்பினாலான அம்புமுனைகள், சுடுமண் மணிகள், கண்ணாடியாலான மணிகள், சங்கினாலான கொண்டை ஊசிகள் மற்றும் வளையல்கள் போன்ற கலைப் பொருட்களும் கிடைத்துள்ளன. செங்கமேடுப் பகுதியில் நிலவிய பண்பாட்டின் காலம் கி.மு. 3ஆம் நூற்றாண்டாகும். இவ்வூர் சிதம்பரத்தில் இருந்து மேற்கே 50 கி.மீ. தூரத்தில் அமைந்துள்ளது.

மாளிகைமேடு அகழாய்வு

கடலூர் மாவட்டம் நெல்லிக்குப்பத்திற்கு அருகே மாளிகைமேடு கிராமம் அமைந்துள்ளது. இவ்வூரில் கடந்த 1999 - 2000 ஆம் ஆண்டில் தமிழ்நாடு அரசு தொல்லியல் துறையினரால் அகழாய்வு மேற்கொள்ளப்பட்டது. இங்கு நடைபெற்ற அகழாய்வில் வரலாற்று முக்கியத்துவம் வாய்ந்த தொல்பொருட்கள் கிடைத்துள்ளன. சங்ககாலப் பண்பாட்டுப் பொருட்களோடு ரோம் நாட்டுடன் இப்பகுதி மக்கள் வாணிபத் தொடர்பு கொண்டிருந்ததை உறுதிபடுத்தும் வகையில் அரிட்டைன் வகை மட்கலன்களின் உடைந்த பாகங்கள் கிடைத்துள்ளன. அதே காலகட்டத்தைச் சேர்ந்த கருப்பு - சிவப்பு நிற மட்கல ஓடுகள் மாளிகைமேடு அகழாய்வில் அதிக அளவில் கண்டறியப்பட்டுள்ளன. ஒரு சில சிவப்பு நிற மட்கல ஓடுகளில் தமிழ் எழுத்துக்கள் பொறிக்கப்பட்டிருந்தன.

இங்கு கிடைத்த தொல்பொருட்களில் கோழி உருவம் பொறித்த ரௌலட்டட் வகை மட்கல ஓடுகளும் கீறல், குறியீடுகள் பொறிக்கப்பட்ட பானை ஓடுகளும் குறிப்பிடத்தக்கவையாகும். ஆரம்பகாலத்தில் குறியீடுகளாகத் தோன்றிய எழுத்துருக்கள் பிறகு தமிழ் எழுத்துக்களாக வளர்ச்சியுற்றன. குறிப்பாக பண்டைக்கால மக்களின் வாழ்விடங்களில் நடைபெறும் அகழாய்வுகளில் கீழ் மண்ணடுக்குகளில் பெரும்பாலும் குறியீடுகள் பொறிக்கப்பட்ட மட்கல ஓடுகளும் மேல் மண்ணடுக்குகளில் தமிழ் எழுத்துருக்கள் பொறிக்கப்பட்ட மட்கல ஓடுகளும் கிடைக்கின்றன. இதற்குச் சிறந்த உதாரணம் கொடுமணல், கீழடி, அழகன்குளம் போன்ற

இடங்களில் நடைபெற்ற அகழாய்வுகளில் கீழ் மண்ணடுக்குகளில் கீறல் குறியீடுகள் பொறிக்கப்பட்ட பானையோடுகளும் மேல் மண்ணடுக்குகளில் தமிழ் எழுத்துக்கள் பொறிக்கப்பட்ட பானையோடுகள் கிடைத்திருப்பதாகும்.

மாளிகைமேடு அகழாய்வில் வெளிக்கொண்டு வரப்பட்டுள்ள மட்கல ஓடுகளில் தமிழ் எழுத்துக்கள் வரிவடிவம் பெற்றுள்ளதையும் காணமுடிகிறது. இதன் மூலம் இங்கு வாழ்ந்த மக்கள் ஆரம்பத்தில் தமிழைக் குறியீடுகளாகவும் பிறகு எழுத்துருக்களுடன் கூடிய வரிவடிவமாக எழுதியுள்ளனர். இதனைப் பார்க்கும் பொழுது இப்பகுதியில் வாழ்ந்த மக்களின் கல்வி மேம்பாட்டின் உயர்வினை அறியமுடிகிறது. கி.மு. 3 ஆம் நூற்றாண்டைச் சார்ந்த மண்ணடுக்கில் மௌரியர் காலத்தைச் சார்ந்த மெருகூட்டப்பட்ட பளபளப்பான கருப்பு நிறப் பானை ஓடுகளும் கண்டுபிடிக்கப்பட்டுள்ளன. இதன் மூலம் மாமன்னன் அசோகர் காலத்தில் வடஇந்திய மக்கள் மாளிகைமேடு பகுதியில் வாழ்ந்த மக்களுடன் வர்த்தக நடவடிக்கைகளில் ஈடுபட்டிருந்தனர் என்று ஆய்வறிக்கையில் சுட்டப்பட்டுள்ளது. இங்கு செவ்வக வடிவிலான யானை உருவம் பொறிக்கப்பட்ட செப்புக்காசு, பெண்கள் காலில் அணியும் தண்டை, மணிவகைகள், மான்கொம்பு, சுடுமண்ணால் செய்யப்பட்ட தாயக்கட்டை, நூல் நூற்கப் பயன்படுத்தப்பட்ட தக்களி, புகைப்பான்கள், துளையிடப்பட்ட கூரை ஓடுகள், கட்டிடப்பகுதி, அகல்விளக்கு, பெண்கள் விளையாடுவதற்குப் பயன்படுத்தப்பட்ட வட்டச்சில்லுகள், சுடுமண் காதணிகள் போன்ற தொல்பொருட்கள் கிடைத்துள்ளன. இவ்வகழாய்வில் கிடைத்த தொல்பொருட்களில் மிக முக்கியத்துவம் வாய்ந்ததாகக் கருதப்படுவது பருத்திநூல் திரளாகும். இதேபோன்ற நூல்திரள்கள் உறையூர், அரிக்கமேடு அகழாய்வுகளில் கிடைத்திருப்பதாகத் தொல்லியல்துறை ஆய்வாளர்கள் குறிப்பிடுகின்றனர்.

மாளிகைமேடு அகழாய்வில் நூல்திரள் கிடைத்திருப்பதால் இப்பகுதியில் வாழ்ந்த மக்கள் நூல் நூற்றலுடன் நெசவுத் தொழிலிலும் ஈடுபட்டிருந்ததை உணரலாகிறது. இங்கு தோண்டப்பட்ட நான்கு அகழாய்வுக் குழிகளிலிருந்து தமிழ் பிராமி எழுத்துக்கள் பொறிக்கப்பட்ட எட்டுப்பானை ஓடுகள் கிடைத்துள்ளன. செங்காவி பூசப்பட்ட (RED SLIPPED WARE) மட்கல ஓட்டிலும், சொரசொரப்பான சிவப்புநிற (COARSE RED WARE) மட்கல ஓட்டிலும் எழுத்துப் பொறிப்புகள்

கண்டுபிடிக்கப்பட்டுள்ளன. குறிப்பாக ஒரு மட்கல ஓட்டில் மட்டும் இரண்டு வரி எழுத்துருக்கள் இருந்தன. எழுத்து பொறிக்கப்பட்ட மட்கல ஓடுகள் அனைத்தும் 85.1 மீட்டர் ஆழம்முதல் 3.70 மீட்டர் ஆழம் வரையில் மேலிருந்து கீழாக 4 முதல் 8 வரையிலான மண்ணடுக்குகளில் கிடைத்துள்ளன. இவற்றின் காலம் கி.பி. 1-2 ஆம் நூற்றாண்டாகும்.

தமிழ் எழுத்துப் பொறிப்புகள்

1 . . . . . . வணாதல்
மா அத
மா
2. ப அனய
3. அட . . . .
4. மன . . . . . .
5. . . . . ச . . . .
6. . . . . . னஅவி . . .
7. . . . . தாய
8. . . . . மதினகொரம . . . .

மாளிகைமேடு கிராமம் சிதம்பரத்தில் இருந்து வடக்கே 60 கி.மீ. தூரத்தில் அமைந்துள்ளது.

மருங்கூர் களஆய்வு

கடலூர் மாவட்டம் பண்ருட்டி வட்டத்தில் மருங்கூர் கிராமத்தில் அமைந்துள்ள கொள்ளுக்காரன் குட்டையிலிருந்து விருத்தாசலம் செல்லும் சாலையின் அருகே இராமலிங்கம் என்பவருக்குச் சொந்தமான நிலத்திலிருந்த மேட்டுப்பகுதியைக் கனரக எந்திரம் மூலம் சீர் செய்யும் பொழுது (2009) முதுமக்கள் தாழிகள் வெளிப்பட்டன. அங்கு நடைபெற்ற மேற்கள ஆய்வில் சிதைந்த தாழியின் உள்ளிருந்து எடுக்கப்பட உடைந்த கருப்பு - சிவப்பு நிற மட்கலன் ஒன்றில் எழுத்துப் பொறிப்புகள் இருப்பது கண்டறியப்பட்டது. இதே பகுதியில் கிடைத்த கருப்பு - சிவப்பு நிறப் பானை ஓடுகளை ஆய்வு செய்ததில் மேலும் இரண்டு ஓடுகளில் எழுத்துக்கள் இருப்பது கண்டுபிடிக்கப்பட்டது.

முதுமக்கள் தாழியின் உட்பகுதியிலிருந்து எடுக்கப்பட்ட மட்கல ஓட்டில் அ-தி(தீ)-ய-க-ன் என்று கீறப்பட்டிருந்தது.

மண்ணின் மேற்பரப்பில் இருந்து எடுக்கப்பட்ட இரண்டு ஓடுகளில் முதல் ஓட்டில் முதல் இரண்டு எழுத்துக்கள் அ-ம் என்றும் அடுத்த எழுத்துக்கள் குறியீடுகளாகும். மற்றொரு ஓட்டில் (அ)-ம-ல-ன் என்று கீறப்பட்டிருந்தது.

இப்பண்பாட்டுப் பகுதியில் ஐந்து முதுமக்கள் தாழிகள் வெளிப்பட்டிருந்தன. புதைக்கப்பட்டவர்கள் அனைவரும் ஒரே குடும்பப் பிரிவைச் சார்ந்தவர்களாக இருந்திருக்கக்கூடும். இதே பகுதியில் இரும்பினாலான ஈட்டி, சிறிய வகை வாள் ஒன்றும் சிதைந்த நிலையில் கிடைத்துள்ளன. முதுமக்கள் தாழிகளை மூடுவதற்கு *(Caping stone slab)* பயன்படுத்தப்பட்ட பெரிய அளவிலான கற்பலகைகளும் இப்பகுதியிலிருந்து வெளிப்பட்டிருந்தன.

காலம்

தமிழ் பிராமி எழுத்துக்கள் கிடைக்கப்பட்ட பகுதிக்கு முன்னாள் புதுவை மத்தியப் பல்கலைக்கழக வரலாற்றுத்துறைத் தலைவரும் பேராசிரியருமான *K.*இராஜன், தஞ்சைத் தமிழ்ப் பல்கலைக் கழகக் கல்வெட்டியல் மற்றும் தொல்லியல் துறையின் முன்னாள் தலைவரும் பேராசிரியருமான *Y.*சுப்புராயலு, முன்னாள் தமிழ்நாடு அரசு தொல்லியல்துறையின் கல்வெட்டு ஆய்வாளர் *V.*வேதாசலம் ஆகியோர் மருங்கூர் வந்து நேரடியாக ஆய்வை மேற்கொண்டனர். இங்கு கிடைத்த தமிழ் எழுத்து பொறிப்புகளை ஆய்வு செய்த அவர்கள் இவை கி.மு. முதல் நூற்றாண்டைச் சார்ந்தது எனக் குறிப்பிட்டனர். ஆனால் இராவதம் மகாதேவன் அவர்கள் மருங்கூரில் கிடைத்துள்ள தமிழ் பிராமி எழுத்துக்களின் காலம் கி.மு. 2 ஆம் நூற்றாண்டு என வரையறுத்துள்ளார்கள்.

மக்கள் வாழ்விடப்பகுதி

மருங்கூர் மருத்துவமனைக்கு நேர் எதிரே அமைந்துள்ள குளத்தின் கிழக்குப்புறம் உள்ள மேட்டுப்பகுதியில் நடத்தப்பட்ட களஆய்வில் கருப்பு - சிவப்பு நிற மட்கல ஓடுகள், செங்காவி பூசப்பட்ட மட்கல ஓடுகள், ரௌலட்டட் வகை மட்கல ஓடுகளும் சேகரிக்கப்பட்டுள்ளன. இப்பண்பாட்டு மேட்டின் கீழ்ப் பகுதியில் கட்டிடப் பகுதிகள் காணப்படுகின்றன. இக்கட்டிடப் பகுதிக்குப் பயன்படுத்தப்பட்ட செங்கற்கள் 7x 21x

42 செ.மீ. அளவுகளைக் கொண்டதாகும். குளத்தின் தெற்குப் பகுதியில் உள்ள இராமலிங்கம் என்பவரது நிலத்தில் மரக்கன்றுகள் நடுவதற்காகத் தோண்டியபோது நான்கு கால்களுடன் கூடிய அம்மி ஒன்று கிடைத்துள்ளது. இதே பகுதியில் கட்டிடச் சுவர் ஒன்றும் காணப்பட்டது. இதற்குப் பயன்படுத்தப்பட்ட செங்கற்கள் 7x21x40 செ.மீ. அளவுள்ளவையாகும். இங்கு நடைபெற்ற களஆய்வில் நீலம், பச்சை வண்ணங்கள் கொண்ட மணிகள் மற்றும் பெண்கள் விளையாடப் பயன்படுத்திய வட்டச்சில்லுகள் (Hop Scotch) போன்றவை கிடைத்துள்ளன. இவற்றை வைத்துப் பார்க்கும்போது மருங்கூர் குளத்தின் வடக்கே இடுகாடும் குளத்தை ஒட்டிய கிழக்கு மற்றும் தெற்குப் பகுதி சங்ககால மக்களின் வாழ்விடமாக இருந்துள்ளதை இங்கு நடைபெற்றுள்ள ஆய்வின் மூலம் உறுதிப்படுத்தப்பட்டுள்ளது. சிதம்பரம் நகரை மையமாக வைத்து நடத்தப்பட்ட களஆய்வில் எட்டு இடங்களில் சங்ககால மக்கள் வாழ்ந்ததற்கான சான்றுகள் கிடைத்துள்ளன. அதோடு மட்டுமன்றிச் சிதம்பரத்தைச் சுற்றியுள்ள மாவட்டத்தின் புறப்பகுதிகளிலும் இலக்கிய யுகமென்று அழைக்கப்படும் சங்ககால மக்களின் பண்பாட்டுப் பரவல் இருந்துள்ளதையும் நோக்குங்கால் இவ்வூர் அக்காலகட்டத்தில் சிறப்புற்று இருந்திருக்க வாய்ப்புள்ளது.

கல்மணிகள் தயாரிப்புத் தொழிற்கூடங்கள் கடலூர் மாவட்டத்தில் சங்ககால மக்கள் வாழ்ந்த பகுதிகளில் அதிக எண்ணிக்கையிலான கல்மணிகள் கிடைக்கின்றன. குறிப்பாக மாவட்டத்தின் கடற்கரையை ஒட்டியுள்ள ஊர்களான காரைக்காடு, குடிகாடு, தியாகவல்லி, திருச்சோபுரம், அன்னப்பன்பேட்டை, ஆண்டர்முள்ளிப்பள்ளம், பெரியப்பட்டு, சிலம்பிமங்கலம், மணிக்கொல்லை போன்ற ஊர்களில் இவ்வகை மணிகள் கிடைக்கின்றன. குறிப்பாக மணிக்கொல்லை, சிலம்பிமங்கலம், ஆண்டர்முள்ளிப்பள்ளம் போன்ற ஊர்களில் அதிக எண்ணிக்கையிலான மணிகள் தயாரிக்கும் தொழிற்கூடங்கள் இருந்துள்ளன. இவ்வூர்களில் கல்மணிகள் தயாரிக்கப் பயன்படுத்தப்பட்ட மூலக்கற்கள் மற்றும் கற்களை உருக்கப் பயன்படுத்தப்பட்ட ஊதுலைகளின் உடைந்த பாகங்கள், துளையிடப்பட்ட மற்றும் துளையிடப்படாத மணிகள், பட்டை தீட்டப்பட்ட மற்றும் பட்டை தீட்டப்படாத மணிகள், அறுக்கப்படுவதற்கு முன்பாக நீண்ட குழல் போன்று

உருவாக்கப்பட்ட கண்ணாடிக் குழல்கள், மட்பாண்டங்களின் உள் மற்றும் வெளிப்புறங்களில் பச்சை, கருநீலநிறக் கண்ணாடிப்பூச்சு பூசப்பட்ட மட்பாண்ட ஓடுகள், சீனநாட்டைச் சார்ந்த செல்லடன் (Celadon Ware) வகை மட்கலங்களின் உடைந்த பாகங்கள் சிலம்பிமங்கலம், மணிக்கொல்லை ஊர்களிலுள்ள மணல் மேடுகளில் கிடைக்கப்பட்டுள்ளன.

மேலும் இப்பகுதிகளில் ஊதா, பச்சை, மஞ்சள், கருப்பு, சிவப்பு, வெள்ளை, கருநீலம் போன்ற நிறங்களைக் கொண்ட மணிகள் அதிக அளவில் மண்ணின் மேற்பரப்பில் கிடைக்கின்றன. குறிப்பாகக் கடலூர் பகுதியில் இயங்கிவந்த மணி தயாரிப்புத் தொழிற்சாலைகளுக்குத் தமிழகத்தின் மேற்குப் பகுதியில் உள்ள சிவன்மலை, பெருமாள்மலை, வெங்கமேடு, காங்கேயம், படியூர், எடப்பாடி, எருமைப்பட்டி, தாத்தயங்கார்பேட்டை, புதூர் போன்ற ஊர்களில் இருந்து சிவப்பு, பச்சை, கருப்பு, வெள்ளை, மஞ்சள் ஆகிய வண்ணங்களைக் கொண்ட மூலக்கற்களைப் பெற்றுள்ளனர். ஆனால் மணிக்கொல்லையில் கிடைக்கும் மணிகள் இடைக்காலத்தைச் சார்ந்தவை என ஆய்வாளர்கள் கூறுகின்றனர். மணிக்கொல்லை கிராமம் சிதம்பரத்தில் இருந்து 12 கி.மீ. தூரத்திலும் மேற்கண்ட ஊர்கள் 25 -28 கி.மீ. தூரத்தில் அமையப்பெற்றுள்ளன.

கடலூர் மாவட்டக் கடற்கரையை ஒட்டியுள்ள கிராமப்புறப் பகுதிகளில் அரிட்டைன் (Arretine) மற்றும் ஆம்போரா ஜாடிகளின் (Amphorae Jar) உடைந்த பாகங்கள் கிடைத்திருப்பதாலும் சிதம்பரத்தில் இருந்து 30 கி.மீ. தூரத்தில் உள்ள தொண்டமாநத்தம் என்ற கிராமத்தில் ரோமானிய நாட்டு நாணயம் கிடைத்துள்ளதாலும் கி.பி. 2 - 1ஆம் நூற்றாண்டுகளில் கிரேக்க, ரோமானியர்கள் இப்பகுதியில் வாழ்ந்த வண்ண மணிகளை விற்பனை செய்யும் வணிகர்களோடு நேரடி வர்த்தக உறவு கொண்டிருந்தனர் என்பதை அறியமுடிகிறது. மேற்கண்ட தொல்லியல் களஆய்வுச் சான்றுகள், தொல்லியல் அறிஞர்கள் மேற்கொண்ட அகழாய்வில் கிடைக்கப்பட்ட சான்றுகளின் அடிப்படையில் சிதம்பரம் அமைந்துள்ள கடலூர் மாவட்டத்தின் வரலாறு என்பது பழைய கற்காலம் முதல் சங்ககாலம் வரையில் தொடர்ச்சியான மக்களின் செயல்பாட்டுடன் இயங்கி வந்துள்ளதை அறிகின்றோம். இக்கால கட்டத்தில் இங்கு வாழ்ந்த

மக்கள் நாகரிக வளர்ச்சி, பொருளாதார உயர்வு, சமூகவியல் கட்டமைப்பு, வணிகம், கல்வி, உள்நாடு மற்றும் வெளிநாட்டவருடனான வர்த்தகத் தொடர்பு, தொழில் வளர்ச்சி ஆகியவற்றில் உயர்வு பெற்றவர்களாகவே திகழ்ந்துள்ளனர்.

முனைவர் வீ.செல்வக்குமார் ஊர், பேரூர், மூதூர், நல்லூர், நகரம், நகர் போன்றவை இரும்புக் காலத்திலேயே தோற்றம்பெற்றவை என்றும் இதன்பின்னரே அப்பகுதியில் சமயச் சடங்குகளின் மையமாகக் கோயில்கள் கட்டப்பட்டதாகக் குறிப்பிடுகிறார். மேலும் அவர் குறிப்பிடும்போது தேவாரப்பாடல் பெற்ற 274 சிவாலயங்கள் கட்டப்பட்டுள்ள ஊர்கள் அனைத்தும் இரும்புக்காலம் முதற்றே செயல்பட்டிற்கு வந்து, பிறகு கோயில் கட்டப்பட்டு அதனை மையமாக வைத்து உயர்வு பெற்றதாகவும் கூறுகிறார். இதனையே தமது அம்பல் மற்றும் நாங்கூர் அகழாய்வுச் சான்றுகள் உணர்த்துவதாகச் சுட்டுகிறார். கடந்த 2016ஆம் ஆண்டு மயிலாடுதுறை வட்டத்தில் உள்ள அம்பல் என்ற ஊரில் மேற்கொண்ட அகழாய்வில் கீழ் மண்ணடுக்கில் இரும்புக் காலத்தைச் சார்ந்த தடயங்களான கருப்பு - சிவப்பு நிறப் பானை ஓடுகள் கிடைக்கப்பெற்றதாகவும் அதைத் தொடர்ந்து இடைக்காலத்தைச் சார்ந்த சான்றுகளும் கண்டுபிடிக்கப்பட்டதாகக் குறிப்பிடுகிறார். இவரது கருத்தின்படி அம்பல் ஊரில் கட்டப்படிருக்கும் பிரம்மபுரீஸ்வரர் கோயில் தேவாரப்பாடல் பெற்ற தலமாகும். இது காவிரி தென்கரைத் தலங்களில் 54ஆவது தலமாகும். இக்கோயிலின் அருகில் இரும்புக்கால மக்களின் வாழ்விடப்பகுதி கண்டுபிடிக்கப்பட்டிருப்பது மேற்கொண்ட கூற்றுக்கு வலுச்சேர்க்கும் வகையில் இருப்பதாகக் கூறுகிறார்.

இதேபோன்று மயிலாடுதுறை அருகே நாங்கூர் கிராமத்தில் அமைந்துள்ள மதங்கீஸ்வரர் சிவன் கோயில் மற்றும் பெருமாள் கோயில் பகுதியில் அகழாய்வு மேற்கொள்ளப்பட்டது. மதங்கீஸ்வரர் சிவன் கோயில் தேவார வைப்புத் தலமாகும். நாங்கூர் பெருமாள் கோயில் 108 திவ்யதேசங்களில் ஒன்றாகும். இது பாடல் பெற்ற வைணவத் தலமாகும். கடந்த 2019ஆம் ஆண்டு நாங்கூரில் தாம் மேற்கொண்ட அகழாய்வில் இரும்புக் காலம் முதல் இடைக்காலம் வரையில் இங்கு மக்கள் வாழ்ந்ததற்கான தரவுகள் கிடைத்திருப்பதாகக் குறிப்பிடுகிறார்.

இதன் மூலம் இடைக்காலத்தில் நாங்கூரில் சைவ, வைணவத் திருக்கோயில்கள் கட்டப்பட்டு அதையே மையமாகக் கொண்டு இவ்வூர் வளர்ச்சிப்பெற்றதாகத் தெரிவிக்கிறார். இவரது கூற்றுப்படி பாடல் பெற்ற கோயில்கள் உள்ள இடங்களின் அருகிலேயே இரும்புக்கால மக்களின் வாழ்விடங்கள் இருப்பதைக் கொண்டு அக்காலகட்டத்திலேயே மேற்கண்ட ஊர்கள் தோற்றம் பெற்றுவிட்டதாகக் கட்டமைக்கிறார். இதன் அடிப்படையில் சிதம்பரத்தைப் பார்க்கும்போது மேற்கண்ட கூற்று சரியெனவே தோன்றுகிறது. காரணம் சிதம்பரம் நடராஜர் கோயில் அமைந்துள்ள இடத்தின் கிழக்குப்பகுதியில் இரும்புக்கால மக்களின் புதைப்பிடச் சான்றுகளான முதுமக்கள் தாழிகளும் மேற்குப் பகுதியில் உள்ள ஓமக்குளத்தில் இரும்புக்கால மக்களின் வாழ்விடப்பகுதியும் அதைத்தொடர்ந்து இடைக்கால மக்களின் புழங்கு பொருட்களும் கிடைத்திருப்பதை நோக்குங்கால் சிதம்பரம் என்ற ஊர் இரும்புக் காலத்தில் தோற்றம் பெற்று, பிறகு கோயில் கட்டப்பட்டு நகர், நகரம் என்ற அந்தஸ்தைப் பெற்ற பண்பாட்டுப் படிநிலைகளைக் காணமுடிகிறது.

2.
நிலவியலும் வரலாறும்

ஒரு மண்டலத்தின் பண்பட்ட வரலாற்றைத் தீர்மானிக்கும் காரணிகளுள் முதன்மைக் காரணியாக விளங்குவது நிலவியலாகும். அதனால்தான் வரலாறும் நிலவியலும் விஞ்ஞானம் சம்பந்தப்பட்ட இயலாகக் கருதியவர்கள் பாரசீகர்கள் என்று வரலாற்று ஆசிரியர் கா. அசதுல்லா கூறுகிறார். குறிப்பாக, அரேபியர்கள் பாரசீகத்தின் மீது படையெடுத்து அதனைக் கைப்பற்றியதன் விளைவாக அரேபிய மண்டலத்தில் விஞ்ஞான ரீதியிலான அணுகுமுறைகள், பாரசீக, அரேபிய இலக்கியப் பரிவர்த்தனைகள், பாரசீக ஆவண நூல்கள் அரேபிய மொழியில் எழுதப்படல் போன்ற அறிவுசார் பரிமாற்றங்கள் பரவக் காரணமாக அமைந்தது. இதன் மூலமாக அராபியர்களிடையே ஒரு ஹெரோடாட்டஸ் *(Herodotus of the Arabs)* என்று புகழப்பட்ட அல்-மஸ்-ஊதி என்பவர் தோற்றம் பெறக் காரணமாக அமைந்தது. இவர் வரலாற்றை நிலவியலோடு அனுசரித்து எழுதிய முறையானது பிறகு வந்த மேதைகளும் அதேபோன்று பல தலைப்புகளிட்ட வரலாற்று நூல்களை *(Topical Method)* எழுதுவதற்குக் காரணமாக அமைந்தது. அல்-மஸ்-ஊதி எழுதிய உயர்தர வரலாற்று நூலான தங்கம் விளை பசும்புல் நிலமும் மாணிக்கம் விளை சுரங்கமும் *(Meadows of Gold and Mines of Gems)* என்ற நூல் வரலாறும் நிலவியலும் கலந்த சுரங்கம் என்றால் அது மிகையன்று. வரலாற்றை நிலவியலே தீர்மானிக்கிறது என்ற கோட்பாட்டினைத் தமது நூலில் தீவிர ஸ்திரத்தன்மையோடு அவர் நிரூபித்துள்ளார். நிறை அறிவு, உண்மைப் புள்ளி விவரங்கள், அறிவியல் அணுகுமுறை,

ஆராய்ச்சித்திறன், வரலாற்றுக் கோவை *(Historical Analysis)* ஆகிய பன்முகத்தன்மையோடு எழுதப்பட்ட அற்புதமான நூலாகும்.

கிரேக்கத்தின் நிலத்தோற்றம்

கிரேக்கம் என்ற கிரீஸின் இயற்கைத் தோற்றம் கண்கவர் வனப்புடையது. எழிலை அள்ளி வீசும் இயற்கைக் காட்சிகளை அங்கு எங்கும் காணலாம். இரத்தினக் கம்பளம் விரித்தார் போன்று பச்சைப் பசேலென்று குன்றுகளின் சரிவுகள் காட்சியளிக்க அவற்றினருகே நீலத்திரை விரித்தாற்போன்று கடல் பரந்திருப்பது கண்கொள்ளாக்காட்சியாக இருக்கும். குன்றுகளும் பள்ளத்தாக்குகளும் மாறிமாறி அமைந்திருப்பது நிலவியல் தோற்றத்தின் அழகை அதிகரிக்கிறது. அவற்றிற்கிடையே வீசும் பூங்காற்று மக்களுக்குப் புத்துயிரூட்டத்தக்கதாயுள்ளது. வான்வெளி எப்போதும் தெளிவாகவும் ஒளி நிறைவாகவும் விளங்குவதால் இயற்கையின் எழிலை மக்கள் நன்கு ரசித்து மகிழ முடிகிறது. இங்ஙனம் நல்லதொரு நிலவியல் சூழலோடு அமையப்பெற்ற காரணத்தால்தான் பண்டைய கிரேக்கர்கள் அறிவும் ஆற்றலும் ஒருங்கே கொண்டவர்களாய் விளங்கினர் என்று ஜே. பி. பியூரி குறிப்பிடுகிறார். குறிப்பாக, கிரேக்க நாடு பூகோளரீதியில் பார்க்கும்போது அது ஒரு தீபகற்பப் பகுதியாகும். மூன்று பக்கமும் அலைகள் இன்றி மரக்கலன்களை இயக்குவிசைக்கேற்ற வகையில் கடற்பரப்பு இருந்ததாலேயே இவர்களால் கண்டம் விட்டுக் கண்டம் சென்று வணிக நடவடிக்கைகளில் ஈடுபட முடிந்தது. மேலும் வடக்கு, மேற்குப் பகுதிகள் உயர்ந்த மலைப் பகுதியால் சூழப்பட்டிருந்ததால் கிரேக்கர்கள் தங்களது நகரங்களை மலைமீதுள்ள சமப்பகுதியில் நிர்மானிக்க வேண்டிய சூழல் ஏற்பட்டது. காரணம் சமவெளிப்பகுதியைக் காட்டிலும் மலைப்பகுதி பாதுகாப்பானதாக இருந்ததால் குடியிருப்புகளை மலைகளின் மீது அமைப்பதையே விரும்பினர். இதனால் கிரேக்கத்தில் தோன்றிய பெரும்பாலான நகர அரசுகள் அனைத்தும் மலைகளின் மீதே அமைக்கப்படிருந்தன. சில நகரங்கள் கடற்கரை சார்ந்து அமைக்கப்பட்டிருந்ததையும் காண்கிறோம். இந்நிலவியல் குறைபாடுதான் ஒவ்வொரு நகர அரசையும் பிரித்து மக்கள் மத்தியில் பிளவு மனப்பான்மையை வளர்க்கக் காரணமாக இருந்தன. இந்த நிலவியல் குளறுபடிதான் கிரேக்க நாகரிகம் வீழ்ச்சியடையவும் காரணமாக இருந்தது.

ஆனால் சமவெளிப்பகுதியோ மக்கள் வாழ்வதற்கு உகந்ததாகக் காணப்பப்படவில்லை. உதாரணமாக கிரேக்கத்தின் பெரும்பான்மையான பகுதிகள் தனி மற்றும் கரடுமுரடான பாறைகளாலும் மலைகளாலும் நிரப்பப்பட்டிருந்தன. நதிகளின் போக்கும் போக்குவரத்திற்கும் வேளாண் உற்பத்திக்கும் ஏற்ற சூழலில் அமையப்பெறவில்லை. அதனால்தான் வேளாண் உற்பத்தி என்பது மக்களுக்கு மிகப்பெரிய சவாலாக இருந்ததாலேயே தங்களுக்குத் தேவையான உணவு தானியங்களை மற்ற நாடுகளின் மிகை உற்பத்தியை நம்பியிருக்க வேண்டிய சூழலுக்கு தள்ளப்பட்டிருந்தனர். இந்நிலைபாடுகள்தான் கிரேக்கர்களைக் கடலோடிகளாக மாற்றியிருந்தது. இதனால் தான் கிரேக்கர்கள் மரக்கலன்களைப் பயன்படுத்தி அண்டை நாடுகளுடன் வர்த்தகத் தொடர்பை ஏற்படுத்தவும், காலப்போக்கில் கிரேக்க கலாச்சாரம் உலக முழுவதும் பரவக் காரணமாகவும் அமைந்தது.

பண்டைக்கால கிரேக்க மக்கள் இருபெரும் பிரிவினர்களாகக் காணப்பட்டனர். ஏதென்ஸில் பகுத்தறிவு வாதிகளும் உழைக்கும் வர்க்கத்தினர்களும் நிரம்பி இருந்தனர். மாறாக ஸ்பார்டாவில் வாழ்ந்தவர்கள் போர்த்திறன் மிக்கவர்களாகத் திகழ்ந்தனர். ஏதென்சில் வாழ்ந்த வணிகர்களில் பெரும்பாலானோர் கடலோடிகளாக விளங்கினர். இவர்கள் வர்த்தகத்தின் மூலம் பிற நாடுகளிலிருந்து கொண்டுவந்த மதிப்புறு பண்டங்கள், நீண்ட நாட்களுக்குத் தேவையான உணவுப் பொருட்கள் போன்றவற்றை இருப்பு வைத்திருந்தனர். இதைக் கவர்வதிலேயே ஸ்பார்ட்டர்கள் அதிக கவனம் செலுத்தினார். அதனால்தான் ஏதென்ஸுக்கும் ஸ்பார்ட்டர்களுக்கும் இடையேயான போர்கள் தவிர்க்க முடியாததாக இருந்தன. இத்தகைய தொடர் இடர்ப்பாடுகள்தான் இந்நகர அரசுகளின் வீழ்ச்சிக்குக் காரணமாக அமைந்தன. உலகின் மிகப்பெரிய பண்பாட்டுக் கொடையாளர்களாகக் கிரேக்கர்களைப் போற்றும் மேற்கத்திய வரலாற்றாளர்கள் ஒன்றை மட்டும் மறுக்கமாட்டார்கள். குறிப்பாக ஈஜீயன் கடற்கரைப் பகுதி, அயோனியன் கடற்கரைப்பகுதி, மத்திய தரைக் கடற்கரைப்பகுதி போன்றவற்றில் புதிய நகரங்களை ஏற்படுத்தி அவற்றைத் தனிநகர ராஜ்ஜியங்களாக உருவாக்கி வாழ்ந்தவர்கள் கிரேக்கர்கள். இந்நகரங்களின் அமைவியலைப் புகழ்ந்து பேசிவிட்டு அவை இன்று நம்மிடையே தடம் காணவியலாத வகையில்

அழிந்துவிட்டன என முடிப்பார்கள். அந்நகரங்களின் அழிவிற்கான முதன்மைக் காரணம் என்ன என்பதைத் தற்கால நிலம்சார் தொல்லியலாளர்கள் கூறும் கூற்று நம்மை வியப்பில் ஆழ்த்துவதாக உள்ளது. அதாவது உலகக் கொடையாளர்களாகக் காட்டப்படும் கிரேக்கர்கள் தங்களின் புதிய குடியேற்ற நகரங்களை உருவாக்கும்போது அம்மண்டலத்தின் நிலவியல் அமைப்பினை ஆய்ந்தறிவதில் திறமையற்றவர்களாகிப் போனதால்தான் அந்நகரங்கள் அனைத்தும் தடங்காணவியலாத அளவிற்கு அழிவுற்றன. வரலாற்றுப் பதிவுகளில் படித்து வியக்கும் அளவிற்கு அந்நகரங்கள் அனைத்தும் நன்கு திட்டமிடப்பட்டு கட்டப்பட்டிருந்தாலும் அவற்றின் வயது என்னவோ 150, 200, 300, 400 ஆண்டுகளைக் கூடத் தாண்டவில்லை. கிரேக்கர்களால் உருவாக்கப்பட்ட பெரும்பான்மையான நகரங்கள் தொடர் நிலநடுக்கத்தாலோ அல்லது சுனாமி போன்ற பேரழிவினால் அழிந்தவையேயாகும். ஆனால் தமிழ் கூறும் நல்லுலகை ஆட்சிசெய்த மன்னர்கள் உருவாக்கிச் சென்றுள்ள நகரங்கள், ஊர்கள் போன்றவை சுமார் 1800 ஆண்டுகள் கடந்தும் இந்நாள்வரை வாழ்ந்து வருவதைக் காணும்போது மேலைநாட்டவர்களைவிடத் திணைசார் அறிவியலில் நம் முன்னோர்கள் சற்றும் சளைத்தவர்கள் அல்ல என்பதை எவராலும் மறுக்கமுடியாது. ஒரு மண்டலத்தின் நிலவியல் அமைப்பானது அங்கு எப்படிப்பட்ட அரசு உருவாக வேண்டும் என்பதைத் தீர்மானிக்கும் காரணியாக இருந்துள்ளதை வரலாற்றின்கண் பார்க்க முடிகிறது. இதற்குச் சிறந்த உதாரணமாக மகததேசத்தைக் குறிப்பிடலாம். சுமார் 2600 ஆண்டுகளுக்கு முன்பு இந்தியாவின் வளமையான கங்கைச்சமவெளிப் பகுதியில் தோன்றிய மகத இராஜ்ஜியமானது மக்கள் நலன் சார் அரசாகவும் சமணம், பௌத்தம் போன்ற பகுத்தறிவுவாதச் சமயங்கள் தோற்றம் பெறவும் காரணமாக அமைந்திருந்தது. இவ்விரு சமயங்களும் பிறகு அரச சமயங்களாக மாறியதன் விளைவாக நன்கு ஊட்டம் பெற்று நாட்டின் எல்லைக்கு அப்பால் உள்ள மக்கள் பின்பற்றப்படுவதற்கும் காரணமாக அமைந்தது. இச்சமயக் கோட்பாடுகள் மக்களை அறிவுச் சீலர்களாக மாற்றியமைக்கும் பணிகளைத் தொய்வின்றிச் செய்து வந்தன. சமணம், பௌத்த சமய நிறுவனங்களுக்கு அரசரும், வணிகர்களும் செல்வந்தர்களும் சாதாரண மக்களும் தாராளமாக நிதியுதவியும் வழங்கிவந்தனர். இதனால் மகத தேசம் அறிவுசார் மக்களின் வாழ்விடமாக விளங்கிற்று.

பாடலிபுத்திரம்

கி.மு. 700 ஆண்டுகளுக்கு முன்பு வட இந்திய அரசியல் வானில் மின்னிய நட்சத்திரங்களுக்கிடையே துருவ நட்சத்திரமாகத் திகழ்ந்த நாடு மகதமாகும். தற்கால பாட்னா மற்றும் கயாவை உள்ளடக்கிய பகுதியே பண்டைய மகத தேசமாகும். கரடுமுரடான நிலவியல் அமைப்பினைக் கொண்ட கிரேக்கத்தின் அறிவுக் கருவூலம் ஆகவும், வீரத்தின் பாசறையாகவும் விளங்கியப் பெருமை ஏதென்ஸுக்கும், ஸ்பார்ட்டாவுக்கும் உண்டு. அதேபோன்று ஆசியக் கண்டத்தின் ஏதென்சு நகரம் என்றால் அது பாடலிபுத்திரமெனலாம். நந்தர்கள் காலத்தில் இப்பெருமைமிகு நகரத்தில் சரஸ்வதியும் லக்ஷ்மியும் ஒருங்கே வசித்ததாகப் பிருகத்கதா எனும் நூல் குறிப்பிடுகிறது. நந்த மன்னர்கள் வர்ஷா, உபவர்ஷா, பாணினி, காத்யாயனா, வரருசி, லியாதி போன்ற அறிவார்ந்த மக்களை ஆதரித்து வந்ததன் விளைவாக பாடலிபுத்திரம் நகர் அறிவுக் கருவூலமாகத் திகழ்ந்தது. இதனால் அங்கு இலக்கியப் புரட்சியும் ஏற்பட்டது. குறிப்பாக பாணினியின் (கி.மு.520-460) அஷ்டாத்யாயி என்ற சமஸ்கிருத இலக்கண நூல் இவற்றுள் தலைச்சிறந்ததாகும். இந்நூலில் கிரேக்கரின் செல்வாக்கு தொனிக்கிறது. யவன எழுத்து பற்றிய குறிப்பும் இவ்விலக்கண நூலில் காணப்படுவது மதிப்பிற்குரிய ஒன்றாகும்.

பாடலிபுத்திரமானது கங்கை, சோன் என்ற இரண்டு பெரும் நதிகள் சங்கமம் ஆகுமிடத்தில் அமையப்பெற்றிருந்தது. அதனால்தான் எதிரிகளால் எளிதில் அண்டவியலாத அளவிற்கு வலிமைமிக்க நீர் அரணுடன் திகழ்ந்த பாடலிபுத்திரத்தைத் தலைநகராகக் கொண்டிருந்த மன்னர்கள் எளிதில் பேரரசர்களாக உயர முடிந்தது. மகதப்பேரரசு எழுச்சி பெற்ற நகரமான இராஜக்கிருகம் கிரேக்கத்தின் ஸ்பார்ட்டா நகரத்திற்கு ஒப்பானதாகும். எனவே இந்நகரத்தை இந்தியாவின் ஸ்பார்ட்டா என்றே அழைக்கலாம். மகதம் கங்கைச் சமவெளியில் முக்கியக் கேந்திரமான இடத்தில் (Strategic) அதாவது கங்கை நதிப் பள்ளத்தாக்கின் மேற்பகுதிக்கும் கீழ்ப்பகுதிக்கும் இடையில் அமைந்திருந்தது. நல்ல நீர்வளமும் நிலவளமும் ஒருங்கே பெற்றிருந்ததால் மக்களும் வேளாண்தொழிலிலும் வாணிபத்திலும் ஈடுபட்டு வந்தனர். இதனால் மகத தேசத்து மக்கள் பெரும் செல்வந்தர்களாகச் செல்வச் செழிப்பில் திளைத்திருந்தனர்.

அதோடு மட்டுமன்றி மன்னர்களும் பெருநிதிக் கிழவனாய்த் திகழ்ந்திருந்தனர். அதனால்தான் மகததேசம் பதினாறு மகாஜனபத அரசுகளிலேயே விரைவாக எழுச்சியுற்ற அரசு என்ற பெருமையை எளிதில் எட்டமுடிந்தது.

வளமையான காடுகளால் மகதநாடு சூழப்பட்டிருந்ததால் அதிக அளவில் திடமிக்க யானைகள் தொடர்ந்து மன்னர்களுக்குக் கிடைத்து வந்தன. இதனால்தான் கிரேக்க நாட்டினரையே மிரளவைக்கும் அளவிற்கு மிகப்பெரிய யானைப் படையை அவர்களால் உருவாக்க முடிந்திருந்தது. இதனை மகதத்தின் மிகப்பெரிய பலம் எனலாம். இத்தகைய புறச்சாதனங்களோடு மக்களின் உற்சாகம், மனத்திண்மை போன்ற அகச்சாதனங்களும் சேர்ந்து கொண்டதால் மகதத்தில் ஆரியப் பண்பாடும் ஆரியர் அல்லாதாரின் கலாச்சாரமும் வேறுபாடுகளின்றி ஐக்கியப்படுத்தப்பட்டிருந்தன. கங்கை நதிப் பள்ளத்தாக்கின் மேற்பகுதியில் காணப்பட்ட சாதி வெறியும், வைதீகமும் மகததேசத்தில் அண்டமுடியாமல் போனது. மக்கள் தாராள மனப்பான்மை உடையவர்களாயிருந்ததால் சாதிக்கலப்பு, ஒரு சாதியிலிருந்து மற்றொரு சாதிக்கு மாறுவதும் எளிதாக நடைபெற்று வந்தன. ஆரிய, ஷத்திரிய வகுப்பைச் சார்ந்தவர்களுக்கு மட்டுமே அரசப்பதவி என்று இருந்த நிலையை மாற்றிச் சமுதாயத்தின் அடித்தளத்தில் இருந்த சூத்திரனும் அரசப்பதவியை எளிதில் அடையலாம் என்ற உயரிய சித்தாந்தம் மகதத்தில் விதைக்கப்பட்டிருந்ததையும் காண்கிறோம். குறிப்பாக கி.மு. 385ஆம் ஆண்டு அரச குலத்தில் நடைபெற்ற முதல் சாதிய மறுப்புத் திருமணத்தின் மூலமாக நாவிதன் ஒருவனின் வாரிசான மகாபத்ம நந்தர் என்ற சூத்திரன் மகதத்தின் மன்னரான நிகழ்வை இதற்குச் சாட்சியமாகக் கொள்ளலாம்.

கிரேக்கத்தில் தோன்றிய பிளேட்டோ, சாக்ரடீஸ் போன்று மகாவீரர், புத்தர் போன்ற பகுத்தறிவு மிக்க தத்துவவாதிகளின் சித்தாந்தங்கள் மகதத்திற்குள் புகுந்ததால் மக்களும் அரசர்களும் மானுடச் சீலர்களாக மாறுவதற்குக் காரணமாக இருந்தது. அதோடு மட்டுமன்றி இந்து சமயத்திற்கு விரோதமாகத் தோன்றிய சமணம், பௌத்தம் போன்ற புதிய சமயங்களின் பரவலால் மக்களிடையே இருந்த ஏற்றத் தாழ்வுகள் வேரறுக்கப்பட்டன. அந்த அளவிற்கு இவர்களின் சித்தாந்தங்கள் மக்களிடையே பெரும்

தாக்கத்தை ஏற்படுத்தியிருந்தன. மேலும் மகத மன்னர்களால் சமணம், பௌத்த சமயங்கள் அரச சமயங்களாக்கப்பட்டதால் இச்சமயங்கள் தூரதேச மக்களிடையேயும் நல்ல வரவேற்பினைப் பெற்றன. இதனால் கலப்படமற்ற ஆன்மீகத்தோடு உலகியலும் போட்டி போட்டுக் கொண்டு வளர்ந்தது. எனவே ஒரு மண்டலத்தில் எப்படிப்பட்ட சமயங்கள் தோற்றம் பெற வேண்டும் என்பதைக் கூட நிலவியலே தீர்மானிக்கிறது என்பதை மகதப் பேரரசின் நிலவியல் வரலாற்றில் காண்கிறோம்.

வாட்நகர் - அனந்த்பூர்

சுமார் மூவாயிரம் ஆண்டுகால வரலாற்றுப் பின்புலத்தைத் தன்னகத்தே கொண்டுள்ள வாட்நகர் *(Vadnagar)* தற்போது குஜராத் மாநிலத்தில் உள்ள மெகசானா *(Mehsana)* மாவட்டத்தில் அமைந்துள்ளது. மகாபாரதத்தில் இவ்வூர் அனர்த்தபூர் *(Anartapura Or Anandapura)* என அழைக்கப்பட்டதை அறிகிறோம். இந்நகர் வைவஸ்வத மனுவின் மகனான ஷர்யாதியின் முதல் மகனான அனர்த்தாவின் பெயரால் நிர்மாணிக்கப்பட்டதால் இப்பெயர் பெற்றது. அனர்த்தாவின் பெயரால் பிறகு ஏற்படுத்தப்பட்ட அரசு அனர்த்த ராஜ்ஜியம் என அழைக்கப்பட்டது. இதன் தலைநகரம் குஷஸ்தலி என்பதாகும். இது பண்டைய துவாரகாபுரி. ருத்ரதாமன் தமது ஜூனகர் கல்வெட்டில் அனர்த்தத்தைத் தமது ராஜ்ஜியத்தின் ஒருபகுதியாகக் குறிப்பிடுகிறார். அப்பகுதியின் ஆளுநராக இருந்த சுபிஷாக் என்பவர் சுதர்சன ஏரியை மீண்டும் கட்டுவித்து இப்பகுதியின் வேளாண்மையை ஊக்குவித்தார்.

மகாபாரதத்தில் அனர்த்த ராஜ்ஜியத்தின் வீரர்கள் குருஷேத்திரப் போரில் ஈடுபட்டதாகக் குறிப்பிடப்படுகிறது. அக்காலகட்டத்தில் இது யாதவ ராஜ்ஜியமாக இருந்தது என்ற குறிப்பினையும் மகாபாரதத்தில் காண்கிறோம். கடந்த 2004ஆம் ஆண்டு இந்திய தொல்லியல் துறையினர் மேற்கொண்ட அகழாய்வில் நான்கு கிலோமீட்டர் சுற்றளவு கொண்ட மிகப்பெரிய கோட்டைச் சுவர், அவற்றின்கண் ஆறு நுழைவாயில்களும் அலங்காரத்துடன் அமைக்கப்பட்டிருந்ததையும் ஆய்வாளர்கள் கண்டறிந்துள்ளனர். கோட்டையினுள் அரண்மனை வளாகம், குடியிருப்புப் பகுதிகள், கோயில்கள், புத்த விகாரை, ஸ்தூபிகள் போன்றவையும் கண்டுபிடிக்கப்பட்டுள்ளன. கி.பி.4 - 5ஆம் நூற்றாண்டைச் சார்ந்த

பௌத்த விகாரை ஒன்றும் புத்தர் சிலைகளும் கண்டுபிடிக்கப்பட்டன. மதுராவிலிருந்து கொண்டுவரப் பட்டதாகக் கருதப்படும் போதிசத்வரின் சிற்பம் ஒன்றும் கிடைத்துள்ளது. இப்பகுதியில் பெண் துறவியின் எலும்புக்கூடு கிடைக்கப்பெற்றுள்ளது. இதனை ஆய்வு செய்துள்ள ஆய்வாளர்கள் அப்பெண் துறவியின் மரபணு M36 என்று குறிப்பிட்டுள்ளனர். இதன் மூலம் பெண்துறவிகளும் விகாரையில் வாழ்ந்துள்ளனர் என்பதை அறிகிறோம். இதே பண்பாட்டுப் பகுதியில் கி.பி.7ஆம் நூற்றாண்டைச் சார்ந்த இரண்டு சமண மடாலயங்களும் கண்டுபிடிக்கப்பட்டுள்ளன. மேலும் இந்து சமயத்தைச் சார்ந்த தானேஷ்வர் மகாதேவர் கோயில், அம்பாஜி மாதா கோயில், சோமநாத் மகாதேவ் கோயில், காசி விஷ்வேஸ்வரர் கோயில், கீர்த்தி தோரணவாயில் போன்றவை இந்நகரின் பண்பாட்டு அடையாளங்களாகத் திகழ்ந்துள்ளன. நகர மக்களின் குடிநீர்த் தேவைக்காக ஐந்து நீர்நிலைகள் உருவாக்கப்பட்டிருந்தன. அவற்றில் ஷர்மிஸ்தா ஏரி, அம்பாஜி கோத்தா ஏரி போன்றவை குறிப்பிடத்தக்கவைகளாகும். நகரின் வடக்குப்பகுதியில் ரூபன் நதி பாய்ந்தோடுகிறது. சபர்மதி நதி வாட்நகரில் இருந்து கிழக்கே 18 கி.மீ. தூரத்தில் உள்ளது. இதன் மூலம் நகர மக்கள் வேளாண்மையில் ஈடுபட்டு வந்தனர். வளமையான மண்வளம் கொண்ட வேளாண் உற்பத்தி மண்டலத்தின் மையத்தில் வாட்நகர் அமையபெற்றதே அதன் நிலவியல் பலமாகும். ஆதனால்தான் மகாபாரத காலத்திலிருந்து இந்நாள் வரைச் சிறப்புற்ற நகரமாகத் திகழ்ந்து வருகிறது.

மத்திய இந்திய நகரங்கள், தென்கோசலம், தென் தமிழ்நாட்டு நகரங்களை இணைக்கின்ற பிரதான சாலையில் இந்நகர் அமையப்பெற்றது தரைவழி வர்த்தகத்திற்கு வசதியாக இருந்தது. இந்நகர மக்கள் பெரும்பான்மையானோர் கடல் தாண்டிய அயலக வணிகத்தில் ஈடுபட்டவர்கள். இவர்கள் செங்கடலின் நுழைவாயிலில் அமையப்பெற்ற சொக்கோட்ரா (*Socotra*) தீவிற்கும் இடையே வாணிகத்தொடர்பு கொண்டதோடு ஏடன் வளைகுடா மற்றும் செங்கடல் பகுதியில் இருந்த நாடுகளுடனும் வர்த்தக நடவடிக்கையில் ஈடுபட்டிருந்தனர்.

இந்நகரத்தைச் சார்ந்த கடல்சார் வணிகர்கள் கடல் பயணத்தின் போது தங்களுக்கு எந்தவிதமான ஆபத்தும் ஏற்பட்டுவிடக்கூடாது என்பதற்காக வாட்நகரில் சொக்கோத்ராமாதா கோயிலைக்

கட்டி வழிபட்டு வந்தனர். சொக்கோத்ராமாதா என்றால் கடல் தேவதையாக இருக்கலாம் என்று இந்திய கடலடி ஆய்வின் தந்தை எனப்போற்றப்படும் *S.R.*ராவ் அவர்கள் குறிப்பிடுகிறார். சில ஆய்வாளர்கள் இது சொக்கோட்ரா தீவோடு தொடர்புடைய பெயர் எனக் கூறுகின்றனர். இங்கிருந்த பௌத்த விகாரைகள் கல்விச் சாலைகளாகச் செயல்பட்டு வந்ததால் இந்நகரத்தைச் சார்ந்த வணிகப் பெருமக்கள் அதிக நன்கொடைகளை வழங்கியதாக யுவான் சுவாங் குறிப்பின்வழி அறிகிறோம். புகழ்பெற்ற வாட்நகர் கி.பி. 9 - 10ஆம் நூற்றாண்டுகளில் ஏற்பட்ட மிகப்பெரிய நில நடுக்கத்தால் அழிவுற்றதாகத் தொல்லியல் ஆய்வாளர்கள் குறிப்பிடுகின்றனர்.

தமிழ் நாட்டில் கோலோச்சிய மன்னர்களைப் போன்றே வடஇந்தியாவில் ஆட்சி செய்த மன்னர்களும் ஊர் மற்றும் நகரங்களை உருவாக்கும்போது நிலவியல் அமைப்பு, நிரந்தர நீர்மேலாண்மைத் திட்டங்கள், சாலைப் போக்குவரத்து, மருத்துவம், வர்த்தகப் பரிமாற்றங்கள், கடைத்தெருக்கள், வழிபாட்டு மையங்கள், அதற்கான நிரந்தர வைப்புகள் போன்ற அனைத்து அலகுகளையும் சரியாகத் திட்டமிட்டு உருவாக்கியுள்ளதை வாட்நகர் உருவாக்கத்தில் காண்கிறோம். இருப்பினும் நிலவியல் அமைப்பைத் தேர்வு செய்வதில் தமிழ் வேந்தர்களைப் போன்று இவர்கள் திறமைமிக்கவர்களாக இல்லையெனலாம். தென்மதுரை, கபாடபுரம், கொற்கை, அழகன்குளம், நாகப்பட்டினம், காவிரிப்பூம்பட்டினம், அரிக்கமேடு, மரக்காணம், மகாபலிபுரம் போன்ற பண்டைய நகரங்களைச் சுனாமிப்பேரலையே கபளீகரம் செய்துள்ளதைத் தற்கால நிலவியல் ஆய்வாளர்கள் சுட்டுகின்றனர். அந்த அடிப்படையில் ஆராய்ந்தால் தமிழர்கள் நிலவியல் தேர்வில் சற்று குறைபாடு உடையவர்களாகத் தோன்றலாம். தற்கால அறிவியல் யுகத்தில்கூட எப்பொழுது ஆழிப்பேரலைகள் தோன்றும் என்பதைக் கணிக்கவியலாத இக்காலகட்டத்தில் சுமார் 3000 ஆண்டுகளுக்கு முன்பு கடற்கரையில் இருந்து பல நூறு கிலோமீட்டர் தொலைவில் கடலுக்கு அடியில் ஏற்படுகின்ற நிலவெடிப்பே ஆழிப்பேரலையை உருவாக்குகிறது என்பதை தமிழர்கள் அறிந்திருக்க வாய்ப்பில்லை. அதனால்தான் முன்னறிவிப்பின்றி இயற்கையால் நிகழ்த்தப்படும் இப்பேரழிவிலிருந்து மக்களைக் காக்கும் பொருட்டு அவர்கள்

தலைநகரம், பெருநகரங்கள், பேரூர்கள் போன்றவற்றை உருவாக்கும்போது அவை கடற்கரையில் இருந்து ஆழிப்பேரலைகள் தொட்டுவிடவியலாத தூரத்தில் அமைத்துக்கொண்டனர். பாண்டியர்கள் மதுரை நகரையும் சோழர்கள் உறையூரையும் சேரர்கள் வஞ்சி மாநகரத்தையும், பல்லவர்கள் காஞ்சிமா நகரத்தையும் உருவாக்கியப் பின்னணியை ஆராய்ந்தால் மேற்கண்ட நிகழ்வுகளுக்குச் சரியான விடை கிடைக்கப்பெறும். சிதம்பரம் நகரும் நகர்ப்புறங்களும் கடற்கரையில் இருந்து சுமார் பத்து கிலோமீட்டர் தூரத்தில் கடல் அலைகளால் தொட்டுவிடாத தூரத்தில் உருவாக்கப்பட்டிருப்பது ஆய்விற்குரிய ஒன்றாகும்.

தட்சசீலம்

இன்றைய பாகிஸ்தான் நாட்டில் உள்ள ராவல்பிண்டி மாவட்டத்தில் தட்சசீலம் அமைந்துள்ளது. பாகிஸ்தானின் தலைநகரான இஸ்லாமாபாத்தில் இருந்து வடமேற்கே 32கி.மீ. தூரத்தில் இந்நகர் அமைந்துள்ளது. தட்சசீலத்தில் வாழ்ந்த வைசம்பாயனர் என்பவர் முதன் முதலாகத் தனது சீடர்களுக்கு மகாபாரதக் கதைகளை உரைத்ததாகக் கூறப்படும் பெருமையும் இந்நகருக்கு உண்டு. இந்தியாவின் கிழக்குப் பகுதியில் கல்வி கற்போரின் கலங்கரை விளக்கமாகத் திகழ்ந்த நாளந்தாப் பல்கலைக்கழகம் போன்று மேற்குத் திசையிலிருந்து கல்விகற்க வருவோரின் கலங்கரை விளக்கமாகத் திகழ்ந்தது தட்சசீலப் பல்கலைக்கழகமாகும். தட்சசீலம் என்ற சமஸ்கிருத மொழிக்கு வெட்டி எடுக்கப்பட்ட கற்களைக் கொண்டு நிர்மாணிக்கப்பட்ட நகரம் என்று பொருள்.

வால்மீகி இராமாயணத்தில் இராமன் தம்பி பரதன் தன் மகன் தட்சனின் பெயரால் இந்நகரை நிறுவிய பிறகு தனது மற்றொரு மகனான புஷ்கலாவதியின் நினைவாகப் புருஷபுரா என்ற நகரினை நிர்மாணித்தான் என்று சுட்டுகிறது. இந்த புருஷபுராவே இன்று பெஷாவர் என அழைக்கப்படுகிறது. கிரேக்கத்தின் நிலவியல் அறிஞர் தாலமி வரைந்த உலகப் புவியியல் வரைபடத்தில் தட்சசீல நகரத்தை தக்சீலா எனக் குறித்துள்ளார். கி.மு. 3360ஆம் ஆண்டு முதற்றே இப்பகுதியில் மக்கள் வாழ்ந்து வருகின்றனர் என்று தொல்லியல் சான்றுகள் பகர்கின்றன. காந்தார தேசத்தின் தலைநகரான புஷ்கலாவதியுடன் இந்நகர மக்கள் வர்த்தக ரீதியான உறவை மேற்கொண்டிருந்தனர்.

தட்சசீலத்தில் இந்து மற்றும் பௌத்த சமயங்கள் சிறப்புற்று இருந்தன. மகத நாட்டையும் மேற்காசியாவையும் இணைக்கும் பெருவணிகப்பாதையின் வலைப்பின்னலாக தட்சசீல நகரம் அமையப் பெற்றிருந்ததே அதன் கூடுதல் சிறப்பாகும். பண்டைக்கால இந்தியப் பெருவழிப் பாதையான உத்தரப் பாதை என்ற வடக்குச் சாலை பின்னாளில் GT. சாலையாக உருமாறிய இராஜப்பெருவழி காந்தார நாட்டையும், கிழக்கில் கங்கைச் சமவெளியில் அமைந்த மகதநாட்டின் இராஜகிருகம், பாடலிபுத்திரத்தையும் இணைத்தது. அடுத்து வடமேற்குப் பெரும் பாதையானது பாக்ட்ரியா, கபிசா மற்றும் புஷ்கலாவதி வழியாகச் சென்றது. மூன்றாவது பெருவழி சிந்து பாதையாகும் இப்பாதையானது காஷ்மீரம் மற்றும் மத்திய ஆசியாவிலிருந்து ஸ்ரீநகர், மனேசெரா, அரிப்பூர், குஞ்செராப் கணவாய் வழியாக சீன நாட்டையும் தெற்கே இந்தியப் பெருங்கடல் வரை உள்ள நகரங்களையும் இணைத்திருந்தது. தற்போதைய காரகோரம் நெடுஞ்சாலையை இப்பாதை அன்றே உள்ளடக்கியிருந்தது.

மேற்காசியாவின் முதல் அறிவுசார் நகர்

கி.மு.6ஆம் நூற்றாண்டிற்கும் கி.மு.7ஆம் நூற்றாண்டிற்கும் இடைப்பட்ட காலத்தில் காந்தார நாட்டின் தலைநகராக விளங்கிய தட்சசீல நகரில் கட்டப்பட்டிருந்த இப்புகழ்பெற்ற பல்கலைக்கழகம் கி.மு.700ஆம் ஆண்டு முதல் கி.பி.500 ஆம் ஆண்டு வரையில் தமது கல்விச் சேவையைத் தடையின்றி மக்களுக்கு வழங்கி வந்தது. உலகில் தோற்றுவிக்கப்பட்ட முதல் உண்டு, உறையுள் பல்கலைக்கழகம் என்ற பெருமையும் இதற்குண்டு. தட்சசீலப் பல்கலைக்கழகத்தில் பயிலும் மாணவர்களின் கற்றல் திறனை மேம்படுத்தும் வகையில் 64 வகையான விருப்பப்பாடங்களும் (*Elective courses*) 18 கலைப் பாடங்களும் பாடத்திட்டத்தில் இடம்பெற்றிருந்தன. வேதங்கள், ஆயுர்வேத மருத்துவம், சட்டம், தருக்கம், புள்ளியியல், கணிதம், வானியல் உள்ளிட்ட முதன்மைப் பாடங்கள் துறைவாரியாகப் போதிக்கப்பட்டுள்ளன. இந்தப் பல்கலைக்கழகத்தில் பேராசிரியராகத் திகழ்ந்தவர் சாணக்கியர். மற்றொருவர் பாணினி ஆவார். இங்கு கல்வி பயின்றவர்களில் விஷ்ணுஷர்மா (பஞ்சதந்திரக் கதைகளை எழுதியவர்), பதஞ்சலி போன்றோர் குறிப்பிடத்தக்கவர்கள். உலகிலேயே மனித நாடித் துடிப்புகளின் மாற்றத்தை வைத்து நோயினைக் கண்டறிந்து மருத்துவம்

பார்த்தவர் என்ற பெருமைமிகு மருத்துவர் ஜீவகா தட்சசீல பல்கலைக்கழகத்தின் முன்னாள் மாணவராவார். இவர்தான் மகத நாட்டின் ஆஸ்தான மருத்துவராகப் பணியாற்றியவர்.

தட்சசீலப் பல்கலைக்கழகத்தில் உலகின் 15 நாடுகளில் இருந்து வந்த மாணவர்கள் கல்வி பயின்றுள்ளனர். சீன நாட்டைச்சேர்ந்த யுவான் சுவாங் கி.பி.643ஆம் ஆண்டு இந்நகருக்கு வருகை புரிந்த போது தட்சசீலப் பல்கலைக்கழகம் சிதிலமடைந்து காணப்பட்டதாகத் தனது பயணக்குறிப்பில் சுட்டுகிறார். இப்புகழ்பெற்ற பல்கலைக்கழகம் சிந்து நதியின் கிழக்குக் கரையில் அமைந்திருந்தது. **''இயற்கை சூழ் பசுமைவெளியின் மையத்தில் கம்பீரமாக இப்பல்கலைக்கழகம் அமையப் பெற்றிருந்ததாக மெகஸ்தனிஸ்''** குறிப்பிடுகிறார். பண்டைக்கால இந்திய பாடசாலைகள் அனைத்துமே இயற்கை சூழ்ந்த வனப் பகுதிகளில் செயல்பட்டுள்ளதை இராமயாணம், மகாபாரதம் வாயிலாக அறிகின்றோம்.

கி.பி.5ஆம் நூற்றாண்டில் *Huns* என்ற நாடோடிக் கூட்டத்தவர் தட்சசீலத்தைக் கடுமையாகத் தாக்கினர். இத்தாக்குதலினால் இந்நகர் மீளுருவாக்கம் பெறமுடியாத அளவிற்கு அழிவுற்றதாக சர் ஜான் மார்ஷல் அவர்கள் கணித்துள்ளார். இங்கு நிலவியல் சாதகமாக இருந்தது, அதனால் மக்கள் அமைதியான வாழ்வியலோடு வாழ்ந்து வந்தனர். பிற நாடுகளுடன் வர்த்தகம், கலை மற்றும் பண்பாட்டுப் பரிமாற்றங்கள் போன்றவற்றுடன் மேற்கு ஆசியாவின் பெருமைமிகு கல்வி நகரமாக விளங்கியது. இந்துஸ்தானத்தின் மேற்கு நுழைவாயிலில் இருந்த தட்சசீலத்தின் அழிவை வக்கிரபுத்தி கொண்ட காட்டுமிராண்டிக் கூட்டத்தார்களே தீர்மானித்துள்ளனர். இருப்பினும் நிலவியலின் தாறுமாறான இடர்ப்பாட்டினால் வீழ்ச்சி அடைந்த நகரங்கள் மீண்டும் மக்கள் சக்தியால் மீளுருவாக்கம் பெறுவதை வரலாற்றில் பார்க்கின்ற அதேவேளையில் மனிதனால் அழிக்கப்பெற்ற நகரங்கள் எழுச்சியுற முடியாமல் தட்சசீலம் போன்று மண்ணினுள் ஆழ மடிந்துபோனதும் ஏராளம். இவ்வாறு மீளாக்கம் பெறவியலாத அளவிற்குக் கல்விக்கு எதிரான செயல்பாட்டாளர்களின் கூட்டத்தால் அழிவுற்ற மற்றொரு இந்திய நகரம் நாளந்தாவாகும். இந்நகர் வீழ்த்தப்பட்டதற்கான காரணங்களையும் ஆராய்வோம்.

நாளந்தா என்ற அறிவு நகரம்

நாளந்தா என்பதற்கு அறிவை அளிப்பவர் என்று பொருள். குப்தர்களின் பொற்கால ஆட்சியில் கிடைத்த அறிவுக்கோயில். பாரதத்தின் கிழக்கு எல்லையில் இருந்து அறிவுப்பேரொளியைக் கிழக்காசிய நாடுகள்வரை பாய்ச்சி வந்த புகழ் பெற்ற பல்கலைக் கழகமாகும். கி.பி 427ஆம் ஆண்டு முதலாம் குமாரகுப்தரால் (கி.பி.415-455) நிறுவப்பட்டதாகும். இன்றைய பீகார் மாநிலத்தின் மையப்பகுதியில் உள்ள நாளந்தா என்ற நகரில் அமையப்பெற்றிருந்தது (இது பண்டைய மகத ராஜ்ஜியத்தின் பகுதியாகும்). அக்காலத்தில் இப்பல்கலைக்கழகம் 14 ஹெக்டேர் பரப்பளவில் அமைந்திருந்தது. சீனா, திபெத், கிரேக்கம், பாரசீகம், கொரியா, ஜப்பான், இந்தோனேசியா, பெர்ஷியா, துருக்கி, மங்கோலியா போன்ற நாடுகளில் இருந்து வந்த மாணவர்கள் இங்கு கல்வி பயின்றுள்ளனர். மொத்தம் 8500 மாணவர்களும் 1510 ஆசிரியர்களும் பிற நாடுகளைச் சார்ந்த 1500 ஆராய்ச்சியாளர்களும் பல்கலைக்கழக வளாகத்திற்குள் கட்டப்பட்டிருந்த விடுதிகளில் தங்கியிருந்தனர். கற்றல், கற்பித்தல் திறனை மேம்படுத்தும் நோக்கில் சராசரியாக ஆறு மாணவர்களுக்கு ஒரு ஆசிரியர் என்ற விகிதாச்சாரத்தின் அடிப்படையில் பாடம் கற்பிக்கப்பட்டுள்ளது. இது ஒரு உண்டு உறையுள் பல்கலைக்கழகமாகும். மாணவர்களுக்கு இலவசக் கல்வியும், உணவும் வழங்கப்பட்டன.

பத்து வழிபாட்டுக் கோயில்கள், பெரிய தியான மண்டபம், வகுப்பறைகள், ஏரி, பூங்காக்கள், விவாத மண்டபம் போன்ற பகுதிகள் பல்கலைக்கழக வளாகத்தினுள் இடம்பெற்றிருந்தன. சுமார் 200 கிராமங்களிலிருந்து பெறப்பட்ட வருவாயினால் நாளாந்தா பல்கலைக்கழகம் நிதிச் சிக்கலின்றி இயங்கி வந்தது. இங்கு வேதங்கள், தர்க்கம், இலக்கணம், வானியல், மருத்துவம், சாங்கியம் போன்றவை கற்பிக்கப்பட்டன. நாகர்ஜுனன், வசுபந்து, தின்னகா, பத்மசைபவா, சாந்தராக்ஷிதா, ஆர்யதேவா, ராகுலபத்ரா, அசங்கா, ஜெயதேவா, சந்திரகீர்த்தி, குணமதி, ஸ்திரமதி, பிரபாமித்ரா, காஞ்சிபுரத்தைச் சேர்ந்த தர்மபாலர் போன்றோர் இப்பல்கலைக்கழகத்தின் ஆசிரியர்களாவர். சந்திரனுக்கு சுய ஒளி இல்லை என்று சொன்ன முதல் இந்திய வானியல் அறிஞரான ஆரியப்பட்டர் நாளந்தா பல்கலைக்கழகத்தின் தலைவராக

இருந்தவர் என்று பேராசிரியர் அனுராதா மித்ரா அவர்கள் கூறுகிறார்.

நாளந்தா பல்கலைக்கழகத்தில் இருந்த நூலகம் தர்மகஞ்ஜ் *(DharmaGunj)* என்று அழைக்கப்பட்டதாக திபெத்திய ஆவணங்கள் குறிப்பிடுகின்றன. தர்மகஞ்ஜ் என்றால் உண்மையின் கருவூலம் *(Mart Of Religion)* என்று பெயர். இது இரத்தனாகரா *(Ratnaagara)*, இரத்னரஞ்ஜல *(Ratnaranjala)*, இரத்னோதாகி *(Ratnodadhi)* என்ற பெயரிடப்பட்ட மூன்று பெரிய பிரதானக் கட்டிடங்களைக் கொண்டது. இம்மூன்று கட்டிடங்கள் மீது கட்டப்பட்ட இரத்னசாஹரா ஒன்பது மாடிகளைக் கொண்டது. இதன் அழகைப்பற்றி திபெத்திய பௌத்த அறிஞர் தாராநாதா அவர்கள் மேகங்களிடையே மிதக்கும் ஒன்பது மாடிக் கட்டிடம் என்று வர்ணித்துள்ளார். இந்த நூலகத்தில் மொத்தம் 90 லட்சம் கையெழுத்து ஆவணங்கள் இருந்தன.

கி.பி.5 மற்றும் கி.பி.8ஆம் நூற்றாண்டுகளில் சிறு சிறு தாக்குதல்களின் சவாலைச் சமாளித்து வந்த இந்த அறிவு நகரத்தின் அழிவைக் கி.பி.12 ஆம் நூற்றாண்டின் பிற்பகுதியில் தனிமனித ஆற்றலே தீர்மானித்துள்ளது. துருக்கி - ஆப்கான் இராணுவ ஜெனரல் பக்தியர் கில்ஜி என்ற தனிமனிதனின் வக்கிர கொள்கையால் சுமார் 700 ஆண்டு காலம் தன்னலம் கருதாத ஆட்சியாளர்களால் வளர்க்கப்பட்டு வந்த இப்பல்கலைக்கழகம் நொடிப்பொழுதில் தீக்கிரையாக்கப்பட்டு மீளாக்கம் பெறமுடியாத அளவிற்கு அழிக்கப்பட்டது. நாளாந்தா பல்கலைக்கழகத்தின் அறிவுத்திலகமாக விளங்கிய தர்மகஞ்ஜ் நூலகம் மட்டும் நாற்பது நாட்கள் எரிந்ததாக திபெத்திய ஆவணங்கள் கூறுகின்றன. இந்நிகழ்வை நேரடியாகக் கண்ட அறிஞர் பெருமக்கள், ஆய்வாளர்கள், ஆசிரியர்கள், மாணவர்களின் உள்ளக்குமுறல் அக்காலத்தில் எப்படி இருந்திருக்கும் என்பதை எண்ணிப்பார்க்க வேண்டும். இந்த அழிவு மனித எண்ணத்தினால் தீர்மானிக்கப்படும் அழிவிற்கு இயற்கையை விடப் பன்மடங்கு ஆற்றல் அதிகம் என்பதை உணர்த்துவதாக உள்ளது. இயற்கையையே அழித்துவரும் மனிதனுக்கு நாளந்தாவின் அழிவு எம்மாத்திரம். அதனால்தான் மேற்கத்திய நிலவியல் செயல்பாட்டாளர்கள் மனிதன் நினைத்தால் மட்டுமே புவியின் ஆயுளைத் தீர்மானிக்க முடியும் என்று கூறுகின்றனர் போலும்.

அட்லிட் - யாம் நகர்

பண்டைய இஸ்ரேல் நாட்டின் அழிந்த பழம்பெரும் நகரமான அட்லிட் - யாம் *(Atlit - Yam)* மேற்கு மத்தியதரைக் கடற்பகுதியிலிருந்த அட்லிட் என்ற இடத்தில் அமைந்திருந்தது. மூழ்கிப்போன இந்நகரப் பகுதியின் வழியாகக் கப்பல்கள் செல்வது தடையாக இருந்ததால் கடலின் ஆழத்தை அதிகரிக்கும் முயற்சியில் இஸ்ரேல் அரசாங்கம் ஈடுபட்டது. அப்போது கடலுக்கடியில் மூழ்கிப்போன மக்கள் வாழ்விடப்பகுதியின் தடயங்கள் வெளிப்பட்டன. அதனைக் கடல்சார் தொல்லியல் அறிஞர் எஹுட் கலிலி கடலில் மூழ்கி ஆய்வுகளை மேற்கொண்டார். அங்கு சேகரிக்கப்பட்ட தொல்பொருட்களை ஆராய்ந்த அவர் அட்லிட் - யாம் கி.மு. 8900 முதல் கி.மு. 8300 ஆண்டுவரை புகழின் உச்சத்தில் இருந்த பன்னாட்டு வர்த்தக நகராகுமென்றும் இது பண்டைய இஸ்ரேல் நாட்டின் நுழைவாயிலாகத் திகழ்ந்த கடற்கரைப்பட்டினம் எனவும் தமது ஆய்வறிக்கையில் குறிப்பிட்டுள்ளார்.

இந்நகர் கடற்கரை மண்டலத்தில் அமையப்பெற்றிருந்தாலும் மக்கள் வாழ்வதற்கு ஏற்ற நிலவியல் அமைப்பு இங்கு சாதகமானதாக இருந்தது. எனவே அட்லிட் - யாம் நகரில் வாழ்ந்த மக்கள் வேளாண்மை உற்பத்தி, கால்நடை வளர்ப்பு, கடல் சார் வணிகம் போன்றவற்றில் உயர்வு பெற்று ஆகச்சிறந்த உற்பத்தியாளர்களாகவும் தன்னலம் கருதா நுகர்வோர்களாகவும் இருந்தனர். அட்லிட் விரிகுடாவில் கலக்கும் ஓரேன் ஆற்றின் கழிமுகப்பகுதியில் சுமார் 50,000 சதுர மீட்டர் பரப்பளவில் இந்நகரின் இடிபாடுகள் காணப்படுகின்றன. அட்லிட் - யாம் நகர் அக்காலத்தில் கடல் மட்டத்தில் இருந்து இரண்டு மீட்டர் உயரத்தில் அமையப்பெற்றிருந்தாலும் தற்பொழுது கடலுக்குள் 15 மீட்டர் ஆழத்தில் மூழ்கியுள்ளது. கடலுக்கு அடியில் செவ்வக மற்றும் சதுர வடிவில் கட்டப்பட்டிருந்த வீடுகளின் இடிபாடுகளும், சுற்றிலும் கற்களால் கட்டப்பட்ட கிணறுகளும், தானியங்களைச் சேமிக்கப் பயன்படுத்தப்பட்ட கொள்கலன்களும், வழிபாட்டிடமும், இடுகாட்டுப்பகுதியும் கண்டுபிடிக்கப் பட்டுள்ளன. கடலில் பிடிக்கப்பட்ட மீன்களின் குவியல், விலங்குகளின் எலும்புகள், இறந்தவர்கள் புதைக்கப்பட்ட பகுதியில் இருந்து சேமிக்கப்பட்ட மனிதனின் எலும்புகள், இல்லங்களில் பாண்டங்களில் சேமிக்கப்பட்டிருந்த

காட்டுத்திராட்சை, பாப்பி விதைகள் (*Poppy Seeds* - உணவில் சேர்த்து சாப்பிடும் போது உடல் ஆரோக்கியம், நோய் எதிர்ப்பு போன்ற மருத்துவ குணம் கொண்டவை இந்த விதைகள். இதை கசகசா என்றும் அழைப்பர். போதை வஸ்து தயாரிக்கவும் இதைப் பயன்படுத்தியுள்ளனர்), கேரவே விதைகள் (*Caraway Seeds* - இதனை மெரிடியன் பெருஞ்சீரகம் என்றும் பாரசீக சீரகம் என்றும் அழைப்பர்) மற்றும் இறக்குமதி செய்யப்பட்ட ஆலிவ் விதைகள் போன்றவற்றை ஹைஃபா பல்கலைக்கழகத்தின் ஆய்வாளர்கள் கண்டறிந்தனர். இங்கு புதைக்கப்பட்ட சவக்குழியில் இருந்து கிடைத்த எலும்புக்கூடுகளை ஆய்வு செய்ததில் இம்மக்களில் சிலர் கடலில் மூழ்கி மதிப்புறு பண்டங்களைச் சேமிக்கும் பணியில் தொடர்ந்து ஈடுபட்டு வந்ததால் இவர்களுக்கு *Sabos Ear Diseases* வந்துள்ளதைக் கண்டுபிடித்துள்ளனர். இந்த எலும்புக்கூட்டின் காலம் கி.மு. 8000 ஆண்டுகள் பழமையானது என்று ஆய்வாளர்கள் குறிப்பிட்டுள்ளனர்.

சுமார் 600 ஆண்டுகள் புகழின் உச்சத்தில் இருந்த அட்லிட் - யாம் என்ற நகரின் அழிவு திடீரென ஏற்பட்டதன்று. கடற்கரை அருகில் அமைந்திருந்ததால் முதலில் நிலத்தடி நீர் உப்பாக மாறி உள்ளது. இதனால் முப்பத்திரண்டிற்கும் மேற்பட்ட கிணறுகள் இம்மக்களால் கைவிடப்பட்டுள்ளன. அதன்பிறகு மக்கள் நகரின் கிழக்குப்பகுதியில் ஓரேன் ஆற்றின் கரையில் இருந்த ஊற்று நீரினைத் தொடர்ந்து பயன்படுத்தி வந்தனர். ஒரு கட்டத்தில் எட்னா எரிமலை திடீரென வெடித்ததன் விளைவாக ஏற்பட்ட சுனாமிப்பேரலையால் அட்லிட்- யாம் நகர் கடல் நீரினால் கபளீகரம் செய்யப்பட்டதாக இத்தாலி நாட்டைச் சார்ந்த தேசியப் புவி இயற்பியல்துறை அறிஞர் மரியா பரேச்சி கூறுகிறார். செழுமையான வண்டல்மண், தடையில்லா ஆற்றுநீர், அமைதியான கடற்கரைப்பகுதி, விவசாயம், கால்நடைவளர்ப்பு, மீன்பிடித்தல், கடல்சார் வாணிபம், தரமான கட்டுமான வீடுகள் என மக்கள் எவ்விதக் கவலையும் இன்றி நிம்மதியான வாழ்வினை வாழ்ந்து வந்தனர். ஆனால் தூரத்தில் இருந்த புவிமண்டல எதிரியான எட்னா என்ற எரிமலை முன்னறிவிப்பின்றித் தொடுத்த தாக்குதலே அட்லிட் - யாம் நகரின் அழிவிற்குக் காரணமாக அமைந்தது.

லாவென்டா நகர்

இந்நகரானது மெக்சிக்கோ நாட்டின் வளைகுடா பகுதியில் அமையப்பெற்றிருந்த பண்டைய நகரமாகும். லா வென்டா (*La Venta*) நகரானது டோனாலா(*Tonala*) நதியின் வடக்கிலிருந்த வளமான வண்டல்மண் நிலப்பகுதியில் ஓல்மெக் மக்களால் கி. மு.2800 ஆண்டுகளுக்கும் முன்பு தோற்றுவிக்கப்பட்டதாகும். லா வென்டா நகர் தோற்றம் பெறுவதற்கும் நன்கு ஊட்டம் பெறுவதற்கும் காரணம் கோட்சல்கோல்கோஸ் (*Coatzacoalcos*) நதியாகும். ஆண்டு முழுவதும் நகரமக்களின் குடிநீர் மற்றும் வேளாண்மை உற்பத்திக்கு முக்கிய நீராதாரமாக இது விளங்கிற்று. இந்நகர மக்களின் பிரதான உணவு மக்காச்சோளமாகும். மீன்பிடித்தல், நீர்வழிப் பயணம் மற்றும் வணிகத் தொடர்பின் முக்கியக் கேந்திரமாக இந்நதி திகழ்ந்துள்ளது.

நகரத்தின் மையப்பகுதியில் களிமண்ணால் கட்டப்பட்ட 110 அடி உயரம் கொண்ட மிகப்பெரிய பிரமிடு ஒன்று உள்ளது. இது மக்களின் வழிபாட்டு மையமாகக் கருதப்படுகிறது. நகரில் அரசக் குடியிருப்புகள், செல்வந்தர்களின் குடியிருப்புப் பகுதிகள், சாமானிய மக்களின் வாழ்விடப் பகுதிகள் என இந்நகர் நன்கு திட்டமிடப்பட்டு வடிவமைக்கப்பட்டிருந்ததாகத் தொல்லியல் ஆய்வாளர்களான ப்லோம், லா பார்ஜ் போன்றோர் தெரிவிக்கின்றனர். நகரின் வடக்குப்பகுதியில் ஒரே கல்லால் செய்யப்பட்ட மனிதத் தலைப்பகுதிகள் புவிமேற்பரப்பில் அதிக அளவில் நடப்பட்டுள்ளன. இத்தலைப்பகுதிகள் ஒவ்வொன்றும் ஒரு டன் அளவினைக் கொண்டதாகும். இவை முன்னோர் வழிபாட்டைச் சுட்டுவதாகக் கருதலாம் என்கின்றனர் ஆய்வாளர்கள். இதனைத் தமிழர்களின் நடுகல் வழிபாட்டிற்கு ஒப்பானதாகக் கருதலாம். இவற்றையடுத்து பிரதான சமாதி ஒன்றும் அதையடுத்துப் பெரிய மண்டபம் ஒன்றும் கட்டப்பட்டிருந்தது. அதைத் தொடர்ந்து பொது வழிபாட்டு இடமான பிரமிடு அமைக்கப்பட்டிருந்தது. இதன் அருகே அரசரின் பிரதான அரண்மனை வளாகம் இருந்தது. அதனருகே பணியாளர்களின் குடியிருப்புகள் கட்டப்பட்டிருந்தன. இதன் மேற்குப்பகுதியில் இரண்டு பெரிய மேடைகள் அமைக்கப்பட்டிருந்தன. இவை மக்களின் பொழுதுபோக்கு மையங்களாகும்.

இந்நகரானது இரண்டு கிலோமீட்டர் சுற்றளவைக் கொண்டதாகும். நகருக்குத் தேவையான கற்களை 100 கி.மீ. தூரத்தில் இருந்த டக்ஸ்ட்லா மலைப்பகுதியிலிருந்து வெட்டி எடுக்கப்பட்டு மரங்களின் உதவியுடன் கோட்சல்கோல் கோஸ் ஆற்றின் வழியாக கொண்டுவரப்பட்டு நகரக் குடியிருப்புகள், வழிபாட்டு இறை உருவங்கள், பிரமாண்டமான மனிதத் தலை உருவங்கள் *(Colassal Heads),* பலிபீடம், பொழுதுபோக்கு மண்டபங்கள், திறந்தவெளி விழா மேடைகள் போன்றவை கட்டுவதற்குப் பயன்படுத்தியுள்ளனர். லா வென்டா நகரில் வாழ்ந்த மக்களுக்காகப் பொது இடுகாட்டுப் பகுதியும் இருந்துள்ளது. இங்கு நடைபெற்ற அகழாய்வில் மனித எலும்புகள் கிடைக்கவில்லை. ஆனால் இறந்தவர்களுடன் வைத்துப் புதைக்கப்பட்ட சடங்குப் பொருட்கள் மட்டும் அழியாமல் இருந்தன. காரணம் இந்நகரப் பகுதியின் நிலத்தடி நீர் மட்டம் கோடைகாலத்தில் ஏழு அடியாகவும். மழைக் காலங்களில் நான்கு அடியாகவும் இருக்கும். மேலும் கீழ் அடுக்கு மண்ணில் காரத்தன்மை அதிகம் என்பதால் புதைக்கப்பட்டவர்களின் எலும்புகள் அழிவுற்றதற்கான காரணமாக இருந்துள்ளது.

வண்டல்மண் பிரதேசத்தின் மீது ஓல்மெக் மக்களால் கட்டி எழுப்பப்பட்ட இந்த பிரமாண்ட நகரிலிருந்து கி.மு. 400 ஆம் ஆண்டு முதல் படிப்படியாக மக்கள் வெளியேற ஆரம்பித்தனர். கி.மு. 375ஆம் ஆண்டு இந்நகரத்தில் இருந்த ஒட்டுமொத்த மக்களும் வெளியேறிவிட்டனர். இதனால் லா வென்டா கைவிடப்பட்ட நகரமாகிப் போனது. கி.மு. 200 ஆம் ஆண்டில் இந்நகரத்தின் அழிவு உறுதி செய்யப்பட்டுவிட்டதாகத் தற்கால ஆய்வாளர்கள் கூறுகின்றனர். அமெரிக்கா கண்டத்தில் முதல் பிரமிடை கட்டிய பெருமைமிகு ஓல்மெக் மக்களின் நகர நாகரிகம் அழிவுற்றதற்கு முக்கியக் காரணம் கோட்சல்கோல் கோஸ் நதி தனது நீர்வழிப்பாதையை மனித ஆற்றலால் கணிக்கவியலாத அளவிற்குத் திடீர் திடீரென மாற்றிக்கொண்டே போனது. இதனால் வேளாண்மை உற்பத்தியில் மிகப்பெரிய தேக்கநிலை ஏற்பட்டது. விளைவு உணவுப் பற்றாக்குறையினால் நகரமக்கள் தள்ளாடினர். மீன்பிடித்தொழில், நீர்வழிப் போக்குவரத்து, நீர்வழி வர்த்தகம் போன்றவற்றில் மிகப்பெரிய தேக்கநிலை ஏற்பட்டது. இந்தப் பற்றாக்குறைச் சவால்களே லா வென்டா நகரவாசிகள் படிப்படியாக நகரைவிட்டு வெளியேறக்

காரணமாக அமைந்தன. லா வென்டா நகர வீழ்ச்சிக்குப் பிரதான நிலவியல் காரணம் ஆறு தனது பாதையை அவ்வப்பொழுது மாற்றிக்கொண்டதேயாகும். ஆக நாகரிகத்தின் தொட்டில்கள் ஆற்றங்கரை என்று மானிடம் விதி வகுத்திருந்த போதிலும், அவ்வாறுகளாலேயே ஆற்றங்கரை நாகரிகங்கள் அழிக்கப் பட்டுள்ளதை லா வென்டா நகர அழிவு நமக்கு உணர்த்துவதாக உள்ளது.

டிக்கல் நகர்

மெக்சிக்கோ நாட்டில் உள்ள குவாத்தமாலா நகரத்தின் வடக்கே சுமார் 320 கி.மீ. தூரத்தில் பண்டைய மாயா நகரமான டிக்கல் அமைந்துள்ளது. இந்நகரம் சுமார் 16 சதுர கிலோமீட்டர் பரப்பளவைக் கொண்டது. வடக்கு குவாத்தமாலாவின் வெப்பமண்டல மழைக்காடுகளில் இந்நகரத்தின் இடிபாடுகள் அதிக அளவில் காணப்படுகின்றன. மாயா நாகரிகத்தின் மிக முக்கிய நகரங்களில் ஒன்றாகத் திகழ்ந்த நகரமானது கி.மு. 2000 ஆம் ஆண்டு முதல் கி.பி. 900 ஆண்டு வரையில் சிறப்புற்றிருந்தது. டிக்கல் நகரத்தில் 200 படிகளைக் கொண்ட பிரமாண்டம் மிக்க 12 கோயில்கள் கட்டப்பட்டிருந்தன. இவை தவிர 12,000 த்திற்கும் மேற்பட்ட கட்டுமான வீடுகள், அரசனின் அரண்மனை வளாகம், அமைச்சர் பெருமக்களின் வீடுகள், பாதுகாவலர்களின் இல்லங்கள், பணியாளர்களின் குடியிருப்புகள் என உயரியப் பன்முக நகரமாக டிக்கல் அமையப்பெற்றிருந்ததாகத் தொல்லியல் அறிஞர் எட்வின் எம். ஷூக் குறிப்பிட்டுள்ளார். இந்நகரத்தில் கி.பி. 845 வாக்கில் சுமார் 90,000 மக்கள் வசித்திருக்க வேண்டும் என மானிடவியல் வல்லுநர்கள் கூறுகின்றனர்.

இம்மண்டலத்தில் ஆறுகளோ, பெரிய ஏரிகளோ இல்லை. ஆண்டிற்குச் சராசரியாக 1,945 மில்லி மீட்டர் அளவு மழைப் பொழிவினைக் கொண்ட பகுதியாகும். மழையின் வருகையைச் சரியாகக் கணித்துக்கொள்ள இம்மக்களால் இயலாமல் போனது பெருங்குறையே. எனவே இவர்கள் நகரின் புறப்பகுதிகளில் ஆறு இடங்களில் மழைநீர் சேமிப்பு நிலையங்களை ஏற்படுத்தியிருந்தனர். இவற்றின் மூலம் ஆண்டிற்கு சுமார் நான்கு டி.ம்.சி அளவிற்குத் தண்ணீர் சேமிக்கப்பட்டது. இது வேளாண் தேவைக்குப் போக மூன்று லட்சம் மக்கள் பயன்படுத்தும் வகையில் இதன் கட்டமைப்பு விளங்கிற்று. இருப்பினும் தண்ணீர் சேமிக்கப்பட்ட

நிலையத்தில் இருந்து பெறப்பட்ட தண்ணீரானது தூய்மைமிக்கதாக இல்லாமல் போனதால் மக்களிடையே நோய்த்தொற்றுக்கள் ஏற்படக் காரணமாக அமைந்தது. இதனைத் தவிர்க்க எண்ணிய டிக்கல் நகர மக்கள் 30 கி.மீ. தூரத்தில் இருந்து கொண்டுவரப்பட்ட குவார்ட்ஸ் கலந்த வெள்ளை நிற மணலை மழைநீர் சேமிக்கப்பட்ட நீர்நிலையங்களின் அடிப்பகுதிகளில் சுமார் இரண்டு மீட்டர் அளவிற்கு நிரப்பினர். இது ஒருவகையான வடிகட்டுதல் முறையாகும். இதனை நவீன அறிவியலாளர்கள் சவ்வூடுபரவல் தொழில்நுட்பமென்று அழைப்பர். இதன் மூலம் நீர்தேக்கங்களில் இருந்து வடிகட்டப்பட்ட தூய்மையான தண்ணீரை நகரமக்கள் பிணக்குகள் இன்றிச் சுகாதாரத்துடன் பெற்று வாழ்ந்து வந்தனர்.

நகரத்தில் இருந்த ஒவ்வொரு வீட்டிலும் மழைநீர்க் கட்டுமானங்கள் ஏற்படுத்தப்பட்டிருந்தன. இவை ஒவ்வொன்றும் இணைக்கப்பட்டு பிரதான நிலவறை வடிகால்கள் வழியாகக் கொண்டு செல்லப்பட்டு மழைநீர் சேமிப்பு நிலையங்களில் சேமித்துக் கொள்ளப்பட்டது. ஒரு துளி மழை நீரையும் சேதாரமின்றிச் சேமிக்க வேண்டும் என்பது இந்நகர மக்களின் ஒன்றுபட்ட பிரதான நோக்குருவாக இருந்துள்ளது என்று இக்கட்டுமான நுட்பத்தை ஆராய்ந்த எட்வின் எம். ஷூக் சுட்டுவது இன்றைய காலத்திற்கும் பொருந்துவதாக உள்ளது. தமிழர்களைப் போன்றே மாயா மக்களும் தங்களுக்குத் தேவையான புதிய வாழ்விடங்களை உருவாக்கும்போது தண்ணீரின் தேவையினை நன்கு உணர்ந்து அதற்கேற்ப தங்களது வாழ்விடங்களை அமைத்துள்ளனர் என்பதற்கு டிக்கல் நகரமக்களை உதாரணமாகக் கொள்ளலாம். மழை எப்போது பொழியும் என்பதை கணிக்கவியலாத இந்நகரமக்கள் ஆறு இடங்களில் உருவாக்கி வைத்திருந்த மழைநீர் சேமிப்பு நிலையங்களினால் வருடம் முழுவதும் வேளாண்மை, தனிமனித தண்ணீரின் புழங்கு தேவைகளை நிவர்த்தி செய்து கொண்டு கவலையின்றி வாழ்ந்துள்ளனர் என்பது இந்நகரின் கூடுதல் சிறப்பாகும்.

டிக்கல் நகர மக்களின் முக்கியத் தொழில் வேளாண்மையாகும். வருடத்திற்கு இரண்டு போகம் விளைச்சல் செய்துள்ளனர். இவர்கள் பெருமளவில் மக்காசோளம், உருளைக்கிழங்கு போன்றவற்றைப் பயிரிட்டுள்ளனர். இந்நகர வாசிகள் கலை,

கட்டிடக்கலை, சமூக விழாக்கள், வேளாண்மை உற்பத்தி, நகரப்பாதுகாப்பு, மருத்துவம், கால்நடை வளர்ப்பு, மழைநீர் வடிகால் போன்றவற்றில் வல்லுநர்களாக இருந்தபோதிலும் டிக்கல் நகரம் எப்படி வீழ்ச்சி கண்டது என்பதனைக் குறித்து பல ஊகங்கள் ஆய்வாளர்களிடையே இருந்த போதிலும் சரியான காரணத்தை நிலவியல் நோக்கில் ஆராய்ந்த கூர்நோக்காளர்கள் கூறும் காரணங்கள் நம்மை வியப்படைய வைக்கின்றன.

நகரத்தின் கட்டுமானத்திற்காகவும் தரைதளங்கள் முழுமைக்காகவும், பிரதான சாலைகளை அமைப்பதற்காகவும் அதிக அளவு சுண்ணாம்பைப் பயன்படுத்தியுள்ளனர். சுண்ணாம்பு தயாரிப்பிற்காக அதிக அளவு கனிமங்கள் புவியிலிருந்து எடுக்கப்பட்டதன் விளைவாகவும் அவ்வாறு வெட்டி எடுக்கப்பட்ட மூலப்பொருட்களை எரிப்பதற்காகவும் தொடர்ந்து 1000 ஆண்டுகளுக்கு மேலாக வளர்ந்திருந்த மரங்களை வெட்டிப் பயன்படுத்தி வந்தனர். இவ்வாறு அதிக அளவில் மரங்கள் தொடர்ச்சியாக வெட்டப்பட்டதன் விளைவாகப் பெருவாரியான வனப்பகுதி அழிக்கப்பட்டது. இதனால் நகரத்தின் தண்ணீர் தேவையில் பற்றாக்குறை ஏற்பட்டது. இதனால் வேளாண்மை பாதிக்கப்பட்டது. மழையின் அளவும் குறைந்ததன் காரணமாக கி.பி. 845ஆம் ஆண்டு முதல் இந்நகரை விட்டு மக்கள் வெளியேறத் தொடங்கினர். திடீரென ஏற்பட்ட மனித வள இழப்பின் விளைவாக கி.பி. 900 ஆண்டு முதல் இந்நகரம் படிப்படியாக அழிவுற்றதென எட்வின் எம். ஷூக் தெரிவிக்கிறார்.

இந்தப் பேரழிவிற்குப் பிரதான காரணம். சுமார் 16 சதுர கி.மீ. சுற்றளவிற்கு நகர் முழுவதும் உடைக்கப்பட்ட பாறைகளைச் சுண்ணாம்புக் குழம்புடன் கலந்து நகரின் 96 % நிலப்பகுதி 50 செ.மீ உயரத்திற்கு வலிமை மிக்க கான்க்ரீட் தளத்தால் மூடப்பட்டதன் விளைவாக அப்பகுதியில் மழைநீர் புவியால் உறிஞ்சப்படாமல் போனதோடு அம்மண்டலத்தின் மண்வளம் காரத்தன்மையாக மாறியது. இக்காரத்தன்மையானது விளைநிலங்களுக்கும் பரவியதால் விவசாயம் பாழ்பட்டது. விளைவு நகரமக்களுக்கு உணவுப் பற்றாக்குறை ஏற்பட்டது. மிகை உற்பத்தியுடன் பொலிவுறு நகரமாகத் திகழ்ந்த டிக்கல் நகரத்தின் அழிவிற்கான காரணம் மானிடத்தால் உருவாக்கப்பட்ட மண்வள இழப்பேயாகும் என்று நில வரலாற்று ஆய்வாளர்

எலிசபத் ஹிரகாம் தமது ஆய்வறிக்கையில் சுட்டியுள்ளார். டிக்கல் நகர வீழ்ச்சி என்பது மானிடம் சார்ந்ததாக இருப்பதைப் பார்க்கும் ஒவ்வொருவரும் இதனை உலகியல் படிப்பினையாக ஏற்று இப்புவிப் பந்தில் விளைந்துள்ள திணைசார் வளங்களை அதன் போக்கிலேயே பாதுகாப்பது ஒவ்வொரு குடிமகனின் கடப்பாடாகும். இதனை நன்குணர்ந்த மாமன்னர் அசோகர் ....கடவுளர் விரும்புபவனும் காட்சிக்கினியவனுமான மன்னன் இவ்வாறு கூறுகிறார்; சாலைகளில் மாந்தருக்கும் விலங்குகளுக்கும் நிழல் தரும் ஆலமரங்களை நட்டிருக்கிறேன்; மாந்தோப்புகளை வைத்திருக்கிறேன்; அரைக்கோசிற்கு (ஒன்றேகால் மைல் தொலைவு) ஓரிடத்தில் கிணறுகளை வெட்டி வைத்துள்ளேன்; விடுதிகளும் கட்டப்பட்டுள்ளன; மற்றும் மாந்தருக்கும் விலங்குகளுக்கும் வசதியாக ஏராளமான தண்ணீர்ப் பந்தல்கள் பலவிடங்களிலும் வைக்கப்பட்டுள்ளன; ஆனாலும் இவையெல்லாம் சிறிய இன்பமே..... என்று இயற்கைசார் அறச்செயல்பாட்டாளர்களுக்கான முதல் பேரறிக்கையை (*Proclamation*) இப்புவியுலகில் வெளியிட்ட முதல் மன்னர் அனேகமாக அசோகராகத்தான் இருக்க முடியும். இயற்கையை நேசிப்பதிலும் இயற்கை வளங்களைப் பாதுகாப்பதிலும் இந்திய தேசத்து மன்னர்கள் காட்டிய அக்கறை அளப்பரியதாக உள்ளது.

மண்வள இழப்புக் கொள்கை

சமகால நிலம்சார் ஆய்வாளர்கள் பண்டைய அரசுகள் பல வீழ்ச்சி அடைந்ததற்கு அப்பகுதியின் மண்வளம் நாளுக்கு நாள் இழக்கப்பட்டதே முக்கியக் காரணமாகுமென்கின்றனர். மனிதன் இயற்கையை அழிப்பதன் மூலம் தன்னையே அழித்துக்கொள்கிறான் என்பது அவர்களுடைய கூற்றாக உள்ளது. எங்கெங்கெல்லாம் நிலவளமும், நீர்வளமும் நன்கு பாதுகாக்கப்படுகின்றனவோ அங்கெல்லாம் உயர்ந்த நாகரிக வாழ்க்கையில் திளைத்துள்ள மக்களைச் சமகாலத்திலும் காணலாகிறது. ஆனால் பல இடங்களில் மனிதன் ஊர், நகர் மற்றும் பெருநகரங்களின் விரிவாக்கத்திற்காகவும் பயிர் உற்பத்திக்காகவும், கால்நடை மேய்ச்சலுக்காகவும் நிலவளங்களை அளவுக்கு மீறிப் பயன்படுத்தியதன் விளைவாக அவற்றின் வளமையை வற்றச் செய்துவிட்டான். எனவே சோலைவனங்களாக இருந்த பலவிடங்கள் பாலைவனங்களாய் இன்று மாறிவிட்டன. செழிப்பு குன்றக்குன்ற மக்களுக்கு இன்றியமையாத உணவுப்

பொருட்கள் கூட அங்கு விளையவில்லை. இங்ஙனம் மனிதனின் முறைகெட்ட செயல்களால் ஏற்பட்ட பஞ்சத்தின் விளைவாகவே உலகில் பல நாகரிகங்கள் சிதைந்தன. இதன் விளைவாகவே மக்கள் மண்வளம் மங்கின இடங்களை விட்டு விட்டு வளம் நிறைந்த மண்டலத்திற்குள் குடிபெயர்ந்துள்ளனர். அடர்ந்த காடுகளை அழித்து அவற்றைச் சாகுபடிக்கேற்ற நிலங்களாக மாற்றியதாலும் மனித நாகரிகம் அழிவைத் தேடிக்கொண்டதையும் வரலாற்றில் காணமுடிகிறது.

நீண்ட நெடிய உற்பத்திப் பாதையினைக் கொண்ட காவிரி ஆறு ஆண்டுதோறும் கொண்டு வந்து சேர்க்கும் வளமிகு வண்டல்மண் பிரதேசத்தில்தான் சோழ சாம்ராஜ்ஜியம் எழுச்சி பெற்றது. மேலும் அம்மன்னர்கள் தங்களது தலைநகரங்களையும் புதிய மக்கள் குடியேற்றப் பகுதிகளையும் அதிகமாக உருவாக்கியிருந்தனர். உதாரணமாகக் கொள்ளிடம் ஆற்றிலிருந்து வீணாகக் கடலில் வீழ்ந்த தண்ணீரை வடவாறு மூலம் கொண்டு சென்று வீரநாராயணப் பேரேரியில் சேர்த்ததன் விளைவாகச் சோழர் காலம் முதற்றே விரிவாக்கம் பெற்றுவந்த சிதம்பரம் நகரின் ஒட்டுமொத்த உணவுத் தேவையையும் வீரநாராயணப் பேரேரியின் பாசனமண்டலம் பூர்த்தி செய்துள்ளது. வீரநாராயண ஏரியானது வெறும் தண்ணீரைச் சேமித்து வைக்கும் இடமன்று. குறிப்பாகக் காவிரி ஆற்றிலிருந்து கொள்ளிடம் ஆறு வழியாகத் தண்ணீரோடு அடித்து வரப்படும் வளமான வண்டல் மண்ணையும் சேமிக்கின்ற நிலையமாக இவ்வேரியானது திகழ்ந்துள்ளது. இவ்வாறு சேமிக்கப்படும் வண்டல் மண்ணானது ஏரியில் அமைக்கப்பட்டிருந்த குமிழியின் சேறோடித்துளைகளின் மூலம் பாசனத்திற்குத் திறக்கப்பட்ட தண்ணீரோடு கலந்து சென்று விளைநிலங்களை வளப்படுத்தியது. இத்தொழில்நுட்பத்தின் மூலம் மண்வள இழப்பு என்பது அறவே தடுக்கப்பட்டது எனலாம்.

எனவேதான் பல்லவர், பாண்டியர், சோழர், பிற்கால பல்லவ மன்னர்கள் போன்றோர் தங்களது ஆட்சிக்குட்பட்ட பகுதியில் பாய்ந்தோடிய நதிகளை வெட்டப்பட்ட கால்வாய்களுடன் ஏரிகளை இணைத்து ஒரு வலிமை மிக்க நீரியல் வலைப்பின்னலை ஏற்படுத்தியதன் முக்கிய நோக்கமே மண்வள இழப்பைத் தடுப்பதற்கான முயற்சிகளாகவே கருதலாம். மண்வளமே

ஒருநாட்டின் உயிர்வளம் என்ற கருதுகோளினைப் பண்டைய வேந்தர்கள் பாதுகாக்கக் கையாண்ட தொழில் நுட்பம் அளப்பரிய ஒன்றாகும். தங்களுக்குள் பகையிருப்பினும் இயற்கையைச் சிதைக்கக்கூடாது என்பதில் தமிழர்கள் ஒருமித்த கருத்தோடு வாழ்ந்தவர்கள். எனவேதான் பகை என்பது தவிர்க்க இயலாத ஒன்று, அது மனித முயற்சிக்கு அப்பாற்பட்டது, மேலும் மனிதப்பிறப்போடு தொடர்புடையது என்கிறார் வரலாற்று அறிஞர் அர்னால்டு டாயன்பி. மானிடவியல் கோட்பாட்டாளரான டார்வின் அவர்கள் **"தன்னை நிலை நிறுத்திக்கொள்ளும் உணர்வே போரின் அடிநாதம்"** என்கிறார். பகை, போர் என்பது மனித வாழ்வியலோடு தொடர்புடையது. எனவே இருதிறத்தாருக்குள் போர் மூளும் பட்சத்தில் இது மனிதம் சார்ந்ததாகவே இருக்க வேண்டும். எக்காரணம் கொண்டும் அது இயற்கையைப் பாழ்படுத்திவிடக்கூடாது என்பதில் பொறுப்புணர்வுடன் இருந்து நிலவளங்களைப் பாதுகாத்துள்ளனர் என்பதை **"....பற்றுக்களில் குளங்களும் கரைகளில் நிற்கும் மரங்களும் வயல்களில் கிணறுகளும் மலைகளில் கிணறுகளும் இவற்றில் மரங்களுக்கும் எங்களில் பகை கொண்டு ஏசுபட்டு கெட்டும் போனோமாகிலும் இவற்றுக்கு ஒரு அழிவும் செய்ய கடவொமல்லா தோமாகவும்....(பு.கோ.மா.க.ப.234)"** என்ற கல்வெட்டு வரிகளின் வாயிலாக இயற்கை சார்ந்த உலகப்பொதுவியல் தடங்களை அழிக்கவோ, அவற்றுக்குக் குந்தகம் விளைவிக்கவோ கூடாது என்ற அறக்கோட்பாட்டினை ஒவ்வொரு தமிழனும் பின்பற்றியுள்ளதை இது போன்ற அழிவற்ற ஆவணங்கள் ஓங்கி உரைப்பதையும் காணமுடிகிறது. இதனால்தான் மனித ஆற்றலினால் உருவாக்கப்பட்ட மண்வள சுழற்சி மற்றும் மண்வளப் பாதுகாப்பின் பிரதான அலகுகளான இந்த ஏரிகளைப் பாதுகாப்பவர்களின் திருப்பாதங்களைத் தமது முடிமீது வைத்துத் தாங்குவேன் என்று நம் மன்னவர்கள் விட்டுள்ள அறைகூவல் வணங்கத்தக்க ஒன்றாகும்.

✯⊙✯

3.
வரலாற்று நிலவியல் நோக்கில் சிதம்பரம்

இந்தியாவில் அமைக்கப்பட்ட முதல் பொலிவுறு நகரம் (Smartcity) என்ற பெருமை சிந்துசமவெளி மக்களால் உருவாக்கப்பட்ட ஹரப்பா மற்றும் மொகஞ்சதாரோ ஆகிய இரு பெருநகரங்களைக் குறிப்பிடலாம். அகன்ற வீதிகள், காற்றோட்டம் மிக்க வீடு, ஒருங்கிணைந்த பாதாளச் சாக்கடைத் திட்டம், அனைத்து வீடுகளிலும் குளியலறை, தூய்மையான குடிநீர், மழைநீர் சேகரிப்பு, நவீனப்படுத்தப்பட்ட பொதுக் குளியல் குளம், வணிகம், பாதுகாப்பான நகரமைப்பு, சுகாதாரமான சுற்றுப்புறம் போன்ற மக்களுக்குத் தேவையான அனைத்து வசதிகளும் அந்நகர் கட்டுமானத்தில் இடம் பெற்றிருந்தன. இதேபோன்று சங்ககால தமிழர்களின் நகர நிர்மானத்திற்கு சிறந்த எடுத்துக்காட்டாகத் திகழ்வது மதுரை நகரமைப்பாகும். இந்நகரின் வடிவமானது தாமரை மலரின் வடிவத்தை ஒத்தது. மதுரை நகரில் மலையை ஒத்த பெரிய அளவிலான வீடுகளில் மக்கள் வாழ்ந்தனர் என்பதைப் பரிபாடல் கூறுகிறது. அத்தகைய இல்லங்கள் நிலா முற்றங்களுடன் காற்றும், வெளிச்சமும் வரத்தக்க பெரிய சாளரங்களுடன் கட்டப்பட்டிருந்தன. நகரத் தெருக்கள் அகன்றும், ஆறுபோல நீண்டும் இருந்தன என்பதை **"ஆறு கிடந்தன்ன அடல் நெடுந்தெரு"** என்றும் **"பூவின் இதழகத்தனைய தெரு"** எனவும் சங்க இலக்கியங்கள் குறிப்பிடுகின்றன. வீடுகள் அனைத்தும் **"சில் காற்றிசைக்கும் பல்புழை நல்லில்"** அதாவது காற்றோட்டமிக்கதாக வடிவமைக்கப்பட்டிருந்தன. மதுரை

நகரின் புறப்பகுதிகளில் சமண, பௌத்த பள்ளிகள் அமையப்பெற்றிருந்தன. அதோடு மட்டுமன்றி பண்டைக்கால மதுரை நகரானது பல முக்கியப் பெருவழிகளால் இணைக்கப்பட்டிருந்தது. இதன் மூலம் பாதுகாப்பான வணிகம், தடையில்லாப் போக்குவரத்து வசதிகள் ஏற்பட்டதன் விளைவாகக் கிழக்குக் கடற்கரைத் துறைமுகங்களுக்கு வந்திறங்கிய கிரேக்கர் மற்றும் ரோமானிய வணிகர்கள் நேரடியாக மதுரை நகர வணிகர்களோடு வர்த்தகம் செய்வதற்கு ஏதுவாக இருந்தது. மேலும் வட இந்திய வணிகர்களும் தங்களது வணிக நடவடிக்கைகளை மதுரையுடன் மேற்கொள்வதற்கு இப்பெருவழிகள் பெரிதும் உதவின. மதுரை நகரின் வளர்ச்சிக்கு முக்கியக் காரணமே அதன் பெருவழிகள் என்று கி.பி. 13 ஆம் நூற்றாண்டில் தமிழகம் வந்த மார்க்கோபோலோவின் குறிப்பில் காண்கிறோம். அன்றையப் பெருவழிகள் இன்றைய தேசிய நெடுஞ்சாலைகளுக்கு ஒப்பானவையாகும். குறிப்பாக சங்ககாலத் தமிழகத்தின் மிகப்பெரிய பொலிவுறு நகரமாக விளங்கிய மதுரையில் தற்காலப் பொலிவுறு நகரங்களுக்குப் பின்பற்றப்படும் அனைத்து அலகுகளும் முறையாக அக்காலத்திலேயே பின்பற்றப்பட்டிருந்தன. சமீபத்தில் மதுரைக்கு அருகே இந்திய தொல்லியல் துறையினரால் கீழடியில் மேற்கொள்ளப்பட்ட அகழாய்வில் கண்டுபிடிக்கப்பட்ட கட்டிட அமைப்புகள் மற்றும் கழிவுநீர் வடிகால்கள் இதற்கு மேலும் வலுச்சேர்க்கும் வகையில் உள்ளன.

நிலவியலும் ஊர் உருவாக்கத்தின் விதிகளும்

பொதுவாக ஊர் என்பது விளைநிலங்கள் சூழ்ந்த பகுதியாகும். பண்டைக் காலத்தில் ஊர் உருவாக்கத்தில் எந்த வகையான கட்டுமான அலகுகள் பின்பற்றப்பட்டிருந்தன என்பதை முதலாம் பரமேஸ்வரவர்மனின் (கி.பி.670 - 685) கூரம் செப்பேட்டின் வழியாக அறிகின்றோம்.

» விவசாய உற்பத்திக்கு ஏற்ற தரமான மண்வளம்
» நிரந்தர நீர் மேலாண்மைத் திட்டம்
» தண்ணீர் பகிர்மான அலகுகள் மற்றும் மழைநீர் சேகரிப்பு
» கட்டுமானத்திற்கு ஏற்ற தரமான மண்
» சமூகவியல் மையமாகக் கோயில் மற்றும் மண்டபங்கள்
» கூல வாணிகப் பெருமக்கள்
» கருவி தயாரிப்போர்

» அறச் செயல்களுக்கான நிரந்தர வைப்பாக வழங்கப்பட்ட தானங்கள்
» பொது இடுகாடு

போன்ற ஒன்பது அலகுகள் பற்றியும் அவை எவ்வாறு ஊர், நகர உருவாக்கத்தின் போது கடைபிடிக்கப்பட்டன என்பதைக் குறித்தும் இச்செப்பேட்டினால் அறியலாகிறது.

தரமான மண் வளம்

முதலாம் பரமேஸ்வரவர்மன் காலத்தில் உருவாக்கப்பட்ட கூரம் என்ற ஊர் தொண்டை நாட்டின் ஊற்றுக்காட்டுக் கோட்டத்தில் அமையப்பெற்றது. புதியதாகத் தோற்றம் பெறவுள்ள இவ்வூரில் மக்கள் வாழ்விடப் பகுதிக்கென 6300 குழி அதாவது 21 ஏக்கர் நிலப்பரப்பு தேர்வு செய்யப்பட்டது. மக்கள் வாழ்வதற்கான திறம்வாய்ந்த இந்நிலப்பரப்பு ஆய்வை முன்னின்று நடத்தியவர் அரசு அலுவலரான ஆணத்தி என்ற உத்தரகாரணீகனான மகாசேனதத்தன் என்பவராவார். இடத்தேர்வில் கட்டுமானத்திற்கு ஏற்ற நிலமாக இருந்தால் போதும் என்ற அலகு மட்டும் பின்பற்றப்படவில்லை. மாறாக, வேளாண்மைக்கேற்ற சாதகமான மூலவளங்களைக் கொண்ட நீடித்த, தரமான மண்வளமிக்க நிலப்பகுதியாக இருக்கவேண்டும் என்ற கருத்தாக்கமும் இந்த இடத்தேர்வில் பின்பற்றப் பட்டிருப்பதைக் காண்கிறோம். அதாவது வரையறுக்கப்பட்ட ஒரு பொது நிலப்பரப்பில் குடியேற்றப்படும் மக்கள் அங்கு தமக்குத் தெரிந்த தொழிலை மேற்கொண்டு சிறந்த உற்பத்தியாளர்களாக உயரவேண்டும். வெறும் உற்பத்தியாளர்களாகவே அப்பெருவெளியில் வாழும் மக்கள் இருப்பார்களேயானால் அவர்கள் பற்றாக்குறை உற்பத்தியாளர்களாக மாற்றப்படுவார்கள். இப்பற்றாக்குறை உற்பத்தியை ஈடுசெய்ய அப்பகுதி மக்கள் கடுமையாகப் போராடவேண்டியிருக்கும். இப்போராட்டத்தின் அடுத்த பரிணாமம் அரசுக்கு எதிராகவும் இருக்கலாம் அல்லது அம்மண்டலத்தின் அமைதியின்மைக்கும் வழிவகுக்கலாம். எனவேதான் மக்கள் அமைதியாக வாழ்வதற்கான வாழ்வியல் சூழலில் எந்தப் பற்றாக்குறையும் ஏற்பட்டுவிடாமல் அவர்களின் நலனைத் தொடர்ந்து கவனித்து அவர்களை நீடித்த நிலையான மிகை உற்பத்தியாளர்களாகவே வைப்பதற்கான அனைத்து மக்கள் நல நடவடிக்கைகளையும் அக்கால அரசுகள் தொடர்ந்து

எடுத்துள்ளன. இத்தொடர் கண்காணிப்பில்தான் அவ்வரசின் ஆயுளின் நீடித்த தன்மையும் இருந்துள்ளது. எனவேதான் கூரத்தில் குடியேறப்போகும் மக்கள் உணவு உற்பத்தியில் தன்னிறைவைப் பெற்று மிகை உற்பத்தியாளர்களாக விளங்கினால்தான் அம்மண்டலம் அமைதிப் பூங்காவாகத் திகழும் என்பதைக் கருத்தில்கொண்ட உத்தரகாரணீகனான மகாசேனதத்தன் நிலம் சார்ந்த அனைத்துக் கட்டமைப்புகளையும் சரியாக வடிவமைத்திருந்தான் போலும். இதுபோன்ற தன்னலம் கருதாமல் உழைத்திட்ட அந்த அரசு அதிகாரியின் பெயரையும் கூரம் செப்பேட்டில் பதிப்பித்துத் தமிழ் கூறும் நல்லுலகம் உள்ளளவும் அவனது பெயரும் நிலைபெற்றிடச் செய்த அக்கால மன்னர்களின் பொதுப் பார்வை போற்றத்தக்கதாகும்.

நிரந்தர நீர் மேலாண்மைத் திட்டம்

முதலில் கூரம் என்ற ஊர் அமையவுள்ள பகுதியில் பரமேஸ்வரத் தடாகம் என்ற ஏரி வெட்டப்பட்டது. அந்த ஏரியில் நிரந்தரமாகத் தண்ணீர் இருப்பு இருக்கவேண்டும் என்பதற்காகப் பாலாற்றில் இருந்து பெரும்பிடுகு என்ற வாய்க்கால் வெட்டப்பட்டு அதை பரமேஸ்வரத் தடாகத்தோடு இணைத்தனர். இதனால் நிரந்தர நீர் இருப்பாக்கப்பட்டதோடு நிலத்தடி நீர்மட்டமும் பாதுகாக்கப்பட்டது. இதனால் வாய்க்கால் மூலம் பெறப்படும் தண்ணீர் நிலத்தை எட்டாமல் போகும் பட்சத்தில் கிணற்றுப் பாசனம் வேளாண் உற்பத்திக்குச் சாதகமாக்கப்பட்டது. ஊர்ப்பகுதி மக்களுக்குத் தூய்மையான குடிநீர் தோண்டப்பட்ட கிணறுகள் மூலம் தடையின்றிக் கிடைக்கவும் இந்தத்தடாகமே முக்கியக் காரணமாக இருந்தது.

தண்ணீர்ப் பகிர்மான அலகுகள்

கூரத்து மக்களின் அத்தியாவசியத் தேவையான தண்ணீரைப் பயன்படுத்தும் பகிர்மானங்கள் அனைத்தும் பொதுவில் வைக்கப் பட்டிருந்தன. குறிப்பாக **''பரமேசுவர தடாகத்துக்கு பாலாற்று நின்றும் தொண்டின பெரும்பிடுகு காலின் புழுதிப்பாடும் நீர்த்த வழியாலே தலைவாயும் தலைப் பேழையும் ஊற்றுக்காலும்''** என்ற செப்பேட்டு வரிகளில் குறிப்பிடப்படும் தலைவாய் என்ற தலைமையான வாய்க்கால், புழுதிப்பாடு என்ற புழுதித்தன்மை உள்ள நிலங்கள், ஊற்றுக்கால் என்ற பெரிய வாய்க்காலில் இருந்து அமைக்கப்படும் சிறு வாய்க்கால்கள், பாசனத்திற்குரிய

நீரோடும் வாய்க்கால்கள், ஏரி என்ற தடாகம், ஏரியில் இருந்து தண்ணீரைப் பாசனத்திற்குத் திறக்கும் மதகுகள் போன்றவற்றின் மீதான முழு உரிமையும் உற்பத்தியாளர்களான கூரத்து விவசாயிகளிடமே ஒப்படைக்கப்பட்டிருந்தது. இதனால் மக்களிடையே தண்ணீரால் உண்டாகும் பிணக்குகள் தவிர்க்கப்பட்டன.

சிதம்பரம் நடராஜர் சோழர்களின் குலதெய்வமாகும். எனவேதான் இம்மன்னர்கள் சிதம்பரத்தைச் சைவ சமயத்தின் முக்கிய ஆன்மீகக் கேந்திரமாக மாற்றியிருந்தனர். மழைக் காலங்களில் சிதம்பரத்தின் மேற்குப் பகுதியில் பொழியும் மழையால் இந்நகர் அடிக்கடி வெள்ளத்தால் சூழப்பட்டு மக்கள் சிரமப்பட்டு வந்தனர். இதனைக் கருத்தில் கொண்ட முதலாம் பராந்தகன் வீரநாராயண ஏரியை வெட்டி மேற்குப்பகுதியில் இருந்துவரும் அதிகப்படியான தண்ணீரை அங்கு சேமிக்கச் செய்தான். இதனால் கோயிலுக்கு மழைக் காலங்களிலும் மக்கள் அச்சமின்றி வந்து செல்ல முடிந்தது. ஒரு டி.எம்.சி கொள்ளளவு கொண்ட இந்த ஏரியில் ஆண்டு முழுவதும் தண்ணீர் சேமிக்கப்பட்டது. இது வேளாண் உற்பத்தியின் முக்கிய அலகாகத் திகழ்ந்ததால் இப்பகுதி உணவு உற்பத்தியில் தன்னிறைவை எட்டியதோடு அல்லாமல் புதிய மக்கள் குடியேற்றங்கள் ஏற்படவும் காரணமாக அமைந்தது. பரமேஸ்வரத் தடாகம் எப்படிப் பெரும்பிடுகு வாய்க்கால் மூலம் இணைக்கப்பட்டு ஆண்டு முழுவதும் தண்ணீர் இருக்குமாறு செய்யப்பட்டிருந்ததோ அதேபோன்று வடவாறு மூலம் வீரநாராயண ஏரி கொள்ளிடம் ஆற்றோடு இணைக்கப்பட்டு வருடம் முழுவதும் ஏரியில் தண்ணீர் இருக்குமாறு பார்த்துக் கொள்ளப்பட்டது. பிறகு வெள்ளாற்றில் இருந்து தோண்டப்பட்ட கால்வாய் வழியாக வெள்ளாற்றையும் சோழ மன்னர்கள் இணைத்திருந்தனர். சிதம்பரம் நடராஜர் கோயில் கல்வெட்டுக்களில் 18 இடங்களில் ஓடைகள் பற்றியும், 40 இடங்களில் கானாறுகள் குறித்தும் 36 இடங்களில் வாய்க்கால்கள் பற்றிய பதிவினையும் காண்கிறோம். இவையனைத்தும் தண்ணீர்ப் பகிர்மானத்தின் முக்கிய அலகுகளாகும். அதுமட்டுமன்றி சிதம்பரத்தைச் சுற்றிக் குடிநீர்த் தேவைக்காக ஒன்பது திருக்குளங்களும் தோண்டப்பட்டிருந்தன. இக்குளங்கள் அனைத்தும் வீரநாராயண ஏரியிலிருந்து வரும் பிரதான

வாய்க்கால்களுடன் இணைக்கப்பட்டிருந்தன. இதற்கு நிலவியல் காரணமும் உள்ளது. சிதம்பரத்தில் இருந்து பத்து கி.மீ. தூரத்தில் கடல் இருப்பதால் நிலத்தடி நீர் பாழ்பட்டு விடக்கூடாது என்பதற்காகவே ஊரைச் சுற்றி ஒன்பது குளங்கள் ஏற்படுத்தப்பட்டுள்ளதாக நிலவியல் கூர் நோக்காளர்கள் கூறுகின்றனர். எனவே சிதம்பரம் நகரின் நிலத்தடி நீர்மட்டத்தைக் காக்கும் முக்கிய அலகாக இக்குளங்கள் இருந்துள்ளன.

கிணறுகள்

சங்க காலத்தில் தண்ணீர்ப் பகிர்மான அலகுகளில் முக்கிய இடத்தைப் பெற்றிருந்தவை உறைகிணறுகளும், கேணிகளுமாகும். புகார் நகரின் புறப்பகுதிகளில் உறைகிணறுகள் இருந்துள்ளதை "யுறைக் கிணற்றுப் புறச்சேரி" (பட்டினப். 77) என்றும். உட்புறத்தே குளிர்ச்சியான தண்ணீரைக் கொண்ட கேணிகள் நகரங்களில் இருந்த வீட்டின் முற்றங்களில் அமைக்கப் பட்டிருந்ததைத் "தண்கேணித் தகைமுற்றத்து" (பட்டினப்.பா.51) என்ற பாடல் வரியின் வழியாக அறிகின்றோம். இதன் மூலம் சங்ககாலமுதற்றே இருவகையான கிணறுகள் மக்களின் பயன்பாட்டில் இருந்துள்ளதைக் காண்கிறோம். இதேபோன்று சிதம்பரம் நகரிலும் கட்டுமானக்கிணறுகளும் உறைகிணறுகளும் இருந்துள்ளன. இந்நகரின் தென்மேற்குப் பகுதியில் உள்ள ஓமக்குளம் தூர்வாரப்பட்ட போது நான்கு இடங்களில் சுடுமண் உறைகிணறுகளும் ஆறு கட்டுமானக் கேணிகளும் நூலாசிரியரால் கண்டுபிடிக்கப்பட்டுள்ளன. பொதுவாக சோழர்கால நிலப் பரிவர்த்தனை சம்பந்தமான கல்வெட்டுகளில் "மேல்நோக்கிய மரமும், கீழ்நோக்கிய கிணறும்" என்ற வாசகங்கள் காணப்படுகின்றன. சில இடங்களில் "மேல் நோக்கிய மரமும் கீழ்நோக்கிய கேணியும்" எனச் சுட்டப்பட்டுள்ளதையும் காண்கிறோம். இதில் கிணறு என்பது மழைக் காலங்களில் மட்டுமே பயனளிப்பதாகும். ஆனால் கேணிகள் என்பவை ஆண்டு முழுவதும் மக்களுக்குப் பயன் தருவதோடு, தோண்டத்தோண்டத் தண்ணீர் ஊறுபவைகளாகும். எனவேதான் அவற்றைத் "தொட்டனைத்தூறும் மணற் கேணி" (குறள். 396) என்கிறார் திருவள்ளுவர். சோழர் காலத்தில் விவசாய நிலங்களில் தண்ணீருக்காக நிலத்தைத் தோண்டி அமைக்கப்பட்டிருந்த இந்த அலகுகளை அதன் நிலப்பயன்பாட்டுத் தன்மைக்கு ஏற்றார்

போல் வேறுபடுத்திக் காட்டுவதற்காகவே கல்வெட்டுக்களில் கேணி, கிணறு என வகைப்படுத்திக் காட்டியுள்ளனர்.

உறைகிணறுகள்

கடந்த 28.10.2012 அன்று சிதம்பரம் நடராஜர் கோயிலின் தென்மேற்குப் பகுதியில் உள்ள ஓமக்குளம் தமிழ்நாடு அரசின் மூலம் தூர்வாரப்பட்டது. சுமார் 18அடி ஆழத்தில் குளத்தின் தெற்குப் பகுதியில் நான்கு இடங்களில் சுடுமண் உறைகிணறுகள் வெளிப்பட்டன. இந்த சுடுமண் உறைகிணறு மொத்தம் 15 உறைகளைக் கொண்டிருந்தது. இக்கிணற்றுக்குப் பயன்படுத்தப்பட்டுள்ள உறைகள் ஒவ்வொன்றும் 20செ.மீ. உயரமும், 110 செ.மீ. அகலமும் கொண்டதாகும். குளத்தின் நேர் மேற்குப்பகுதியில் இரண்டு இடங்களில் சுடுமண் உறைகிணறுகளின் சிதைந்த உறைகளின் பாகங்கள் வெளிப்பட்டிருந்தன. இந்தப் பண்பாட்டுப் பகுதியில் கண்டுபிடிக்கப்பட்டுள்ள உறைகிணறுகளின் காலம் கி.பி. 11-12 ஆம் நூற்றாண்டாகும்

கட்டுமானக் கிணறுகள்

கட்டுமானக் கிணறுகள் அதிக எண்ணிக்கையில் ஹரப்பா நகரில் கண்டறியப்பட்டுள்ளன. தமிழ்நாட்டில் பட்டறைப்பெரும்புதூர் அகழாய்வில் சங்ககாலத்தைச் சார்ந்த கட்டுமானக் கிணறு கிடைத்துள்ளது. கடலூர் மாவட்டம் சிதம்பரம் வட்டத்தில் உள்ள விளாகம், வடஹரிராஜபுரம், வடரெங்கம், தர்மநல்லூர், தியாகவல்லி, பெரியப்பட்டு போன்ற ஊர்களில் கி.பி. 11-12ஆம் நூற்றாண்டைச் சார்ந்த கட்டுமானக் கிணறுகள் நூலாசிரியரால் கண்டுபிடிக்கப்பட்டுள்ளன. இதே போன்று கடந்த 28.10.2012 அன்று சிதம்பரம் நடராஜர் கோயிலின் தென்மேற்குப் பகுதியில் உள்ள ஓமக்குளம் தூர்வாரப்பட்டபோது ஆறு இடங்களில் வட்ட வடிவிலான கட்டுமானக் கிணறுகள் வெளிப்பட்டிருந்தன. சுமார் இருபது அடி ஆழத்தில் இக்கிணறுகள் அமைக்கப்பட்டிருந்தன. குளத்தின் கிழக்குப் பகுதியில் கட்டப்பட்டிருந்த கிணற்றின் அருகே கட்டிடத்தின் சுவர் மற்றும் தரைத்தளப் பகுதியும், பானை ஓடுகள், வட்டச்சில்லுகள், இராஜராஜ சோழன் காலத்தைச் சார்ந்த செப்பு நாணயம் போன்றவையும் சேகரிக்கப்பட்டன. இச்சான்றுகளின் அடிப்படையில் கி.பி. 10 முதல் கி.பி. 13ஆம்

நூற்றாண்டு வரை இப்பகுதியில் மக்கள் வாழ்ந்துள்ளனர் என்பதை அறியமுடிகிறது. கிணறுகளுக்குப் பயன்படுத்தப்பட்டிருந்த செங்கற்கள் 24x16x4 செ.மீ. அளவுகளைக் கொண்டதாகும். இக்கிணறுகள் அனைத்தும் பண்டைக்கால மக்களின் பயன்பாட்டில் இருந்தவையாகும். நகர்ப்புற மக்களின் முக்கிய அலகாக இக்கட்டுமானக் கிணறுகளைக் குறிப்பிடலாம். மேலும் சிதம்பரம் நகர் மக்களுக்குத் தேவையான சுத்தமான, பாதுகாக்கப்பட்ட குடிநீர் இக்கிணறுகள் மூலம் கிடைக்கத்துள்ளது.

கட்டுமானத்திற்கு ஏற்ற தரமான மண்வளம்

கூரம் என்ற ஊரின் உருவாக்கத்தினை முன்னின்று நடத்திய மகாசேனதத்தன் என்பவர் ஊர் அமையவுள்ள இடங்களைச் சரியாகத் தேர்வு செய்த பிறகு சூளைமேட்டுப்பட்டி என்ற நிலப்பகுதியை ஒதுக்கினார். இப்பகுதியிலிருந்து கோயில் மற்றும் வீடுகள் கட்டுவதற்குத் தேவையான செங்கற்களை அனைத்து தரப்பு மக்களும் தயாரித்துச் சூளைகளில் வைத்து சுட்டுக்கொள்வதற்காக ஒதுக்கப்பட்டிருந்தது. இதேபோன்று சிதம்பரத்தின் வடகிழக்குப்பகுதியில் உள்ள பள்ளிப்படை என்ற ஊரில் உள்ள மேட்டுப்பகுதியொன்றைச் சூளைமேடு என்று இப்பகுதி மக்கள் தொன்றுதொட்டு அழைத்து வருகின்றனர். பள்ளிப்படையைச் சேர்ந்த மக்கள் பத்தாண்டுகளுக்கு முன்பு வரை வீடுகள் கட்டுவதற்கும் தை மாதத்தில் தங்களது வீடுகளின் தரைத்தளத்தை மெழுகுவதற்கும் குயவர்கள் மட்பாண்டங்கள் செய்வதற்குமான களிமண்ணை இம்மேட்டுப்பகுதியிலிருந்தே எடுத்து வந்துள்ளனர். மேலும் சிதம்பரத்திலிருந்து மேற்கே 4 கி.மீ. தூரத்தில் செங்கல்மேடு என்ற ஊர் அமைந்துள்ளது. இவ்வூர் பொன்னேரியின் தெற்குப்பகுதியில் உள்ளது. செங்கல்மேடு என்ற பெயரிலிருந்தே சிதம்பரம் நகருக்குத் தேவையான செங்கற்கள் தயாரித்துக் கொள்வதற்காகப் பண்டைக்காலத்தில் ஒதுக்கப்பட்டிருந்த நிலப்பகுதியாகவே இதனைக் கருதலாம்.

மண்டபம்

கூரத்தில் முதலில் கோயில் உருவாக்கப்பட்டது. பிறகு நிரந்தர வைப்பக நிலங்கள் தானமாக வழங்கப்பட்டுள்ளன. பொதுவாக அக்காலத்தில் கோயில்கள் உருவாக்கப்பட்டதன் பிரதான நோக்கம் மக்களை ஆன்மீகத்தின் வழியாக நல்லொழுக்கத்தினைப்

பெற வைப்பதற்காகவேயாகும். குறிப்பாக ஆன்மீகத் திருவிழாக்கள் மூலம் மக்களிடம் இருந்து வேற்றுமைகளை அகற்றும் பணியைக் கோயில்கள் செய்தன. பண்டைக் காலத்தில் ஊர் நடுவில் பாரதம் வாசிக்கும் மண்டபமொன்று ஏற்படுத்தப்பட்டிருந்ததை இலக்கிய மற்றும் கல்வெட்டுகள் உரைக்கின்றன. ஆனால் கூரத்தில் அமைக்கப்பட்டிருந்த மண்டபத்தில் இரவு நேரங்களில் விளக்கு எரிக்க, தண்ணீர் வைப்பதற்கு, பாரதம் வாசிப்பவர்களுக்கென அனைவருக்கும் நிரந்தர நிலதானம் வழங்கப்பட்டிருந்தது. இதனால் எந்நாளும் தடையில்லாமல் மண்டபப்பணிகள் நடைபெற்று வந்தன.

குறிப்பாக, இந்த பாரதம் வாசிக்கும் மண்டபம் அவ்வூரின் ஊடக மையமாகச் செயல்பட்டது. இம்மண்டபங்கள் அரசின் ஆணைகள் மற்றும் சட்டதிட்டங்களை வெளியீடு செய்யும் இடமாகவும் மக்களின் பொழுதுபோக்கு மையமாகவும் மாலை நேரங்களில் மக்களுக்கு நீதிக்கதைகளையும் புராணக் கதைகளையும் கூறி மக்களை ஒழுக்க நெறியாளர்களாக மேம்படுத்தும் மையமாகவே செயல்பட்டுள்ளன. சிதம்பரம் நடராஜர் கோயிலில் அமைக்கப்பட்டிருந்த நூற்றுக்கால் மண்டபம், ஆயிரங்கால் மண்டபம், நிறுத்த மண்டபம் போன்றவை மன்னர்கள் பொதுமக்களைச் சந்திப்பதற்கும் நடராஜப் பெருமான் விழாக்காலங்களில் எழுந்தருளுவதற்கும் மன்னரின் ஆணைகளை வெளியிடுவதற்கும் சபை கூடுவதற்கும் விழாக்காலங்களில் மன்னர்களின் வீரதீரச் செயல்களும் சாதனைகளும் நாடகங்களாக நடத்தப்பட்டு மக்களிடம் சேர்ப்பிக்கப்படுகின்ற இடங்களாகவும் பரதக்கலையின் வாயிலாகச் சிவபிரானின் திருவிளையாடல்களைப் பக்தி உணர்வோடு மக்களின் மனதில் விதைக்கின்ற மையங்களாகவும் திகழ்ந்துள்ளன.

வணிகப் பெருமக்கள்

கூரத்தில் குடியேறப்போகும் மக்களின் அத்தியாவசியத் தேவைகளை நிவர்த்தி செய்யும் பொறுப்பும் இங்கு கவனத்தில் கொள்ளப்பட்டுள்ளதைக் காண்கிறோம். அதாவது எண்ணெய் வணிகர்கள், சிறு தானியங்களை விற்பனை செய்யும் கூலவணிகப் பெருமக்கள், பெருவணிகர்கள், நெசவுத் தொழில் செய்வோர், பொற்கொல்லர், மட்பாண்டத் தொழிலாளர், விவசாயிகளுக்குத்

தேவையானக் கருவிகளைச் செய்துதரும் கொல்லர்கள், தச்சர், மருத்துவர் என மக்களின் அன்றாட வாழ்வியல் தேவைகளைப் பூர்த்தி செய்யும் அனைத்து அலகுகளும் கருத்தில் கொள்ளப்பட்டிருந்தன. ஊரின் முக்கியப் பகுதிகளில் மேற்கூறிய சமூக இயக்கவியலாளர்களுக்காக வீட்டு மனைகள் ஒதுக்கப் பட்டிருந்தன. பொதுவாக ஊர் உருவாக்கத்தின் பொழுது நகரங்களுக்கு இணையாக வருவாயை ஈட்டும் மையங்களாக இத்தகைய ஊர்கள் திகழ்ந்துள்ளதையும் கல்வெட்டுகளில் பார்க்க முடிகிறது. சிதம்பரம் நகரைச் சுற்றிப் புதிய புதிய ஊர்கள் உருவாக்கப்பட்டு வருவதால் நகரம் விரிவாக்கம் பெறுவதைக் கருத்தில்கொண்ட அக்கால மன்னர்கள், நகர மக்களின் அத்தியாவசியப் பொருளியல் நுகர்வுத் தன்மைக்கு ஏற்றார்போல் வணிக நகரங்களையும் ஏற்படுத்தியிருந்தனர். இவ்வாறு இந்நகரத்தைச் சுற்றி பதின் மூன்று வணிக நகரங்கள் நிறுவப்பட்டிருந்தன. இதன் மூலம் நகர மக்களின் ஒட்டுமொத்தப் பொருளியல் தேவைகளும் பூர்த்தி செய்யப்பட்டுள்ளதாகவே கருத முடிகிறது.

பொது இடுகாடு

புதிய மக்கள் குடியேற்றங்களை உருவாக்குகின்றபோது இறப்பவர்களை அடக்கம் செய்வதற்காகப் பொது இடுகாட்டிற்கான நிலம்கூட ஒதுக்கப்பட்டிருந்தது. இங்கு கவனிக்கப்பட வேண்டிய முக்கிய விடயம் யாதெனில் இன மற்றும் சாதி அடிப்படையிலான இடுகாடு ஒதுக்கப்படவில்லை என்பதைக் கூரம் செப்பேடு வலியுறுத்துகிறது. கூரம் என்ற ஊர் பிராமணர்களுக்கான குடியேற்றப் பகுதி மட்டுமன்று. அது அனைத்துத் தரப்பு மக்களுக்கான சமத்துவ ஊராக உலகிற்குணர்த்தும் முயற்சியின் முதல் படிநிலை எனலாம். கூரத்து மக்களின் மாண்பைப் போற்றும் முக்கிய அலகான இடுகாடு பொதுவில் வைக்கப்பட்டிருப்பது ஆய்விற்குரிய ஒன்றாகும். இதேபோன்று நடராஜர் கோயில் கல்வெட்டிலும் மூன்று இடங்களில் சுடுகாடுகள் பற்றிய பதிவினைக் காண்கிறோம். எனவே ஊர் மற்றும் நகரங்களை உருவாக்குகின்றபோது மக்களின் அடிப்படைத் தேவைகளில் ஒன்றான சுடுகாட்டிற்கான இடமும் ஒதுக்கப்பட்டிருந்ததைச் சோழர்கள் கல்வெட்டில் காணமுடிகிறது.

கம்மாளர்கள்

விவசாயக் குடிகளுக்குத் தேவையான கருவிகளைத் தயாரித்துக் கொடுக்கும் கம்மாளர்களுக்கென்று நிரந்தரமாக ஊதுலைகள், உலைக்களம், தங்கும் குடியிருப்புகளை அமைத்துக்கொள்வதற்கென வீட்டுமனைகள் ஒதுக்கப்பட்டிருந்ததையும் கூரம் செப்பேடுகளில் காண்கிறோம். இதேபோன்று சிதம்பரம் நகரைச் சுற்றி உருவாக்கப்பட்ட உட்கிடை ஊர்களில் கம்மாளர்கள் குடியேற்றப்பட்டுள்ளதை **"......இந்தக்குணமெநகைபுரத்து ஏறின வியாபாரிகளும் வெள்ளாளரும் சங்கரப்பாடியாரும் சாலியரும் பட்டனவரும் உள்ளிட்ட குடிகளும் தச்சர் கொல்லர் தட்டார் கோலியர் உள்ளிட்ட....."** *(SI.I.VOL.IV.NO.223)* என்ற நடராஜர் கோயில் கல்வெட்டு வரிகளால் அறிகிறோம். இவ்வாறு கி.பி. 10ஆம் நூற்றாண்டு முதல் கி.பி. 13ஆம் நூற்றாண்டு வரையில் வெளியிடப்பட்டுள்ள 220 கல்வெட்டுகளில் 36 இடங்களில் கம்மாளர்கள் பற்றிய பதிவினைக் காண்பதோடு, புதிதாக ஊர்களை உருவாக்குகின்றபோது கம்மாளர்கள் குடியேற்றப் படுவதன் நீட்சியினைச் சிதம்பரம் நகர வரலாற்றிலும் பார்க்கமுடிகிறது. எனவே வேளாண்மைக்குத் தேவையான கருவிகள் தடையின்றி இவர்களால் விவசாயிகளுக்கு வழங்கப்பட்டதன் விளைவாகவே வேளாண்பணி தொய்வின்றி அக்காலத்தில் நடைபெற்று வந்தது.

கம்மாளர்கள் இல்லையென்றால் வேளாண்மையில் தேக்க நிலை ஏற்படுவதோடு அம்மண்டலத்தில் அமைதியின்மைக்கும் வழிவகுத்துவிடும் என்பதாலேயே இவர்கள் ஒவ்வொரு ஊரிலும் குடியேற்றப்படுவது கட்டாயமாக்கப் பட்டதை மேற்கண்ட தரவுகளின் வழியாக உணர்கின்றோம். எதிர்காலங்களில் உருவாக்கப்படும் புதிய ஊர்களிலும் மேற்கண்ட அலகுகள் பின்பற்றப்பட வேண்டும் என்ற தொலைநோக்கின் அடிப்படையிலேயே இந்நுட்பங்கள் அனைத்தும் அழிவற்ற பொருளான செப்பேடுகளில் பொறிக்கப்பட்டதாகக் கருதமுடியும். பல்லவர் காலத்தில் கடைபிடிக்கப்பட்ட மேற்கண்ட நிலவியல் அலகுகள் அனைத்தும் சிதம்பரம் நகர விரிவாக்கத்தில் சோழர்களால் பின்பற்றப்பட்டிருப்பதிலிருந்து அக்கால நகர நிர்மாணத்தின் பாரம்பரிய உயர்வு அறியலாகிறது

.

சிதம்பரத்தின் நிலவியல் அமைப்பு

கடந்த 2015 நவம்பர் மாதம் தானே புயலால் கடலூர் மாவட்டம் மிகக் கடுமையாகப் பாதிக்கப்பட்டது. சிதம்பரம் பகுதியில் வெள்ளப்பெருக்கு ஏற்பட்டு தாழ்வான பகுதிகளில் வெள்ளநீர் சூழ்ந்தது. அரசின் சார்பாக சேத விவரங்களைப் பார்வையிட வந்த முன்னாள் கடலூர் மாவட்ட ஆட்சியர் ககன்தீப்சிங்பேடி வானூர்தியிலிருந்து பார்வையிட்டார். அன்று மாலை செய்தியாளர் சந்திப்பில் பேசிய அவர் சிதம்பரத்தைச் சுற்றியுள்ள பகுதிகளும் புறநகர் பகுதியும் வெள்ளப்பாதிப்புக்கு உள்ளாகியுள்ளன. ஆனால் நகரின் மையத்தில் அமைந்துள்ள கோயில், மாடவீதிகள், அவற்றை ஒட்டியுள்ள நகரப் பகுதிகளில் வெள்ளப்பாதிப்பு இல்லை. காரணம் சுமார் 1600 ஆண்டுகளுக்குமுன் மேடான பகுதியைத் தேர்வு செய்து கோயிலை மையமாக வைத்துச் சிதம்பரம் நகரம் உருவாக்கப்பட்டுள்ளதை தாம் விமானத்திலிருந்து பார்த்து வியந்ததாகத் தெரிவித்தார். இக்கருத்தியல் அடிப்படையில் ஆய்வை மேற்கொண்டபொழுது சிதம்பரம் மிகப்பெரிய எக்கர் ஒன்றின் மீது உருவாக்கப்பட்டுள்ளதாகத் தொலையுணர்வுத் தொழில் நுட்பத்துறையின் பேராசிரியர் தர்மராஜன் இரமேஷ் அவர்கள் தமது ஆய்வறிக்கையில் குறிப்பிட்டுள்ளதைக் காணமுடிந்தது. அவர் உருவாக்கிய சிதம்பரம் பகுதிக்கான புவியமைப்பு வரைபடத்தில் *(Geomorphological Map)* இவ்வூர் பெரிய மணல்மேட்டின்மீது அமைந்திருப்பதாகச் சுட்டியுள்ளார். தொலையுணர்வுத் தொழில்நுட்பத்தின் அடிப்படையில் உருவாக்கப்பட்ட இவ்வரைபடத்திற்கு வலுச்சேர்க்கும் வகையில் கடந்த 2016ஆம் ஆண்டு சிதம்பரம் கீழரத வீதியில் உள்ள ராசி திருமண மண்டபத்தில் குடிநீர்த் தேவைக்காக ஆழ்துளைக்கிணறு தோண்டப்பட்டது. அப்பொழுது புவியின் மேற்பரப்பிலிருந்து 90அடி ஆழம் வரையில் கடற்கரை மணல் அதிக அளவில் வெளிப்பட்டது. 120 அடிக்குக் கீழே செல்லச்செல்ல கருப்புநிறக் களிமண், கிளிஞ்சல்கள் வெளிவந்தன. எனவே சிதம்பரம் மணல்மேட்டில் ஸ்தாபிக்கபட்ட ஊர் என்பதற்கு இதுவே வலுவான சான்றாக இருக்கமுடியும்.

எக்கர் பற்றிய ஆய்வு

பலநூறு ஆண்டுகளுக்கு முன் உப்பங்கழியால் சூழப்பட்ட தில்லைமரக் காட்டிலிருந்தே இன்றைய சிதம்பரம் உருவாக்கம்

பெற்றுள்ளது. சுமார் ஈராயிரம் ஆண்டுகளுக்கு முன் சிதம்பரம் நெய்தல் நிலப்பகுதியாக இருந்துள்ளது. நிலம்சார் தரவுகளின் படி இப்பகுதியில் பாறைகளால் உருவான குன்றோ, மலைகளோ இல்லை. கடலோரப் பகுதிகளில் கடற்கரைக்கு இணையாக நீளவாக்கில் மணல்மேடுகள் உருவாகின்றன. இதை நில ஆய்வாளர்கள் *Sand dune* என்று அழைக்கின்றனர். இம்மணல்மேடுகளைக் கடலூர் மாவட்டத்தில் தேவனாம்பட்டினம், சிங்காரத்தோப்பு, குடிகாடு, காரைக்காடு, சங்கொலிக்குப்பம், தியாகவல்லி, தம்பனாம்பேட்டை, திருச்சோபுரம், பெரியக்குப்பம், அன்னப்பன்பேட்டை, ஆண்டிக்குழி, சாமியார்பேட்டை, ஆண்டார்முள்ளிப்பள்ளம், பெரியப்பட்டு, சிலம்பிமங்கலம், மணிக்கொல்லை, பரங்கிப்பேட்டை போன்ற ஊர்களில் காணலாம். மணற்குன்றுகளால் மூடப்பட்டுக்கிடந்த மாமல்லபுரத்து மரபுச்சின்னங்கள் பல, பிற்காலத்தில் நடைபெற்ற அகழாய்வில் வெளிப்படுத்தப்பட்டவையே. சாளுவன்குப்பத்தில் சுனாமிக்குப் பிறகு வெளிக்கொண்டுவரப்பட்ட சங்ககாலத்தைச் சார்ந்த முருகன் கோயில் மணலால் மூடப்பட்டுக் கிடந்ததுதான். அத்தகைய மணல்மேடுகளைத்தான் சங்க இலக்கியங்கள் எக்கர் என்று சுட்டுகின்றன. எக்கர் என்பது பெரு மணற்பரப்பு, மணல்முகடு, மணற்குன்று என அகராதிகள் கூறுகின்றன. கடற்கரை மட்டுமல்லாது ஆற்றின் கரைகளிலும் படுகையிலும் உருவாகும் மணல்மேடும் எக்கர் என்றே அழைக்கப்படுகிறது. சங்க இலக்கியத்தில் ஐம்பத்து நான்கு பாடல்களில் எக்கர் பற்றிய குறிப்புகள் உள்ளன.

'' ....சிறக்கநின் ஆயுள்
மிக்கவரும் இன்னீர்க் காவிரி
எக்கர் இட்ட மணலினும் பலவே''.

(புறம் - 43)

''வெண் தலை புணரி அலைக்கும் செந்தில்
நெடுவேள் நிலைஇய காமர் வியன் துறை
கடு வளி தொகுப்ப ஈண்டிய
வடு வாழ் எக்கர் மணலினும் பலவே''.

(புறம் - 55)

''நெடு வரை இழிதரு நீத்தம் சால் அருவி
கடுவரல் கலுழி கட்கு இன்சேயாற்று

வடுவாழ் எக்கர் மணலினும் பலரே".
(மலைபடு - -555)

"மாஅ காவிரி மணம் கூட்டும்
தூஉ எக்கர்த் துயில் மடிந்து,
வால் இணர் மடல் தாழை
வேலாழி வியன் தெருவில்".
(பட்டினப் - 117)

"படுசினை தாழ்ந்த பயில் இணர் எக்கர்".
(அகம் - 11.9)

"முழங்கு திரை கொழீஇயமுரி எக்கர்,
நுணங்கு துகில் நுடக்கம் போல, கணம் கொள
ஊதை தூற்றும் உரவுநீர்ச் சேர்ப்ப".
(நற் - 151)

மேற்கண்ட பாடல் வரிகளின் வழியாக, சுமார் இரண்டாயிரம் ஆண்டுகளுக்கு முன்பு தமிழகத்தின் ஆறுகள் மற்றும் கடற்கரைப் பகுதிகளிலிருந்த பெரிய மணல்மேடுகளின் நிலவியல் பதிவுகள் குறித்து அறிகின்றோம்.

தற்பொழுது சிதம்பரத்தின் மையப்பகுதியில் உள்ள நடராஜர் கோயில் கடல் மட்டத்திலிருந்து 14மீ உயரத்தில் கட்டப்பட்டுள்ளது. இக்கோயிலை மையமாக வைத்து நான்கு திசைகளிலும் மூன்று கிலோமீட்டர் சுற்றளவில் கடல்மட்ட உயரம் கணக்கிடப்பட்டது. இதில் திருவேட்களம்கோயில் 4 மீ உயரத்திலும் அண்ணாமலைப் பல்கலைக்கழகத் துணைவேந்தர் மாளிகை அருகே 5 மீ உயரமும் பதிவாகியது. மேற்கே சிதம்பரம் நோக்கி வரவர உயரம் படிப்படியாக உயர்ந்து வருகிறது. சுமார் 4 கி.மீ கடந்து நடராஜர் கோயிலை அடையும்பொழுது கடல்மட்டத்திலிருந்து 14 மீ உயர்ந்து காணப்படுகிறது. மீண்டும் கோயிலின் மையத்திலிருந்து மேற்கே செல்லும் பொழுது உயரம் படிப்படியாகக் குறைந்து சுமார் 2.5,3 கி.மீ. தூரத்தில் மீண்டும் 4 - 6 மீட்டர் உயரம் என்ற நிலையை அடைகிறது. வடக்கிருந்து தெற்காகச் செல்லும் போதும் இதேநிலைதான். இதன் மூலம் சிதம்பரம் மணல்மேட்டின்மீது நிர்மாணிக்கப்பட்ட நகரம் என்பது அறியலாகிறது.

தில்லைவனம் விளக்கம்

சிதம்பரம் சுமார் ஐந்தாயிரம் ஆண்டுகளுக்கு முன்பு தில்லை மரங்கள் நிரம்பிய காடாகும். பொதுவாக மரங்களைப் புனிதத்தின் குறியீடாகவும் வளமையின் குறியீடாகவும் (சாலபஞ்சிஹா என அழைக்கப்படும் சம்ஸ்க்ருத வார்த்தைக்கு ஒரு மரக்கிளையைப் பிடித்திருக்கும் பெண் என்று பொருள். இவ்வுருவங்களை சாஞ்சி ஸ்தூபியின் தோரண வாயில்களில் காணலாம். அதாவது பௌத்த சமயம் பெண்களை வளமையின் குறியீடாகக் காட்டுவதற்காகவே இவ்வகை உருவங்களை ஸ்தூபிகளின் தோரணவாயில்களில் காட்டியுள்ளது), இறைவுருவத்தின் குறியீடாகவும் (புத்த பிரானைக் காட்டும் குறியீடுகளில் ஒன்றாகப் புனித மரத்தை அடியவர்கள் வணங்குவதாக அமராவதி சிற்பத் தொகுப்புகளில் காட்டப்பட்டுள்ளன), இறைவன் அமரக்கூடியப் புனித இடமாகவும் இருந்துள்ளதை இலக்கியப் பதிவுகளில் காண்கிறோம். (இந்து கடவுளர்களான தக்ஷிணாமூர்த்தி அமர்ந்துள்ள மரங்கள் அரசமரமும் ஆலமரமுமாகும் - பெரும்பாலும் விநாயகர் அமர்ந்துள்ள மரம் அரச மரமாகும்) இதன் நீட்சியாகப் புனிதமிக்க மரங்களைச் சிவனோடு தொடர்புடையவைகளாகக் கருதிய பண்டைய மக்கள் அவற்றைத் தலவிருட்சமாகக் கோயில்களில் வைத்து வணங்கி வருகின்ற முறையோடு ஒப்பிட்டாலும் அது அப்பகுதியில் இருந்த முந்துகால வனத்தின் அழிவுப் பதிவினை உரைப்பதாகவே கொள்ளலாம். இக்கருத்தாக்கத்தின்படி பார்த்தால் சிதம்பரம் நடராஜர் கோயில் தில்லை மரக்காட்டில் இருந்து எழுச்சி பெற்றதாகும். பிறகு அக்காடுகள் அழிக்கப்பட்டு மக்கள் குடியேற்றங்கள் ஏற்படுத்தப்பட்ட வன அழிப்பின் பதிவினை உரைப்பதாக இக்கோயிலின் தலவிருட்சமான தில்லை மரத்தினைக் கருதலாம்.

மரங்களில் இறைவன்

இயற்கை வழிபாட்டில் தமிழரிடையே முதன்மையிடம் பெற்றிருந்தவை மரங்களாகும். இதனால்தான் அப்புனிதமிக்க மரங்களில் இறைவன் தங்குவதாகவும் அவர்கள் கருதினர் என்பதற்குச் சங்கப்பாடல்களைச் சாட்சியமாகக் கொள்ளலாம்.

..........கடவுள் மரத்த......

(அகம் - 270:12)

...........எம்முர் வாயில் ஒண்டுறைத் தடைஇய
கடவுள் முதுமரத்து........

(நற் - 83:12)

இவ்வாறு இறைவன் உறைவதாகத் தாங்கள் கருதிய மரங்களுக்கு நாள்தோறும் வழிபாடு செய்து வந்துள்ளனர் என்பதை,

''சுரையிவர் பொதியிலங் குடிச் சீறூர்
நாட்பலி மறந்த நரைக்க ணிட்டிகைப்
புரிசை மூழ்கிய பொரியரை யாலத்து...''

அம்மரங்கள் அமைந்த இடத்தில் ஊர்ப் பொது மன்றங்கள் கூட்டப்பட்டதை,

''தொன்றுறை கடவுள் சேர்ந்த பராரை
மன்றப் பெண்ணை....''

(நற் - 303)

என்று நற்றிணைக் குறிப்பிடுகிறது.

ஊர்ப் பொது மன்றத்தின் மரத்தில் உறையும் இறைவன் தீயவரை அழிப்பதாகவும் அக்கால தமிழர்கள் நம்பியதை,

''மன்ற மராஅத்த பேஎமுதிர் கடவுள்
கொடி யோர்த் தெறூஉ மென்ப...''

(குறுந் - 87)

எனவே மரங்களில் உறைகின்ற இறைவென் தீயோரை அழித்தாரோ இல்லையோ மரங்களை வெட்டும் தீயோர்களிடமிருந்து மரங்கள் பாதுகாக்கபட்டதாகவே நோக்கலாம்.

அடிமரம் வழிபாடு

மரத்தில் இறைவன் உறைவதாக நம்பி மரத்தை வழிபட்ட மக்கள் அதன் பிறகு அடிமரத்திலும் (கந்து) இறைவன் உறைவதாக நம்பி வழிபாடு செய்துள்ளனர் என்பதை,

''கொண்டி மகளிர் உண்டுறை மூழ்கி

யந்தி மாட்டிய நந்தா விளக்கின்
மலரணி மெழுக்க மேறிப் பலர்தொழ
வம்பலர் சேக்குங் கந்துடைப் பொதியிற்....''
(பட்டினப்.246-249)

அதாவது புகார் நகரத்து மகளிர் நீர்த்துறைகளில் நீராடி மாலை நேரத்தில் நந்தா விளக்கேற்றி மலர்கள் அணிவித்து கந்தினுக்கு வழிபாடு செய்துள்ளதை அறிகின்றோம். இவ்வடிகளுக்கு உரை கூறும் நச்சினார்க்கினியர் கந்து - தெய்வம் உறையும் இடம் என்று பொருள் சுட்டுகிறார். பட்டுப்போன மரத்தின் எஞ்சிய அடிப்பாகமாகிய இக்கந்து என்பதுதான் பின்னாளில் ஏற்பட்ட சிவலிங்க வழிபாட்டுக்கு அடிப்படை என்கிறார் ஜி.சுப்பிரமணிய பிள்ளை. இன்றும் திருக்கோயில்களில் பட்டுப்போன அடிமரங்களின் பகுதிகள் பாதுகாக்கப்பட்டு வருவது இக்கருத்துருவிற்கு மேலும் வலிமை சேர்ப்பதாக உள்ளது. கடலூர் மாவட்டம் திருப்பாதிரிப்புலியூர் சிவன் கோயிலில் பட்டுப்போன பாதிரி மரத்தின் உடல் முழுவதும் செப்புத் தகட்டால் போர்த்தப்பட்டும், மீனாட்சி சுந்தரேஸ்வரர் கோயிலில் கடம்ப மரத்தின் பட்டுப்போன அடிமரப் பகுதியை மேலும் கீழும் வெள்ளித்தகட்டால் போர்த்திப் பாதுகாத்து வருகிறார்கள். இக்கோயில்களுக்கு வரும் பக்தர்கள் சமகாலத்திலும் இவற்றை வணங்கி வருகின்றனர். குற்றாலத்தில் உள்ள சிவன் கோயிலில் பட்டுப்போன பலா மரத்தின் அடிப்பகுதிகள் தனி அறையில் பாதுகாக்கப்பட்டுவருவது பைந்தமிழரின் கந்து வழிபாட்டுப் பாரம்பரியத்தின் தொடர்ச்சியாகவே கருதலாம்.

இறைவனுக்குரிய மரங்கள்

மரத்திலும் அதன் கந்திலும் இறைவனைக் கண்ட தமிழ் மக்கள் வேறுவேறு மரங்களில் வெவ்வேறு கடவுளர்கள் உறைவதாகவும் கருதியுள்ளதை இலக்கியப் பதிவுகள் காட்டுகின்றன.

''அழல்புரை குழைகொளு நிழல்தரும் பலசினை
ஆலமுங் கடம்பு நல்யாற்று நடுவும்
கால்வழக் கறுநிலைக் குன்றமும் பிறவும்
அவ்வவை மேய வேறு வேறு பெயரோய்''
(பரி - 69)

இதன் மூலம் யாவரினும் பெரியோனான சிவபிரான் ஆலமரத்தில் தங்குவதாகவும்,

''நான்முறை முதுநூன் முக்கட் செல்வன்
ஆலமுற்றம்.....

(அகம்.- 17)

திருமால் ஆலிலையில் பாலகனாய்ப் பள்ளி கொண்டுள்ளதாக எண்ணியதையும்,

''ஆல் அமர் கடவுள் அன்னநின் செல்வம்
வேல்கெழு குருசில் கண்டேன்.....''

(புறம்.198:9)

இதேபோன்று முருகன் கடம்ப மரத்திலும் சக்தி வேப்பமரத்திலும் தங்கியிருப்பதாகப் பண்டைத் தமிழர்கள் கருதியதையும் அறிகின்றோம். பொதுவாக இறையியல் கூடங்கள் என்பவை மரங்களையும் அவை சார்ந்த காடுகளில் தோற்றம் பெற்று பிறகு காடுகொண்டு நாடாக்கப்பட்டதன் விளைவாக அவை பெருங்கோயில்களாகக் கட்டப்பட்டு அக்கோயில்களை மையப்படுத்தி நகர், நகரம், நல்லூர், மங்கலம், ஊர் போன்ற புதிய மக்கள் குடியேற்றங்கள் ஏற்படுத்தப்பட்டுள்ளன. மக்கள் குடியேற்றங்கள் பற்றிய இவ்வகையிலான வளர்ச்சிப் படிநிலைகளை கூர்நோக்கும்போது முதலில் காடு, பிறகு கடவுளர், அடுத்து கோயில் அதைச்சுற்றி மக்கள் குடியிருப்புகள் என விரிவடைந்த போதிலும் இப்பரிணாமத்தைப் பிரதிபலிக்கும் வகையில் அந்தந்த கோயில்களின் தலவிருட்சம், உருவாக்கப்பட்ட ஊர்களின் பெயரினை வைத்து அப்பகுதியின் முந்துகால நிலவியல் அமைப்பினை எளிதில் அறியலாம். உதாரணமாக திருவாலங்காடு, திருமறைக்காடு, திருச்சாய்க்காடு, திருவெண்காடு, திருக்கொள்ளிக்காடு, திருதலைச்சங்காடு, திருப்பனையூர், திருவேற்காடு, திருப்பாதிரிப்புலியூர், திருமுதுகுன்றம், திருநெல்வேலி, திருஎருக்கத்தம்புலியூர் போன்ற இறையியலோடு தொடர்புடைய ஊர்களின் முன்னொட்டையோ அல்லது பின்னொட்டையோ நோக்குங்கால் அவ்வூர்களின் நிலவியல் அமைப்பினை எளிதில் அறியமுடிகிறது.

தில்லை வனம்

சிதம்பரத்தின் ஆதிப்பெயரான தில்லை, தில்லைவனம் எனப்படுவது சதுப்புநிலத்தில் வளரும் ஒருவகை மரத்தின்

பெயராகும். இதற்கு அலையாத்தி, அம்பலத்தி, அகதி, அகில் எனப் பல்வேறு பெயர்கள் உண்டு. பண்டைக்காலத்தில் தில்லை மரங்கள் நிறைந்த காடாக இப்பகுதி இருந்ததால் தில்லைவனம் என்றே அழைக்கப்பட்டுள்ளதைச் சிதம்பரபுராணம் குறிப்பிடுகிறது. இவ்வகை மரங்கள் சிதம்பரத்திற்குக் கிழக்கே உள்ள பிச்சாவரம் சதுப்புநிலப்பகுதியில் அதிக அளவில் வளர்ந்துள்ளதை இன்றும் காணலாம். தில்லை மரத்தின் தாவரவியல் பெயர் *Excoeca Ria Agal Locha* என்பதாகும். இதை *Mangrove* வகைத் தாவரமென தாவரவியலாளர்கள் சுட்டுகின்றனர்.

சங்கப் பாடல்களில் தில்லைமரம்

நெய்தல் நிலத்தில் உப்பங்கழிகளை ஒட்டி தில்லைக்காடுகள் இருந்துள்ளதைச் சங்கப் பாடல்களின் தொகுதிகளான ஐங்குறுநூறு, கலித்தொகை, புறநானூறு போன்ற இலக்கியப் பதிவுகளில் காண்கிறோம்.

''அருளாயா கலோ கொடிதே இருங்கழிக்
குருளை நீர்நாய் கொழுமீன் மாந்தித்
''தில்லையம் பொதும்பிற் பள்ளி கொள்ளும்''. (புறம் - -131)

என உப்பங்கழி, தில்லை மரங்கள் பற்றிய பதிவினை ஐங்குறுநூறு குறிப்பிடுகிறது. கலித்தொகை தில்லைக்காடு, உப்பங்கழிகள் பற்றிச் சுட்டும் போது,

மா மலர் முண்டகம் தில்லையோடு ஒருங்கு உடன்
கானல் அணிந்த உயர் மணல் எக்கர்மேல்,
சீர் மிகு சிறப்பினோன் மரமுதல் கை சேர்த்த
நீர் மலி கரகம் போல் பழம் தூங்கு முடத் தாழைப்
பூ மலர்ந்தவை போல, புள் அல்கும் துறைவ! கேள்'',
(கலி - 5)

எனத் தில்லை மரங்களின் மொத்த நிலவியல் கூறுகளையும் விளக்கமுற விவரிக்கிறது. மேலும்,

''கறங்கு வெள் அருவி ஏற்றலின் நிறம் பெயர்ந்து
தில்லை அன்ன புல்லென் சடையோடு
அள்ளிலைத் தாளி கொய்யுமோனே
இல்வழங்கு மடமயில் பிணிக்கும்
சொல்வலை வேட்டுவன் ஆயினன் முன்னே.''
(புறம் -252)

எனப் புறநானூறு சுட்டுகிறது.

மேற்கண்ட பாடல்கள் மூலம் சுட்டப்படும் கழி, எக்கர், தில்லை மரம் ஆகியவை ஒன்றையொன்று சார்புடன் அமையப்பெற்றிருந்ததைக் காண்கிறோம். இதே நிலவியல் அமைப்பு பண்டைய இலக்கிய யுகத்தின் போது தில்லையிலும் இருந்திருப்பதாகக் கருதலாம்.

தேவாரத்தில் தில்லை

தேவார காலத்தில் தில்லையின் நிலவியல் அமைப்பைப் பற்றித் திருஞானசம்பந்தரின் பாடல்...

" மையாரொண் கண்ணார் மாட நெடுவீதிக்,
கையாற் பந்தோச்சுங் கழிசூழ் தில்லயுட்,
பொய்யா மறைபாடல் புரிந்தா னுலகேத்தச்,
செய்யா னுறைகோயில் சிற்றம் பலந்தானே",
(சம்பந்தர் தேவாரம் - 1.80.3).

இந்தப் பாடலில் மை தீட்டப்பெற்ற ஒளி பொருந்திய கண்களை உடைய பெண்கள், நீண்ட மாட வீதிகளில் பந்துவீசி விளையாடும் அழகுடையதும், உப்பங்கழிகள் சூழப்பட்ட தில்லையுள் என்றும் பொய்யாத வேதப்பாடல்களை விரும்பிக் கேட்கும் சிவந்த திருமேனியையுடைய சிவபிரான் உறையும் கோயிலே சிற்றம்பலமாகும் எனக் குறிப்பிடப்படுகிறது. இப் பாடலை யாத்த சம்பந்தரின் காலமான கி. பி. 7 ஆம் நூற்றாண்டில் தில்லை நகரானது நீண்ட மாடவீதிகளுடன் உப்பங்கழியால் சூழப்பட்டிருந்த நிலவியல் சூழலை மிகத்தெளிவாக அறிகின்றோம்.

கழிசூழ் தில்லை மருத நிலமாக மாற்றப்பட்ட பதிவு

கி. பி. 9ஆம் நூற்றாண்டைச் சார்ந்த திருமாளிகைத் தேவர் ஒன்பதாம் திருமுறையில் உள்ள திருவிசைப்பாவைப் பாடியவர்களில் ஒருவராவார். நவகோடி சித்தர்புரம் என்று அழைக்கப்பட்ட திருவாவடுதுறையில் வாழ்ந்து வந்த போகநாதரின் சீடர்களில் ஒருவர். இவர் சைவவேளாளர் குலத்தைச் சார்ந்தவர். திருமாளிகைத் தேவரின் முன்னோர்கள் வாழ்ந்த மடம் மாளிகைமடம் (பெரிய மடம்) எனப்பட்டது. இதனாலேயே இவர் திருமாளிகைத் தேவர் என அழைக்கப்பட்டார். இவர் தில்லைச் சிற்றம்பலக் கூத்தனின் மீது அளவற்ற பற்றுக்கொண்டதன் விளைவாக இவர் பாடிய திருவிசைப்பா திருப்பதிகங்கள் நான்கு ஆகும். இவரது பாடல்களின் வழியாக

அக்காலத்தில் தில்லை நகரின் நிலவியலில் ஏற்பட்டிருந்த மற்ற பதிவுகளைப் பற்றி அறியமுடிகிறது. குறிப்பாக உப்பங்கழியாக இருந்த தில்லை நகர் படிப்படியாக மருத நிலத்திற்குரிய செந்நெல் விளையும் வேளாண் மண்டலமாக மாற்றப்பட்டுவிட்ட பதிவினைக் கீழ்க்காணும் பாடல்வரிகளின் மூலம் அறியலாகிறது.

வரம்பிரி வாளை மிளிர்மடுக் கமலம்
கரும்பொடு மாந்திடு மேதி
பிரம்பிரி செந்நெற் கழனிச்செங் கழுநீர்ப்
பழனஞ்சூழ் பெரும்பற்றப் புலியூர்ச்
சிரம்புரை முடிவா னவர்அடி முறையால்
இறைஞ்சுசிற் றம்பலக் கூத்தா
நிரந்தரம் முனிவர் நினைதிருக் கணைக்கால்
நினைந்துநின் றொழிந்ததென் நெஞ்சே.
(திருமுறை ஒன்பது:பா.எண்.3)

அதாவது கரைக்குமேலே அஞ்சிப் பாய்கின்ற வாளைகள் கீழ் மேலாகப் பிறழ்கின்ற மடுக்களில் வளர்ந்த தாமரைகளை வயல்களில் விளையும் கரும்போடு வயிறார உண்ட எருமைகளை உடைய, பிரம்பிரி என்ற செந்நெற் பயிர்கள் வளரும் வயல்களில், செங்கழுநீர் களையாகக் காணப்படும் மருத நிலத்தால் சூழப்பட்ட பெரும்பற்றப் புலியூரிலே தலையின் கண் உயர்ந்த முடியினை அணிந்த தேவர்கள் தங்களுக்கு உரிய முறைப்படி வந்து திருவடிகளை வணங்குகின்ற, சிற்றம்பலத்தில் கூத்து நிகழ்த்துபவனே! எப்பொழுதும் முனிவர்கள் விருப்புற்றுத் தியானம் செய்யும் உன் அழகிய கணைக்கால்களை விருப்புற்று நினைத்த என் உள்ளம் அவற்றிலேயே தங்கிவிட்டது. கி.பி. 9 ஆம் நூற்றாண்டில் தில்லை நகரின் திணைசார் அமைப்பே மனித ஆற்றலால் மாற்றப்பட்டுவிட்டதாகக் கருதுகின்றோம். இதே கால கட்டத்தில் தில்லை நகரிலும் நகர்ப்புறங்களிலும் இருந்த மரங்களைப் பற்றிய பதிவுகளையும் காண்கிறோம்.

நிறைதழை வாழை நிழற்கொடி நெடுந்தெங்
கிளங்கமு குளங்கொள்நீள் பலமாப்
பிறைதவழ் பொழில்சூழ் கிடங்கிடைப் பதண
முதுமதிற் பெரும்பற்றப் புலியூர்ச்
சிறைகொள்நீர்த் தரளத் திரள்கொள்நித் திலத்த
செம்பொற்சிற் றம்பலக் கூத்தா
பொறையணி நிதம்பப் புலியதள் ஆடைக்
கச்சுநூல் புகுந்ததென் புகலே.
(திருமுறை ஒன்பது:பா.எண்.5)

தழைத்து நிறைந்த வாழைகள், நிழல் ஒழுங்கினை வழங்குகின்ற உயரிய தென்னைகள், இளைய பாக்கு மரங்கள், மனத்தைக் கவரவல்ல இனிய பழங்களை உடைய நீண்ட பலா மரங்கள், மாமரங்கள் ஆகியவற்றை உடைய வானளாவிய சோலைகளாலும், பழைய மதில்களால் சூழப்பெற்ற பெரும்பற்றப்புலியூரிலே அணையால் தடுக்கப்பட்ட நீர்த்தொகுதியிலே, தரளம், நித்திலம் என்ற முத்துவகைகள் தோன்ற, செம்பொன் மயமான சிற்றம் பலத்திலே கூத்து நிகழ்த்துபவனே, இடுப்பில் இருக்கும் புலித்தோல் ஆடை நெகிழாதபடி அதற்குக்காப்பாக அணிந்துள்ள கச்சு நூலிலே அடியேனுடைய விருப்பம் பொருந்திவிட்டது என்ற பாடல்வரிகளில் சுட்டப்பட்டுள்ள மரங்கள் அனைத்தும் மருத நிலத்தில் விளையக் கூடியவையாகும். எனவே மேற்கண்ட இரண்டு பாடல்களின் வழியாக இந்நகர் அரிசி உற்பத்தியின் மையமாக மாற்றப்பட்டது தெரிகிறது. அதனால் இப்பகுதி மக்களுக்குத் தடையின்றி உணவு கிடைத்தது. நிறைவுணவு இப்பகுதி மக்களுக்குக் கிடைத்ததால் இயல், இசை, நாடகம் என்ற கவின் கலைகளை வளர்க்கும் செயல்பாட்டாளர்களாக மாறியுள்ளதைக் கீழ்க்காணும் பாடல் வரிகளால் உணரமுடிகிறது.

தேர்மலி விழவிற் குழலொலி, தெருவில்
கூத்தொலி, ஏத்தொலி, ஓத்தின்
பேரொலி பரந்து கடலொலி மலியப்
பொலிதரு பெரும்பற்றப் புலியூர்ச்
சீர்நில விலயத் திருநடத் தியல்பிற்
றிகழ்ந்தசிற் றம்பலக் கூத்தா
வார்மலி முலையாள் வருடிய திரள்மா
மணிக்குறங் கடைந்ததென் மதியே.

(திருமுறை ஒன்பது:பா.எண்.4)

தேர்கள் மிகுதியாக உலவும் விழாக்காலங்களில் வேய்ங்குழல் ஒலியும் தெருவில் கூத்துக்கள் நிகழ்த்துதலால் ஏற்பட்ட ஒலியும் அடியார்கள் இறைவனைப் புகழ்கின்ற ஒலியும் வேதங்களை ஓதுதலால் வெளிப்படும் பெரிய ஒலியும் பரவிக் கடல் ஒலியைப் போலப் பொலிவு பெறுகின்ற பெரும்பற்றப்புலியூரில் சிறப்புடைய தாளத்திற்கு ஏற்ப மேம்பட்ட கூத்தின் இயற்கையிலே சிறந்து விளங்கிய சிற்றம்பலத்தில் கூத்து நிகழ்த்துபவனே. கச்சணிந்த முலையினை உடைய உமாதேவி மெதுவாக அழுத்திப் பிடிக்கும் திரட்சியை உடைய மேம்பட்ட அழகினை உடைய துடைகளில் அடியேனுடைய உள்ளம் பொருந்தியுள்ளதாகக் குறிப்பிடுகிறார். எனவே உணவு உற்பத்தியில் எந்த மண்டலம்

தன்னிறைவை எட்டுகிறதோ அங்கு பண்பட்ட இறை பக்தியுள்ள சமூகம் தோற்றம் பெறும் என்பது மானிடவியல் கூர்நோக்காளர்களின் ஒருமித்த கருத்தாகும். இருப்பினும் கி.பி. 9 ஆம் நூற்றாண்டில் தில்லை நகரம் கல்வியாளர்களின் ஞானபூமியாகவும் திகழ்ந்துள்ளதை,

அதுமதி இதுஎன் றலந்தலை நூல்கற்
றழைப்பொழிந் தருமறை யறிந்து
பிதுமதி வழிநின் றொழிவிலா வேள்விப்
பெரியவர் பெரும்பற்றப் புலியூர்

....

(திருமுறை ஒன்பது:பா.எண்.6)

அதுதான் ஞானம், இதுதான் ஞானம்` என ஒரு வழிப்படாது வருந்தி மனத்தை அலையச்செய்கின்ற பலநூல்களையும் கற்றுப் பலவாறு பிறரைக் கூப்பிட்டுத் தம் கொள்கைகளைப் பேசும் செயலை விடுத்து, அரிய வேதங்களைப் பொருள் தெரிந்து ஓதி எல்லா உயிர்களுக்கும் தந்தையாகிய நீ வகுத்த சிவஞானத்தின் வழியே ஒழுகி வேள்வி செய்தலை நீக்காத சான்றோர் வாழும் பெரும்பற்றப்புலியூரிலே. எனவேதான் தில்லை நகருக்கு வருபவர்கள் வெறும் பக்தி ஞானத்தை மட்டும் பெற்றால் போதாது அவர்கள் கல்வி ஞானத்தையும் பெற்றிட வேண்டும் என்பதற்காகவே சரஸ்வதி பண்டாரம் என்ற மிகப்பெரிய நூலகத்தை ஏற்படுத்தியிருந்தனர் போலும். ஆக ஒரு நகரத்தில் எப்படிப்பட்ட மக்கள் உருவாக்கப்பட வேண்டுமென்பதைக் கூட அந்நகர அமைவியலே இங்கு தீர்மானிக்கப்படுவதைக் காண்கிறோம். வேளாண்மைக்குத் தகுதியற்ற நிலப்பகுதியினை வேளாண்மைக்கேற்ற நிலமாக மாற்றி அப்பகுதியில் ஒரு திணைசார் பிறழ்ச்சியை ஏற்படுத்தி வேளாண் உற்பத்தியில் தன்னிறைவைப் பெற வைத்து; அதன் மூலம் சமய, சமூகப் புரட்சியையே ஏற்படுத்தியுள்ள தமிழரின் செயற்பாங்கு அளப்பரியதாக உள்ளது.

நிலவியல் பிரிவு

சோழ மன்னர்கள் தமது ஆற்றல் மிக்க படைபலத்தால் பிற நாடுகளை வென்று தமது ஏகாதிபத்தியத்தின் கீழ் அடிமைப்படுத்தி அந்நாட்டு வளங்களைத் தமது கருவூலத்திற்கு மடைமாற்றி விட்டிருந்தனர். இதனால் சோழ அரசு அதீத செல்வத்துடன் பேரரசு என்ற நிலையினை எட்டியிருந்தது. இவ்வாறு வெற்றி

கொள்ளப்பட்ட நாடுகளெல்லாம் ஒருங்கிணைக்கப்பட்டு சோழ இராஜ்ஜியம் என்ற பெயரினை உடையதாயிருந்தமை அறியத்தக்கது. இவ்வாறு மிகப்பெரிய நிலப்பரப்பினைக் கொண்டிருந்ததால் அதனை முதலாம் இராஜராஜ சோழன் தமது 17ஆம் ஆட்சியாண்டில் பல மண்டலங்களாகப் பிரித்தான். (அவை சோழ மண்டலம், இராஜராஜப் பாண்டிமண்டலம், ஜெயங்கொண்ட சோழ மண்டலம், மும்முடிச் சோழ மண்டலம், முடிகொண்ட சோழ மண்டலம், நிகரிலி சோழ மண்டலம், அதிரஜராஜ சோழ மண்டலம், மலை மண்டலம், வேங்கை மண்டலம் எனப் பிரிக்கப்பட்டிருந்தன). ஒவ்வொரு மண்டலமும் பல வளநாடுகளாகவும், வளநாடுகள் பல நாடுகளாகவும், நாடுகள் சிலவை கூற்றங்கலாகவும், சதுர்வேதி மங்கலங்களாகவும், சிற்றூர்களாகவும், சில ஊர்கள் தனியூர் என்ற சிறப்போடும் பிரிக்கப்பட்டிருந்தன. கி.பி.1012 ஆம் ஆண்டுமுதல் கி.பி. 1044 ஆம் ஆண்டுவரை சோழ அரசின் பேரரசனாகத் திகழ்ந்த இராஜேந்திர சோழனின் ஆட்சிக்காலத்தில் சிதம்பரம் இராஜேந்திரசிங்க வளநாட்டில் தனியூர் என்ற அந்தஸ்தோடு இருந்ததை இம்மன்னரின் 24ஆம் ஆட்சியாண்டில் (கி.பி.1036) வெளியிடப்பட்ட நடராஜர் கோயில் கல்வெட்டின் வாயிலாக (".....இராஜேந்திர சிங்க வளநாட்டுத் தனியூர்...") அறிகிறோம். பிறகு மூன்றாம் குலோத்துங்க சோழனின் ஐந்தாம் ஆட்சியாண்டில் (கி.பி.1183) வெளியிடப்பட்ட கல்வெட்டில் ".....**இராஜாதிராஜ வளநாட்டுத் தனியூர்......**" என்ற நிலப்பிரிவில் இருந்துள்ளதைக் காண்கிறோம். விஜயநகர மன்னரான அச்சுததேவ மகராயர் காலத்தில்"....**இராஜாதிராஜ வளனாட்டு வெண்ணெயூர் நாட்டு வழுதலம்பட்டுச் சாவடி தநியூர் பெரும்பற்றப்புலியூர்.......**" என்ற நிலப்பிரிவிலும். வெங்கட்டதேவ மகாராயர் காலத்தில் (கி.பி.1582) வெளியிடப்பட்ட கல்வெட்டில் "......**வடகரை ராசாதிராச வளநாடு வெண்ணெயூர் நாடு வெளுதலம்பட்டுச் சாவடி தனியூற் பெரும்பற்றப்புலியூற்.......**" எனக் குறிப்பிடப்படுவதிலிருந்து 546 ஆண்டு காலம் சிதம்பரம் தனியூர் என்ற சிறப்போடு இருந்துள்ளதை அறியமுடிகிறது.

๛

4.
நடராஜர் கோயில் வரலாறு

தமிழகத்தில் இரண்டாயிரம் ஆண்டுகளுக்கு முன்னர் தாம் வாழும் நிலவியல் மண்டலத்தை ஐந்தாகப் பிரித்து ஒவ்வொரு நிலத்திற்கும் அதற்குரிய தெய்வங்களை ஏற்படுத்தி திணைச்சார்பியலோடு வழிபட்டு வந்ததைச் சங்க இலக்கியங்கள் பகர்கின்றன.

நிலத்தின் வகை	மக்கள்	திணைசார் வகை	தெய்வங்கள்
மலை, மலை சார்ந்த பகுதி	குறவன் - குறத்தி	குறிஞ்சி	முருகன்
காடு, காடு சார்ந்த பகுதி	ஆயர் - ஆய்ச்சியர்	முல்லை	திருமால்
வயல், வயல் சார்ந்த பகுதி	உழவர் - உழத்தியர்	மருதம்	இந்திரன்
கடல், கடல் சார்ந்த பகுதி	பரதர் - பரத்தியர்	நெய்தல்	வருணன்
மணல், மணல் சார்ந்த பகுதி	எயினர் - எயிற்றியர்	பாலை	கொற்றவை

குறிப்பாக முல்லை நிலத்தில் தோன்றிய நடுகல் வழிபாடு தமிழகத்தில் கோயில் உருவாக்கத்தை துரிதப்படுத்தியதாகக் கருதலாம். காரணம் முல்லை நிலமக்களான ஆயர்கள்

ஆநிரைகளைப் பாதுகாத்துப் போற்றி வந்ததோடு அதனைப் பெரும் செல்வமாகவும் கருதிவந்தனர். **''மாயோன் மேய காடுறை உலகு''** என்பார் தொல்காப்பியர். முல்லை நிலமக்கள் பசுக்களை மேய்த்தலும், பால்கறத்தல், வெண்ணை எடுத்தல், தயிர், மோர் ஆகியவற்றால் பெறும் பொருட்களைப் பண்டமாற்று முறையில் ஈட்டிவந்தனர். இவர்கள் நகரின் புறஞ்சேரிகளில் வாழ்ந்து வந்ததாக இளங்கோவடிகள் சுட்டுகிறார். இவை சிற்றூர் என அழைக்கப்பட்டதையும் இலக்கியப்பதிவில் காண்கிறோம். ஆநிரை மீட்டலில் நடைபெற்ற மோதலில் இறந்துபட்ட வீரனின் நினைவாக எடுக்கப்பட்ட நினைவுச் சின்னத்தைப்பற்றி....

பரலுடை மருங்கிற் பதுக்கை சேர்த்தி
மரல்வகுந்து தொடுத்த செம்பூங் கண்ணியொடு
அணிமயிற் பீலி சூட்டிப் பெயர்பொறித்து
இனிநட் டனரே கல்லும் கன்றொடு
கறவை தந்து பகைவர் ஓட்டிய
நெடுந்தகை கழிந்தமை அறியாது
இன்றும் வருங்கொல் பாணரது கடும்பே.

(*புறம்*-264)

பரல் கற்களையுடைய இடத்தில் உள்ள மேடையில் சேர்த்து, அங்கே உள்ள மரலைக் கீறி நார் எடுத்துத் தொடுக்கப்பட்ட சிவந்த பூவையுடைய பூ மாலையுடனே அழகிய மயில் இறக்கை சூட்டிப் பெயரை எழுதி இப்போது கல்லை நட்டனர். கன்றுகளோடு பசுக்களையும் மீட்டுக்கொண்டு வந்து போரிட்ட பெருந்தகுதியுடைய வீரன் இறந்ததை அறியாது பாணரின் சுற்றம் இன்றும் வருமோ. மேலும். **''நாணுடை மறவர் பெயரும் பீடும் எழுதி, அதர்தோறும் பீலி சூட்டிய பிறங்குநிலை நடுகல்''** (அகம்-67), மேற்கண்ட பாடல் வரிகளின் மூலம் வீரனின் எழுதப்பட்ட பெயரும் தீட்டப்பட்ட ஓவிய உருவமும் காலவெள்ளத்தில் அழிந்து விட்டாலும் அவர்கள் நட்டுச்சென்ற குத்துக்கற்கள் *(Menhir)* இன்றும் அம்மாவீரனின் புகழினைப் பறைசாற்றுவதாகவே உள்ளன. இதனைக் கோயில் வழிபாட்டின் முதல் படிநிலை எனலாம். இரண்டாவதாக

''நாகுமுலை அன்ன நறும்பூங் கரந்தை
விரகுஅறி யாளர் மரபிற் சூட்ட
நிரைஇவண் தந்து நடுகல் ஆகிய'',

(*புறம்* - 261)

கரந்தைப் போரில் வீரனொருவன் ஆநிரைகளைப் பகைவரிடமிருந்து மீட்கின்ற நிகழ்வின் போது பகைவரின் அம்புகளால் துளைக்கப்பட்டு இறந்து விடுகிறான். பிறகு நடுகல் ஆனான் என்று புறநானூறு குறிப்பிடுகிறது. இவ்வாறு இறந்துபட்ட வீரனின் உருவத்தைக் கற்பலகையில் புடைப்புச் சிற்பமாகச் செதுக்கி அக்கல்லை நட்டுவித்து மேலே கூரைவேய்ந்து வழிபட்டு வந்தனர் என்பதையும் மேற்கண்ட பாடலால் அறியமுடிகிறது. இதுவே கோயில் வழிபாட்டின் அடுத்த துவக்கநிலை எனலாம். இதன் மூலம் கோயில் உருவாக்கம் என்பது காடும் காடு சார்ந்த திணைசார் மண்டலத்தில்தான் தோற்றம் பெற்றதாகக் கருதலாம். சிதம்பரம் என்ற நகரமும் நடராஜர் கோயிலும் தில்லை வனத்தில் இருந்துதான் தோற்றம் பெற்றுள்ளன. எனவே சிதம்பரம் பகுதியானது ஆதிகாலத்தில் முல்லை நிலத்திற்கான திணைச்சார்பியலோடு இருந்துள்ளது. மேலும் தமிழகத்தில் உள்ள பெரும்பான்மையான சிவன் கோயில்கள் காடுகளிலிருந்து தோற்றம் பெற்றதை அவற்றின் பெயர்களில் இருந்தே அறியமுடிகிறது. பண்டைக்காலத்தில் மரங்களுக்குக் கீழ் சிறுமேடைகள் கட்டி அதில் இறைவனது உருவத்தைச் சுதை, களிமண், மரம் முதலான பொருட்களில் செய்து வைத்து வழிபட்டு வந்ததைச் சங்க இலக்கியப் பதிவுகளில் காண்கிறோம். இவ்வகைக் கோயில்கள் மன்று, கோட்டம் என அழைக்கப்பட்டன. சங்ககாலத்தில் கட்டப்பட்டிருந்த கோயில்கள் மண், மரம், செங்கல், சுண்ணாம்பு முதலிய பொருட்களைக் கொண்டு கட்டப்பட்டதால் அவைக விரைந்து அழிவிற்குள்ளாயின என்பதை...

> "இட்டிகை நெடுஞ்சுவர் விட்டம் வீழ்ந்ததென
> மணிப்புறாத் துறந்த மரம்சோர் மாடத்து
> எழுதணி கடவுள் போகலின் புல்லென்று
> ஒழுகுபலி மறந்த மெழுகாப் புன்றிணை"
> *(அகம் -167)*

என்ற பாடல் வரிகளால் அறியலாகிறது. இவர்கள் அழியக்கூடிய பொருட்களைக் கொண்டு கோயில்களைக் கட்டியதன் நோக்கம் கருங்கல் என்பதை ஈமச்சின்னங்களின் குறியீடுகளாகக் கருதியதாலேயே அழிவற்ற கருங்கற்களைக் கொண்டு கோயில் மற்றும் இறைவுருவங்களை உருவாக்குவதைத் தவிர்த்திருக்கலாம். கலித்தொகை, பரிபாடல் என்பவை சங்க

இலக்கியங்கள் எனினும் இவை கி.பி. 5ஆம் நூற்றாண்டைச் சார்ந்தவை. இவ்விலக்கியங்களில் திருமகள், மலைமகள், கலைமகள் ஆகிய பெண் கடவுளர் பற்றியும் திருமால் மற்றும் அவரது அவதாரங்களைப் பற்றியும் கூறப்பட்டுள்ளன. திருமுருகாற்றுப்படை முருகனது ஆறுபடைவீடுகள் பற்றிக் குறிப்பிட்டாலும் கட்டுமானக் கோயில்கள் இல்லாமல் போனதற்குக் கருங்கல் பயன்பாடு தவிர்க்கப்பட்டதே காரணமாகும்.

தமிழகத்தில் முதன் முதலில் பாறைக்கோயில் கலையை அறிமுகம் செய்தவன் மகேந்திரவர்ம பல்லவனாவான். இவன் மண்டகப்பட்டு என்ற ஊரில் உருவாக்கிய முதல் குடவரைக் கோயிலில் இடம்பெற்றுள்ள இவனது வடமொழிக் கல்வெட்டில் செங்கல், மரம், உலோகம், சுண்ணாம்பு முதலிய அழிந்துபடக்கூடிய பொருட்களின்றி விசித்திரசித்தன் எனும் மகேந்திரவர்மன் பிரம்மன், சிவன், விஷ்ணு ஆகிய கடவுளருக்காக இக்கோயிலை நிர்மாணிக்கிறேன் என்பதை.....

"ஏகத் அநிஷ்டகம் அத்ருமம்
அலோகம் அசுதம் விசித்திர சித்தேந
நிர்மாபிதம் நிரூபேண பிரம்மேஸ்வர விஷ்ணு
லட்சிதாயதனம்"

என்ற கல்வெட்டு வரிகளின் வழியாக அறியப்படுகிறது. இதுவரையில் கருங்கற்களை ஈமச்சின்னங்களின் பிரதிமங்களாகப் பார்க்கப்பட்டு வந்த நிலையினை மாற்றிப் பாறைகள் இறைவனுக்கான கோயில்களை உருவாக்குவதற்கான நிலைப் பொருட்கள் எனப் பல்லவ வேந்தர்கள் கருதியதாலேயே அது சாத்தியமாயிற்று. இதன் விளைவாகத் தனிப்பாறைகளைக் குடைந்து கோயில்களாக மாற்றுவதை வட தமிழகத்தில் அறிமுகம் செய்தவர்கள் பல்லவர்கள் என்றால் தென் தமிழகத்தில் இக்கலையினை அறிமுகம் செய்தவர்கள் முற்காலப் பாண்டியர்களாவர். இவ்வாறு உருவாக்கப்பட்ட கோயில்கள் அனைத்தும் ஆன்மீகத்துடனும் மக்களது வாழ்வியலுடனும் மிக நெருக்கமான தொடர்பியலைக் கொண்டிருந்தன.

பொதுவாகக் கோயில்கள் என்பவை வெறும் ஆன்மிகத்தைப் போதிக்கின்ற இடமன்று. இவை சமூகக் கூடாரங்களாகவும்,

மக்கள் மன்னர்களைச் சந்திக்கின்ற பொது இடமாகவும், மனித வாழ்வியலை இறையியல் நெறியோடு மக்களிடம் கொண்டுச் சேர்க்கின்ற மையமாகவும், திருவிழாக்கள் மூலம் மனிதரிடையே ஒற்றுமையை வளர்க்கின்ற பணியினையும், கோயில் கருவறையில் உள்ள இறைவனின் முன்னே அனைவரும் சமம் என்ற சமத்துவத்தை விதைக்கின்ற இடமாகவும் ஆவணக் காப்பகங்களாகவும் கல்வியைப் போதிக்கின்ற இடங்களாகவும் பொது மருத்துவமனைகளாகவும் அன்னச் சாலையாகவும் நீதிமன்றங்களாகவும் திகழ்ந்து வந்ததைக் கல்வெட்டுகள், இலக்கியப் பதிவுகளின் வழியாக அறியப்படுகிறது. மேலும் இத்தகைய கோயில்கள் கட்டப்பட்டது முதல் இன்றுவரை இயல், இசை, நாடகம், சிற்பம், ஓவியம், வார்ப்புக்கலை போன்ற பல்வேறு கலைகளை வளர்த்தெடுக்கும் இடமாகவும் திகழ்ந்துள்ளன. தமிழர்கள் புதிய ஊர்களை உருவாக்கும்போது முதலில் கோயிலைக்கட்டிய பின்னரே ஊரின் உருவாக்க அமைவியலை தீர்மானித்துள்ளனர் என்பதை கூரம் செப்பேட்டில் காண்கிறோம். இதற்குத் தகுந்த எடுத்துக்காட்டாகத் திகழ்வது மதுரை மாநகராகும். தாமரை மலரின் நடுவிலுள்ள பொகுட்டு போன்று மதுரை மீனாட்சி சுந்தரேசுவரர் திருக்கோயில் கட்டப்பட்டு இதைச் சுற்றி மதுரை மாநகர் எழுச்சிப் பெற்றுள்ளதாகக் கட்டிடக்கலை ஆய்வாளர்கள் சுட்டுகின்றனர். இதேபோன்று பல்லவர் காலத்திலும் கோயிலை மையமாக வைத்து உருவாக்கப்பட்ட ஊர்களாக காஞ்சிபுரம், கூரம் போன்றவற்றைக் குறிப்பிடலாம். சோழர் காலத்தில் தஞ்சாவூர், கங்கைகொண்டசோழபுரம், திருவிடைமருதூர், திருவாரூர், கும்பகோணம் போன்ற நகரங்கள் கோயிலை முன்னிலைப்படுத்தியே உருவாக்கப்பட்டவையாகும். அந்த அடிப்படையில் பழம்பெரும் நகரான சிதம்பரத்தின் உருவாக்கம் என்பது நடராஜர் கோயிலை மையமாக வைத்தே உருவாக்கப்பட்டதாகும்.

கோயில் என்றாலே அது சிதம்பரத்தைக் குறிக்கும் என்பர். தமிழகத்தில் தேவார ஆசிரியர்களால் பாடல் பெற்ற 274 சிவத்தலங்களுள் தில்லைத் திருத்தலம் தலைமைச் சிறப்பு வாய்ந்தது. மூவர் அருளிய தேவாரப் பதிகங்களுள் திருஞான சம்பந்தர் பதிகங்கள் இரண்டும், நாவுக்கரசர் பதிகங்கள் எட்டும், சுந்தரர் பதிகம் ஒன்றும் ஆக பதினொறு பதிகங்கள்

தில்லைக்குரியனவாகக் கிடைத்துள்ளன. இவையும் மாணிக்கவாசகரது திருவாசகமும் தில்லை நகரின் சிறப்பினை விரித்துப் பேசுகின்றன. தேவாரத் திருமுறைகளில் இத்தலத்தின் பெருமையைப் பற்றி **"செல்வர் வாழ்தில்லை", "விழவாரணி தில்லை", "சீலத்தார் தொழுதேத்து சிற்றம்பலம்", "தில்லை மாநகர் சிற்றம்பலம்", "தில்லை மூதூர்", "கற்றவர் தொழுதேத்து சிற்றம்பலம்", "தூய செம்பொன்னினால் எழுதி மேய்ந்த சிற்றம்பலம்", "தேரினாற் மறுகில் திருவாரணி தில்லை", "புலியூர் சிற்றம்பலம்"** எனப் போற்றப்பட்டுள்ளது. திருநாவுக்கரசர் இத்தலத்தைப் **"பெருமை நன்னுடைய தில்லை", "மாடமொரு மாளிகைகள் மல்கு தில்லை"** எனவும் சிறப்பித்துப் போற்றியுள்ளார். மாணிக்கவாசகப் பெருமானார் **"பொன்னி வளைத்த புனல் சூழ் புலியூர்"** எனவும், நம்பியாண்டார் நம்பி **"பூந்தண் பொழில் சூழ் புலியூர்"** எனவும் பாடியுள்ளனர். சிதம்பரம் பஞ்சபூதத் தலங்களுள் ஆகாயத் தலமாக விளங்குகிறது.

தில்லையின் காடு அமர் செல்வி

தற்பொழுது சிதம்பரம் நகரில் உள்ள காளி கோயிலைக் கட்டியவன் முதலாம் கோப்பெருஞ்சிங்கன் ஆவான். இதனைத் தில்லைக் காளி என்றே இப்பகுதி மக்கள் அழைக்கின்றனர். இதன் முன்னொட்டில் உள்ள தில்லை என்பது தில்லைமரக் காட்டினையும் காளி என்பது கொற்றவை வழிபாட்டினையும் குறிப்பதாகும். முன்னாளில் கொற்றவை வழிபாடு தமிழ் நாட்டில் பரவியிருந்ததைச் சங்கப்பாடல்களில் காண்கிறோம். மறக்குடி மக்கள் சிறுமி ஒருத்திக்கு கொற்றவையின் வடிவம் புனைந்து வழிபடு பொருட்களுடன் ஐயையின் கோட்டம் செல்லுவதாக சிலப்பதிகாரத்தின் வேட்டுவ வரியில் வருணிக்கப்பட்டுள்ளது. இதே நூலில் இளங்கோவடிகள்,

> "அடர்ந்து எழுகுருதி அடங்காப் பசுந்துணிப்
> பிடர்த்தலைப் பீடம் ஏறிய மடக்கொடி
> வெற்றிவேல் தடக்கைக் கொற்றவை"
> *(வழக்குரை காதை:34 - 36)*

என்று கொற்றவை வழிபாட்டினைச் சுட்டிக்காட்டுகிறார். வெற்றி மடந்தையாகக் கருதப்படும் கொற்றவை இங்கு மகிஷாசுரமர்த்தனியாகக் காட்சி அளிக்கிறாள்.

காவிரிப்பூம்பட்டினத்தில் சக்கரவாளக் கோட்டத்தின் வாயிலில் காடு அமர் செல்வியாக அவள் வீற்றிருந்தாள் என்பதை,

''உலையா உள்ளமொடு உயிர்க் கடன் இறுத்தோர்
தலை தூங்கு நெடுமரம் தாழ்ந்து புறம் சுற்றிப்
பீடிகை ஓங்கிய பெரும் பலி முன்றில்
காடு அமர் செல்வி கழிபெருங் கொட்டமும்''.

(சக்கரவாளக் கோட்டம் உரைத்த காதை: 51-54)

என்று மணிமேகலையில் சீத்தலைச் சாத்தனார் குறிப்பிடுகிறார். **''கான் அமர் செல்வி''** (அகம்.345) என்று அகநானூறும் சுட்டுகிறது. காடு உரை கடவுளான இவளை, தக்கையாகப் பரணியின் உரையாசிரியர் வனதுர்க்கை எனப் புகழ்கிறார். மேலும், காடுகிழாள் எனப் பொருள்படும் வனவாசி என்பது கடம்ப குலத்து மன்னர்களது தலைநகரின் பெயராகும். மேற்கண்ட சான்றுகளின் அடிப்படையில் தில்லை வனத்தில் முதலில் தோற்றம் பெற்றிருந்த கொற்றவை வழிபாடே பிறகு வைதீக சமயத்தின் தாக்குதலால் துர்க்கை வழிபாடாக மாற்றமுற்று புராணக்கதைகளின் கோர்வையால் காளிதேவியாகக் காட்டப்பட்டுள்ளது. இதன் மூலம் முதலில் சிதம்பரத்தில் சக்தி வழிபாடு தோற்றம் பெற்றுப் பிறகு சிவன் வழிபாடு எழுச்சி பெற்றதாகக் கருதமுடிகிறது. இரண்டாம் கோப்பெருஞ்சிங்கனின் 16 ஆம் ஆட்சியாண்டு (கி.பி.1259-60) வெளியிடப்பட்ட கல்வெட்டில் **''....நிலம் தேவதான இறையிலியாக அந்தராயம் பாட்ட முள்ப்படவும் தில்லைவனமுடைய பரகேசரிக்கு நித்தற்படிக்கும் ஆட்டைத் திரு நாள் ஏறுபடிக்கும்.....''** (S.I.I.VOL. VIII.NO56) என்ற கல்வெட்டு வரிகளில் உள்ள தில்லைவனமுடைய என்ற சொல் சிதம்பரத்தின் முந்தையக் கால நிலவியல் குறிப்பை உரைப்பதாகவே உள்ளது.

சிதம்பர ரகசியம்

சித்சபையில் சபாநாயகரின் வலப்பக்கத்தில் சிறுவாயில் திரையொன்றால் மூடப்பட்டிருக்கும். திரை அகற்றப்பட்டதும் சூட ஆரத்தி காண்பிக்கப்படுகிறது. இதனுள்ளே திருவுருவம் ஏதும் காணப்படாது. தங்கத்தால் ஆன வில்வதளம் காட்சியளிக்கும். மூர்த்தி இல்லாமலேயே வில்வதளம் தொங்கும். இறைவன் இங்கு ஆகாச உருவில் அருவுருவமாக இருக்கிறார் என்பதுதான் சிதம்பர ரகசியம். சுவற்றில் ஸ்ரீசக்கரமும்,

சிவசக்கரமும் பொறிக்கப்பட்டுள்ளன. இப்பூவுலகில் பிறந்த ஆணும் பெண்ணும் இணைந்து இல்லற வாழ்வியலோடு இறையியல் வாழ்வையும் பின்பற்றினால் இல்லறம் சிறக்கும் என்ற சிவரகசியத்தை உரைக்கும் வண்ணமாக இச்சக்கரங்கள் திகழ்கின்றன. தில்லை திருத்தலத்தில் ஐந்து சபைகள் உள்ளன. அவை சிற்றம்பலம், பொன்னம்பலம், பேரம்பலம், நிருத்தசபை, இராஜசபை என்பனவாகும்.

சிற்றம்பலம்

தில்லை மரங்கள் அடர்ந்த காட்டினில் இருந்த நடராஜரின் சிறிய கோயிலை விரிவுபடுத்திச் சிற்றம்பலம் எனப் போற்றப்படும் மன்றத்தைச் சிம்மவர்மன் அமைத்தான். சிற்றம்பலமானது ஆரம்பத்தில் முழுக்க மரத்தினால் கட்டப்பட்டிருந்ததாகும். சிறந்த சிவபக்தரான சிம்மவர்மன் பிற்காலத்தில் **''ஐயடிகள் காடவர் (பல்லவர்)கோன்''** என்ற சிறப்புப் பெயரால் அழைக்கப்பட்டவனாவான். இவனுக்குப் பிறகு சிவபக்தனாகத் திகழ்ந்தவன் பல்லவ வேந்தன் இரண்டாம் நரசிம்மனாவான். இவனைக் கழற்சிங்கன் என்ற பெயரால் சுந்தரமூர்த்தி நாயனார் குறிப்பிடுகிறார். எனவே காலத்தால் மிகவும் முற்பட்டவராகக் கருதப்படும் ஐயடிகள் காடவர்கோன் தில்லைத் திருப்பணியைச் செய்த சிம்மவர்மனாகவே இருக்கக்கூடும்(கடலூர் மாவட்டத் தடயங்கள், தொகுதி இரண்டு. பக்கம்: 236). இவ்வம்பலத்தின் கூரைகளுக்கு முதலில் பொன்வேய்ந்த பெருமை இரண்யவர்மன் என்ற பல்லவ மன்னன் என்று கோயில்புராணம் குறிப்பிடுகிறது. இருப்பினும் முறைப்படுத்தப்பட்ட தில்லை என்ற நகர் தோற்றம் பெறுவதற்கான அடித்தளமிட்ட பெருமை சிம்மவர்மனையே சாரும். இச்சிறப்பு வாய்ந்த சபையினைச் சித்சபை என்றும் அழைப்பர்.

சித்சபையில் ஸ்ரீ நடராஜ பெருமானும் அவருடைய இடப்பக்கத்தில் சிவகாம சுந்தரி அம்மையும் இருக்கும் கருவறை இதுவேயாகும். இதனை **''எழில் பெரும் இமயத்தியல்புடையம்பொற் பொலிதரு புலியூர்''** என்று மாணிக்கவாசகர் குறிப்பிடுகிறார். தங்க ஓடுகளால் வேயப்பட்ட இச்சபையின் மீது ஒன்பது தங்கக் கலசங்கள் உள்ளன. இவை மனித உடலில் உள்ள ஒன்பது சக்திகளாகும். ஓங்காரம் இதயத்துடிப்பின் ஓசையாகும். அப்படிப்பட்ட ஓங்காரத்திற்கு 64 கலைகள்

உண்டென்று திருமந்திரம் கூறுகிறது. அதனைக் குறிக்கவே 64 கைம்மரங்கள் உள்ளன. இவ்வம்பலத்தில் 21,600 பொன் ஓடுகள் வேயப்பட்டுள்ளன. இவை மனிதனால் ஒவ்வொரு நாளும் விடப்படுகின்ற சுவாசங்களின் எண்ணிக்கையாகும். இவ்வோடுகளைத் தாங்கியிருக்கும் 72,000 ஆணிகள், மனித இதயம் ஒரு நாளைப்பொழுதில் துடிக்கும் எண்ணிக்கையின் தொகுப்பைச் சுட்டுவதாகும்.

சிவ பஞ்சாட்சரத்தின் ஓங்காரத்தைப் போற்றும் வகையில் இங்கு ஐந்து படிகள் உள்ளன. களிறு மூலாதாரத்திற்குரிய அடையாளம், நமசிவாய என்ற மூலாதாரம் முதலாக எண்ணப்படுவதை உணர்த்தவே இவை களிற்றுப்படி என்றும் கூறப்படுகின்றன. இப்பஞ்சாட்சரம் விசுத்தி என்னும் தொண்டைக்குழியில் முடிவதால் அதற்குரியவன் சுக்கிரன் ஆகையால் அவனுக்குரிய வெள்ளியில் இவை அமைக்கப்பெற்றன. போகத்திற்குரிய பருவவுடம்பு 96 விரல் உயரம் கொண்டதாகும். போகம் சுக்கிரனுக்குரியதாகையால் 96 வெள்ளிப்பலகணிகள் இங்கு சார்த்தப்படுள்ளன. வெள்ளி நிறமான சுக்கில சுரோணிதங்களுக்கு அடிப்படை இதயமே என்பர். மனித உடலின் மொத்த இரகசியத்தையும் வெளிப்படுத்தும் அறிவியலின் முழுத் தொகுப்பாக இவ்வம்பலம் திகழ்வதாகவே கருதலாம். சித்சபையில் உள்ள ஐந்து தூண்கள் ஐம்பூதங்களைக் குறிப்பனவாகும். பிரம்ம பீடத்தின் பத்துத்தூண்கள் தசநாடிகளை உணர்த்துவனவாகும். தவிர இவற்றின் மேலே உள்ள ஆறு தூண்கள் ஆறு சாத்திரங்களையும் நான்கு தூண்கள் நான் மறைகளையும் குறிப்பனவாகும். கனகசபையில் உள்ள பதினெட்டுத் தூண்கள் பதினெட்டு புராணங்களைச் சுட்டுவதாகும்.

பொன்னம்பலம்

பொன்னம்பலம் என்பது சிற்றம்பலத்திற்கு முன்பாக உள்ளதாகும். எம்பெருமான் அபிஷேகம் கொண்டருளும் இடமாகும். இங்கு ஸ்படிக லிங்கத்திற்கு நாள்தோறும் ஆறுகாலப் பூசையும் இரண்டாம் காலத்தில் இரத்தின சபாபதிக்கு அபிஷேக வழிபாடுகள் நடைபெற்று வருகின்றன. இப்பொன்னம்பலத்தின் முகப்பை ஆதித்த சோழன் கொங்கு நாட்டில் இருந்து கொண்டுவந்த மாற்றுயர்ந்த பொன்னால் வேய்ந்தான் எனச்

சேக்கிழார் கூறுகிறார். மணலின் கூத்தனான காலிங்கராயன் என்பவனும் இப்பொன்னம்பலத்திற்குப் பொன் வேய்ந்துள்ளான் என்று இக்கோயிலின் பாடல் கல்வெட்டொன்று குறிப்பிடுகிறது.

பேரம்பலம்

பேரம்பலம் என்பதனைத் தேவசபை என்று கூறுவர் இப்பேரம்பலத்தில் பஞ்ச மூர்த்திகள் எழுந்தருளுகின்றனர். இந்த பேரம்பலத்தை மணலிற் கூத்தனான காலிங்கராயன் விக்கிரம சோழன் செம்பினால் வேய்ந்தான். மூன்றாம் குலோத்துங்க சோழன் இதற்குப் பொன்வேய்ந்து சிறப்புச் செய்தான்.

நிருத்த சபை

நிருத்த சபை நடராஜபெருமானின் கொடி மரத்திற்குத் தெற்கே உள்ளது. ஊர்த்துவ தாண்டவம் செய்த இடமாகிய இங்கு பெருமானின் திருமேனி கற்காவியமாகக் காட்சியளிக்கிறது.

இராஜசபை

இராஜசபை என்பது ஆயிரங்கால் மண்டபத்தைக் குறிக்கும். ஆனி, மார்கழி மாதங்களில் நடைபெறும் ஒன்பதாம் திருவிழா நாளில் நடராஜர் திருத்தேரில் நான்கு வீதிகளிலும் உலா வந்த பிறகு இரவில் இந்த இராஜசபையில் வீற்றிருந்து விடியற்காலை அபிஷேகமும் பத்தாம் நாள் பிற்பகல் ஸ்ரீ நடராஜர் முன்னும் சிவகாமசுந்தரி பின்னுமாகு மாறிமாறி நடனமாடிக் கொண்டு சிற்றம்பலத்திற்குச் செல்லும் காட்சியே அனுக்கிரக தரிசனமாகும். இவ்வற்புத நிகழ்வு இச்சபையில் இருந்தே துவங்குகிறது.

கிழக்கு இராஜ கோபுரம்

இந்த இராஜ கோபுரம் அதிட்டானம் முதல் பிரஸ்தரப் பகுதி வரை 35 அடி உயரமும், 108 அடி நீளமும் 60 அடி அகலமும் கொண்டது. பிரஸ்தரப்பகுதியில் இருந்து இந்த இராஜ கோபுரம் 115 அடி உயரமுடையது. ஏழு நிலைகளைக் கொண்ட இக்கோபுரத்தின் மொத்த உயரம் 152 அடியாகும். சுமார் 7 அடி உயரம் கொண்ட 13 செப்புக் கலசங்கள் சிகரத்தை அலங்கரிக்கின்றன. இக்கோபுரம் இரண்டாம் குலோத்துங்க சோழனால் திருப்பணி மேற்கொள்ளப்பட்டு பின்பு இரண்டாம் கோப்பெருஞ்சிங்கனால் திருத்திக் கட்டப்பட்டதாகத் திருப்புராந்தகம் கல்வெட்டு குறிப்பிடுகிறது.

மேற்கு இராஜ கோபுரம்

இந்த இராஜ கோபுரமானது தரைத்தளமான அதிட்டானத்தில் இருந்து பிரஸ்தரப் பகுதிவரை 37 அடி உயரமும், 102 அடி நீளமும், 60 அடி அகலமும் கொண்டதாகும். ஏழு நிலைகளைக் கொண்ட இக்கோபுரத்தின் மொத்தம் உயரம் 145 அடியாகும். 13 செப்புக்கலசங்கள் கோபுரத்தை அலங்கரிக்கின்றன. இந்தக் கோபுரம் விக்கிரம சோழனால் துவக்கப்பட்டு இரண்டாம் குலோத்துங்க சோழனால் திருப்பணி தொடரப்பட்டு கி.பி.1251 ஆம் ஆண்டு அரியணையேறிய முதலாம் ஜடாவர்ம சுந்தர பாண்டியன் காலத்தில் நிறைவுபெற்றது. இதனை **''......சுந்தர பாண்டியன் திருநிலை யெழுகோபுரச் சன்னதியில்.....''**(S.I.I.VOL. NO,624) என்ற கல்வெட்டு வரியால் அறிகின்றோம்.

வடக்குக்கோபுரம்

இந்த இராஜ கோபுரமானது தரைத்தளத்தில் இருந்து பிரஸ்தரப் பகுதிவரை 40 அடி உயரம், 108 அடி நீளம், 70 அடி அகலம் கொண்டது. இக்கோபுரத்தின் மொத்த உயரம் 147 அடியாகும். ஏழு நிலைகளைக் கொண்ட இந்த இராஜகோபுரத்தின் மீது 13 செப்புக் கலசங்கள் உள்ளன. இக்கோபுரம் விஜயநகர மன்னனான கிருஷ்ணதேவராயரால் (ஒடிசா வெற்றியின் நினைவாக) கட்டப்பட்டதை **''ஸ்ரீகிருஷ்ணதேவ மகாராயன் தன்மமாக ஸிம்ஹாத்திறை பொட்டுனூற்கு எழுந்தருளி ஜயஸ்தம்பம் நாட்டித் திரும்பிப் பொன்னம்பலத்துக்கு எழுந்தருளிப் பொன்னம்பல நாதனையும் சேவித்து வடக்குக் கோபுரம் கட்டுவித்த சேவை''** (S.I.I.VOL, NO.622) என்ற கல்வெட்டு வரிகளால் அறியலாகிறது.

தெற்கு இராஜ கோபுரம்

இரண்டாம் கோப்பெருஞ்சிங்கன் சிறந்த சிவபக்தனாவான். சிதம்பரம் நடராஜப் பெருமானிடம் பெரும் பற்றுடையவன் என்பதை **''கநக சபாபதி சபா சர்வகார்ய சர்வகாலா நர்வாஹன்''** எனக் கல்வெட்டு சாசனம் குறிப்பிடுவது. இவனது ஐந்தாம் ஆட்சியாண்டில் வெளியிடப்பட்ட (கி.பி.1248) ஆற்றூர் கல்வெட்டில் நடராஜர் கோயிலின் தெற்குக் கோபுரத்தை இவனது பெயரில் கட்டியருளிய நிகழ்வு **''சொக்கச்சீயான் திருநிலை எழுகோபுரம்''** என்ற கல்வெட்டு வரியால் அறியப்படுகிறது. ஏழு நிலைகளையுடைய இக்கோபுரத்தின்

திருப்பணிக்காக ஆற்றூர் ஆனா இராஜராஜ நல்லூரில் நிலம் முன்னூற்றொன்றே முக்காலும், கொல்லைப் புன்செயும் சில்காசு ஆயங்களும் தேவதான இறையிலியாக இவன் வழங்கியுள்ளதை......

ஸ்வஸ்திஸ்ரீ சகலபுவன சக்கரவர்த்தி கோப்பெருஞ்சிங்கதேவர்க்கு யாண்டு ஐந்தாவது தனியூர் பெரும்பற்றுப்புலியூர் உடையார் திருச்சிற்றம்பல முடையார்க்கு அழகியசீயன் அவனியாளப் பிறந்தான் காடவன்

1. கோப்பெருஞ்சிங்கனேன் இந் நாயனார் கோயில் தெற்கில் திருவாசல் சொக்கச் சீயன் திருநிலை எழு-கோபுரமாகச் செயயத் திருப்பணிக்கு உடலாக ஐய-ங்கொண்ட சோழ மண்டலத்து ஊற்றுக் காட்டுக் கோட்டத்து ஆற்றூர் நாட்டு ஆற்றூரான ராஜராஜ நல்லூருக்கு எல்லை

2. ஈஞ்சலாற்றுக் கீழ் கரைக்கு மேற்கும் செய்யாறு நீரோ-டுகாலுக்கு வடக்கும், வில்லியன் பாக்கத்து எல்லைக்கு-ம் தெற்கும் நடுவுள்பட்ட தரப்படி நிலம் முந்நூற்றறுபத்து நால்வேலி இதில் உள்ளூர்த்

3. தேவர்கள் தேவதானங்களும் திருவிடை யாட்டங்களும் பிடாரிபட்டி துக்கைபட்டி பள்ளிச் சந்தம் உள்பட நிலம் நாற்பத்தறு வேலியும் அகரம் மஹாவிபூதிச் சதுர்வேதிமங்கலம் நிலம் பன்னிருவேலியும் செட்டலூ-ர்ப் பிரான் பட்டனுக்கும் மாடபொசை வரதராச பட்டனுக்கும்

4. வங்கிபுரத்துக் கருணாகர பட்டனுக்கும் பட்டவிருத்தி நிலம் ஒருவேலியும் கடிகையார் இறையிலி நிலம் மூன்றேகாலும் ஆக நிலம் அறுபத்திரண்டேகால் நீக்கி நின்ற நிலம் முந்நூற்றொன்றே முக்காலும் கொல்லைப் புன்செயும் காசாயங்களும் வெட்டி பாடி காவலும் அறிபொடி காவலும் உள்பட

5. நெல்லாயங்களும் காசாயங்களும் இவ்வூர்த் தேவர்கள் தேவதானம் அகங்கள் உள்பட இறையிலிகளுக்கு முன்பு கொண்டுவரும் ஆயங்கள் உட்பட அனைத்தா-

யங்களும் உட்பட தேவதான இறையிலியாக ஐந்தாவது ஆடி மாத முதல் சந்திராதித்தவரை செய்வதாக இட்டோம் உடையார் திரு வேகம்பமுடைய

6. நாயனார் கோயிலிலும் ஆற்றூர் திருமுத்தீசுவர முடையார் கோயிலிலும் கல்லுவெட்டி நாற்பால் எல்லையிலும் திருச்சூல ஸ்தாபனமும் பண்ணி கோயில் பண்டாரத்தார்க்கு ஏறக் கடமை குடிமை போக்கறு-ப்பார்களாகச் சொன்னோம்இப்படிச் செய்வதே இவை கோப்பெருஞ்சிங்கன் எழுத்து

7. என்றும் இவை குருகுலராஜன் எழுத்தென்றும்

8. இவை வில்லவராசன் எழுத்தென்றும் வந்ததிரு முகப்ப-டிக் கல்வெட்டியது. (S.I.I.XII,NO:119) என ஆற்றூர் கல்வெட்டு சுட்டுகிறது.

பல்லவர் காலம்

கோயில் மற்றும் நகர வளர்ச்சியைச் சிதம்பரத்தில் துவக்கிய பெருமை பல்லவ மன்னர்களையே சாரும். இருப்பினும் சிம்மவர்மன் காலம் முதல் ஆட்சி செய்த எந்த பல்லவ மன்னர்களின் கல்வெட்டும் சிதம்பரம் நடராஜர் கோயிலில் காணப்படவில்லை. ஆனால் கடலூர் மாவட்டத்தில் உள்ள திருவதிகை, இராஜேந்திரப்பட்டினம், திருநாவலூர் போன்ற ஊர்களில் பல்லவர்காலக் கல்வெட்டுகள் காணப்படுகின்றன. தில்லையின் சிற்றம்பலத்தைச் சிம்மவர்மன் விரிவுபடுத்திக் கட்டியுள்ளான். இதற்குப் பொன்வேய்ந்தவன் இரண்யவர்மன் என்ற பல்லவ மன்னன். இரண்டாம் நரசிம்ம பல்லவனும் இங்கு திருப்பணிகளை மேற்கொண்டுள்ளான். எனவே தில்லையில் பல்லவர்காலம் முதற்றே விரிவாக்கப் பணிகள் துவங்கப்பட்டுவிட்டதாகக் கருதலாம்.

சோழர்கள் காலம்

சோழப் பேரரசை நிறுவ அடித்தளமிட்ட பெருமை விஜயாலய சோழனையே (கி.பி.846-881) சாரும். இவன் குமாராங்குசன் என்பவனின் மகனாவான் என்பதைத் தெள்ளாறெறிந்த நந்திவர்மன் காலத்தியதான வேலூர்ப் பாளையச் செப்பேடுகளால் அறியலாகிறது. இருப்பினும் இக்கூற்றுக்கு வலுச்சேர்க்கும்

ஆதாரங்கள் இன்னும் கிடைக்கவில்லை. விஜயாலயன் வழியினரான பிற்காலச் சோழமன்னர்கள் காலத்தில் வரையப்பெற்ற அன்பிற் செப்பேடுகளும் ஆனைமங்கலம் செப்பேடுகளும், திருவாலங்காடுச் செப்பேடுகளும், கன்னியாகுமரிக் கல்வெட்டும் சோழ அரசர்களின் வழியில் தோன்றியவன் விஜயாலயன் என்பதை உறுதிப்படுத்துகின்றன. சங்ககாலச் சோழரின் வழியினரே கி.பி. 9ஆம் நூற்றாண்டினிடையில் சோழப் பேரரசை நிறுவிப் புகழோடு ஆட்சிபுரியத் தொடங்கியவர்கள் என்பது ஒட்டக்கூத்தர் பாடிய மூவருலாவினால் பெறப்படுகிறது. இச்செய்தி ஜெயங்கொண்டாரது கலிங்கத்துப்பரணியாலும் உறுதி செய்யப்பட்டுள்ளது. ஆகவே கடைச்சங்ககாலத்துச் சோழரின் வழியில் தோன்றியவனே விஜயாலயன் என்பது தெள்ளிதின் விளங்குகிறது. இவனே முத்தரையர்களிடமிருந்து தஞ்சையைக் கைப்பற்றி அதனையே சோழ அரசின் தலைநகராக நிர்மாணித்தான். இவனுக்குப் பிறகு இவனது மகன் ஆதித்த சோழன் அரியணையேறினான்.

ஆதித்திய சோழன்

தமது தந்தை கிபி. 881ஆம் ஆண்டு இறந்த பிறகு ஆதித்த சோழன் மன்னனனானான். இவனது காலத்தில் கொங்கு மண்டலம் வெற்றி கொள்ளப்பட்டது. அங்கிருந்து கொண்டு வரப்பட்ட தங்கத்தைக் கொண்டு சிதம்பரம் நடராஜர் கோயில் சிற்றம்பலத்திற்கு முன்பாக உள்ள அம்பலத்தைப் பொன்னம்பலமாக மாற்றிய பெருமைக்குரியவன். இதனைச் சேக்கிழார் பெருமையாகக் குறிப்பிடுகிறார். இங்கு ஸ்படிக லிங்கத்திற்கு நாள்தோறும் ஆறுகாலப் பூசையும் இரண்டாம் காலத்தில் இரத்தின சபாபதிக்கு அபிஷேக வழிபாடுகளும் நடைபெற்று வருகின்றன.

பராந்தக சோழன்

ஆதித்த சோழனுக்குப் பிறகு சோழ நாட்டின் மன்னனாக விளங்கியவன் முதலாம் பராந்தக சோழனாவான் (கி.பி.907-953). இவன் தனது தந்தையாரைப் போன்று சிதம்பரம் நடராஜர் கோயிலுக்கு பொன் வேய்ந்துள்ளான்.

> ''வெங்கோல் வேந்தன் தென்னன் நாடும் ஈழமும் கொண்டதிறற்
> செங்கோற் சோழன் கோழி வேந்தன் செம்பியன் பொன்னணிந்த
> அங்கோல் வளையார் பாடி யாடும் அணி தில்லை யம்பலத்துள்

எங்கோன் ஈசன் எம்மிறையை என்று கோல் எய்துவதே.''
(திருவிசைப்பா-202)

எனப் பராந்தக சோழனின் மகனான கண்டராதித்த சோழர் தாம் யார்த்த திருவிசைப்பாவில் குறிப்பிடுகிறார். மேலும் **''கோதிலாத் தேறல் குனிக்குந் திருமன்றங்காதலாற் பொன் வேய்ந்த காவலனும்.''** (விக்கிரம சோழனுலா -31-32) என்ற விக்கிரம சோழனுலாப் பாடல் வரிகளின் வழியாகவும் பராந்தக சோழன் பொன்வேய்ந்த நிகழ்வை அறிகிறோம்.

இராஜராஜ சோழன்

முதலாம் இராஜராஜ சோழன் சுந்தர சோழனுக்கும் வானவன் மாதேவிக்கும் மகனாகப் பிறந்தவன். இவன் கி.பி.985 முதல் கி.பி. 1014ஆம் ஆண்டு வரை சோழப் பேரரசின் மன்னனாகத் திகழ்ந்தவன். சிதம்பரம் கோயிலில் இவன் மேற்கொண்ட திருப்பணிகளைப் போற்றிய தில்லைவாழ் அந்தணர்கள் இவனுக்கு கி.பி.1004ஆம் ஆண்டு இராஜராஜன் என்னும் பட்டத்தை வழங்கிச் சிறப்பித்துள்ளனர். அதுமுதற்றே இவன் இராஜராஜன் என அழைக்கப்பட்டான் என்று தி.வை.சதாசிவ பண்டாரத்தார் கூறுகிறார். மேலும் இந்நகரை அறிவுசார் மையமாக உயர்த்திய பெருமையும் இராஜராஜ சோழனையே சாரும். காரணம் தில்லையில் பூட்டப்பட்டுக்கிடந்த நூலகத்தை (சரஸ்வதி பண்டாரம்) பொதுமக்களுக்காக மீண்டும் திறந்துவிட்ட பெருமைக்குரியவன். இந்நிகழ்வினைப் பற்றி உமாபதி சிவாச்சாரியார் தமது திருமுறை கண்டபுராணத்தில் **''பண்டாரம் திறந்து விட்டான் பரிவு கூர்ந்தான்''** எனக் குறிப்பிடுகிறார். திருஞானசம்பந்தர், திருநாவுக்கரசர், சுந்தரர் எனும் தேவார ஆசிரியர்கள் மூவர் பாடிய பதிகச் சுவடிகள் சிதம்பரம் நடராஜர் கோயிலில் உள்ள சிற்றம்பலத்தின் மேற்கு திசையில் இருந்த அறையினுள் (இது சரஸ்வதி பண்டாரத்தின் அறைகளில் ஒன்றாகக்கூட இருக்கலாம்) இருப்பதை அறிந்த முதலாம் இராஜராஜன் நம்பியாண்டார் நம்பியின் துணையுடன் அறையினைத் திறந்து அழிவின் விளிம்பில் இருந்த சுவடிகளை மீட்டான். அவ்வாறு மீட்கப்பட்ட சுவடிகளை நம்பியாண்டார் நம்பியிடம் ஒப்படைத்து அவற்றைத் தொகுத்துத் தரும்படி கூறினான். அவரும் திருஞானசம்பந்தர் பாடிய திருப்பதிகங்கள் 1-2-3 திருமுறைகளாகவும் திருநாவுக்கரசர் அருளிய திருப்பதிகங்கள் 4-5-6 திருமுறைகளாகவும் சுந்தரர் பாடிய

திருப்பதிகங்கள் 7ஆம் திருமுறையாகவும் தொகுத்தருளினார். அதோடுமட்டுமன்றி தொகுக்கப்பட்ட தேவாரப்பாடல்களைத் தாம் தஞ்சையில் கட்டிய பெருவுடையார் கோயிலில் நாள்தோறும் பாடுவதற்காக ஆட்களை நியமித்திருந்தார் என்ற தகவலை **''ஸ்ரீ ராஜராஜ தேவர் கொடுத்த பிடாரர்கள் நாற்பத்தெண்மரும் இவர்களிலே நிலையாய் உடுக்கை வாசிப்பான் ஒருவனும் கொட்டிமத்தளம் வாசிப்பவன் ஒருவனும் ஆக ஐம்பதின்மர்க்குப் பேரால் நிதம் நெல்லு முக்குருணி நிவந்தமாய் ராஜகேசரியோடொக்கும் ஆடவல்லான்னென்னும் மரக்காலால் உடையார் உள்ளூர்ப் பண்டாரத்திலே பெறவும்...''**(S.I.I.VOL:I NO: 65) என்ற கல்வெட்டு வரிகளின் மூலம் அறியப்படுகிறது. திருமுறைப் பாசுரங்களைத் தொகுத்ததோடு அல்லாமல் அப்பாடல்களைப் பெருவுடையார் கோயிலில் பாடப்பட்ட பாடல்களைக் கேட்டு மகிழ்ந்திருந்தான் என்பதனாலேயே **''செய திருமுறை கண்ட ராஜராஜ தேவர்''** எனச் சேக்கிழார் பாராட்டுகின்றார்.

இராஜேந்திர சோழன்

இராஜராஜ சோழனுக்கும் கோப்பெருந்தேவியான வானவன் மாதேவிக்கும் மகனாக பிறந்தவன் என்பதை திருவெற்றியூர் கல்வெட்டில் **......''யாண்(டு) சு வது திருவெண்(கா)ட தேவர்க்கு ஸ்ரீராஜராஜதேவர்(ந)ம் பிராட்டியார் தம்பிரானடிகள் வாநவன்மா(தெவி)(தி)யார்த் திரிபுநமா தெவியார் ஸ்ரீராஜெந்திர சோழதேவர் தங்களாச்சி உடைய பிராட்டியார்''.....** *(S.I.I.VOL.V.*982*)* எனச் சுட்டப்படுகிறது. மேலும் இவன் ஆடித் திருவாதிரைத் திருநாளில் பிறந்த செய்தியைத் திருவாரூர் தியாகேசர் கோயிலின் மேற்குப்புறம் உள்ள கருவறைச் சுவற்றின் விருத்தக் குமுதப் பகுதியில் பொறிக்கப்பட்டுள்ள கல்வெட்டில்**........''ஆவணி அவிட்டத்துக்கு திருமுளை யட்டவும் ஆண்டெழுச்சிக்கு திருமுளையட்டவும் அய்யர் பிறந்த அருளியன அப்பிகைச் சதைய திருவிழா வறைவுக்கு திருமுளையட்டவும் தீர்த்தத்துக்கு திருச்சுண்ணம் இடிக்கவும் நாம் பிறந்த ஆடித் திருவாதிரை திருநாளால் வறைவு திருமுளையட்டவும் தீர்த்தத்துக்கு திருச்சுண்ணம் இடிக்கவும்''.......** (கங்கைகொண்ட இராஜேந்திர சோழன், அரியணையேறி ஆயிரமாவது ஆண்டு விழாக் கருத்தரங்கக் கட்டுரைகள், பக்.27) என்ற வரிகளால் அறியப்படுகிறது. கி.பி.1012ஆம் ஆண்டு இளவரசுப்பட்டம்

சூட்டப்பட்ட இராஜேந்திர சோழன், தமது தந்தையார் இராஜராஜ சோழன் இறந்த பிறகு கி.பி.1014ஆம் ஆண்டு அரியணையேறினான். இவன் கி.பி. 1014 முதல் கி.பி. 1022ஆம் ஆண்டு வரையில் எட்டாண்டு காலம் சிதம்பரத்திலிருந்த மாளிகையைத் தமது அரசின் தலைமையிடமாகக் கொண்டிருந்தான் என்று தி.வை.சதாசிவ பண்டாரத்தார் சுட்டுகிறார். பண்டாரத்தார் குறிப்பிடும் இந்த எட்டாண்டு காலத்தில் சிதம்பரம் நடராஜர் கோயில் சைவ சமயத்தின் மையமாக உயர்வு பெற்றது. பெரும்பற்றப்புலியூர் என்ற சிதம்பரத்திற்குத் தனியூர் என்ற சிறப்பு அந்தஸ்து அளிக்கப்பட்டது. இதற்கென்று தனி நிர்வாக சபை உருவாக்கப்பட்டது. கோயிலின் வளர்ச்சிக்காக நிரந்தர வைப்பாகத் தானங்கள் வழங்கிச் சிறப்பிக்கப்பட்டன. பொதுவாக சிதம்பரம் நகரின் வளர்ச்சியே இராஜேந்திர சோழனின் காலத்தில்தான் துவங்கியது எனலாம்.

பெரும்பற்றப் புலியூர் மாளிகையிருந்த இடம் தற்பொழுது கொத்தங்குடித் தோப்பு என அழைக்கப்படுகிறது. கடந்த 1993-94ஆம் ஆண்டு சிதம்பரம் புகைவண்டி நிலையத்தின் கிழக்குப்பகுதியில் உள்ள அண்ணாமலைப் பல்கலைக்கழகம் பொறியியல் துறையின் விரிவாக்கக் கட்டிடம் கட்டுவதற்காகத் தோண்டப்பட்ட பள்ளத்தில் இருந்து கட்டிடத்தின் கருங்கல் தூண், செங்கற்கள், சிதைந்த தரைத்தளப் பகுதி, சிதைந்த ட வடிவிலான கூரை ஓடுகள், பானை ஓடுகள், 24 x 16 x 4 செ.மீ அளவுள்ள செங்கற்கள், மட்பாண்டங்களின் கெண்டிப்பகுதிகள், இராஜராஜ சோழனின் செப்பு நாணயம், சுடுமண் குழாய்களின் உடைந்த பாகங்கள், துளையுடன் கூடிய சுமார் 150 செ.மீ. நீளம் உடைய கருங்கல் துண்டு ஒன்றும் (இது குதிரைகள் கட்டுவதற்காக அக்காலத்தில் பயன்படுத்தப்பட்டிருக்கலாம்) நூலாசிரியரால் கண்டுபிடிக்கப்பட்டுள்ளது. இத்தரவுகளை நோக்குங்கால் கி.பி.10ஆம் நூற்றாண்டு முதல் கி.பி.13 ஆம் நூற்றாண்டுவரை இப்பகுதி வரலாற்று முக்கியத்துவம் பெற்ற பகுதியாக இருந்திருக்க வாய்ப்புள்ளதாகக் கருதமுடிகிறது. இப்பகுதியில் பெரிய குளம் ஒன்றும் அமைக்கப்பட்டுள்ளது. சுமார் ஆறு ஏக்கர் பரப்பளவில் நடத்தப்பட்ட களஆய்வில் இதே காலகட்டத்தைச் சார்ந்த சான்றுகள் கிடைத்துள்ளன. மேற்கண்ட சான்றுகளைக் கொண்டு கரந்தை செப்பேடு குறிப்பிடும் சோழர்களின் பெரும்பற்றப் புலியூர் மாளிகை இருந்த

இடமே தற்போதைய கொத்தங்குடிப்பகுதியாகும். இது கொற்றவன்குடி என்பதன் திரிபு. மேலும் பார்த்தவனமான்யத்திலும், பௌஸ்கரா சம்கிதையிலும் உமாபதி சிவாச்சார்யர் இராஜேந்திரபுரம் என்னும் கொற்றங்குடியில் கட்டப்பட்டிருந்த மடத்தில் தமது சீடர்களுடன் வசித்து வந்ததாகக் *(Pauskara Samhita)* கூறுகின்றன. எனவே இவர் வாழ்ந்த காலமான கி. பி.14-15ஆம் நூற்றாண்டில் கொத்தங்குடி என்பது இராஜேந்திரபுரம் என்றே அழைக்கப்பட்டதை அறியமுடிகிறது. இவனது காலத்தில் குணமேனகைபுரம் என்ற புதிய வணிக நகரத்தை உருவாக்கி அந்நகரத்தின் மொத்த வருவாயைக் கொண்டு ஆனித் திருமஞ்சனத் திருவிழா மற்றும் மார்கழித் திருவாதிரைத் திருவிழாவிற்கும் செலவிட்டுக் கொள்ளுமாறு இவனது 24ஆம் ஆட்சியாண்டில் வெளியிடப்பட்ட நடராஜர் கோயில் கல்வெட்டால் அறிகின்றோம். இதன் மூலம் ஆனித் திருமஞ்சனத் திருவிழா, மார்கழித் திருவாதிரைத் திருவிழா போன்றவை இராஜேந்திர சோழனது காலத்திற்கும் முன்பிருந்தே நடைபெற்று வருவதாகக் கருதமுடிகிறது. இவ்விரு விழாக்களும் தற்காலம் வரையில் சிறப்புடன் கொண்டாடப்பட்டு வருவது குறிப்பிடத்தக்க ஒன்றாகும்.

முதலாம் குலோத்துங்க சோழன்

''சுங்கந்தவிர்த்திருள் நீக்கி உலகாண்ட ஸ்ரீ குலோத்துங்க சோழதேவர்'' என்று கல்வெட்டில் புகழப்பெற்றுள்ள இவன் கீழைச் சாளுக்கிய மன்னனாகிய இராஜராஜ நரேந்திரனின் மகனாவான். இவன்தாய் இராஜேந்திரனின் மகளான அம்மங்கை தேவியார். எனவே இவன் தந்தை வழியிற் சோழர் மரபினன் அல்லன். ஆனால் தாய்வழியிற் சோழர் மரபினன். இவன் கங்கைகொண்ட சோழபுரத்தில் பிறந்து வளர்ந்தவன் என்பதால் தமிழ் மொழியையே தாய்மொழியாகக் கொண்டவனாவான். இவனுக்கு இளமையில் இராஜேந்திரன் என்ற பெயர் வைக்கப்பட்டிருந்ததைச் செல்லூர்ச் செப்பேட்டின் வழியாக அறியமுடிகிறது. வீரராஜேந்திரனுக்குப் பிறகு அரியணையேறிய அதிராஜேந்திரன் சில மாதங்களில் நோயால் பாதிக்கப்பட்டு கி.பி.1070ஆம் ஆண்டின் இடைப்பகுதியில் இறந்தான். இவனுக்கு வாரிசு இல்லை என்பதால் அடுத்த மன்னர் யாரென எதிர்நோக்கிக் காத்திருந்தது சோழராஜ்ஜியம். இதற்கிடையே சிற்றரசர்களின் கலகங்கள் வேறு ஆங்காங்கு நடைபெற்ற வண்ணம் இருந்தன.

இதனைக் கேள்விப்பட்ட குலோத்துங்கன் இராஜேந்திர சோழனின் பேரன் என்ற உரிமையுடன் கங்கைகொண்டசோழபுரத்தை அடைந்து கி.பி.1070 ஆம் ஆண்டு சோழப்பேரரசின் மன்னனாக முடிசூடிக்கொண்டான். குலோத்துங்க சோழன் தில்லைக் கூத்தனின்பால் அளவற்ற பக்தி கொண்டவனாதலால் தானங்கள் பலவழங்கி சிறப்பித்தான். இவனது காலத்தில் நடராஜர் கோயில் அதிக பக்தர்களின் வருகையால் இடநெருக்கடி ஏற்பட்டு பக்தர்கள் சிரமப்பட்டுவந்தனர். இதனைக் கருத்தில் கொண்டு எதிர்கால மக்கள் தொகைக்கேற்ப கோயிலை விரிவுபடுத்தும் பணிகளை முடுக்கிவிட்டிருந்ததைக் கல்வெட்டுக்கள் சுட்டுகின்றன. குறிப்பாக மயிலாடுதுறை வட்டம் நீடுர் சோமநாத சுவாமி கோயிலில் உள்ள முதலாம் குலோத்துங்க சோழனின் 46ஆவது ஆட்சியாண்டில் வெளியிடப்பட்ட கல்வெட்டில் தொண்டைநாட்டுக் காரிகைக் குளத்தூர் தலைவனும், மிழலை நாட்டு வேளாண்மை கொண்டவனுமாகிய கண்டன் மாதவன் என்பவன் தில்லையம்பலத்தின் வடகீழ்த் திசையில் சொன்னவாறறிவார் கோயிலும் சிவபுராணங்களை விரித்துக் கூறுதற்கு இடமாகிய புராண மண்டபமும் அதனையொட்டிய திருமாளிகைப் பத்தியும் மலைபோன்று உயர்ந்து தோன்ற வரிசையாகக் கட்டினான் என்பதை,

'' ஆரியவுலகம் அனைத்தையும் குடைக்கீழ்
ஆக்கிய குலோத்துங்க சோழற்
காண்டொரு நாற்பத்தாறிடைத் தில்லை
யம்பலத்தே வட கீழ்பால்
போ(ர)ரியல் மதத்துச் சொன்னவாறறிவார்
கோயிலும் புராணநூல் விரிக்கும்
புரிசை மாளிகையும் வரிசையா விளங்கப்
பொருப்பினான் விரும்புறச்
செய்தான்....கண்டன்..மாதவனே.

(தில்லைப் பெருங்கோயில் வரலாறு;பக்கம்:107) என்ற பாடல் வடிவிலான இக்கல்வெட்டில் கூறப்பட்டுள்ள சொன்னவாறறிவார் கோயில் யாரும் யாவும் கழறினவும் அறியும் ஆற்றலை இறைவனருளால் பெற்ற சேரமான் பெருமானுக்கு அமைத்த திருக்கோயிலாகும். தில்லை நடராஜர் கோயிலின் வட கீழ்திசையில் கண்டன் மாதவனால் கட்டப்பட்ட இக்கோயில்

தற்போது தடம் காணவியலாத அளவிற்கு அழிந்து விட்டது. சிற்றம்பலத்தைச் சுற்றியுள்ள முதல் திருச்சுற்று விக்கிரம சோழன் திருமாளிகை எனவும் இரண்டாம் திருச்சுற்று குலோத்துங்கன் சோழன் திருமாளிகை எனவும் மூன்றாம் திருச்சுற்று மாளிகை ராஜாக்கள் தம்பிரான் திருவீதி எனவும் கல்வெட்டுகள் சுட்டுகின்றன. குலோத்துங்க சோழன் திருமாளிகையாகிய இரண்டாம் திருச்சுற்றின் மேற்புறத்தில் அமைந்துள்ள கோபுர வாயில் குலோத்துங்க சோழன் திருமாளிகைப் புறவாயில் என அழைக்கப்பட்டதையும் கல்வெட்டு குறிப்பிடுகிறது.

முதலாம் குலோத்துங்க சோழனுக்கு குந்தவை, மதுராந்தகி என இரண்டு சகோதரிகள் இருந்தனர். இவர்கள் இருவரும் சிதம்பரம் நடராஜர் மீது அளவற்ற பக்திகொண்டதன் விளைவாகக் கோயிலில் திருப்பணிகளை மேற்கொண்டனர். குந்தவை ஆழ்வார் தில்லைச் சிற்றம்பலப் பெருமான் தண்ணீர் அமுது செய்தருளுவதற்கெனத் தங்கத்தால் செய்யப்பட்ட பாத்திரம், கண்ணாடி மற்றும் ஐம்பது கழஞ்சு நிறையுள்ள பொன் போன்றவற்றைத் தானமாக வழங்கியுள்ளார். இத்தகவலை **''ஸ்வஸ்திஸ்ரீ திரிபுவனச் சக்கரவர்த்திகள் குலோத்துங்க சோழதேவர் திருத்தங்கையார் இராஜராஜன் குந்தவை ஆழ்வார் ஆளுடையார்க்குத் தண்ணீர் அமுது செய்தருள் இட்ட(மி)ண்டம் ஒன்றினால் குடிஞைக்கல் நிறை மதுராந்தகன் மாடையோடு ஒக்கும் பொன் ருய ஐம்பதின் கலஞ்சு உ...''** *(S.I.I.VOL.IV.*224*)* என்ற கல்வெட்டு வரிகளால் அறிகிறோம். கி.பி.1114ஆம் ஆண்டில் வெளியிடப்பட்ட மற்றொரு கல்வெட்டில் குந்தவை....,

''நானிலத்தை முழுதாண்ட சயதரற்கு
நாற்பத்து நாலா மாண்டில்
மீனநிகழ் நாயிற்று வெள்ளிபெற்ற
வுரோகணிநாள் இடபப் போதால்
தேனிலவு பொழிற்றில்லை நாயகர்தங்
கோயிலெலாஞ் செம்பொன் வேய்ந்தான்
எனவருந் தொழுதேத்தும் இராஜராஜன்
குந்தவைபூ விந்தை யாளே''
*(E.I.VOL.XIII.*105*)*

என்ற பாடல் கல்வெட்டில் சயதரன் என்ற விருதுப் பெயரினையேற்றியிருந்த முதலாம் குலோத்துங்க சோழனின் 44

ஆம் ஆண்டில் (கி.பி.1114) தில்லை சிற்றம்பலத்திற்குப் பொன்வேய்ந்துள்ள செய்தியையும் தருகிறது.

முதலாம் குலோத்துங்க சோழனின் மற்றொரு தங்கையான மதுராந்தகி தில்லையில் இருந்த சிவனாடியார்களுக்கும் இடையறாது உணவளித்து வந்த திருமடத்திற்கும், நந்தவனத்திற்கும் நிவந்தமாக நிலங்களை வழங்கியுள்ள செய்தியை **''திரிபுவனச் சக்கரவர்த்திகள் ஸ்ரீ குலோத்துங்க சோழதேவற்கு யாண்டு நாற்பத்தாறாவது ராஜாதிராஜ வளநாட்டுத் தனியூர் பெரும்பற்றப்புலியூர் உடையார் திருச்சிற்றம்பலமுடையார்க்குத் திருநந்தவனப் புறமாகவும் ஸ்ரீமகேஸ்வரர்க்குத் திருவமுது செய்ய மடப்புறம் நம் பெருமாள் திருத்தங்கையார் மதுராந்தகியாழ்வார் வாச்சி(ய)ன்இரவி திருச்சிற்றம்பல முடையான் பேரில் விளை கொண்ட நிலம் கிடாரங்கொண்ட சோழப் பேரிளமைநாட்டு எருக்காட்டாஞ் சேரியான ஜயங்கொண்ட சோழ நல்லூர்ப்பால் ஸ்ரீ திருச்சிற்றம்பலவதிக்குக் கிழக்கு ராஜராஜன் வாய்க்காலுக்கு வடக்கு.....''**(S.I.I.VOL.NO:222)என்ற கல்வெட்டு வரிகளால் அறியலாகிறது. இந்தத் திருமடம் சிதம்பரம் நகரில் தொடர்ந்து உணவளிக்கும் அறப்பணியாற்றி வந்ததால் தாமும் அந்த அறச்சாலைக்குத் தானங்களை வழங்கி மேலும் சிறப்பித்துள்ளார். சமகாலத்தில் உள்ள ஆட்சியாளர்கள் முந்தைய ஆட்சியாளர்கள் கொண்டுவந்த மக்கள் நலப் பணியினை நிறுத்திவைப்பது போலல்லாமல் அறப்பணி தொடர வழிவகை செய்தான்.

விக்கிரம சோழன்

முதலாம் குலோத்துங்க சோழனின் மகனான விக்கிரம சோழன் கி.பி.1118 முதல் கி.பி.1136 வரை சோழப் பேரரசின் மன்னனாகத் திகழ்ந்தவன். இவ்வேந்தனின் பத்தாம் ஆட்சியாண்டில் பிற அரசர்கள் அளித்த திறைப் பொருளைக் கொண்டு தில்லை நடராஜர் கோயிலுக்கு பற்பல திருப்பணிகள் செய்துள்ளதை இவனது மெய்க்கீர்த்தி குறிப்பிடுகிறது. இத்திருப்பணிகள் அனைத்தும் கி.பி.1128ஆம் ஆண்டு ஏப்ரல் திங்கள் 15ஆம் நாளில் முடிவடைந்துள்ளதையும் மெய்க்கீர்த்தியிலுள்ள காலக்குறிப்பினால் அறியலாகிறது. இவனது அரசவையில் முதலமைச்சராகவும் படைத்தளபதியாகவும் இருந்த நரலோக வீரன் விக்கிரம சோழனால் தில்லையில் மேற்கொள்ளப்பட்ட அத்தனைப் பணிகளையும் செவ்வனே

செய்து முடித்த பெருமைக்குரியவனாவான். சிதம்பரம் நடராஜர் கோயிலைச் சுற்றியிருந்த நான்கு வீதிகளும் திருவிழாக் காலங்களில் அதிகம் மக்கள் கூடுவதால் இடநெருக்கடி ஏற்பட்டு மக்கள் சிரமப்படுவதைத் தவிர்ப்பதற்காக நான்கு வீதிகளையும் விரிவாக்கம் செய்தான். இப்பணியானது இவனது நேரடி மேற்பார்வையில் நடைபெற்றிருக்கவேண்டும். காரணம் இவ்வீதிகளின் அகலம் 60 மீட்டராகும். அதாவது 200 அடியாகும். இச்சாலை விரிவாக்கத்தின் பயனாக இனி எக்காலத்திலும் கோயிலைச் சுற்றி இருக்கும் நான்கு வீதிகளிலும் இடநெருக்கடி என்ற பேச்சுக்கே இடமில்லாமல் போனது. அதோடு மட்டுமன்றி நான்கு வீதிகளின் அளவுகளைக் குறிப்பதற்கென ஒவ்வொரு வீதியின் சந்திப்பின் இறுதியில் நான்கு சிறிய மண்டபங்கள் அமைக்கப்பட்டுள்ளதை இன்றும் காணலாம். ஆயிரம் ஆண்டுகள் கடந்த இத்திரு வீதிகள் இன்றும் மக்கள் பயன்பாட்டில் உள்ளன. விக்கிரம சோழன் காலத்தில் தில்லையில் இருந்த அத்தனை தெருக்களிலும் இரவு நேரங்களில் மக்கள் அச்சமின்றி செல்லவேண்டும் என்பதற்காக தெரு விளக்குகளை அமைத்து இரவைப் பகலாகும்படிச் செய்தான். விக்கிரமசோழன் தமது பெயரில் புதிதாக வீதியொன்றை ஏற்படுத்தி மக்கள் பயன்பாட்டிற்கு கொண்டு வந்ததை.....

''பாவக நிரம்புதிரு மாலுமலரோனும்
பரந்தபதி னெண்கணனும் வந்துபர வத்தஞ்
சேவக நிரம்புதிரு வீதிபுலியூற்
செய்த பெருமான்மதலை சிற்றில்சிதை யேலே''

என அதன் அழகைப் பற்றி விக்கிரம சோழனின் அவைக்களப் புலவராக விளங்கிய ஒட்டக்கூத்தர் தமது குலோத்துங்கன் பிள்ளைத் தமிழில் குறிப்பிடுகிறார். மேலும் **''விக்கிரம சோழன் தெங்குத் திருவீதி''** என்ற கல்வெட்டு வரியின், மூலமும் அப்பெருமைமிகு திருவீதியின் கட்டமைப்பை உணரமுடிகிறது. மேலும் தில்லைக்கூத்தன் மாசி மாதம் கடலாடுவதற்காக **''.... மாசிக் கடலாடி வீற்றிருக்க மண்டபமும் பேசற்றவற்றைப் பெருவழியும் ஈசற்குத் தென்புலியூர்க் கேயமைத்தான் கூத்தன் திசையனைத்தும் மன்புலியாணை நடக்க வைத்து....''***(SI.I.VOL. IV.NO.225)* என்ற கல்வெட்டு வரிகளால் விக்கிரமசோழன் காலத்தில் சிதம்பரத்திலிருந்து கடற்கரை வரை பெருவழியொன்று அமைக்கப்பட்டிருந்ததைப் பற்றியும் அறிகிறோம். இங்கு கூடும்

மக்களுக்காக நன்னீர் குளங்களையும் ஏற்படுத்தி இருந்தான். கடற்கரையில் இருந்து சிதம்பரம் நகரினை இணைத்திருந்த இப்பெருவழியானது கடல்சார் வணிகர்களின் பயன்பாட்டுப் பாதையாகக் கூட அக்காலத்தில் இருந்திருக்கலாம்.

ஆலங்குடி ஆபத்து சகாய ஈஸ்வரர் கோயிலில் விக்கிரம சோழனின் கி.பி.1128ஆம் ஆண்டு வெளியிடப்பட்ட கல்வெட்டில் சிதம்பரம் நடராஜர் கோயிலில் விரிவாக்கத் திருப்பணிகள் மேற்கொள்ளப்பட்டமை பற்றிக் குறிப்பிடுகிறது. எனவே இவனது காலத்தில் நடராஜர் கோயிலுக்கு வரக்கூடிய பக்தர்களின் எண்ணிக்கையும் கூடியுள்ளதாகக் கருதலாம். இதனைக் கருத்தில்கொண்டே தில்லை நகரில் விக்கிரம சோழன் விரிவாக்கப் பணிகளை முடுக்கிவிட்டுள்ளான். குறிப்பாகச் சிற்றம்பலத்தைச் சுற்றித் திருச்சுற்று மாளிகையொன்றைக் கட்டி அதற்கு விக்கிரம சோழன் திருமாளிகை எனப் பெயரிடப்பட்டுள்ளதைக் கல்வெட்டு குறிப்பிடுகிறது. விழாக் காலங்களில் பக்தர்கள் இம்மாளிகையிலிருந்தவாறே கோயிலில் நடைபெறும் இறையியல் நிகழ்வுகளைக் கண்டுகளிக்கலாம். இதன் மூலம் சிற்றம்பலத்தைச் சுற்றியுள்ள பகுதியில் கூட்டநெரிசல் ஏற்படாமல் காக்கப்பட்டது. நடராஜர் கோயிலில் உள்ள நூற்றுக்கால் மண்டபத்தில் பன்னிரண்டு தூண்களில் **'விக்கிரம சோழன் திருமாளிகை''** என்ற வாசகங்கள் காணப்படுவதால் இம்மாளிகையைக் கட்டியவன் விக்கிரம சோழனாவான் என்பதையும் அறிகின்றோம். இவனது கட்டுமான ஆணையை அப்படியே நிறைவேற்றியவன் இவனது படைத்தளபதியான அரும்பாக்கிழான் மணவிற் கூத்தன் காலிங்கராயனாவான் என்பதை **''...மல்லற் குலவரையா னூற்றுக்கான் மண்ட பத்தைத் தில்லைப் பிரானுக்குச் செய்தமைத்தான் கொல்லம் அழிகண்டான் தொண்டையாரேறு.....''** *(S.I.IVOL.IV.*224)என்ற கல்வெட்டு வரியால் அறியமுடிகிறது. எனவே விக்கிரம சோழனின் காலத்தில் கோயிலுக்கு வெளியே விழாக்காலங்களில் மக்கள் சிரமமின்றிக் கூடுவதற்காகத் தெருக்களை விரிவுபடுத்தியது போன்று கோயிலினுள் ஏற்படக்கூடிய இடநெருக்கடியைத் தவிர்ப்பதற்கான அனைத்து விரிவாக்கப் பணிகளையும் செய்துள்ளான். தில்லையில் மேற்கொள்ளப்பட்ட திருப்பணிகளைப்பற்றி இவனது மெய்க்கீர்த்தியிலும் காண்கிறோம்,

பூமாலை மிடைந்து பொன்மாலை திகழப்
பாமாலை மலிந்த பருமணித் திரள்புயத்
திருநில மடந்தையொடு ஐயமக ளிருப்பக்
....
....
திருமணி பொற்றோட் டெழுதுபத் தாண்டு
வருதிறை முன்னே மன்னவர் சுமந்து
திறைநிறைத்துச் சொரிந்த செம்பொற் குவையால்
தன்குல நாயகன் தாண்டவம் பயிலுஞ்
செம்பொன்னம் பலஞ்சூழ் திருமா ளிகையும்
கோபுர வாசல் கூடசா லைகளும்
உலகு வலங்கொண் டொளிவிளங்கு நேமிக்
குலவரை உதைய குன்றமொடு நின்றெனப்
பசும்பொன் வேய்ந்த பலிவளர் பீடமும்
விசும்பொளி தழைப்ப விளங்குபொன் வேய்ந்து
இருநிலந் தழைப்ப இமையவர் களிப்பப்
பெரிய திருநாள் பெரும்பெயர் விழாவெனும்
உயர்பூரட் டாதி உத்திரட் டாதியில்
அம்பல நிறைந்த அற்புதக் கூத்தர்
இம்பர் வாழ எழுந்தருளு வதற்குத்
திருத்தேர்க் கோயில் செம்பொன் வேய்ந்து
பருத்திரண் முத்தின் பயி ' ல்வடம் பரப்பி
நிறைமணி மாளிகை நெடுந்திரு வீதிதன்
திருவளர் பெயராற் செய்துசமைத் தருளி
பைம்பொற் குழித்த பரிகல முதலாச்
செம்பொற் கற்பகத் தொடுபரிச் சின்னமும்
அளவில் லாதன வொளிபெற வமைத்துப்
பத்தா மாண்டில் சித்திரைத் திங்கள்
அத்தம் பெற்ற ஆதிவா ரத்துத்
திருவளர் மதியின் திரையோதசிப் பக்கத்து
இன்ன பலவும் இனிதுசமைத் தருளி
....

(பிற்காலச் சோழர் வரலாறு.ப.545)

இரண்டாம் குலோத்துங்க சோழன்

விக்கிரம சோழனுக்கு பிறகு இவனது மகன் இரண்டாம் குலோத்துங்க சோழன் கி.பி.1135 ஆம் ஆண்டு சோழப் பேரரசின் மன்னராக அரியணையேறினான். இவன் தில்லையம்பதியில், தேவர்கோன் மூதூரிலுள்ள பெரு வீதிகள் அனைத்தும் கண்டு நாணுமாறு நாற்பெருந் தெருக்கள் அமைத்தும் பற்பல

மண்டபங்கள் கட்டுவித்தும் தில்லையைச் சிறப்புறச் செய்தான். நடராஜர் கோயிலின் உட்கோபுரத்தையும், திருச்சுற்று மாளிகையும் மாமேரு போல எடுப்பித்ததோடு, ஏழு நிலைகளைக் கொண்ட கிழக்குக் கோபுரத்தையும் கட்டியுள்ளான். உமாதேவியார் தாம் பிறந்த இமயவெற்பை மறக்கும்படி சிவகாமிக் கோட்டத்தை மிகப்பெரியதாகக் கட்டினான். மேலும் சிவகாமி அம்மையார் விழாக்காலங்களில் உலா வருவதற்காகப் பொன்னாலும், விலைமதிப்பற்ற கற்களாலும் அலங்கரிக்கப்பட்ட தேர் ஒன்றை செய்தளித்தான். இரண்டாம் குலோத்துங்க (கி.பி.1133-1150) சோழன் காலத்தில் நடராஜர் பெருமானைத் திருவிழாக் காலங்களில் வழிபட அதிக மக்கள் வருவதால் பொன்னம்பலத்திற்கு எதிரே மிகப்பெரிய அளவில் இடநெருக்கடி தொடர்ந்து ஏற்பட்டு வந்தது. கோவிந்தராஜப் பெருமாள் கோயிலும் பொன்னம்பலத்திற்கு எதிராகக் கட்டப்படிருந்தது. இதனால் அவ்வப்பொழுது சைவ, வைணவ பக்தர்களுக்கு இடையே சமய உரசலும் ஏற்பட்டு வந்தது. இது மக்களிடயே நிரந்தரமாகச் சமயப் பிரிவினையை ஏற்படுத்தி விடக்கூடாது எனக் கருதிய இரண்டாம் குலோத்துங்கன் பொன்னம்பலத்திற்கு எதிரே விரிவாக்கப்பணிகளைத் துவக்கினான். இவற்றைக் கண்ட வைணவர்கள் கடும் எதிர்ப்பை தெரிவித்தனர். வைணவர்களின் கடும் எதிர்ப்பினால் கோயிலின் விரிவாக்கப் பணிகள் இடர்ப்பட்டு விடக்கூடாது எனக் கருதிய இரண்டாம் குலோத்துங்க சோழன் கி.பி.726 முதல் கி.பி. 775 வரை ஆட்சிபுரிந்த நந்திவர்ம பல்லவனால் கட்டப்பட்ட கோவிந்தராஜப் பெருமாள் கோயிலையே அகற்ற திட்டமிட்டான். இக்கோயில் திருமங்கையாழ்வாரால் மங்களாசனம் செய்யப்பட்டு தில்லைச் சித்திரக் கூடம் என அழைக்கப்பட்டதை,

''மூவாயிரநான் மறையாளர் நாளும்
முறையால் வணங்க அணங்காய சோதி
தேவாதி தேவன் திகழ்கின்ற தில்லைத்
திருச்சித்திர கூடம் சேர்மின்களே''.

(பெரிய திருமொழி 3-2,8) எனத்
திருமங்கையாழ்வார் போற்றுகிறார்.

''செந்தளிர்வாய் மலர்நகைசேர் செழுந்தண் சோலைத்
தில்லை நகரத் திருச்சித்ர கூடந் தன்னுள்
அந்தணர்க ளொருமூவா யிரவ ரேத்த

அணிமணியா சனத்திருந்த வமமான் றானே''
(பெருமாள் திருவாய் மொழி 10-2)

எனக் குலசேகராழ்வாரும் பாடியுள்ளனர். பொதுமக்களுக்கு இடையூறாக இருந்த கோவிந்தராஜப் பெருமாள் கோயில் வளாகம் விரிவுபடுத்தும் பணியானது இவனது காலத்தில் அதிரடியாக மேற்கொள்ளப்பட்டது. மேற்கண்ட பாடல் பதிவுகளிலும் கோயில் திருப்பணியின் பொழுது ஏற்பட்ட எதிர்ப்பு மற்றும் அரசு மேற்கொண்ட அதிரடியான நடவடிக்கைகள் குறித்த பதிவுகளையும் காணமுடிகிறது.

ஒரு கட்டத்தில் வைணவர்களின் எதிர்ப்பு வலுக்கவே கோவிந்தராஜர் சிலையை அகற்றித் தற்போது பரங்கிப்பேட்டை (கிருஷ்ணாப்பட்டினம்) என அழைக்கப்படும் ஊருக்கு அருகே வங்கக் கடலில் கிடத்திடச்செய்தான். இரண்டாம் குலோத்துங்க சோழனின் இந்த அதிரடியான செயல் வைணவர்களின் மனதைப் பெரிதும் பாதித்துவிட்டது. சைவ, வைணவர்கள் இடையே சமயப் பூசலும் ஏற்பட்டது. எதைப்பற்றியும் கவலைப்படாமல் குலோத்துங்கன் மேற்கொண்ட விரிவாக்கப் பணியின் வாயிலாக மக்கள் நலத்திட்டங்களை அரசு நிறைவேற்றும் பொழுது குறுக்கே இறைமூர்த்தமே இருந்தாலும் அது அகற்றப்பட்டு அங்கு மக்கள் நலனே நிலைநாட்டப்பட வேண்டுமென்றக் கோட்பாட்டினை உணரும்பொழுது வியப்பளிப்பதாக உள்ளது. இந் நிகழ்வினைப்பற்றி...,

''தில்லைத் திருமன்றின் முன்றிற் சிறுதெய்வத்
தொல்லைக் குறும்பு தொலைத்தெடுத்து''
என்று குலோத்துங்கன் உலாவும்(77-78).

''பொன்னிற் குயிற்றிப் புறம்பிற் குறும்பனைத்து
முன்னர்க் கடலகழின் மூழ்குவித்த சென்னி''
என இராஜராஜன் உலாவும்(65-66).

''முன்றிற் கிடந்த கருங்கடல் போய்
முன்னைக் கடல்புகப் பின்னைத் தில்லை
மன்றிற் கிடங்கண்ட கொண்டன் மைந்தன்
மரகத மேருவை வாழ்த்தினவே''

என்ற தக்கயாகப்பரணி (த.ப-77)யின் வரிகளாலும் அறிகின்றோம். குறிப்பாகச் சிதம்பரம் நகரில் மேற்கொள்ளப்பட்ட

மக்கள் நல விரிவாக்கப்பணிகள் அனைத்துமே விக்கிரம சோழன் காலத்தில் துவங்கப்பட்டு அவனது மகனான இரண்டாம் குலோத்துங்க சோழன் காலத்தில் நிறைவுற்றதாக வரலாற்று அறிஞர்கள் கூறுகின்றனர். கோயிலுக்கு வரும் பக்தர்களின் நலனுக்காகச் சிவகங்கை தீர்த்தக் குளத்தின் நாற்புறமும் திருச்சுற்றுக் கூடங்களைக் கட்டுவித்து அழகுப்படுத்தினான். இது இன்றுவரை கோயில் வளாகத்தில் மக்களின் பயன்பாட்டில் இருப்பது சிறப்பு வாய்ந்த ஒன்றாகும். இவ்வாறு இரண்டாம் குலோத்துங்க சோழனது காலத்தில் சிதம்பரத்தின் மக்கள் தொகைப் பெருக்கத்தைக் கருத்தில் கொண்டு ஊர் விரிவாக்கம், வீதிகளை அகலப்படுத்துதல், புதிய நீர் நிலைகளை ஏற்படுத்துதல் எனப் பக்தர்களுக்கான அடிப்படை வசதிகள் அனைத்தையும் செய்து முடித்தான்.

மூன்றாம் குலோத்துங்க சோழன்

கி.பி.1178 முதல் கி.பி.1218 ஆம் ஆண்டு வரை ஆட்சி புரிந்த மூன்றாம் குலோத்துங்க சோழன் சிதம்பரம் நடராஜர் கோயிலுக்குப் பல திருப்பணிகளை மேற்கொண்ட பெருமைக்குரியவன். தில்லைச் சிற்றம்பலத்திற்கு முன்னுள்ள கனகசபை என அழைக்கப்படும் எதிரம்பலத்தைப் பொன்னால் வேய்ந்தான். நடராஜர் பெருமானுக்குச் சித்திரை திங்களில் திருவிழா நடத்த வழிவகை செய்ததோடு சிவகாமி அம்மையார் திருக்கோயிலின் விமானத்தைப் பொன்னால் வேய்ந்தான். இத்தகவலை,

"..

புயல்வாய்த்து மண்வளரப் புலியாணையும் சக்கரமும்
செயல்வாய்த்த மனுநூலும் செங்கோலுந் திசைநடப்பக்
கொற்றவையும் திருவும் வாழக்
கொடுங்கலிகெடக் குளிர்வெண்குடைக்
கற்பகாலம் படிகவிப்பக் கதிரவன்குல முடிசூடி
எத்தரையுந் தொழுமிறைவற் கெதிரம்பலஞ் செம்பொன்வேய்ந்து
சித்திரைவிழா அமைத்திறைவி திருக்கோபுரஞ் செம்பொன்வேய்ந்து

....

(பிற்காலச்சோழர் வரலாறு.ப.259)

என்று இவனது மெய்க்கீர்த்தி குறிப்பிடுகிறது. குதிரைகள் பூட்டிய தேரின் வடிவத்தை ஒத்துள்ள நிருத்த சபையைக் கட்டிய பெருமைக்குரியவன் இவன். நடராஜர் கோயிலில் திருமாளிகைப்

பத்தியுடன் கூடிய மூன்றாம் பிரகாரம் இராஜாக்கள் தம்பிரான் என்னும் சிறப்புப்பெயரினைக் கொண்டது. இதனை கட்டியவனும் இவனேயாவான். இம்மன்னரது 36 ஆவது ஆட்சியாண்டில் (கி.பி.1214-15) தில்லை சிற்றம்பலத்தில் திரு அணுக்கன் திருவாயிலை ஒட்டி அமைந்த கனகசபையாகிய எதிரம்பலத்தின் அடிப்பீடம் இவ்வேந்தனால் பொன்தகடு போர்த்தப்பட்டது. இவ்வாறு பொன்தகடு போர்த்துவதற்கு முன்பு அங்கு பொறிக்கப்பட்டிருந்த முதலாம் குலோத்துங்க சோழனின் தங்கையார் மதுராந்தகி ஆழ்வார் திருச்சிற்றம்பல முடையார்க்குத் திருநந்தவனத்திற்கும், மகேஷ்வரர்களுக்கு திருவமுது அளிக்கவும் நிலம் அளிக்கப்பட்ட தகவலைக் கூறும் கல்வெட்டைப் பிழைபடாமல் படியெடுக்கப்பட்டு இரண்டாம் பிரகாரத்தினையொட்டிய வாயிலான குலோத்துங்க சோழன் திருமாளிகைப் புறவாயிலின் வடக்குப் பகுதியில் அப்படியே பொறித்திட ஆணையிட்டான் (தில்லைப் பெருங்கோயில்.ப.109). நடராஜர் கோயிலில் சேக்கிழார் பெருமான் அமர்ந்து திருத்தொண்டர் புராணத்தை இயற்றுவதற்கும், பாடல்களின் விளக்கங்களைப் பொதுவெளியில் விளக்கமுற விவாதிக்கப்படுவதற்காகவும் ஆயிரங்கால் மண்டபத்தை மூன்றாம் குலோத்துங்க சோழன் கட்டியருளினான் என்று தி.வை.சதாசிவ பண்டாரத்தார் குறிப்பிடுகிறார்.

மூன்றாம் இராஜராஜ சோழன்

கி.பி.1218ஆம் ஆண்டு மூன்றாம் குலோத்துங்க சோழன் இறந்த பிறகு மூன்றாம் இராஜராஜ சோழன் அரியணையேறினான். இவன் பதவியேற்ற பன்னிரண்டு ஆண்டுகளில் முதல் மாறவர்மன் சுந்தரபாண்டியன் இரண்டுமுறை சோழநாட்டின் மீது படையெடுத்து வந்து தாக்கி நிர்மூலமாக்கினான். உறையூர், தஞ்சாவூர் போன்ற நகரங்கள் தீக்கிரையக்கப்பட்டு அழிக்கப்பட்டன. பழையாறை பாண்டியர்களின் தாக்குதல்களால் தனது தோற்றப்பொலிவை இழந்தது. பாண்டியர் படையெடுப்பைச் சமாளிக்க முடியாமல் ஓடிய மூன்றாம் இராஜராஜ சோழனை இடைமறித்த முதலாம் கோப்பெருஞ்சிங்கன் அவனை கைதுசெய்து சேந்தமங்கலத்தில் சிறைவைத்தான். பிறகு இவனது உறவினரான ஹொய்சாள மன்னன் வீரநரசிம்மனால் மீட்கப்பட்டான். ஒரு பக்கம் பாண்டியர் படையெடுப்பு, மறுபக்கம் பிற்காலப் பல்லவ மன்னர் கோப்பெருஞ்சிங்கனின்

எழுச்சி, காலம் கருதி காத்திருந்த மகத மண்டலத்தின் தலைவன் வாணகோவரையரின் கலகங்கள் போன்றவற்றால் மூன்றாம் இராஜராஜ சோழனின் கீழிருந்த சோழ ராஜ்ஜியமே தள்ளாடியது. இருப்பினும் இவரது காலத்தில் வெளியிடப்பட்ட 31 கல்வெட்டுகள் சிதம்பரம் நடராஜர் கோயிலில் உள்ளன. மூன்றாம் இராஜராஜ சோழனின் 2ஆம் ஆட்சியாண்டில் இருந்து 26ஆவது ஆட்சியாண்டு வரையிலான (கி.பி.1218 முதல் கி.பி.1242) 24 வருடங்களில் தில்லை நடராஜர் கோயிலுக்கு இருபது நந்தவனங்கள் ஏற்படுத்திய தகவலை அறியமுடிகிறது. நடராஜர் கோயிலின் முதல் பிரகாரத்தின் கிழக்குப் புறச்சுவற்றில் பொறிக்கப்பட்டுள்ள மூன்றாம் இராஜராஜ சோழனின் 16வது ஆட்சியாண்டைச் சார்ந்த (கி.பி.1233) கல்வெட்டு சிதம்பரத்திலிருந்த இலவச உணவகம் பற்றிய தகவலைச் சுட்டுகிறது. இவ்வுணவுச் சாலைக்கு **பண்டுர்''** என்ற ஊரிலிருந்த நிலங்கள் தானமாக வழங்கப்பட்டுள்ளதையும் இக்கல்வெட்டுக் குறிப்பிடுகிறது. இந்த உணவுச் சாலைக்கு **''அறப்பெருஞ்செல்விசாலை''** எனப் பெயரிடப்பட்டிருந்தது. இந்த அறச்சாலையானது தில்லை நகரில் இருந்த **முடித்தலைகொண்டபெருமாள்** திருவீதியின் மேற்குத் தெருவில் செயல்பட்டு வந்ததையும் அறிகிறோம். ஒரு பக்கம் எதிரிகளின் எழுச்சியால் ஏற்பட்ட இடர்ப்பாடுகள் இருந்தபோதிலும் நடராஜர் மீது இவன் கொண்டிருந்த பற்றினால் இவன் வழங்கியுள்ள தானங்கள் அளப்பரியதாகப் பார்க்கப்படுகின்றன. இவனுக்குப் பிறகு அரியணையேறிய இவனது மகன் மூன்றாம் இராஜேந்திர சோழனின் கல்வெட்டுக்கள் எதுவும் நடராஜர் கோயிலில் காணப்படவில்லை. இதிலிருந்து மூன்றாம் இராஜராஜ சோழனின் காலத்திலேயே சோழ சாம்ராஜியத்தின் வீழ்ச்சி ஏற்பட்டுவிட்டதாகவே கருதுகிறோம். சோழர்களுக்குப் பிறகு பிற்காலப் பல்லவர்களின் எழுச்சியால் சிதம்பரம் அவர்களது ஆளுகையின் கீழ் வந்தது.

பிற்காலப் பல்லவர்

காஞ்சி மாநகரைத் தலைநகராகக் கொண்டு ஆட்சி செய்து வந்த பல்லவ அரசு வீழ்ச்சியுற்ற பிறகு ஆற்காட்டுப்பகுதியில் காடவ வம்சத்தினர் எழுச்சி பெற்று சோழர்களுடைய ஆட்சியின் கீழ் சிற்றரசர்களாக இருந்து வந்தனர். இவர்கள் தங்களைப்

பல்லவர் வழி வந்தவர்கள் எனப் பெருமையாகக் கூறிக் கொண்டனர் என்பதை,

> "வையம் நிகழ் பல்லவர்தம் குலத்து வந்த
> மாமணி மாநில முழுவதும் மகிழ்ந்து காக்கும்
> ஐயடிகள் காடவர்கோன்..."

என்று உமாபதி சிவாச்சாரிய சுவாமிகள் குறிப்பிடுகின்றார். முதலாம் கோப்பெருஞ்சிங்கன் தன்னை அழகிய பல்லவன் என்றும் பல்லவர் பெருமான் என்றும் அழைத்துக்கொண்டதை இவனது கல்வெட்டுகளின் வழியாக அறிகின்றோம். மேலும் இவர்கள் காடுகொண்டு நாடாக்கியவர்கள் என்பதால் தங்களைக் காடவர்கள் என்றும் அழைத்துக்கொண்டனர். பிற்காலக் காடவர்களில் முதன்முதலில் குறிப்பிடப்படுபவர் சக்திவிடங்கன் என்னும் காடவத் தலைவனாவான். இவன் பல்லவ மன்னன் **"பல்லவப் பெர்கடையார்"** மகளைத் திருமணம் செய்தவன் என்று திருமலை திருப்பதி தேவஸ்தானக் கல்வெட்டு குறிப்பிடுகிறது (*T.D.Inscriptio Vol, NO.8 & 9*). இவனுக்குப் பிறகு பல காடவ மன்னர்கள் நடுநாடு, தொண்டை நாட்டிலும் சோழர்களின் கீழ் சிற்றரசர்களாக இருந்தனர். ஏழிசை மோகன் மணவாளப் பெருமாள் என்ற காடவனுக்குப் பிறகு முதலாம் கோப்பெருஞ்சிங்கன் அரியணையேறியுள்ளான். இவன் கெடில நதியின் தெற்குப் பகுதியில் மிகவும் உயர்ந்த பகுதியான சேந்தமங்கலத்தைத் தலைநகராகக் கொண்டு ஆட்சி செய்து வந்துள்ளான். இவர்களின் இலச்சினைக் காளையாகும். பல்லவர்களின் இலச்சினையும் காளையின் உருவம் என்பது குறிப்பிடத்தக்கது.

முதலாம் கோப்பெருஞ்சிங்கன்

கி.பி.1212 முதல் கி.பி.1231 வரை இவன் காடவ மன்னனாகத் திகழ்ந்தவன். இவனது ஆட்சிப் பரப்பானது கிழக்கே கடலூர் மாவட்டம் முதல் மேற்கே திருவண்ணாமலை வரையிலும், வடக்கே வேலூர் மாவட்டம் முதல் தெற்கே நாகப்பட்டினம் மாவட்டம் வரையில் பரவியிருந்தது. முதலாம் கோப்பெருஞ்சிங்கன் சிதம்பரம் நடராஜர் மீது அளவற்ற பற்றினைக் கொண்டவன். இதனாலேயே சோழ மன்னர்களுக்கு இணையாகத் தமது காலத்தில் அளப்பரிய திருப்பணிகளைச் செய்ததை இவனது

கல்வெட்டுக்களின் வழியாக அறியப்படுகிறது. நடராஜர் கோயிலின் தெற்குக் கோபுரத்தைக் கட்டியவன் இவன்.

இரண்டாம் கோப்பெருஞ்சிங்கன்

இவன் கி.பி.1243 முதல் கி.பி. 1279 ஆம் ஆண்டு வரையில் பிற்காலப் பல்லவ அரசனாகத் திகழ்ந்தவன். முதலாம் கோப்பெருஞ்சிங்கனைப் போன்றே இவனும் தில்லை கூத்தனின் மீது அளவற்ற பக்தியினைக் கொண்டிருந்தான் என்பதை **''கனகசபாபதி சர்வகார்ய சர்வகால நிர்வாககன்''** என்று இவனது ஆற்றூர் கல்வெட்டும். **''கனகசபாபதி நாத சரணாரவிந்த மதுகரமானவன்''** என இவனது திரிபுராந்தகக் கல்வெட்டும் சுட்டுகிறது. இவனது மூன்றாம் ஆட்சியாண்டில் தில்லையின் மேல்பிடாகையான விக்கிரம சிங்கபுரத்து மேற்குப்பகுதியில் ஆளியார் திருத்தோப்பை உருவாக்கினான். அதன் பராமரிப்புப் பணிகளுக்காக ஐம்பது தோப்புக் குடிகள் பணியமர்த்தப்பட்டிருந்தனர். இவர்களின் நிரந்தர வருவாய்க்காக நூறு மா நிலம் ஒதுக்கப்பட்டிருந்தது. இத்திருத்தோப்பில் இருந்து நடராஜர் கோயிலுக்குத் தேவையான பழங்கள், காய்கள் முதலியவை கிடைத்தன. இதே ஆண்டில் நடராஜர் கோயிலுக்கு 410 பசுக்களைத் தானமாக வழங்கியுள்ளான். மேலும் திருக்காமக் கோட்டமுடைய பெரிய நாச்சியார்க்கு வேசலப்பாடிப் பற்றிலிருந்த பூவாலையில் (தற்போது இவ்வூர் பூவாலை என்ற பெயரில் புவனகிரி அருகே உள்ளது) **''சொக்கச்சீயான் கமுகு திருநந்தவனமும்''** செய்தளித்துள்ளான்.

கி.பி. 1251 ஆம் ஆண்டு இரண்டாம் கோப்பெருஞ்சிங்கன் கடவாச்சேரி என்று தற்பொழுது அழைக்கப்படும் தில்லை நாயக நல்லூருக்குத் திருவம்பலப் பெருமாள்புரம் (இது அம்பாள்புரம் என்று அழைக்கப்படுகிறது) என்ற புதிய பெயரினைச் சூட்டினான். அடுத்த ஆண்டில் இவன் தில்லைக் கோயிலுக்குரிய மூன்று திருநந்தவனங்களின் பராமரிப்பிற்காக நிலங்களைத் தானமாக வழங்கியுள்ளான். இவனது எட்டாம் ஆட்சியாண்டில்தான் தில்லைக்காளி கோயில் கற்றளியாக மாற்றப்பட்டது. இம்மன்னரது பத்தாவது ஆட்சியாண்டில் அத்திருப்பணி நிறைவு பெற்றிருக்க வேண்டும். அதற்கு முன்னர் தில்லைக்காளி தில்லைவனமுடைய பரமேஸ்வரி எனவும் பிறகு பிடாரியார் திருச்சிற்றம்பல மாகாளி எனவும் அழைக்கப்பட்டதைக்

கல்வெட்டுகளிலிருந்து அறிகிறோம். இவனுடைய திரிபுராந்தகக் கல்வெட்டு இவன் நான்கு திக்கிலிருந்த வேந்தர்களை வென்று அவர்களின் செல்வத்தைக் கைப்பற்றி துலாபாரம் நடத்தி அப்பொன்னால் மேருமலையைப் போன்ற கிழக்குக் கோபுரத்தைத் தன்பெயரால் எடுப்பித்தான் என்றும் அக்கோபுரத்தின் நான்கு பக்கங்களையும் அவன் ஒளிமயமாக நிர்மாணித்து குடமுழுக்குச் செய்தான் என்றும் கூறுகிறது. இத்திருப்பணியானது கி.பி. 1262 ஆம் ஆண்டு நடைபெற்றிருக்கலாம் என்று பேராசிரியர் எம். எஸ்.கோவிந்தசாமி அவர்கள் குறிப்பிடுகிறார்.

பாண்டிய மன்னர்கள்

முன்னூற்றெண்பது ஆண்டுகாலச் சோழப் பேரரசின் ஏகாதிபத்திய கொள்கையால் பாண்டிய தேசம் அடிமைப்பட்டுக் கிடந்தது. இதனால் பாண்டியர்கள் எழுச்சி பெறமுடியாமலே போனது. அதற்கான காலம் கனிந்துவரும் வரையில் பாண்டிய மன்னர்கள் காத்திருக்க வேண்டியிருந்தது. உணர்ச்சி ஆவேசம் பெற்ற சில பாண்டிய மன்னர்களின் சிரங்கள் சோழ மன்னர்களால் கொய்யப்பட்டதும் அவர்களின் வாரிசுகள் நாடின்றி அனாதையாக்கப்பட்டதையும் பிற்கால பாண்டியர் வரலாற்றின்கண் காண்கிறோம். இதனால் பாண்டியர்களின் வாரிசுகளுக்கு மதுரை அரியணை என்பது கானல்நீராய்க் கரைந்து போனது. எந்த நாகரிகம் சவால்களை ஏற்றுச் சமாளித்து எழுச்சி பெறுகின்றதோ அது மட்டுமே வெற்றி பெற முடியும் என்ற கோட்பாட்டிற்கு ஏற்ப பாண்டிய மன்னர்களும் தங்களின் மீது சோழர்களால் திணிக்கப்பட்டிருந்த சவால்களை ஏற்று அவற்றைச் சமாளித்து வந்த அவர்களின் வாரிசுகள் அதற்கான தக்க சந்தர்ப்பத்தை எதிர்நோக்கிக் காத்திருந்தனர். அப்படிப்பட்ட சந்தர்ப்பமொன்று மாறவர்மன் சுந்தரபாண்டியன் காலத்தில் கிட்டியது. அச்சந்தர்ப்பத்தை சாதுர்யமாகப் பயன்படுத்திக் கொண்டு அவன் மேற்கொண்ட படையெடுப்பின் தாக்குதலைச் சமாளிக்க முடியாமல் சோழ சாம்ராஜியமே தள்ளாடியதோடு அல்லாமல் மீளுருவாக்கம் எய்தமுடியாத அளவிற்கு வீழ்ச்சியின் விளிம்பிற்கே சென்றது. கி.பி. 1219ஆம் ஆண்டு படையெடுத்து வந்த மாறவர்மன் சுந்தர பாண்டியன் சோழர்களின் பழைய தலைநகரங்களான தஞ்சாவூர், உறையூர் போன்ற நகரங்களைக் கடுமையாகத் தாக்கித் தீக்கிரையாக்கினான். பாண்டியநாட்டு வீரர்களால் நிகழ்த்தப்பட்ட அக்கோர நிகழ்வினை....

''தஞ்சையு முறந்தையும் செந்தழல் கொளுத்திக்
காவியம் நிலமும் நின்றுகவின் நிழற்ற
வாவியும் ஆறுமணிநீர்நலன் அழித்துக்
கூடமா மதிலுங்கோபுரமா டரங்கும்
மாடமாளிகையும் மண்டபம்பல விடித்துத்
தொழுதுவந்தடையார் நிருபர்தந் தோகையர்
அழுத கண்ணீர் ஆறு பரப்பி கழுதைகொண் டுழுது கவடிச்செம் பியனைச்
சினிமிரியப் பொருது சுரம்புக வோட்டியும்
பொன்முடி பறித்துப் பாணனுக்குக் கொடுத்துப்
பாடருஞ் சிறப்பிற் பருதிவான் தோயும்
ஆடகப் புரிசை அயிரத் தளியிற்
சோரளவளவன் அபி ஷேகமண்டபத்து
வீராபி ஷேகம் செய்து புகழ் விரித்து....''

என்று சுந்தர பாண்டியனின் மெய்க்கீர்த்தி புகழ்ந்துரைக்கிறது. சோழநாட்டு வெற்றிக்குப் பிறகு பழையாரில் வீரஅபிஷேகம் செய்துகொண்ட சுந்தரபாண்டியன் நேராக சிதம்பரம் நகருக்கு வருகை புரிந்து நடராஜர் பெருமானை வணங்கி மகிழ்கூர்ந்தான்.

முதலாம் சடையவர்மன் சுந்தர பாண்டியன்

இவன் கி.பி. 1251ஆம் ஆண்டில் முடிசூட்டப்பெற்று இரண்டாம் மாறவர்மன் சுந்தர பாண்டியன் இறந்த பிறகு பாண்டிய நாட்டை ஆட்சி புரிந்தவன். சடையவர்மன் சுந்தர பாண்டியன் சித்திரைத் திங்கள் மூல நட்சத்திரத்தில் பிறந்தவன். ஆண்மூலம் அரசாளும் என்ற தமிழரின் வாய்மொழிக்கேற்ப இணையற்ற பெரு வீரனாகத் திகழ்ந்தவன். சோழ அரசனான மூன்றாம் இராஜேந்திர சோழனைத் (கி.பி.1246-1279) தோற்கடித்து 400 ஆண்டுகாலம் வீறு நடைபோட்டு வந்த சோழர் ஆட்சிக்கு முடிவுகட்டினான். இவன் வெற்றி பல பெற்றவனாதலால் காஞ்சீபுரவராதீசுவரன், காஞ்சீபுரங் கொண்டான், எல்லாந் தலையான பெருமாள் எனப் புகழப்பட்டதை ஆவணங்களில் காண்கிறோம். சடையவர்மன் சுந்தர பாண்டியன் சிதம்பரம் நடராஜர் மீதும் திருவரங்கம் பெருமாள் மீதும் அளவற்ற பக்தியினைக் கொண்டவனாதலால் இவ்விரு கோயில்களுக்கும் பல திருப்பணிகளை மேற்கொண்டதோடு மட்டுமல்லாமல் துலாபாரம் செய்து அளவற்ற செல்வங்களை வழங்கிய பெருமைக் குரியவன். சிதம்பரம் நடராஜர் நடனம் புரியும் பொன்னம்பலத்திற்குப்

பொன்வேய்ந்த நிகழ்வை **"......வாழ்க கொயில் பொன்மெய்ந்த மகிபதி வாழ்க செந்தமிழ்மாலை தெரிந்தவன் வாழ்க மண்டலம்யாவையுங் கொண்டவன் வாழ்க சுந்தர மன்னவன் தென்னனெ....."**(*S.I.I.VOL.VI.NO.*455). என்று திருப்புட்குழித் திருமால் கோயில் கல்வெட்டால் அறிகிறோம். சிதம்பரம் நடராஜர் கோயிலின் மேற்குக் கோபுரத்தைப் புதுப்பித்துக் கட்டி அதற்கு சுந்தர பாண்டியன் எழுநிலைக் கோபுரமென பெயரிட்டதை **"...சுந்தரபாண்டியன் திருநிலை யெழுகோபுரம்...."** (*S.I.I.IV.VOL.*624) கல்வெட்டுவழி அறியமுடிகிறது. இக்கோபுரமானது சோழநாட்டின் வெற்றியின் நினைவாகக் கட்டப்பட்டதாகும். இவனது ஏழாம் ஆட்சியாண்டில் வெளியிடப்பட்ட மற்றொரு கல்வெட்டில் தமது பெயரால் சிதம்பரம் அருகே சுந்தர பாண்டியன் சதுர்வேதிமங்கலத்துடன் இன்னும் பிற இடங்களை இணைத்து நத்தமாகச் செய்வித்து புதிய மக்கள் குடியேற்றத்தை ஏற்படுத்தினான். இந்நத்தம் பகுதியில் 121 பிராமணர்கள், வேத ஆசிரியர்கள், மருத்துவர், ஜேஷ்டாபிஷேகம் செய்பவர்கள் (ஜேஷ்டாபிஷேகம் என்பதைப் இந்து சமயக் கோயில்களில் ஆனி மாதத்தில் வருகின்ற கேட்டை நட்சத்திர நாளில் நடத்தப்படும் விழாவாகும். ஜேஷ்டா என்றால் பெரிய என்று பொருள். பகல் நேரம் நீண்டிருக்கும் மாதமான ஆனி மாதத்தை ஜேஷ்டா மாதம் என்றும் அழைப்பர். இக்காலத்தில் கோயில்களில் நடைபெறும் அபிஷேக விழாக்கள் ஜேஷ்டாபிஷேகம் என்று பெயர். இவற்றை நடத்தக்கூடியவர்கள் இங்கு குடியேற்றம் செய்யப்பட்டிருந்தனர்), கணக்கர்கள், வேளாளர்கள், தச்சர்கள், மட்பாண்டங்களை வனைவோர், பொற்கொல்லர், உவச்சர்கள், நாவிதர்கள், பாடி காவல் புரிவோர், புறங்காலி, மருத்துவச்சியார், வெட்டியான் போன்றவர்கள் வெளியில் இருந்து வரவழைக்கப்பட்டுப் புதியதாகக் குடியேற்றப்பட்டுள்ளனர். இதன் மூலம் புதிதாக ஊர்களை உருவாக்கும்போது அனைத்துக் கட்டமைப்பு அலகுகளும் முறையாகப் பின்பற்றப்பட்டுள்ளதை இக்கல்வெட்டின் வழியாக அறியலாகிறது. சிதம்பரம் நகரினை மையப்படுத்தி நகர விரிவாக்கப் பணியினைச் சோழர்களைப் போன்று சுந்தரபாண்டியனும் மேற்கொண்டுள்ளான். மேலும், **"......... ஸ்வஸ்திஸ்ரீ இனவ....க(ம்) புரி வெண்பிறைக் கொட்டிகல் வெங்கடுங்கட் சினம(த)த்த வெங்(க)ரிச் சுந்தரத் தென்னவன் தில்லை மன்றில் வனசத்திருவுடன் செஞ்சொற் திருவை**

மணந்ததொக்கும் கனகத் துலையுடன் முத்தத்துலையிற் கலந்ததுவே'' *(S.I.I.IV.VOL.620)* என்ற கல்வெட்டு வரிகளால் இவன் தில்லையில் நடத்திய துலாபாரம் நிகழ்வினைப் பற்றியும் அறிகிறோம். இவன் சிதம்பரத்தில் நந்தவனம் ஒன்றை ஏற்படுத்தியுள்ளான். சிதம்பரம் நகரின் தெற்கு வீதியை அழகுபடுத்தி அதற்குச் சுந்தரபாண்டியன் தெற்குத் திருவீதி என்று தமது பெயரினைச் சூட்டினான்.

வீரபாண்டியன்

இம்மன்னரது காலத்தில் வெளியிடப்பட்ட இரண்டு கல்வெட்டுகள் சிதம்பரம் நடராஜர் கோயிலில் உள்ளன. இவனது ஆறாம் ஆட்சியாண்டைச் சார்ந்த (கி.பி.1259) கல்வெட்டில் திருக்கழுமலை நாடு ஏனாதி மேல்குடியில் இருந்து வாழைப்பழங்கள் வாங்க வழிவகை செய்யப்பட்டுள்ளதைக் கூறுகிறது. குறைந்த மகசூல் காலத்தில் விவசாயிகள் நஷ்டம் அடைந்து விடக்கூடாது என்பதற்காக வரிவிதிப்புடன் வாங்கப்பட்டுள்ளது. விளைச்சல் காலங்களில் வரி நீக்கம் செய்யப்பட்டு கோயிலுக்கு வழங்கப்படலாம் என்பதைச் சுந்தரபாண்டியன் சதுர்வேதிமங்கலம் சபையோர் முடிவுசெய்துள்ள தகவலும் இக்கல்வெட்டில் குறிப்பிடப்பட்டுள்ளது. ஆடூர் என்ற ஜெனநாதநல்லூரில் 116 வேலி நிலம், பெரும்பற்றப்புலியூரின் மேற்குப்பகுதியில் இருந்த உலக முழுதுடைய சதுர்வேதி மங்கலத்தைச் சேர்ந்த 108 பிராமணர்கள், உலக முழுதுடைய பிள்ளையார் மடத்திற்கு வழங்கப்பட்டுள்ள தகவலைக் கூறுகிறது. இவன் தெலுங்கு சோழனாகிய விஜயகண்ட கோபாலனையும் இரண்டாம் கோப்பெருஞ்சிங்கனையும் வென்று நடராஜர் கோயிலில் விக்கிரம சோழனின் படைத்தளபதியான மணவிற் கூத்தன் காலிங்கராயனால் கட்டப்பட்டிருந்த நூற்றுக்கால் மண்டபத்தில் கி.பி. 1267ஆம் ஆண்டில் வீராபிஷேகமும், விஜயாபிஷேகமும் செய்து கொண்டமையால் அம்மண்டபம் வீரபாண்டியன் திருமண்டபம் என்ற பெயரினைப் பெற்றதாக தி.வை.சதாசிவ பண்டாரத்தார் குறிப்பிடுகிறார். இம் மண்டபத்தின் நுழைவாயிலின் அருகில் உள்ள தூணில் வீர பாண்டியன் திருமண்டபம் எனப் பொறிக்கப்பட்டிருப்பதிலிருந்து பண்டாரத்தார் கூற்று சரியென்றே தோன்றுகிறது.

விஜயநகர மன்னர்கள்

பல்லவர்கள், சோழர்கள், பாண்டியர்களைப் போன்று விஜயநகர மன்னர்களும் சிதம்பரம் நகரில் அமையப்பெற்ற நடராஜர் கோயிலுக்குத் திருப்பணிகளை மேற்கொண்டுள்ளனர். இவர்களைத் தொடர்ந்து வந்த செஞ்சி நாயக்க மன்னர்களும் பல நிவந்தங்களை வழங்கிச் சிறப்பித்துள்ளனர்.

இரண்டாம் மகா தேவராயர்

கி.பி. 1428ஆம் ஆண்டு வெளியிடப்பட்டுள்ள நடராஜர் கோயில் கல்வெட்டில் தேவதான நிருவாக ஊழல்களைக் கண்டறிந்து அவற்றைச் சரி செய்துள்ள தகவலைச் சுட்டுகிறது. மக்களிடமிருந்து அதிகப்படியான வரி வசூலிக்கப்பட்டதால் குடிமக்கள் கிராமங்களை விட்டே ஓடிப்போயினர். இதனால் வருமானம் குறைந்தது. நடராஜர் கோயிலில் தடையின்றி நடைபெற்று வந்த அனைத்துப் பூசைகளும் தடைபட்டுப்போயின. எனவே தங்களது வீடுகள் அனைத்தையும் காலி செய்துவிட்டு வெவ்வேறு ஊர்களுக்குச் சென்றுவிட்டனர். ஆனால் அவர்கள் அனைவரையும் மீண்டும் அழைத்து வந்து அவர்கள் முன்னர் வாழ்ந்த அதே கிராமங்களில் மீள் குடியேற்றம் செய்து கோயில் நிர்வாகத்தையும் செப்பமுறச் செய்தார் என்பதை இவரது காலத்தில் வெளியிடப்பட்ட கல்வெட்டுப் பதிவில் காண்கிறோம் (A.R.E1913-NO376).

திம்மராயர்

வீரப்பிரதாப திம்மராயராகிய இவர் சகம் 1425 (கி.பி.1503) ஆம் ஆண்டு தில்லைக் கூத்தருக்கும் சிவகாமி அம்மைக்கும் நித்தம் இரட்டை மாலைச் சாத்துவதற்காகப் பெரும்பற்றப் புலியூருக்கு மேற்கேயுள்ள காரிக்குடி கிராமத்தைத் தானமாக வழங்கிச் சிறப்பித்துள்ளார்.

கிருஷ்ண தேவராயர்

இவர் கி.பி. 1509ஆம் ஆண்டு விஜயநகரப் பேரரசின் மன்னராக அரியணையேறினார். கிருஷ்ண தேவராயர் சிதம்பரம் நடராஜர்மீது கொண்ட பக்தியின் விளைவாக இக்கோயிலுக்குத் திருப்பணிகளைச் செய்துள்ளதை இவரது காலக் கல்வெட்டுக்களின் வழி அறிகின்றோம். சகம் 1432ஆம் (கி.பி. 1510) ஆண்டு அழகிய சிற்றம்பலமுடையார்க்கு மகாபூசை நிகழ்த்தவும்

அடியார்களுக்கு அமுது வழங்கவும் ஏற்பாடு செய்துள்ளார். சகம் 1433ஆம் (கி.பி.1511)ஆண்டு சிதம்பரநாதபுரம் என்ற கிராமத்தை இக்கோயிலுக்குச் சர்வமானியமாக வழங்கியுள்ளார். சகம் 1431ஆம் (கி.பி.1509) ஆண்டு சிம்மஹாத்திரை பொட்டனூருக்குச் சென்று அதை வென்றதன் நினைவாகக் கட்டப்பட்டதே சிதம்பரம் நடராஜர் கோயிலின் வடக்குக் கோபுரமாகும்.

அச்சுத தேவ மகாராயர்

கி.பி. 1529ஆம் ஆண்டு வெளியிடப்பட்ட இவரது கல்வெட்டு சிதம்பரம் நடராஜப்பெருமான் தேர்த் திருவிழாவிற்காக 64 கிராமங்களை வழங்கிய செய்தியைக் கூறுகிறது. மேலும் வடக்குக் கோபுரத்தின் திருப்பணிக்காக 38 கிராமங்களைச் சர்வ மானியமாகக் கொடுத்துள்ள தகவலை அறிகின்றோம் (*S.I.I.Orintal Research Vol.*12.*P.*169-178). இவரது காலத்தில் வெளியிடப்பட்டுள்ள சிதம்பரம் கோவிந்தராஜ பெருமாள் கோயில் துவஜஸ்தம்ப மண்டபத்தின் கிழக்குப் பகுதியில் உள்ள கல்வெட்டில் **" ......வடகரை இராசாதிராஜ வளநாட்டு வெண்ணையூர் நாட்டு வழுதலம்பட்டுச் சாவடி தநியூர் பெரும்பற்றப்புலியூரில் அச்சுததேவ மகாராயர் பெருமாள் தில்லை கோவிந்தராசரை பிரதிஷ்டை பண்ணிவைற்று திருவாராதனைக் கட்டலைக்கி காவேரிக்கு வடகரை கடலாங்குடி மாகா(ணையி) (ணத்தி)ல்செ(ற்ற) (ர்ந்த)கடலங்குடி சந்தை வழிச்சாரிப்பட்டடை சலிகததாயி கிறாமம் முள்ளங்குடி கிறாமம் குலதீப கிறாமம் அஞ்சரைவாயிற்றலை கிறாமம் முள்ளங்குடி கிறாமம் ஆக கிறாமம் னாங்கெல்லைக்குள்பட்ட நஞ்சை புஞ்சை நத்தம் ....."**(*South Indian Temple Inscriptions Vol:I pp.*15-16) உட்பட நிலங்களைத் தில்லை கோவிந்த ராஜர்க்குத் திருவாராதனைக்காகத் தானமாக வழங்கியுள்ளதைக் குறிப்பிடுகிறது. மேலும் இக்கல்வெட்டில் இரண்டாம் குலோத்துங்க சோழனால் தில்லையில் இருந்து அகற்றப்பட்ட அதே இடத்தில் இவன் மீண்டும் கோவிந்தராஜர் சிலையைப் புதியதாக பிரதிஷ்டை செய்யப்பட்ட தகவலையும் அறிகிறோம்.

வேங்கட தேவராயர்

கி.பி. 1578ஆம் ஆண்டு வெளியிடப்பட்ட இவரது கல்வெட்டில் சிவகாம சுந்தரியம்மையாதுருக்குப் பூசைக்காகக்

கிராமங்களை வழங்கியுள்ள செய்தியைக் கூறுகிறது. கி.பி. 1613ஆம் ஆண்டு வெளியிடப்பட்டுள்ள கல்வெட்டில் அடியார்களுக்கு 20 சட்டிச் சோறு வழங்கிட 300 பொன் வழங்கியுள்ளார். மற்றொரு கல்வெட்டில் 5000 கலம் நெல் வருவாய் கொடுக்கும் கிராமங்களை வழங்கி நாள்தோறும் அடியார்களுக்கு 30 சட்டிச் சோறு வழங்கிட உத்தரவு இட்டுள்ளதைக் காண்கிறோம். இவரது காலத்தில் வெளியிடப்பட்டுள்ள பன்னிரண்டு கல்வெட்டுகளும் சிதம்பரம் நகரில் அடியார்களுக்குத் தடையின்றி உணவு வழங்கப்பட்டு வந்துள்ளதைக் கூறுகிறது.

மூன்றாம் ஸ்ரீரங்கராயர்

கோவிந்தராஜப்பெருமாள் கோயிலின் முதல் பிரகாரத்தின் கிழக்குப்புறச் சுவரில் உள்ள இவரது கல்வெட்டில் **''...... பெருமாள் கோயில் சீற்ணோத் தாரணம் பண்ணிந கைங்காரியம் கோவிந்தராஜ சுவாமியின் மின் பெரிய திருமண்டபம் சன்னதி திருக்கோபுரம் புண்டரீகவல்லி நாச்சியார் அம்மன் தி(வ்)விய விமானம் சூட்டி குடுற்றனாச்சியார் அம்மன் தி(வ்)விய விமானம் திருவாழி(அழ்வி)ஆழ்வான் சன்னதி முன்மண்டபம் ஸ்ரீ வைணவர்கள் நித்திய(வா)ச கிறாமமான ஆடூர் கருங்குழி குறியாமங்கலம் மருதாந்தநல்லூர் உடையூர்யிந்த கிறாமம் சருவமானியம்....''** *(South Indian Temple Inscriptions Vol:I p.17).*கி.பி.1644 ஆம் ஆண்டைச் சார்ந்த இக்கல்வெட்டில் கோவிந்தராஜர் கோயிலின் முன் மண்டபத்தைப் பழுது பார்த்த செய்தியையும். புண்டரீகவல்லித் தாயார், சூடிக்கொடுத்த நாச்சியார் கோயில் விமானங்களைப் புதுப்பித்தத் தகவல்களையும், பெருமாள் ஆடுர், கருங்குழி, குரியாமங்கலம், மதுராந்தகநல்லூர், உடையூர் முதலிய ஐந்து கிராமங்களைச் சர்வமானியமாக வழங்கியுள்ளதையும் மேற்கண்ட கல்வெட்டில் சுட்டப்பட்டுள்ளது. எனவே கேட்பாரற்று இருந்த தில்லை கோவிந்தராஜர் கோயிலில் இவரது காலத்தில் புதுப்பித்தல் திருப்பணிகள் மேற்கொள்ளப்பட்டுள்ளதைக் காண்கிறோம்.

வீரபூபதிராயர்

இவர் நிருத்தநாதன் (நடராஜப் பெருமான்) திருமுன் விளக்குகள் தடையின்றி எரிக்கப்படுவதற்காகத் தனது அரசு பிரதிநிதியான செண்டப்பராஜா என்ற ஆதித்த ராஜாவைக்

கொண்டு 64 பசுக்களைத் தானமாக வழங்கிட ஆணையிட்டுள்ள செய்தியை இவனது கால ஆவணங்களில் காணமுடிகிறது.

வையப்ப கிருஷ்ணப்ப கொண்டப்ப நாயக்கர்

இவர் கி.பி. 1580 முதல் கி.பி.1593ஆம் ஆண்டு வரை செஞ்சி நாயக்க மன்னராக இருந்தவர். இவரது ஆட்சிக்காலமான கி.பி. 1581ஆம் ஆண்டு வெளியிடப்பட்டுள்ள கல்வெட்டில் மிளகு வாணிபத்தில் வரும் ஆதாயத்தின் முழு வருமானத்தையும் சிற்றம்பலத் தேவருக்கு அபிடேகம் செய்ய வழங்கப்பட்டுள்ளதைக் குறிப்பிடுகிறது. கி.பி. 1581ஆம் ஆண்டு வெளியிடப்பட்டுள்ள மற்றொரு கல்வெட்டில் சிவகாமசுந்தரி ஐப்பசி பூர விழாவிற்காகச் சிதம்பரம் நகரைச் சுற்றியுள்ள புறப்பேட்டை ஊர்களைத் தேவதானமாக வழங்கியுள்ளதையும் மேலும் ஏழு கிராமங்களின் வருமானம் மற்றும் மிளகுத் தரகு வருவாயைக் கொண்டும் கோவிந்தராஜப் பெருமாளுக்கும் அபிடேகம் செய்திடவும், ஆராதனை செலவிற்காகவும் தானமாகச் சமய வேறுபாடின்றி வழங்கியுள்ளார்.

கடலூர் மாவட்டம் பண்ருட்டி வட்டத்தில் அமைந்துள்ள பத்திரக்கோட்டை கிராமத்தின் மேற்குப்பகுதியில் ஓடும் தேவநதியின் கிழக்குக்கரையில் பெரியாண்டவர் கோயிலின் மேற்குப் பக்கம் உள்ள சுப்புராயலு என்பவரின் முந்திரித்தோப்பில் கல்வெட்டு ஒன்று நடப்பட்டுள்ளது. இக்கல்வெட்டானது நீள் செவ்வக வடிவக் கற்பலகையில் இருபது வரிகளில் எழுத்துப் பொறிப்புகளாலானது. இக்கல்வெட்டு கி.பி. 1584 ஆண்டு செஞ்சியைத் தலைநகராக கொண்டு ஆட்சிசெய்த வையப்ப கிருஷ்ணப்ப கொண்டம நாயக்கரின் காலத்தில் வெளியிடப்பட்டதாகும். இக்கல்வெட்டு சிதம்பரம் நடராஜர் கோயிலில் வையப்ப கிருஷ்ணப்ப கொண்டம நாயக்கர் தன் பெயரில் நடைபெறும் உஷாகால (அதிகாலை) பூசை, அபிஷேகம், நெய்வேத்தியம் ஆகியவற்றிற்குப் பத்திரக்கோட்டை கிராமத்தைத் தானமாக வழங்கியதைத் தெரிவிக்கிறது.

1. உ சுபமஸ்து
2. ஸ்வஸ்திஸ்ரீ சகாப்தம் 1
3. 506 ன் மேல் செ
4. ல்லா நிற்ன பாத்தி

5. வளு அற்பசி உயரு
6. உ ஸ்வாமி சிதம்பரே
7. சுவரன் உஷற கால பூசைக்கு
8. வைய்யப்ப கிருஷ்ணப்ப கொண்டம நாயக்க(ர்)
9. நம்மிட பேராலே நடக்கிற உஷற கால
10. பூசை அபிஷேக நைவேத்தியத்தியத்துக்கு
11. பத்திரக்கோட்டை கொடுத்தபடி
12. யாலே இந்த ஊர் நான்கெல்
13. லைக்கு உள்பட சகல சமுதாயபி
14. றாத்தியும் சந்திராத்தியவரையும்
15. நம்மிட பேராலே நடக்கிற க
16. ட்டளையிலே இந்த ஊரா க
17. ட்டளை யிட்டபடியாலே அனு
18. பவித்துக் கொண்டு உஷறகா
19. ல பூசை அபிஷேக நைவேத்
20. தியம் நடத்தக் கடவராகவும்

இரண்டாம் கிருஷ்ணப்ப நாயக்கர்

இவர் வையப்ப கிருஷ்ணப்ப கொண்டப்ப நாயக்கரின் மகனாவார். இவரது கல்வெட்டுகளில் வேங்கடப்ப நாயக்கர் என்றும் வெளிநாட்டைச் சார்ந்த கிருத்துவ பாதிரியார்களின் கடிதங்களிலும் தெலுங்கு இலக்கியங்களிலும் கிருஷ்ணப்ப நாயக்கர் என்றும் முத்துக் கிருஷ்ணப்ப நாயக்கர் எனவும் குறிப்பிடப்படுகிறார். அருட்தந்தை நிக்கோலஸ் பிமெண்டா (Father Nicholas Pimenta) அவர்கள் கி.பி. 1598ஆம் ஆண்டு கொச்சியில் இருந்து கன்னியாகுமரி, தூத்துக்குடி, தலைமன்னார், நாகப்பட்டினம், தரங்கம்பாடி, சிதம்பரம் வழியாகச் செஞ்சிக்கு வந்தவர். இவர் சிதம்பரத்தை மூடநம்பிக்கைகளின் தாயகம் என்று உரைக்கிறார். பிமெண்டா சிதம்பரத்தில் இருந்தபோது தனது ஆட்சி எல்லைக்கு உட்பட்டிருந்த சிதம்பரம் கோவிந்தராஜர் கோயில் திருப்பணியை மேற்பார்வையிட வந்திருந்த இரண்டாம் கிருஷ்ணப்ப நாயக்கரைச் சந்திக்கும் வாய்ப்பு இவருக்குக் கிட்டியுள்ளது. அப்பொழுது மன்னர் நீண்ட தங்கச்சங்கிலியை அணிந்து கொண்டு பட்டுமெத்தையில் இரண்டு திண்டுகளின் மீது சாய்ந்துகொண்டு இருந்ததாகக் குறிப்பிடுகிறார். கி.பி. 1598 ஆம் ஆண்டு வெளியிடப்பட்டுள்ள மற்றொரு கல்வெட்டில் ஆடிப் பதினெட்டாம் பெருக்கின் போது கொள்ளிடம் ஆற்றில்

நடராஜர் பெருமான் புனித தீர்த்தம் ஆடிட ஆற்றின் வடகரையில் தீர்த்த மண்டபம் ஒன்றைக் கட்டி வழங்கிய தகவலைக் கூறுகிறது.

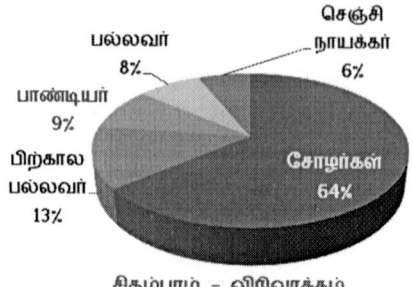

சிதம்பரம் - விரிவாக்கம்

5. சிதம்பரம் நகர வரலாறு

சிதம்பரம் நகர் (N:11.24.25. E;79.4128) இன்று 4.8 ச.கி. மீ. பரப்பளவினைக் கொண்டுள்ளது. இந்நகர் உருவான படிநிலைகளைப் பற்றி அறிந்து கொள்வதற்கு இலக்கியங்களைப் போன்று கல்வெட்டுச் சான்றுகளும் துணை நிற்கின்றன. நடராஜர் கோயிலில் மொத்தம் 265 கல்வெட்டுகள் இந்திய அரசால் படியெடுக்கப்பட்டுள்ளன.

வ.எண்	மன்னர்கள்	கல்வெட்டுக்கள்
1	சோழர்	79
2	பாண்டியர்	81
3	பிற்காலப் பல்லவர்	55
4	விஜயநகர நாயக்க மன்னர்கள்	20
5	துண்டுக் கல்வெட்டுகள்	30
மொத்தம்		265

இக்கல்வெட்டுக்களின் மூலம் சிதம்பரம் என்ற ஊரைச்சுற்றிப் புதிதாக உருவாக்கப்பட்ட வணிக நகரங்கள், நல்லூர்கள், மங்கலங்கள், சேரிகள் போன்றவற்றால் எப்படி நகரமயமானது என்பதனையும் இதன் மூலம் இப்பகுதியில் நிலவிய அரசியல், சமூகப் பொருளாதார நிலை, சமூகக் கட்டமைப்பு, தொழில் வளர்ச்சி, வாணிகம், வரிவசூல், வேளாண்மை, தோப்புகள்,

பூங்காக்கள் உருவாக்கம் மற்றும் பிற மக்கள் நல நடவடிக்கைகள் குறித்து விளக்கமுற அறியமுடிகிறது.

தனியூர்

பல்லவர் காலத்திலேயே தில்லை என்ற ஊர் நகர் என்ற அந்தஸ்தைப் பெற்றுவிட்டதாகவே கருதலாம். கி.பி. 8ஆம் நூற்றாண்டில் வாழ்ந்த குலசேகர ஆழ்வார் தாம் யார்த்த பாடலில் **''செந்தளிர்வாய் மலர்நகைசேர் செழுந்தண் சோலைத், தில்லை நகர்த் திருச்சித்திரக் கூடந் தன்னுள்''**(பெருமாள் திருமொழி10-2) எனச் சுட்டுவதிலிருந்து தில்லை என்ற ஊர் நகர்மென்ற உச்சத்தை எட்டிவிட்டதாகக் கருதமுடிகிறது. இராஜேந்திர சோழன் காலத்தில் தில்லை நகரானது பெரும்பற்றப்புலியூர் எனப் பெயர் மாற்றம் பெற்றுத் தனியூர் என்ற தன்னாட்சி அதிகாரத்தைப் பெற்றுள்ளது. இவ்வூர் வேறெந்த நிர்வாகக் கட்டமைப்புகளாலும் கட்டுப்படுத்த இயலாத சிறப்பு அந்தஸ்தைப் பெற்ற ஊராக இருந்துள்ளது. பிற்காலச் சோழர் காலத்தில் குறிப்பிட்ட சில ஊர்களுக்கு மட்டுமே தனியூர் என்ற அந்தஸ்து வழங்கப்பட்டுள்ளது. அவ்வூர்கள் தம் நிர்வாகப்பொறுப்புகளைத் தாங்களே நிர்வகித்தன. குறிப்பாக தொண்டை மண்டலத்தில் உள்ள உத்திரமேரூர், வேதக் கல்லூரியைத் தன்னகத்தே கொண்டிருந்த எண்ணாயிரம் என்கிற ஊர், அரசின் பொது மருத்துவமனையைக் கொண்டிருந்த திருமுக்கூடல் போன்றவை தனியூர் என்ற சிறப்புத் தகுதியினைப் பெற்றிருந்த ஊர்களாகும்.

பொதுவாகத் தனியூர், பிரமதேயங்கள் என்பவற்றைப் பல்லவர் காலத்தில் உருவாக்கப்பட்டிருந்த தன்கூறு என்றழைக்கப்பட்ட பிராமண ஊர்களின் தொடர்நிலையின் வெளிப்பாடாக கொள்வதில் தவறில்லை. இதற்கு உத்திரமேரூர் சதுர்வேதிமங்கலம் ஆகியவற்றை உதாரணமாகக் கொள்ளலாம். இது கி.பி. 874ஆம் ஆண்டு பல்லவர் காலத்தில் தன்கூறு என்ற தகுதி நிலையில் இருந்தது. கி.பி.1091 ஆம் ஆண்டு சோழர் காலத்தில் உத்திரமேரூர் தனியூர் என்ற சிறப்பு அந்தஸ்தைப் பெற்றது. இத்தகைய தனியூர்களைப் பற்றிப் பேராசிரியர் சம்பகலெட்சுமி அவர்கள் கூறும்போது, தனியூர் என்பது பிரமதேயம், தேவதான ஊர் போன்றவற்றைவிடச் சிறப்பானது என்றும் இவை அரச குடும்பத்தினரால் தனிக்கவனம் செலுத்தப்பட்டிருந்ததாகவும்,

பத்து சதுர மைல் பரப்பளவிற்கும் மேலானதாகும் எனக் குறிப்பிடுகிறார். பேராசிரியர் எ. சுப்பராயலு அவர்கள் தனியூர், பிரம்மதேயங்கள் என்பவை கூற்றம் என்பதற்கு இணையாகச் செயல்பட்ட நாட்டுப் பிரிவிற்கும் எவ்விதத் தொடர்பும் இல்லை என்றும் எவற்றிற்கும் கட்டுப்படாத அதிகாரத்தினை உட்கொண்டு அமையப்பெற்றதே தனியூர்களாகும் என்கிறார். எனவே சோழர் காலத்தில் உருவாக்கப்பட்ட தனியூர்கள் அனைத்தும் எந்த அதிகாரத்திற்கும் அடங்கப் பெறாத சுதந்திரமான செயல்பாடுகளைக் கொண்டதாகவே இருந்துள்ளன. இருப்பினும் தனியூர்கள் அனைத்தும் பிராமணர்கள் மட்டுமே நிர்வாகம் செய்யும் ஊர்களாக இருந்துள்ளதையும் கல்வெட்டுப் பதிவுகளில் காண்கிறோம்.

முதலாம் இராஜேந்திர சோழனின் 24ஆம் ஆட்சியாண்டு (கி.பி.1036) வெளியிடப்பட்ட கல்வெட்டில் சிதம்பரம் என்ற பெரும்பற்றப்புலியூர், தனியூர் என்ற சிறப்பு அந்தஸ்தைப் பெற்றிருந்ததை **"…..பொன்னுக்கும் பரிசட்டம் உள்ளிட்ட அழிவுகளுக்கும் காசு இரண்டுக்கும் இப்பரிசு இக்குறித்த நிவந்தங் சந்திராதித்தவற் செல்ல ராஜசிங்க வளநாட்டுத் தனியூர் பெரும்பற்றப்புலியூர்க் கீழ்பிடாகைக் கிடாரங்கொண்ட….."** *(S.I.VOL. IV.NO.223)* என்ற கல்வெட்டு வரிகளால் அறிகிறோம். கி.பி. 1058ஆம் ஆண்டு சோழப் பேரரசின் மன்னனாக விளங்கிய இரண்டாம் இராஜேந்திரசோழனின் ஆட்சிக்காலத்தில் பெரும்பற்றப்புலியூர் தனியூர் என்ற சிறப்பு அந்தஸ்தோடு **தொடர்வதை "ஸ்வஸ்திஸ்ரீ கோப்பரகேசரி பன்மரான இராஜேந்திர சோழதேவற்கு யாண்டு 6 வது ராசாதிராச வளநாட்டு தனியூர் பெரும்பற்றப் புலியூர்…"** *(S.I.I.VOL.IV.225)* என்ற இம்மன்னரது கல்வெட்டு வாசகத்தால் அறியப்படுகிறது. குறிப்பாக கல்வெட்டுகளில் பெரும்பற்றப்புலியூர் மட்டும் தனியூர் பிரம்மதேயமாகக் சுட்டப்படவில்லை என்பது குறிப்பிடத்தக்க ஒன்றாகும். அதுமட்டுமன்று இங்கு குடிகொண்டுள்ள திருச்சிற்றம்பலமுடையானை மூலப்புருஷராகக் கொண்டு விளங்கும் கோயில் நிர்வாகிகளான மூலப்பருஷையர்கள் தான் அக்காலத்தில் சிதம்பரத்தின் அனைத்து நிர்வாகப் பொறுப்புகளையும் கவனித்து வந்தனர். பெரும்பற்றப்புலியூர் என்ற சிதம்பரம் எந்த ஒரு நாட்டிற்கும் அடங்கப் பெறாத முழு தன்னாட்சி அதிகாரம் பெற்ற ஊராக இடைக்காலத்தில்

திகழ்ந்துள்ளது. இதனை **"..... உடையார் திருச்சிற்றம்பல முடையார் கோயில் ஸ்ரீமஹேஸ்வர கண்காணி செய்வார்களும் ஸ்ரீகார்யஞ் செய்வார்களும், சாமுதாயஞ்செய்வார்களும், கோயில் நாயகம் செய்வார்களும், கணக்கரும் கண்டுவிடு தந்ததாவது.......** (S.I.I.VOL.IV.NO.228). என்ற கல்வெட்டு வரிகளால் நன்குணரலாம். விஜயநகர மன்னர் அச்சுததேவ மகாராயர் காலத்தில் கி.பி. 1539ஆம் ஆண்டு மே மாதம் 31 ஆம் தேதி சனிக்கிழமை வெளியிடப்பட்ட கல்வெட்டில் **".... அனுழ நட்சத்திரத்துனாள் வடகரை இராஜாதிராஜவளனாட்டு வெண்ணெயூர் நாட்டு வழுதலம்பட்டுச் சாவடி தநியூர் பெரும்பற்றப்புலியூரில் அச்சுததெவ மகாராயர்......"** (S.I.T.I.VOL.I) என்ற கல்வெட்டு வரிகளின் மூலம் வழுதலம்பட்டுச் சாவடி என்ற புதிய வருவாய் மண்டலத்தில் தனியூராகவே தொடர்ந்துள்ளது.

வழுதலம்பட்டு உசாவடி

கி.பி. 14ஆம் நூற்றாண்டில் விஜயநகர மன்னராக விளங்கிய கம்பண உடையார் காலத்தில் வெளியிடப்பட்ட திருவதிகைக் கல்வெட்டில் வழுதலம்பட்டு உசாவடி என்று குறிப்பிடப்பட்டுள்ளது. பொதுவாக விஜயநகர மன்னர்களின் ஆட்சிக்காலத்தில் தமிழகம் படைவீட்டு உசாவடி, வழுதலம்பட்டு உசாவடி, திருவாரூர் உசாவடி எனும் வருவாய்த்துறை மண்டலங்களாகப் பிரிக்கப்பட்டிருந்தது. இதில் உசாவடி என்பது வருவாய் மற்றும் நிர்வாக மண்டலமாகும். ஏறக்குறைய இன்றைய மாவட்ட நிர்வாகத்திற்கு ஒப்பானதாகும். வழுதலம்பட்டு உசாவாடி என்று கல்வெட்டுகளில் குறிப்பிடப்படும் ஊர் தற்பொழுது கடலூர் மாவட்டம் குள்ளஞ்சாவடியில் இருந்து சமட்டிக்குப்பம் செல்லும் வழியில் அமைந்துள்ளது. இங்குள்ள முருகன் கோயிலின் எதிரே உள்ள விளக்குக் கம்பத்திற்கு முன்பாக உருளை வடிவம் கொண்ட மூன்று கல்வெட்டுகள் இருந்தன. அதில் ஒன்று முதலாம் இராஜராஜ சோழனின் இருபதாவது ஆட்சியாண்டைச் (கி.பி. 1005) சார்ந்ததாகும். ஆனால் தற்போது ஒரு கல்வெட்டு மட்டுமே உள்ளது. மற்ற இரு கல்வெட்டுகளைக் காணவில்லை. எனவே வழுதலம்பட்டு விஜயநகர மன்னரான கம்பண உடையார் காலம் முதல் கி.பி. 1680 வரை அதாவது செஞ்சி நாயக்க மன்னர்களின் காலம்வரை திருவதிகை, கடலூர், சிதம்பரம், காட்டுமன்னார்கோயில்,

விருத்தாசலம், உளுந்தூர்பேட்டை, சேந்தமங்கலம், கீழூர், திருக்கோயிலூரின் கிழக்குப்பகுதிகளை உள்ளடக்கிய நிர்வாக மண்டலத்தின் தலைநகராக இருந்துள்ளது. இதே போன்று வெங்கட்டதேவ மகாராயர் காலத்தில் கி.பி. 1582ஆம் ஆண்டு வெளியிடப்பட்ட சிதம்பரம் கல்வெட்டில் **".....வடகரை ராசாதிராச வளநாடு வெண்ணெயூர்நாடு வெளுதலம்பட்டுச் சாவடி தனியூற் பெரும்பற்றப்புலியூற் சுவாமி சிதம்பற ஈசுவறுருக்கு அம்மை சிவகாம சுந்தரியம்மைக்கும் கட்டளையிட...**(S.I.T.I.VOL.I)" என்ற கல்வெட்டு வரிகளால் பெரும்பற்றப்புலியூர் கி.பி. 1036 முதல் கி.பி. 1582ஆம் ஆண்டு வரை சுமார் 546 ஆண்டுகாலம் தனியூர் என்ற தன்னாட்சி அதிகாரத்துடன் இருந்துள்ளதை அறிகின்றோம்.

நகர் மற்றும் கோயில் நிர்வாகம்

பண்டைத் தமிழர்கள் புதிய ஊரினை உருவாக்கும்போது அவ்வூரை மையமாக வைத்து அது விரிவாக்கம் பெற வேண்டும் என்ற கருத்தியலை அடிப்படையாகக் கொண்டு வளமையான நிலவியல் மண்டலத்தைத் தேர்வு செய்து அதையே ஊராக்கத்தின் மையப்புள்ளியாக ஆக்கினர். பிறகு புதிய குடியேற்றங்கள் அவ்வூரினைச்சுற்றி ஏற்படுத்த அரசே ஆவண செய்துள்ளது. இதனால் புதியதாக முதன்மை ஊரினைச் சுற்றி 15 லிருந்து 30 க்கும் மேற்பட்ட உட்கிடை ஊர்கள் உருவாக்கப்பட்டு அவற்றின் மொத்த வருமானமும் முதன்மை ஊருக்கே மடைமாற்றம் செய்யப்பட்டிருந்தது. மேலும் ஆண்டுதோறும் அவ்வவ்வூர்களிலிருந்து பெறப்படும் அரசின் நிரந்தர வரிவருவாய்கள் அனைத்தும் முதன்மை ஊரின் மையத்திற்கே சென்று நிரந்தரமாகக் குவிக்கப்பட வேண்டுமென்ற பொருளியல் வலைப்பின்னலையே ஏற்படுத்தியிருந்தனர் அக்கால மன்னர்கள். அதனால்தான் பாரம்பரியம் மிக்க அத்தகைய ஊர்கள் அனைத்தும் செல்வச்செழிப்பில் திளைத்திருந்தன. இந்த வலைப்பின்னலின் சூட்சமத்தில்தான் அவ்வூரின் ஆயுளும் நிலைபெற்றிருந்தது. இத்தகைய ஊர்களில் வெளிப்படையான தேர்தல் நடத்தப்பெற்று ஊழலற்ற உள்ளாட்சி அமைப்பினை உருவாக்கி மக்களுக்கான நல்லாட்சியினை அவர்களால் வழங்க முடிந்தது. இந்தக் கட்டமைப்பில் கி.பி. 9 ஆம் நூற்றாண்டு முதல் இந்தியாவின் மீது நிகழ்த்தப்பட்ட துருக்கியர்களின் படையெடுப்பும் அதன் மூலம் உருவான அரசுகளால்

பாய்ச்சப்பட்டிருந்த சுயநல நிர்வாகக் கொள்கையும் அதன் பிறகு வந்த மேற்கத்தியர்களின் ஏகாதிபத்தியக் கொள்கைகளுமே மாற்றத்தைக் கொண்டு வந்தன. இவ்வாறான அயலார்களின் ஆளுகையினால்தான் இந்தியாவின் அறமிக்க பாரம்பரிய அரசியல் சித்தாந்தங்கள் அனைத்தும் மக்களிடமிருந்து நிரந்தரமாக அழிக்கப்பட்டுள்ளன. இவர்களின் முயற்சிகள் மட்டும் தோல்வியுற்றிருக்குமேயானால் இந்தியாவின் அரசியல் சிந்தாந்தமும் சீனா, ஜப்பான், இங்கிலாந்து போன்று தனித்துவம் மிக்கதாக இருந்திருக்கும்.

சிதம்பரத்தின் மொத்த நிர்வாகப் பொறுப்பும் பெரும்பற்றப்புலியூர் மூலப்பருஷையராகிய அர்ச்சகர்கள் (தீக்ஷிதர்கள்), தேவகன்மிகள், கணக்கர், ஸ்ரீகாரியம் செய்வோர் அடங்கிய மூலப் பருடையார்கள் என்ற தன்னாட்சி அதிகாரம் பெற்ற குழுவிடமே இருந்தது. இவ்வூர் நிர்வாகத்தில் மூன்று கணக்கர்கள் இருந்துள்ளனர். அதில் ஒருவன் ஊர்க்கணக்கன், மற்றிருவர் நிலக்கணக்கர்களாவர். நிலங்களில் இருந்து பெறப்படும் வருவாய்களைக் கவனிப்பதற்காக இரண்டு கணக்கர்கள் தனியாக நியமிக்கப்பட்டிருப்பதிலிருந்தே இக்கோயிலுக்கென்றிருந்த நிலங்களின் அளவு மற்றும் அவற்றினது வருவாய்களும் அவ்வருவாய்களின்வழி நடைபெற்ற திருவிழாக்கள் பற்றியும் ஊகித்தறியலாம். இரண்டாம் கோப்பெருஞ்சிங்கனின் மூன்றாம் ஆட்சியாண்டில் (கி.பி.1246) வெளியிடப்பட்ட கல்வெட்டு 410 பசுக்களைத் தானம் வழங்கியுள்ள செய்தியைக் கூறுகிறது.

இதேபோன்று பெரியதேவர் என்றழைக்கப்பட்ட முதலாம் கோப்பெருஞ்சிங்கனின் நான்காம் ஆட்சியாண்டில் நடராஜர் கோயிலுக்கு 1496 பசுக்கள் வழங்கப்பட்ட தகவலையும் அவை மூலமாக ஒரு நாளைக்கு எவ்வளவு பால், வெண்ணை போன்றவை பெறப்பட்டுள்ளன என்பதை **''திருச்சிற்றம் பலமுடையார் கோயிலுக்கும் திருக்காமக்கோட்டமுடைய நாச்சியார் கோயிலுக்கும் பால் அமுது செய்தருளவும், பார்போனகப் பாலுக்கும் வெண்ணை உருக்கு நெய்க்கும் உடலாகப் பசு ஆயிரத்து நானூற்றுத் தொண்ணூற்றாறு உரு ஒன்றுக்கு இராஜகேசரியால் உழக்காக அளந்து வருகிறபால் இருகலனே இருதூணிக் குறுணி எழுநாழி உரி''** என்ற கல்வெட்டு வரிகளால் ஒரு நாளைக்கு 188 லிட்டர் பால் பெறப்பட்டுள்ளதை அறியமுடிகிறது. பாலின் அளவே

இவ்வளவு என்றால் இவர்களது காலத்தில் மற்ற பொருட்கள் எந்த அளவிற்கு வழங்கப்பெற்றிருக்கும் என்பதை நினைத்தாலே பிரமிப்பாக உள்ளது. இதேபோன்று பசுக்களைப் பராமரிப்பதற்காகக் "குலோத்துங்க சோழன் கோசாலை" ஒன்றும் இருந்துள்ளது. பெரும்பற்றப்புலியூரின் ஆட்சிப்பொறுப்பை மூலப்பருடையாரே கவனித்து வந்ததால் அனைத்து நிர்வாக ஆவணங்களும் கோயில் பண்டாரத்திலேயே வைக்கப்பட்டிருந்தன. அதோடு மட்டுமன்றி கோயிலுக்கு வரவேண்டிய அனைத்து வருவாய்களும் முறையாகப் பண்டாரத்தில் செலுத்தப்பட்டு அதன் வழியாகவே அனைத்து நிர்வாகக் காரியங்களுக்கும் முறையாக செலவிடப்பட்டுள்ளன.

பண்டாரம்

பண்டாரம் என்பது அரசின் ஆவணங்களைச் சேமித்து வைப்பதற்கான இடம் என்று பொருள். தனியூர் என்ற சிறப்பு அந்தஸ்தைப் பெற்றிருந்த பெரும்பற்றப்புலியூரின் ஒட்டுமொத்த நிர்வாகம் சம்பந்தப்பட்டவை, அரசால் அனுப்பப்படும் ஆணைகள், நிலப்பரிவர்த்தனை சம்பந்தமானவை, வரிப்புத்தகம் போன்ற ஆவணங்கள் முறையாகப் பாதுகாக்கப்பட வேண்டும் என்ற நோக்கத்தில் கோயில் வளாகத்தில் தனி அறை ஒன்று ஒதுக்கப்பட்டிருந்தது. இதனைத் "....திருக்கை ஒட்டிய பண்டாரம்....." என நடராஜர் கோயில் கல்வெட்டு சுட்டுகின்றது. திருக்கை ஒட்டி என்பது கருங்கல் கட்டிடத்தினைக் குறிக்கும் சொல்லாகும்.

கோயில் நிர்வாகக்குழு உறுப்பினர்கள்

மூன்றாம் குலோத்துங்க சோழன் காலத்தில் தில்லையின் முழு நிர்வாகப் பொறுப்புகளையும் கவனிப்பதற்கென தனியாக உறுப்பினர்கள் நியமிக்கப்பட்டிருந்தனர். இக்குழுவில் அர்ச்சகர்கள் (தில்லைவாழ் அந்தணர்களான தீக்ஷிதர்கள்) மற்றும் கோயில் நிர்வாகக் குழுவில் பலர் மேற்பார்வை உறுப்பினர்களாகவும் இருந்துள்ளனர். இதில் அரசு அதிகாரிகளும் இடம்பெற்றிருந்தனர் என்பதைக் கீழ்கண்ட பெயர்ப் பட்டியலின் வழியாக அறியலாகிறது.

நிர்வாகக்குழு உறுப்பினர்கள்

1. தொண்டைமான்
2. திருவையாருடையான்
3. மதுராந்தகப் பிரம்மராயன்
4. தில்லையம்பலப் பேரரையன்
5. விழிநத்தரையன்
6. இராசராச விழுப்பரையன்
7. சித்தராயன்
8. வில்வராயன்
9. அங்கராயன்
10. சிங்கலராயன்
11. விஜயராயன்
12. மூவேந்தரையன்
13. வானதராயன்
14. வயநாட்டரையன்
15. பொத்தப்பிச்சோழன்
16. காரனைவிழுப்பரையன்
17. குருகுலராயர்
18. நரசிம்மவர்மன்
19. பாண்டியராஜன்
20. மலையப்பிராயர்
21. வேணாடுடையர்
22. மழவராயர்
23. காடுவெட்டி
24. வைராதிராயர்
25. விலாடராயர்
26. விக்கிரம சோழ பிரம்மராயன்
27. விலநாடுடையான்
28. நிகரிலிசோழபல்லவரையன்
29. குலோத்துங்க சோழ வாணக்கோவரையன்
30. எதிரிலிச்சோழ வேலன்

போன்ற உறுப்பினர்கள் இருந்துள்ளனர். மேலும் அரசனின் ஆணைகளை அவ்வப்போது ஆய்ந்து வெளியிடும் துணைக்குழு ஒன்றும் இருந்துள்ளது.

துணைக்குழு உறுப்பினர்கள்
1. நெறியுடைச்சோழமூவேந்த வேளான்
2. இராஜேந்திரசிங்க மூவேந்தவேளான்
3. மீனவன் மூவேந்தவேளான்
4. இராசராச மூவேந்தவேளான்

மேற்கண்ட நிர்வாகக்குழுவில் இடம்பெற்றுள்ள பெரும்பான்மையானோர் மன்னனின் நம்பிக்கைக்குரியவர்களாக இருக்கலாம் என்பதை அவர்களின் பெயரினை உற்றுநோக்கும் போதே தெரியவருகிறது. எனவே திறமைவாய்ந்த நிர்வாகிகளை இனங்கண்டு ஆகச்சிறந்த முறையில் பெரும்பற்றப்புலியூராகிய தனியூரின் மொத்த நிர்வாகமும் அரசின் தலையீடுகள் இன்றி எதேச்சதிகாரத்தோடு நிர்வகிக்கப்பட்டு வந்துள்ளது. மேலும் பெரும்பற்றப்புலியூரின் நிர்வாகக்குழுவில் இடம்பெற்றுள்ள உறுப்பினர்களின் பெயர்களைப் பொது மக்கள் கண்டிப்பாகத் தெரிந்திருக்க வேண்டும் என்பதனாலேயே அவர்களின் பெயர்களை மக்கள் கூடும் இடமான நடராஜர் கோயிலின் வளாகத்திலேயே கல்வெட்டாக வடிக்கப்பட்டிருப்பதின் மூலம் சோழர் கால நிர்வாகக் கட்டமைப்பின் வெளிப்படைத் தன்மையின் உச்சத்தை உணரமுடிகிறது.

தில்லைவாழ் அந்தணர்கள்

திருத்தொண்டத் தொகையிற் போற்றப்படும் திருக்கூட்டத்தார் ஒன்பதின்மருள் முதலில் போற்றப்படுபவர் மூவாயிரவர் என்னும் தொகையினர். கூத்தப் பெருமானுக்கு உரிமைத் தொழில் பூண்டுவாழும் இவ்வந்தணர்கள் தில்லைத் திருக்கோயிலினுள்ளே இறைவன் பூசனைக்குரிய அகத் தொண்டுகளைச் செய்து வாழ்பவர்கள்; நான்கு வேதங்களையும் அறங்களையும் உணர்ந்தவர்கள்; முத்தீ வளர்த்து வேள்வி செய்பவர்கள்; அறு தொழில் ஆட்சியினாலே வறுமையை நீக்கியவர்கள். திருநீறு, உருத்திராக்கம் பூண்டு சிற்றம்பலமேய செல்வன் கழலேத்தும் செல்வத்தையே உயர்ந்த செல்வமாகக் கொண்டவர்கள். தங்கள் வாழ்வாகவும் வைப்பாகவும் தில்லையிற் கூத்தப் பெருமானை வழிபட்டு உலகெலாம் புகழும் வண்ணம் மானமும் பொறையுந் தாங்கி மனையறம் புரிந்து வாழ்பவர்கள் எனச் சேக்கிழாரடிகள் பெருமையாகக் குறிப்பிடுகிறார்.

வேத விதிப்படி வேள்விபுரியும் தில்லை மூவாயிரவராகிய இத்திருக்கூட்டத்தார் தில்லை நடராஜர் பெருமானைக் கணநேரமும் பிரியாது போற்றி வழிபடும் இயல்பினர். படைத்தற் கடவுளாகிய பிரம்மன் அந்தர்வேதியென்னும் இடத்தில் தான் செய்யும் வேள்விக்கு உடனிருந்து உதவிபுரியும்படி வியாக்கிரபாத முனிவர் இசைவு பெற்றுத் தில்லை மூவாயிரவரை வற்புறுத்தி அழைத்துச் சென்றார். வேள்வி முடிந்த பின் இவ்வந்தணர்களை அழைத்து வரும்படி இரணியவர்மனிடம் வியாக்கிரபாதர் கூற அவனும் அங்கே சென்று தில்லை மூவாயிரவரையும் தேர்களில் ஏற்றிக்கொண்டு தில்லை நகருக்கு வந்தான். தில்லைக்கு வந்த பின் அவர்களை எண்ணிப்பார்த்தபோது மூவாயிரவருள் ஒருவரை மட்டும் காணாது திகைத்து நின்றான். அப்பொழுது தில்லையம்பலப் பெருமான், தேவர்கள், முனிவர்கள் முதலியோர் வேண்டுதலுக்கேற்ப தில்லை மூவாயிரவருக்கு யாமும் ஒப்பாவோம் என அருளிச் செய்தான் எனவும் அவ்வருள் மொழி கேட்டு அங்கிருந்த அனைவரும் அளவில்லா மகிழ்ச்சியுற்றனர் எனவும் கோயிற்புராணம் கூறுகிறது. இவ்வளவு சிறப்பினைப் பெற்ற தில்லைவாழ் தீக்ஷிதர்களை,

''செம்மையால் தணிந்த சிந்தைத் தெய்வவே தியர்களானார்
மும்மையா யிரவர் தாங்கள் போற்றிட முதல்வனாரை
இம்மையே பெற்று வாழ்வார் இனிப்பெரும் பேறொன்றில்லார்
தம்மையே தமக்கொப்பான நிலைமையால் தலைமை சார்ந்தார்''
(பெரிய.-8)

''முத்தீயாளர் நான்மறையர் மூவாயிரவர் நின்னோடு
ஒத்தேவாழுந் தன்மையாளர் ஓதிய நான்மறையைத்
தெத்தேயென்று வண்டுபாடுந் தென்தில்லை யம்பலத்துள்
அத்தாவுன்றன் ஆடல்காண அணைவதும் என்றுகொலோ''.
(திருவிசைப்பா-20.3)

எனப் பெரியபுராணமும் கண்டராதித்தரும் குறிப்பிடுவது இங்கு ஒப்புநோக்கத் தக்கதாகும்.

6. சிதம்பரம் நகர்ப்புறங்களின் வரலாறு

நகர வரலாறு நிலஆய்வுகளின் படி, நகர வடிவங்களின் உருவாக்கத்திலும்; நவீன காலத்திற்கு முந்தைய நகரங்களின் வடிவமைப்பிலும்; சமயச் சடங்கு வளாக மையங்கள் முக்கியத்துவத்தைப் பெற்றிருந்தன. இந்தச் சமய நிறுவன மையங்கள் மன்னர்களாலும் அரசு நிறுவனத்தில் பணியாற்றியவர்களாலும் இவர்களின் மேலாண்மையைப் பெற்றவர்களான பெரு வணிகர்களாலும் வழங்கப்பட்ட செல்வங்களினால் செழிப்புடன் வளர்க்கப்பட்டு வந்தன. இதனால் சமயச் சடங்குகளின் மையங்களாகத் திகழ்ந்த கோயில்கள் ஒவ்வொன்றும் கவின்கலை வளர்க்கும் பணியினைத் தொய்வின்றி செய்து வந்தன. மக்களின் பொழுதுபோக்கு இடமாகவும் சமயச்சடங்குகளை உணர்வு பூர்வமாகத் திருவிழாக்களின் மூலம் மக்களிடம் கொண்டு சேர்க்கும் பணியினையும் திறம்பட ஆற்றி வந்தன. இவ்வளவு சிறப்பு வாய்ந்த சமயச்சடங்கு வளாகத்தை மையப்படுத்தியே நகர், நகரம், ஊர், பேரூர் போன்றவை தோற்றம் பெறக் காரணமாக அமைந்தன. நகரின் வளர்ச்சி என்பது அம்மண்டலத்தில் வசிக்கும் மக்களின் பொருளியல் ஈட்டலோடு தொடர்புடையது. ஆகச்சிறந்த உற்பத்தியாளர்களாக இருந்தால் மட்டுமே அவர்கள் நுகர்வோர்களாக இருக்கமுடியும். நல்ல நுகர்வோர்களைப் பெற்ற நகரமே வணிகத்தையும், வணிகர்களையும் வளர்த்தெடுக்கும் பணியினைத் தொய்வின்றிச் செய்ய முடியும். அதனால்தான், முதலில் கோயில் பிறகு நிரந்தர நீர்மேலாண்மைத்

திட்டம், நகர் உருவாக்கம், உற்பத்தியின் முக்கிய அலகான வேளாண் நிலங்கள், வேளாண் குடிகள், உழுகுடிகள் என இந்த சமயச் சடங்கு மையங்கள் விரிவடைவதைப் பல்லவர் காலம் முதல் சோழர்கள் காலம் வரையில் தெள்ளிடையாகக் காண்கிறோம்.

சிதம்பரம் என்ற நகர் சமயச் சடங்கு மையமாகத் தோற்றம் பெற்று, பிறகு வீரநாராயணப் பேரேரி என்ற நிரந்தர நீர்மேலாண்மைக் கட்டமைப்பால் வேளாண் நிலங்கள் விரிவாக்கம், புதிய மக்கள் குடியேற்றங்கள் உருவாக்கமென ஒட்டுமொத்த சிதம்பரம் பகுதியும் உணவு உற்பத்தியில் மிகை உற்பத்தியாய்த் திகழக் காரணமாக அமைந்தது. இதன் மூலம் சமயச் சடங்குகளின் மையமாக விளங்கிய நடராஜர் கோயிலை முதன்மையாக வைத்து நகர் என்ற அந்தஸ்தோடு நகர்ப்புறங்கள் சோழர் காலத்திலிருந்து விரிவடைந்து செல்வதைக் காண்கிறோம். ஒரு கட்டத்தில் இந்நகர் சோழப் பேரரசின் தலைநகர் என்ற பெருமையோடு விளங்கியதையும் மறுக்கமுடியாது.

சோழப் பேரரசின் தற்காலிகத் தலைநகரம்

இராஜேந்திர சோழன் கங்கைகொண்ட சோழபுரம் என்ற தமது புதிய தலைநகர் முற்றுப் பெறும் வரை அதாவது கி.பி.1014 முதல் கி.பி. 1022ஆம் ஆண்டு வரையில் சிதம்பரத்திலிருந்த மாளிகையையே தமது நிர்வாக மையமாகக் கொண்டிருந்ததாக தி.வை.சதாசிவ பண்டாரத்தார் சுட்டுகிறார். **''........நமக்கு யாண்டு எட்டாவது நாள் நூற்றேழினால் நாம் பெரும்பற்றப் புலியூர்விட்ட வீட்டின் உள்ளால் மாளிகையின் கீழை மண்டபம் இராஜேந்திரசோழ பிரமாதிராஜனின் நா முண்ணாது விருந்து......''** (கரந்தைச் செப்பேட்டுத் தொகுதி.ப.51), என்ற செப்பேட்டின் வரிகளும் இவன் கி.பி. 1021 ஆம் ஆண்டு சிதம்பரத்தில் தங்கியிருந்ததை உரைக்கின்றன.

செந்தமிழ் இதழ் ஆய்வுக்கட்டுரையில் பண்டாரத்தார் அவர்கள் இராஜேந்திர சோழன் எட்டாண்டு காலம் சிதம்பரத்தில் தங்கியிருந்ததாகக் கூறப்படும் காலகட்டம் மிக முக்கியத்துவம் வாய்ந்ததாகும். கி.பி. 1014 ஆம் ஆண்டு இராஜராஜ சோழன் இறந்தபிறகு, இராஜேந்திரன் சோழப் பேரரசின் மாமன்னனாக அரியணையேறியது, இந்துமகாசமுத்திரம் முழுமையும் தனது

கடலாளுமையின்கீழ்க் கொண்டுவரப்பட வேண்டும் என்ற நோக்கில் இலங்கையின் முழு வெற்றி (கி.பி. 1017), சேரநாடு மற்றும் அதற்குட்பட்ட துறைமுகங்களையும் அரபிக்கடல் பகுதியில் இருந்த பழந்தீவு பன்னீராயிரத்தை வென்றது (கி.பி. 1018), சாந்திமாத்தீவு கைப்பற்றப்பட்டது (கி.பி. 1019). இடைதுறைநாடு, வனவாசி, கொள்ளிப்பாக்கை, இரட்டப்பாடி, மண்ணைகடாகம், பாண்டியநாடு போன்றவை வெற்றி கொள்ளப்பட்டது (கி.பி.1022) என இப்படையெடுப்புக்களுக்கான அனைத்துத் திட்டங்களும் சிதம்பரம் மாளிகையிலிருந்தே தீட்டப்பட்டுள்ளதாகக் கருத இடமுள்ளது. கி.பி. 1023ஆம் ஆண்டு இறுதிக்குள் வடபுலப் படையெடுப்பை முடித்து அங்கிருந்து கொண்டு வரப்பட்ட கங்கை நீரால் புதிய தலைநகரான கங்கைகொண்ட சோழபுரத்தைப் புனிதப்படுத்தி இராஜேந்திர சோழன் குடிபுகுந்தான் என்றும் பண்டாரத்தார் சுட்டுகிறார். இதிலிருந்து கி.பி. 1014 முதல் கி.பி. 1022ஆம் ஆண்டு வரை சிதம்பரம் மாளிகையைச் சோழப்பேரரசின் அரசியல் தலைமையிடமாக இராஜேந்திரன் கொண்டிருந்ததற்கு முக்கியக் காரணம் சிதம்பரம் நகரின் நிலவியல் சூழலேயாகும். பண்டாரத்தார் அவர்களின் கூற்றினை நோக்கும்போது இராஜேந்திர சோழன் தனது கங்கைப் படையெடுப்பைத் தில்லையிலிருந்தே தொடங்கியிருக்க வேண்டும் என்றே தோன்றுகிறது.

சோழப் பேரரசின் இராஜ்ஜிய விவகாரங்கள் சிதம்பரம் மாளிகையிலிருந்தே தீர்மானிக்கப்பட்டதாகக் கொள்வதற்கு இன்னும் இரண்டு காரணங்களை இங்கு குறிப்பிடலாம். அதாவது வெள்ளாறு மற்றும் கொள்ளிடம் ஆறுகள் கடலுடன் கலக்கும் இடைப்பட்ட பகுதியில் உள்ள கடல் நீரோட்டமானது கப்பல்களைச் செலுத்தும் கடலோடிகளுக்கேற்ற சூழலில் அமைந்திருந்தது. இக்கடற்பகுதியில் பன்னெடுங் காலமாகவே 20 நாட்டிக்கல் வேகத்தில் கடல் நீரோட்டம் இருந்து வருவது குறிப்பிடத்தக்கதாகும். இது கருத்தில் கொள்ளப்பட வேண்டிய முக்கிய விடயமும் கூட. இரண்டாவது காரணம் கொள்ளிடம் ஆறு கடலுடன் கலக்கும் கழிமுகப் பகுதியில் உள்ள பழையாறு மற்றும் தேவிக்கோட்டைப் பகுதியின் கடல்பகுதி மரக்கலன்களைச் செலுத்துவதற்கு தோதான ஆழம் மிகுந்த பகுதியாகும். தேவிக்கோட்டையில் மேற்கொள்ளப்பட்ட களஆய்வில் கி.பி.

10 முதல் கி. பி. 13 ஆம் நூற்றாண்டு வரை இப்பகுதி துறைமுகமாக விளங்கியதற்கான அனைத்துத் தரவுகளும் நூலாசிரியரால் கண்டறியப்பட்டுள்ளன.

புகழ்பெற்ற தேவிக்கோட்டை சிதம்பரத்தின் அருகே அமைந்துள்ளது. சோழர் காலத்தில் நாகைப்பட்டினம் மிகச்சிறந்த துறைமுகப்பட்டினமாக விளங்கியதைச் செப்பேடுகள் மற்றும் கல்வெட்டுகள் குறிப்பிடுகின்றன. இதேபோன்று கொள்ளிடம் ஆற்றின் வடகரையில் இயற்கையாகவே தீவுபோன்று அமையப்பட்ட தீவுக்கோட்டை என்ற தேவிக்கோட்டையானது இராஜேந்திர சோழன் காலத்தில் கப்பற்படைத் தளமாக செயல்பட்டிருக்க வேண்டும் எனலாம். எனவே மேற்கூறிய இரு காரணங்களையும் சீர்தூக்கிப் பார்க்கும்பொழுது கப்பற்படைகளை நகர்த்துவதற்கான பாதுகாப்பான கடற்படைத்தளமாக இக்கடற்பரப்பு விளங்கியிருப்பதற்கான சூழல் அதிகமிருப்பதை நாம் கவனத்தில் கொண்டால் ஏன் இராஜேந்திர சோழன் தஞ்சையை விடுத்துக் கொள்ளிடம் ஆற்றின் வடபகுதியில் தலைநகர் கங்கைகொண்ட சோழபுரத்தை நிர்மாணித்தான் என்பதற்கான நிலவியல் சூட்சமத்தைத் தெளிவாக உணரமுடியும்.

தேவிக்கோட்டை

இவ்வூர் நாகப்பட்டினம் மாவட்டம் சீர்காழி வட்டத்தில் (E:11.37.2317-N:79. 80. 63.19) உள்ளது. சிதம்பரத்தில் இருந்து 8 கி.மீ. தூரத்தில் கொள்ளிடம் ஆறு கடலுடன் கலக்கும் கழிமுகப் பகுதியில் ஆற்றின் வடக்குக்கரையில் அமைந்துள்ளது. சுமார் 100 ஏக்கர் பரப்பளவினைக் கொண்ட இப்பகுதியானது நான்கு பக்கமும் கொள்ளிடம் ஆற்றினால் சூழப்பட்ட பகுதியாகும். இங்கு ஒரு மைல் சுற்றளவில் கோட்டை ஒன்று இருந்ததாக ஆங்கிலேய ஆவணங்கள் குறிப்பிடுகின்றன. இப்பெருவெளியில் நடத்தப்பட்ட களஆய்வில் மட்கல ஓடுகள், ட வடிவக் கூரை ஓடுகளின் உடைந்த பாகங்கள், 5x13x24, 6x13x25 செ.மீ அளவுகளைக் கொண்ட செங்கற்கள், பச்சை, சிவப்புநிற மணிகள், முதலாம் இராஜராஜ சோழனின் செப்பு நாணயங்கள், நான்கடி அகலம் கொண்ட செங்கற்சுவர், அதனை ஒட்டியவாறு தரைதளப்பகுதி போன்றவை நூலாசிரியரால் கண்டுபிடிக்கப்பட்டுள்ளன. தேவிக்கோட்டையின் வடக்குப் பகுதியில் கொள்ளிடம் ஆற்றின் கரையை ஒட்டி கிழக்கு,

மேற்காக நடத்தப்பட்ட நில ஆய்வில் சேகரிக்கப்பட்ட தொல்சான்றுகள் அனைத்தும் கி.பி. 10 மற்றும் கி.பி.13 ஆம் நூற்றாண்டைச் சார்ந்தவையாகும். கொள்ளிடம் ஆற்றின் வடக்குக் கரையிலிருந்து 40 அடி தூரத்தில் சுமார் 10 அடி ஆழத்தில் 4 அடி அகலம் கொண்ட செங்கற்சுவர் ஒன்று கிழக்கு மேற்காகச் செல்வதும் கண்டுபிடிக்கப்பட்டது. இதற்குப் பயன்படுத்தப்பட்டுள்ள செங்கற்கள் 5x13x21 செ.மீ அளவுள்ளவை. இக்கட்டுமானம் இடைக்காலத்தில் படகுகளை நிறுத்துவதற்காகப் பயன்படுத்தப்பட்டதாகக் கருதலாம். மேலும் கிருஷ்ணசாமி ஐய்யங்கார் South Indian And Her Muhammadan Invaders என்ற தமது நூலில் கங்கை கொண்ட சோழபுரத்தில் கிடைத்த செங்கற்கள் தேவிக்கோட்டையில் கிடைக்கப்பட்ட செங்கற்களின் அளவோடு ஒத்துள்ளதாகச் சுட்டுகிறார். (There is one other place that is to be settled, and that is Jalkotta. It is not possible to offer as satisfactory an identification of this place as there is nothing further to lead us to an Identification except the name. If Jalkotta means anything at all, it must be water - fortress; and I take it, it apparently refers to an island protected by deep waters round it. The only place in the vicinity that I could think of is the famous Devikotta of the early British Campaigns at the mouth of the Coleroon. There are the remains of huge bricks walls, of brichs of the same kind and size as those found in Gangaikonda solapuram. One of the walls in the island at the mouth showed three parts - two brick walls of 2 to 2.1/2 feet thick with an intervening mud wall about 6 feet. Another bit could be seen about five to six miles up the river and the present bed of the coleroon seems to occupy the place of the rest of it... S.Krishnaswami Aiyanar-South Indian And Her Muhammadan Invaders Page no -111)

தேவாரப்பதிவுகள்

தேவிக்கோட்டை அமைந்துள்ள பகுதியிலிருந்து நேர் தெற்கே, கொள்ளிடம் ஆற்றின் தெற்குக் கரையில் மகேந்திரப்பள்ளி என்ற ஊர் அமைந்துள்ளது. திருஞானசம்பந்தர் (கி.பி. 7) மகேந்திரப்பள்ளிக்கு வருகை புரிந்து அங்குள்ள திருமேனியழகரைப் புகழ்ந்து பாடிய பாடல்கள் மூன்றாம் திருமுறையில் இடம்பெற்றுள்ளன. அப்பாடல்கள் மூலம் மகேந்திரப்பள்ளி கி.பி.7 ஆம் நூற்றாண்டில் வங்கக்கடலை ஒட்டி அமைந்திருந்ததையும் கடல்சார் வணிகர்களின் மையமாக இவ்வூர் திகழ்ந்துள்ளதையும் தாம் யார்த்த பாடலில் மிக நுட்பமாகப் பதிவுசெய்துள்ளார்.

''வங்கமார் சேணுயர் வருகுறி யான்மிகு
சங்கமார் ரொலியகில் தருபுகை கமழ்தரு
மங்கையோர் பங்கினன் மயேந்திரப் பள்ளியுள்
எங்கணா யகன்றன திணையடி பணிமினே''
(மூன்றாம் திருமுறை: 3132)

அதாவது வணிகத்தின் பொருட்டு நெடுந்தூரம் சென்ற கப்பல்கள் திரும்பிவரும் குறிப்பினை ஊரிலுள்ளவர்களுக்கு உணர்த்த ஊதப்படும் சங்கின் ஒலியும் அகிற்கட்டைகளால் தூபம் இடுகின்ற போது உண்டாகும் நறுமணம் கமழும் புகையையுடைய மகேந்திரப்பள்ளியுள் உமாதேவியைத் தன் திருமேனியின் ஒருபாகமாகக் கொண்டு வீற்றிருந்தருளும் எங்கள் தலைவனான சிவபெருமானின் திருவடிகளை வணங்குவீர்களாக என்று குறிப்பிடுகிறது. இதன் மூலம் மகேந்திரப்பள்ளி பல்லவர் காலத்தில் வணிகத்தளமாக இருந்துள்ளதற்கு இப்பாடலையே நாம் நேரடி சாட்சியமாகக் கொள்ளலாம். மேலும்,

''நித்திலத் தொகைபல நிரைதரு மலரெனச்
சித்திரப் புணரிசேர்ந் திடத்திகழ்ந் திருந்தவன்
மைத்திகழ் கண்டனன் மயேந்திரப்பள்ளியுட்
கைத்தல மழுவனைக் கண்டடி பணிமினே.''
(மூன்றாம் திருமுறை: 3133)

என்ற பாடலில் இறைவனை வழிபடுவதற்கு மலர்களைக் கையால் ஏந்தி வருதல் போல பல முத்துக் குவியல்களை அழகிய கடலானது அலைகளால் கொண்டு வந்து சேர்க்கும் சிறப்பினை உடைய மகேந்திரப்பள்ளியுள் வீற்றிருந்தருளும் இறைவனும் மை போன்று கருநிறம் கொண்ட கழுத்தையுடையவனும் கையில் மழு என்னும் ஆயுதத்தை ஏந்தியவனுமான சிவபெருமானைத் தரிசித்து அவன் திருவடிகளை வணங்குவீர்களாக எனப்பொருள் விளக்கம் தரப்படுகின்ற நிலையில் மகேந்திரப்பள்ளியின் கடற்பகுதி அலைகளுடன் காணப்பட்ட பதிவினையும் காண்கிறோம். எனவே சோழர் காலத்திற்கு முன்பாகவே பல்லவர் காலத்தில் மகேந்திரப்பள்ளி துறைமுகப் பகுதியாகத் திகழ்ந்திருந்ததற்கு இப்பாடல்களே தக்கச் சான்றுகளாகும். (ஆனால் இன்று கடல் மகேந்திரப்பள்ளியில் இருந்து 2 கி.மீ தூரம் பின்னோக்கிச் சென்றுவிட்டது) எனவே இதே காலகட்டத்தில் கடற்கரையை ஒட்டி தேவிக்கோட்டையும் அமைந்திருந்ததாகக் கருதலாம். குறிப்பாக இந்த நிலவியல்

அமைப்பின்படி தேவிக்கோட்டையின் கிழக்குப் பகுதியில் அலைகளையுடைய கடற்பரப்பும் தெற்குப்பகுதியில் அலைகள் அற்ற கொள்ளிடம் ஆறும் இருந்துள்ளன. இதேபோன்று மகேந்திரப்பள்ளியும் கி.பி. 7ஆம் நூற்றாண்டில் கிழக்கே கடற்பரப்பையும் வடக்கே கொள்ளிடம் ஆற்றையும் அரணாகக் கொண்டிருந்தது. இந்த நிலவியல் அமைப்பு கி.பி. ஏழாம் நூற்றாண்டைச் சார்ந்த கடலோடிகளுக்குச் சாதகமாக இருந்ததாலேயே இப்பகுதி கடல்சார் வணிகர்களின் முக்கியக்கேந்திரமாக இருந்திருக்கிறது. இதனையே திருஞானசம்பந்தர் தம் பாடலில் பதிவு செய்துள்ளார்.

மகேந்திரப்பள்ளியில் கடந்த பத்தாண்டுகளுக்கு முன்பாக நிலத்தைச் சீர்படுத்தும்போது சமணத் தீர்த்தங்கரர் சிலையொன்று கிடைத்துள்ளது. அச்சிலையை அரசு அதிகாரிகள் நாகப்பட்டினம் கொண்டு சென்று விட்டதாக இவ்வூரைச் சார்ந்த முத்து அவர்கள் தெரிவித்துள்ளார். சமணம் வணிகர்களோடு தொடர்புடைய சமயமாகும் என்பது இங்கு நாம் கருத்தில் கொள்ளப்பட வேண்டிய ஒன்று.

தேவிக்கோட்டையிலிருந்து மேற்கே கொள்ளிடம் ஆற்றின் வடகரையில் திருக்கழிப்பாலை பால்வண்ணநாதர் சிவன் கோயில் அமைந்துள்ளது. கி.பி.7 ஆம் நூற்றாண்டில் இக்கோயிலானது கொள்ளிடம் ஆற்றின் வடக்குக் கரையில் உள்ள கரைமேடுப் பகுதியில் அமைந்திருந்தது. கொள்ளிடம் ஆற்றின் வெள்ளத்தால் இக்கோயில் அழிவுற்றதால் முன்னூறு ஆண்டுகளுக்கு முன்பு இறையன்பர் ஒருவர் அவ்விடிபாடுகள் மற்றும் சிலைகளைக் கொண்டுவந்து சிவபுரிக்கு அருகில் பால்வண்ண நாதருக்கு மீண்டும் கோயில் அமைத்தார். திருஞானசம்பந்தர் கரைமேடுப் (இதுதான் பழைய திருக்கழிப்பாலை) பகுதியில் இருந்த பால்வண்ண நாதரை தரிசித்துப் பாமாலை சூட்டியுள்ளார். அப்பாடல் ஒன்றில்...

''வானிலங்க விளங்கும் இளம்பிறை
தானலங்கல் உகந்த தலைவனார்
கானிலங்க வரும் கழிப்பாலையார்
மானலம் மடநோக்கு உடையாளொடே''.

(மூன்றாம் திருமுறை: 3267)

வானம் பிரகாசிக்க விளங்கும் இளம் பிறைச்சந்திரனை மாலைபோல் விரும்பி அணிந்த தலைவரான சிவபெருமான் கடற்கரைச் சோலையாக விளங்கும் திருக்கழிப்பாலையில் மான் போன்ற பார்வையுடைய உமாதேவியாரோடு வீற்றிருந் தருளுகிறார் எனக் குறிப்பிடுகிறார். அதாவது கி.பி. 7 ஆம் நூற்றாண்டில் திருக்கழிப்பாலை என்ற ஊர் கடற்கரைச் சோலையாகத் திகழ்ந்துள்ளதைப் பதிவு செய்கிறார். இவ்வூர் தேவிக்கோட்டையிலிருந்து மேற்கே 1கி.மீ. தூரத்தில் உள்ளது. எனவே திருக்கழிப்பாலையை அடுத்து இருந்த பசுமைவெளியைத் தான் சம்பந்தர் கடற்கரைச்சோலை எனச் சுட்டுகிறார். எனவே கி.பி. 7ஆம் நூற்றாண்டில் மகேந்திரப்பள்ளி கடலோடி வணிகர்களின் துறைமுகப்பகுதியாக இருந்துள்ளது என்பதை மறுப்பதற்கில்லை. இந்நிலைப்பாடு சோழர்கள் காலம் வரை நீடித்திருக்க வேண்டும். எனவேதான், இச்சிறப்பு மிக்க பகுதியில் வலிமைமிக்க கப்பற்படைத்தளத்தை உருவாக்கி வங்கக்கடல் பகுதியைத் தமது கடலாளுமையின் கீழ் வைத்திருக்க எண்ணிய இராஜேந்திர சோழன் தேவிக்கோட்டைப் பகுதியைப் பயன்படுத்தியிருக்க வேண்டும். மேலும் இவனது கங்கைப் படையெடுப்பை வெறும் நிலவழிப் படையெடுப்பு என்றே வரலாற்று அறிஞர்கள் சுட்டுகின்றனர். ஆனால் இந்த வடபுலப் படையெடுப்பை கடல் மற்றும் நிலமார்க்கமான படையெடுப்பாகப் பார்க்க வேண்டும். நிலவழியாக உத்தரலாடம், வங்கதேசம் மற்றும் இன்றைய சிரபுஞ்சி வரையில் படைகளை நகர்த்திச் செல்வது என்றால் ஏகப்பட்ட காலவிரையம், மனித ஆற்றலிழப்பு போன்றவற்றைத் தவிர்க்க எண்ணிய இராஜேந்திர சோழன் கடல் மற்றும் நிலமார்க்கமாகவே தமது படை நகர்வுகளை முன்னெடுத்துச் சென்றிருக்க வேண்டும். கங்கைப் படையெடுப்பின் போது வெல்லப்பட்ட சக்கரக்கோட்டம், மதுரை மண்டலம், நாமனைக்கோனை, பஞ்சப்பள்ளி, மாஸுனி தேசம், யயாதிநகர், ஒட்டதேசம், தென்கோசலம், தண்டபுத்தி, தக்கணலாடம், உத்தரலாடம், வங்காளதேசம் போன்ற நாடுகளில் பெரும்பான்மை நாடுகள் வங்கக்கடலை ஒட்டியிருந்த நாடுகளாகும். தென்கோசலத்தின் தலைநகரான யயாதிநகரை வெற்றி கொண்டு அதனருகே இருந்த ஒட்டதேசம் வரை படைநடத்திச் சென்ற இராஜேந்திர சோழன் ஒடிசாவின் பரூவா துறைமுகத்திலிருந்து சுமார் 20 கி.மீ. தூரத்தில் அமைந்துள்ள மகேந்திரகிரி மலையில் ஜெயஸ்தம்பம் நாட்டு விழாவில்

ஒட்டதேச வெற்றிக்குத் தோள்கொடுத்த தனது தளபதிக்கு வீர அங்குசத்தையும் விட்டிவாரணமல்லன் என்ற விருதையும் வழங்கிய பிறகு, தமது கங்கைப்படையெடுப்பின் பொறுப்பினைத் தனது படைத்தளபதிகளிடமே ஒப்படைத்து விட்டு மகேந்திரகிரி மலைக்கு அருகே ஒட்ட தேசத்தின் புகழ்பெற்ற பரூவா துறைமுகத்தை அடைந்து கடல்மார்க்கமாகவே இராஜேந்திர சோழன் ராஜமுந்திரிக்கு அருகே உள்ள கோதாவரி ஆற்றின் கரையில் வந்து தங்கினான். கங்கை நதிக்கரையைப் பிடிக்க சோழப் படையினர் சோழந்தியா *(Colandia)* என்ற மரக்கலன்களைப் பயன்படுத்தினர் என்று வரலாற்று ஆய்வாளர் ஹேமாதேவரே அவர்கள் குறிப்பிடுகிறார். இதன் மூலம் சோழநாட்டைச் சார்ந்த கடலோடிகள் உள்ளூர்ப் பயணங்களுக்கென்று சிறிய ரகக் கரை சார்ந்த கப்பல்களைப் பயன்படுத்தியுள்ளனர் என்பதை அறிகின்றோம். மலாயா, சுமத்ரா போன்ற நாடுகளை அடைய நீண்ட கடற்பயணத்தால் சமுத்திரத்தைக் கடக்கக்கூடிய வலிமைமிக்க பெரியக் கப்பல்களையும் பயன்படுத்தியுள்ளனரென்றும் அவர் சுட்டுவது (Nagapattinam to Suvarnadwipa: Reflectons on the Chola Naval Expeditions Southeast Asia, P.No. 70)மேற்கண்ட கூற்றுக்கு வலுச்சேர்ப்பதாகவே உள்ளது.

திருக்கழிப்பாலை பால்வண்ணநாதர் கோயிலில் நான்கு சோழர்காலக் கல்வெட்டுகள் உள்ளன. இதில் முதலாம் இராஜராஜ சோழனின் 26ஆவது ஆட்சியாண்டைச் சார்ந்த கல்வெட்டில் மஹாதேவன் என்பவன் நந்தா விளக்கு எரிப்பதற்காகப் பத்து காசுகளைத் தானமாக வழங்கியுள்ளதைக் குறிப்பிடுகிறது. இராஜேந்திர சோழனின் காலத்தில் வெளியிடப் பட்டுள்ள சிதைந்த கல்வெட்டு ஒன்றில் கங்கைகொண்ட சோழபுரத்திலிருந்த திரிபுவனமாதேவி பேரங்காடியைச் சார்ந்த கூத்தன் அடிகள் என்ற வணிகன் பொன் வழங்கியுள்ளதையும், இவன் பெருநல்லூர் என்ற ஊரினைப் பூர்விகமாகக் கொண்டவன் என்ற தகவலையும் கூறுகிறது. இம்மன்னரது மற்றொரு சிதைந்த கல்வெட்டில் பூர்வதேசம், கங்கை, கடாரம் கொண்ட போன்ற சொற்களும் கங்கைகொண்ட சோழபுரம் மாளிகைக் குளியல் அறையின் பணிப் பெண்ணாக பணியாற்றிய ஒருவர் இக்கோயிலுக்குத் தானங்களை வழங்கியுள்ள தகவலையும் சுட்டுகிறது. விக்கிரம சோழப் பிரம்ம மாராயன் என்பவன்

திருக்கழிப்பாலை பால்வண்ண நாதருக்கு நாள்தோறும் ஒரு நாழி தும்பைப்பூ வழங்குவதற்காகத் தானம் வழங்கியுள்ளதை மற்றொரு துண்டுக் கல்வெட்டின் வாயிலாக அறியலாகிறது. எனவே இராஜேந்திர சோழன் காலத்தில் கொள்ளிடம் ஆற்றின் வழியாகத் தலைநகர் கங்கை கொண்ட சோழபுரத்திற்குச் செல்லும் நீர்வழிப்பாதையின் அருகில் இக்கோயில் கட்டப்பட்டிருந்ததாலேயே கங்கை கொண்ட சோழபுரம் பேரங்காடியைச் சார்ந்த வணிகரும் மன்னரின் மேலாண்மையைப் பெற்றிருந்த பணிப்பெண்ணும் இக்கோயிலுக்குத் தானங்களை வழங்கிச்சிறப்பித்துள்ளதை நோக்கும்போது தேவிக்கோட்டைக்கும் கங்கைகொண்ட சோழபுரத்திற்கும் இடையே நிச்சயமாகக் கொள்ளிடம் ஆற்றின் வழியாக நீர்வழிப்பாதை ஒன்று செயல்பட்டிருக்க வேண்டும். மேற்கண்ட வணிகனின் ஊரான பெருநல்லூர் என்ற ஊர் இன்று நல்லூர் என்ற பெயருடன் மகேந்திரப்பள்ளியின் தெற்குப்பகுதியில் அமைந்துள்ளது.

ஜெயங்கொண்டப்பட்டினம்

தேவிக்கோட்டையின் முந்தைய பெயர் ஜெயங்கொண்ட பட்டினமாகும் என்பதை எஸ். கிருஷ்ணசுவாமி ஐயங்கார் அவர்கள் எழுதிய South India And Her Muhammadan *Invaders* என்ற நூலின் மூலம் அறியமுடிகிறது. "A little way to the north of it wasNagapatam; Kaveripatam at the mouth Kaveri; Jayangondapa-ttanam near the mouth of the Coleroon and so on"...*(page no 65)*, எனக் குறிப்பிடுகிறார். எனவே ஐயங்கார் அவர்கள் சுட்டுவதிலிருந்து கொள்ளிடம் ஆற்றின் கழிமுகப்பகுதியில் வங்கக்கடலை ஒட்டியவாறு ஜெயங்கொண்ட பட்டினம் என்ற துறைமுகநகரம் இருந்துள்ளதாகக் கருத இடமுள்ளது. இன்று தேவிக்கோட்டை என்று அழைக்கப்படும் பகுதியே அக்காலத்தில் ஜெயங்கொண்ட பட்டினமாக விளங்கியிருக்கிறது. முதலாம் இராஜராஜ சோழனின் விருதுப் பெயர்களுள் ஒன்று ஜெயங்கொண்டான் என்பதாகும். அதன் நினைவாகவே இத்துறைமுகப் பட்டினத்திற்கு அப்பெயர் சூட்டப்பட்டிருக்க வேண்டும். இருப்பினும் இராஜேந்திர சோழனின் மகனான முதலாம் இராஜாதிராஜனுக்கும் ஜெயங்கொண்ட சோழன் என்ற பட்டப்பெயர் உண்டு. இவனது காலத்தில் உருவாக்கப்பட்ட ஊரே கங்கைகொண்ட சோழபுரத்திற்கு அருகேயுள்ள ஜெயங்கொண்ட பட்டினமாகும். பழைய திருக்கழிப்பாலைக்கு

மேற்கே கொள்ளிடம் ஆற்றின் வடகரையில் ஜெயங்கொண்ட பட்டினம் என்ற ஊர் அமைந்துள்ளது. இது தற்போது தேவிக்கோட்டையிலிருந்து சுமார் 1 கி.மீ. தூரத்தில் உள்ளது. ஆனால் 1906ஆம் ஆண்டு நிலப்பைசல் ஆவணங்களில் தேவிக்கோட்டைப் பகுதி ஜெயங்கொண்ட பட்டினத்தின் உட்கிடைப்பகுதியாக இருந்ததைச் சுட்டுகின்றன.

திருக்கழிப்பாலை பால்வண்ண நாதர் கோயிலைக் கற்றளியாக மாற்றிய பெருமை முதலாம் பராந்தக சோழனையே சாரும். இக்கோயிலில் உள்ள சிற்பங்களான துவாரபாலகர்கள், கொற்றவை, லிங்கோத்பவர், இந்திரன், பிரம்மா, விஷ்ணு, நந்தி போன்ற சிலைகளில் பராந்தகனின் கலைப்பாணியின் தாக்கம் அதிகம் காணப்படுவதால் இக்கோயில் இவனது காலத்தில் கற்றளியாகக் கட்டப்பட்டதாகும். எனவே திருஞானசம்பந்தரின் பாடல்கள் களஆய்வில் சேகரிக்கப்பட்ட தொல் சான்றுகள், பிற்கால நிலப் பரிவர்த்தனை ஆவணம், எஸ். கிருஷ்ணசுவாமி ஐயங்கார் அவர்களின் *South India And Her Muhammadan Invaders* என்ற நூல் போன்றவற்றின் வாயிலாகச் சுமார் 1600 ஆண்டுகளுக்கு முன்பிருந்தே கொள்ளிடம் ஆற்றின் கழிமுகப்பகுதி துறைமுகப்பட்டினமாகத் திகழ்ந்துள்ளதாக அறிகிறோம். எனவே மேற்கூறிய இரு காரணங்களையும் சீர்தூக்கிப் பார்க்கும்பொழுது கப்பற்படைகளை நகர்த்துவதற்கான பாதுகாக்கப்பட்ட கடற்படைத் தளமாக இக்கடற்பரப்பு விளங்கியிருப்பதற்கான சூழல் அதிகமிருப்பதை நாம் கவனத்தில் கொண்டால் ஏன் இராஜேந்திர சோழன் தில்லையம்பதியைத் தேர்ந்தெடுத்துத் தங்கினான் என்பதற்கான நிலவியல் காரணத்தை உணரமுடியும். இந்தத் தரவுகளை முன்னோக்கமாகக் கொண்டு எதிர்வரும் காலத்தில் இப்பகுதியில் விரிவான அகழாய்வுப் பணியினை அரசு மேற்கொள்ளுமேயானால் அப்பொழுதுதான் இப்பகுதியின் வரலாறு முழுமையாக வெளியுலகிற்குத் தெரிய வருவதோடு இராஜேந்திர சோழன் ஏன் தஞ்சையிலிருந்து கங்கைகொண்ட சோழபுரத்திற்குத் தலைநகரை மாற்றினான் என்பதற்கான நிலவியல் காரணத்திற்கான அறிவியல் பூர்வமான விடையும் கிடைக்கப்பெறும்.

நகர்ப்புறங்களின் தோற்றம்

பெரும்பற்றப்புலியூர் தனியூரைச் சுற்றி நான்கு பக்கங்களிலும்

மூன்று பேரிளமை நாடுகளும் ஒரு வளநாடும் இருந்துள்ளன. இவற்றில் பேரிளமை நாடு என்பவை பிரம்மதேய ஊர்கள், நாடு என்னும் வருவாய்த்துறை நிருவாக அமைப்பிலிருந்து தனியாகப் பிரிக்கப்பட்டு அரசின் நேரடி நிருவாகத்தின்கீழ் வளநாடு என்னும் அமைப்புடன் சேர்க்கப் பெற்றதாகும். அதேசமயம் பிரம்ம தேயங்களும் இவற்றோடு இணைக்கப்பட்டிருந்த பிடாகைகள், தேவதான, இறையிலி ஊர்கள் ஆகியன பேரிளமைநாடு என்னும் பெயரில் தனி நிருவாகப் பிரிவாக உருவாக்கப்பட்டு பேரிளமையார் என்னும் பெயர் கொண்ட நாட்டார் குழுவால் நிருவகிக்கப்பட்டன என அறிகிறோம். பேரிளமைநாடு பற்றிய ஆய்விலிருந்து பேரிளமையார் என்போர் பிரம்மதேய ஊர்ப் பகுதிகளில் வாழ்ந்த வெள்ளாள இன நிலக்கிழார்கள் என்றும் இவர்களின்கீழ் இருந்த நிருவாகப் பகுதி பேரிளமைநாடு எனவும் பேரிளமையார்களைக் கொண்ட நிருவாகக்குழு பேரிளமை நாட்டார் எனவும் அழைக்கப்பட்டதாகப் *(Kaveri.P.595)* பேராசிரியர் இல. தியாகராஜன் அவர்கள் குறிப்பிடுகிறார். எனவே இடைக்காலத்தில் சிதம்பரத்தைச் சுற்றியிருந்த மூன்று பேரிளமை நாடுகளின் மொத்த நிருவாகப் பொறுப்பும் பேரிளமையார்களைக் கொண்ட நிருவாகக் குழுவே நிருவகித்துள்ளதாகக் கருதலாம். சிதம்பரத்தின் கிழக்குப் பக்கம் ..... **பெரும்பற்றப்புலியூர்க் கீழ் பிடாகை கிடாரங்கொண்ட சோழப் பெர் இளமைநாட்டு எருக்காட்டிச்செரியான ஜெயங்கொண்டசோழ நல்லூர்.....''**, மேற்குப் பக்கம் **''........ மேல்பிடாகை கங்கைகொண்ட சோழப் பேரிளமை நாடும்.....''**, வடக்குப்பக்கம் **''......வட பிடாகை மதுராந்தகப் பேரிளமை நாடும்.......''** தெற்குப்பக்கம் **''......தென்பிடாகை பூலோக மாணிக்க வளநாடும்.....''** அமைந்திருந்ததைக் கல்வெட்டுகளின் வாயிலாக அறியலாகிறது. மேலே குறிப்பிடப்பட்டுள்ள பேரிளமை நாடுகளின் பெயர்களை நோக்குங்கால் பெரும்பான்மையான ஊர்கள் முதலாம் இராஜேந்திர சோழனின் பட்டப் பெயர்களைத் தாங்கியிருப்பதைக் காண்கிறோம்.

சிதம்பரம் நடராஜர் கோயிலில் காணப்பெறும் கல்வெட்டுகளில் காலத்தால் முந்தையது இராஜேந்திர சோழனின் 24ஆம் (கி.பி.1036) ஆட்சியாண்டைச் சார்ந்த கல்வெட்டாகும். எனவே இவனது காலத்தில் சிதம்பரம் நகர் புகழின் உச்சத்தில் இருந்ததாகவே கருதலாம். இங்குக் கல்வெட்டுகளில்

சுட்டப்பட்டுள்ள பிடாகைகள் என்பவை உட்கிடையாக இருந்த சிற்றூர்களைக் குறிப்பதாகும். அதாவது ஒரு பெரிய நகரையோ, தலைநகரையோ சுற்றியுள்ள சிறு ஊர்களைப் பிடாகை என்ற சொல்லாடலால் அழைக்கப்பட்டுவந்ததாகக் கல்வெட்டுக் கலைச்சொல் அகர முதலியில் சி. கோவிந்தராசனார் குறிப்பிடுகிறார். எனவே சோழர் காலத்தில் பல்வேறு கால கட்டங்களில் படிப்படியாகப் பல உட்கிடை ஊர்கள் உருவாக்கப்பட்டு வந்தாலும் அவற்றின் மொத்த நிர்வாக மையமாகச் சிதம்பரம் நகரம் திகழ்ந்துள்ளதைக் கல்வெட்டுகளின் கால வரிசைகளின்படி அறியப்படுகிறது.

சிதம்பரம் நகரைச் சுற்றி உருவாக்கப்பட்டிருந்த உட்கிடை ஊர்கள்(பிடாகை)

1. இராஜராஜ சோழ நல்லூர்
2. அருண்மொழித் தேவநல்லூர்
3. குந்தவை நல்லூர்
4. பரவைநங்கை நல்லூர்
5. குணமேனகைபுரம்
6. அழகநல்லூர்
7. பராக்கிரமசோழநல்லூர்
8. பரகேசரி நல்லூர்
9. பண்ணங்குடிச்சேரி என்ற பரகேசரிநல்லூர்.
10. இளநாங்கூர்
11. காரிக்குடி
12. மணலூர் என்கிற கங்கைகொண்டசோழநல்லூர்
13. கோயில்பூண்டி என்ற ஷத்திரியசிகாமணிநல்லூர்
14. சிவபுரி
15. விக்கிரமசோழநல்லூர் என்ற அக்கன் பள்ளிப்படை
16. திருவேட்கலம்
17. கடவாய்ச்சேரி
18. சண்டேஸ்வரநல்லூர்
19. கொற்றங்குடி
20. மிதுனக்குடி
21. எருக்காட்டாஞ்சேரி என்ற எருக்காட்டுப்படுகை
22. திருநீர்சோழமங்கலம்
23. இருமார்பன் தூயப்பெருமாள் மங்கலம்.
24. திருப்பாவாடைபுரம்

25. தில்லைநாயக விளாகம்
26. கடவாச்சேரி என்ற தில்லைநாயகநல்லூர்
27. திருச்சிற்றம்பலப்பட்டணம்.
28. சாத்தாங்குடி என்ற மஹீபாலகுலகாலநல்லூர்
29. சோழகேரளதேவன்நல்லூர்

தமிழ் நாட்டில் பிற்காலச் சோழராட்சியில் நீர்வளமும், வேளாண்மைக்கேற்ற நிலவளத்தாலும் சூழப்பட்ட பகுதியே ஊர் என்று அக்காலத்தில் எழுதப்பட்ட நிகண்டுகள் கூறுகின்றன. அங்கு குடியிருந்த குடிகளின் எண்ணிக்கை அடிப்படையில் பேரூர், சீறூர் என்று அழைக்கப்பட்டன. இதில் சுமார் ஐந்நூறு குடிகளுக்குக் குறையாமல் மக்கள் வாழும் பகுதி பேரூர் என்று அழைக்கப்பட்டது. இதற்குக் குறைவான குடிகளைக் கொண்டவை சீறூர், சிற்றூர் எனப்பட்டன. பொதுவாக ஊர்களை நகரம், ஊர் என்ற சொற்களால் மட்டும் அழைக்கப்படும் வழக்கு பண்டைய கல்வெட்டுகளில் இருந்துள்ளதைக் காண்கிறோம். நகரம் என்பது கல்வி, வணிகம், தொழில், கலைகள் போன்றவை வளர்ச்சி பெற்றிருந்த பெரிய ஊர்களைக் குறித்தது. வேளாண்மையை நம்பியிருக்கும் சிறிய ஊர்களையும் ஊர் என்ற சொல்லாடலாலேயே அழைக்கப்பட்டன. பொதுவாக அக்கால கட்டத்தில் உருவாக்கப்பட்டிருந்த ஊர்களுக்குப் பல பெயர்கள் இருந்த போதிலும் அவற்றின் பெயர்களைக் கொண்டே அவ்வூர்களின் முழுப் பொருளியல் தன்மையினையும் அறியலாம். குறிப்பாக மங்கலம், சதுர்வேதிமங்கலம், ஊர், புரம், பட்டினம், பட்டணம் போன்ற பின்னொட்டுகளைக் கொண்டு முடிகின்ற ஊர்கள் அனைத்துமே ஒன்று நிலவுடைமைச் சமூகத்தை உள்ளடக்கியதாகவோ அல்லது வாணிபத்தின் மூலம் பொருளீட்டுபவர்களான தனியுடைமை வாதிகளை உள்ளடக்கியதாகவோ இருந்தவைதான்.

இடைக்காலத் தமிழ்நாட்டிலுள்ள ஊர்ப் பெயர்களை முன்னொட்டு, கரு, பின்னொட்டு என மூன்றாகப் பிரித்து அவ்வூரின் அமைப்பியல் தன்மையைக் கணித்திடலாம். ஒரு ஊரைக் குறிக்கும் சொல்லில் இம்மூன்று கூறுகளும் நிச்சயமாகயிருக்கும். சிலவற்றில் முன்னொட்டு இல்லாமலும் (பரவை நங்கை என்பது கரு, நல்லூர் என்பது பின்னொட்டு - பரவைநங்கை நல்லூர் என்பது ஊரின் பெயர்) சில ஊர்ப்பெயர்கள்

உள்ளன. முன்னொட்டை விடப் பின்னொட்டுகள் அவ்வூரின் சமூகக் கட்டமைப்பினை அறிந்து கொள்ள துணைநிற்கின்றன. ஊர், குடி, நல்லூர், மங்கலம், சதுர்வேதிமங்கலம், புரம், பட்டினம், பட்டணம் போன்ற ஊர்ப்பெயர் பின்னொட்டுக்கள் சங்க காலத்திற்குப் பின்னர் சோழ நாட்டுப் பகுதியில் ஆதிக்கம் பெற்று விளங்கிய வெள்ளாளர், பிராமணர், வணிகர் முதலிய சமூகத்தினருக்கு உரிமை உடைய ஊர்கள் என்பதை உரைப்பதாக உள்ளன. ஊர், குடி என்ற பின்னொட்டுக்கள் வெள்ளாளர் சமூகத்தினருக்கு உரிமையுடைய ஊரைக் குறிக்க வழங்கப்பட்டன. குடி என்பது ஒரு குறிப்பிட்ட வேளாண் குடியிருப்பைக் குறிக்க வழங்கிய பின்னொட்டாகும். பெரும்பாலும் அக்குடியிருப்பை உருவாக்கிய குடித்தலைவனின் பெயரால் அவ்வூர் அழைக்கப்பட்டிருக்கின்றது. சில இடங்களில் அவை அமைந்துள்ள இடத்தின் தன்மையைக் கொண்டு பெயரிடப்பட்டுள்ளன. பல இடங்களில் குடி என்ற பின்னொட்டு வெள்ளான் சமூகக் குடியிருப்பைக் குறிக்க வழங்கிய பின்னொட்டாகவே திகழ்ந்துள்ளதாகக் கல்வெட்டு ஆய்வாளர் வெ.வேதாசலம் அவர்கள் குறிப்பிடுகிறார் (பாண்டியநாட்டு ஊர்களின் வரலாறு,ப.25).

கோயிலுக்கு உரிமையுடைய நிலங்களைப் பெற்று விளங்கிய வெள்ளான்வகை ஊர்கள் நல்லூர் என்ற பின்னொட்டுக்களுடன் அழைக்கப்பட்டுள்ளன. நல்லூரின் நிர்வாகம் பெரும்பாலும் வெள்ளான் வகைச் சமூகத்தினரிடமே இருந்தது. அரசுக்குச் செலுத்த வேண்டிய இவ்வூர்களின் வரிகள் மட்டுமே கோயில்களுக்குச் செலுத்தப்பட்டன. நல்லூர் என்ற பின்னொட்டு கி.பி. 10ஆம் நூற்றாண்டிற்கு முன்னர் பிராமணர் குடியிருந்த ஊர்களையும் குறிப்பதாக விளங்கியுள்ளன. கோயில்களுக்கும் பிராமணர்களுக்கும் உரிமையுடைய நிலங்கள் ஒருசேர சில ஊர்களில் இருந்தன. இவற்றை தேவதானப் பிரமதேயம் என்று அழைக்கப்பட்டன. பிராமணர்களுக்குக் கொடையாக வழங்கப்பட்ட ஊர் பிரம்மதேயம் எனப் பொதுவாகக் குறிக்கப்பட்டது. பட்டினம், புரம், பட்டணம் என்ற பின்னொட்டுக்களைப் பெற்ற ஊர்கள் வணிகர் சமூகத்திற்கு உரிமையுடைய ஊர்களைக் குறிக்க வழங்கப்பட்டன. பட்டினம் என்பது கடற்கரையில் இருந்த வணிக நகரங்களுக்கு வழங்கப்பட்ட பின்னொட்டாகும். பட்டணம் என்பது

உள்நாட்டில் இருந்த வணிக நகரங்களுக்கு வழங்கப்பட்ட பின்னொட்டகும். பட்டினம் என்ற பின்னொட்டு உள்நாட்டு வணிகர்களுக்கும் பின்னர் வழங்கப்பட்டுள்ளது.

சிதம்பரம் நடராஜர் கோயில் கல்வெட்டுக்களில் சேரி என்ற பின்னொட்டுடன் முடியும் நான்கு ஊர்களைப் பற்றி அறிகிறோம். இச்சேரிகளைக் குறித்த பதிவினைச் சங்க இலக்கியங்களில் காணமுடிகிறது. சங்க காலத்துப் பேரூர்களில் பல்வகைச் சேரிகள் இருந்தன. மதுரை, கொற்கை, காவிரிப்பூம்பட்டினம் போன்ற தலைநகரங்களிலும், துறைமுகப் பட்டினங்களிலும் சேரிகள் இருந்துள்ளன. மேலும் ஊரைச்சார்ந்தும் ஊரிலிருந்து வேறாகவும் இவ்வகை சேரிகள் அமைந்திருந்தன. இவ்விருப்பகுதிகளிலும் (ஊர்-சேரி) தனித்தனியாக மக்கள் குடியிருப்புகள் இருந்தன. ஆனால் சேரிகள் குறிப்பிட்ட தொழில் செய்யும் மக்கள் வாழ்ந்த இடங்களாக விளங்கின. ஊரில் வாழ்ந்த, ஊருக்கு உரிமையுடைய பழங்குடிகளைக் காட்டிலும் இவர்கள் தகுதியில் தாழ்ந்தவர்களாகக் கருதப்பட்டனர் (முனைவர் வெ.வேதாசலம், பாண்டிய நாட்டு ஊர்களின் வரலாறு ப.எண்.39). கொற்கையில் சங்குகளை அறுத்து வளையல் செய்வோர் சேரியும், முத்துக் குளிப்பவர் சேரியும் இருந்தன என்று மதுரைக்காஞ்சி கூறுகிறது. சங்ககாலத்தில் ஊரையடுத்து மகளிர்சேரி (பரத்தையர் சேரி), புலாலம்சேரி, உறைக்கிணற்றுப்புறச்சேரி, ஆடுவார் சேரி, மீன்சீவும்பாண்சேரி என்ற பெயர்களில் சேரிகள் இருந்துள்ளன. சேரியில் இருந்த குடிமக்கள் கோழிப்போரைக் கண்டனர். ஒருவரோடு ஒருவர் பொய்ப்போர் செய்தனர். சேரியில் விழா நடைபெற்றது என்று மதுரைக்காஞ்சியும் குறுந்தொகைப் பாடல்களும் கூறுகின்றன.

ஊரும் சேரியும் சேர்ந்து விளங்கும் முறை சங்ககாலத்திற்குப் பின்னரும் சோழ நாட்டில் தொடர்ந்துள்ளது. முற்காலச் சோழர் காலத்திலும் பெரிய ஊர்களையொட்டிப் பல்தொழில் செய்யும் மக்கள் வாழ்ந்த பல்வகைச் சேரிகள் இருந்துள்ளன. கம்மாளச்சேரி, வேட்டஞ்சேரி, ஈழச்சேரி, தீண்டாச்சேரி, தலைவாய்ச்சேரி (நீர் செல்லும் தலைவாய்களைக் கட்டுப்படுத்துவோர் வாழும் பகுதி), தளிச்சேரி (கோயில் குடியிருப்பு), வண்ணாரச்சேரி (வெளுப்போர் குடியிருப்பு), உழுதொழிலும் பிறதொழிலும் செய்த பறைச்சேரிகளும் இருந்துள்ளன. எனவே ஊரில் உயர்குடிமக்கள்

என்று கருதப்பட்ட நிலவுடைமையாளர்கள் ஊர்நத்தத்திலும் கைத்தொழில் செய்யும் கம்மாளர்களும் உழுதொழில் செய்யும் விவசாயத் தொழிலாளர்களும் (உழுகுடிகள்) ஊரையொட்டி இருந்த சேரிகளிலும் வாழ்ந்தார்கள் என்று கூறலாம். சேரிகளில் வாழ்ந்தவர்கள் நிலவுடைமையாளர்களுக்கு வேண்டிய பணிகளைச் செய்து வந்த சார்புக் குடிகளாகவே வாழ்ந்திருக்கின்றனர்.

குணமேனகைபுரம்

கி.பி. 1014 முதல் கி.பி. 1044ஆம் ஆண்டு வரை சோழ சாம்ராஜியத்தின் பேரரசனாகத் திகழ்ந்தவன் முதலாம் இராஜேந்திர சோழனாவான். திருவிசைப்பா பாடிய கண்டராதித்தர் மனைவியான செம்பியன் மாதேவியாராலும், இவனது அத்தையான குந்தவை பிராட்டியாராலும் வளர்க்கப்பெற்ற பெருமைக்குரியவனாவான். மாசிடோனிய மன்னன் அலெக்சாண்டர் தனது எகிப்து வெற்றியின் நினைவாக அலெக்சாண்டரியா என்ற அறிவு நகரத்தினை உருவாக்கியது போன்று இராஜேந்திர சோழனின் கங்கைப் படையெடுப்பின் வெற்றியின் நினைவாகக் கங்கைகொண்ட சோழபுரம் என்ற புதிய தலைநகரை உருவாக்கினான்.

முக்கடலையும் தமது ஆளுமையின்கீழ் வைத்திருந்த இவ்வெற்றிவீரனை தென்னிந்தியாவின் அலெக்சாண்டர் என்றே அழைக்கலாம். இவனது 24ஆம் ஆட்சியாண்டில் வெளியிடப்பட்டுள்ள நடராஜர் கோயில் கல்வெட்டில் இராஜேந்திர சோழனின் அணுக்கியான (நம்பிக்கைக்குரிய நண்பர்) நக்கன் பரவை நங்கையார் தமது பெயரான குணமேனகை என்ற பெயரில் இராஜேந்திரசிங்க வளநாட்டுத் தனியூர் பெரும்பற்றப்புலியூரின் கீழ்ப் பிடாகையான (உட்கிடை) கிடாரங்கொண்ட சோழப் பேரிளமை நாட்டுப் பராக்கிரமசோழ நல்லூர்பாற் புதியதாக குணமேனகைபுரம் என்ற வணிக நகரினை உருவாக்கியுள்ளார். இந்நகரத்தில் இருந்து நடராஜர் பெருமானுக்கு மார்கழித் திருவாதிரைத் திருநாளன்று எழுந்தருளும் அன்றைக்கு வேண்டும் செலவினங்களான எண்ணெய்க்கும், பரிசட்டம் (இறைவனுக்குரிய ஆடை), திருவிளக்கு எண்ணெய் முதலிய செலவிற்கும். திருமாசித் திருநாளில் திருத்தொண்டர்தொகை விண்ணப்பஞ்செய்வதற்கும், ஸ்ரீமகதேவர்க்குச் சட்டிச்சோறு

ஆயிரம் கொடுக்கவும், ஆண்டொன்றுக்கு 4500 கலம் நெல் வருவாய் உள்ள நாற்பத்து நான்கு வேலி நிலத்தை நிவந்தமாக வழங்கியுள்ளார். குணமேனகைபுரத்தில் இருந்த எழுபத்து எட்டேகால் அரைக்காணி இதில் ஓடைகளாலும் நாரைகள் காலாற்றளாலும் கொல்லைகளாலும் நத்தங்களாகவும் நீக்கப்பட்ட முப்பத்து நாலேகால் அரைக்காணி நீக்கி விளைநிலங்களான நாற்பத்து நான்கு வேலி, குந்தவை நல்லூர், அழகநல்லூர் போன்ற இடங்களில் இருந்து பெறப்பட்ட 4500 கலம் நெல் முழுவதும் கோயில் நிர்வாகத்திற்கு வழங்கப்பட்டுள்ளது. இவையன்றித் தினந்தோறும் கொல்கூலி, அங்காடிப்பாட்டம் மூலம் பெறப்பட்ட வருவாய் நாற்பத்து நான்கு காசுகளும் மார்கழித் திருவாதிரை நாளன்று நடராஜர் பெருமானார் எழுந்தருள வேண்டும் செலவினங்களுக்காகப் பரவை நங்கையால் வழங்கப்பட்டுள்ளன. தாம் உருவாக்கிய புதிய வணிக நகரத்திற்கு மாமன்னர் இராஜேந்திரன் பெயரை வைக்காமல் தமது பெயரில் உருவாக்கிய பரவை நங்கையின் இந்தச் செயலால் அக்கால அரசியலில் இவருக்கு இருந்த அதீத செல்வாக்கினை ஆய்விற்கு உட்படுத்த வேண்டியுள்ளது. குணமேனகைபுரத்தில் வியாபாரிகளும், வேளாளர்களும், சங்கரப்பாடியார்களும் (செக்கு வைத்து எண்ணெய் வாணிகம் செய்பவர்கள்), சாலியர்களும் (பட்டு நெசவு செய்பவர்கள்), பட்டினவரும் உள்ளிட்ட குடிகளுடன் தச்சர், கொல்லர், தட்டார், கொலியர் போன்றோரும் புதியதாகக் குடியேற்றப்பட்டுள்ளனர். இதன் மூலம் வணிகர்களுக்கான நகரமாக இந்நகர் உருவாக்கப்பட்டுள்ளதைக் காண்கிறோம்.

சிதம்பரம் நகர் கோயிலை மையமாக வைத்து உருவாக்கப் பட்டிருந்த போதிலும் இங்கு வாழ்ந்த மக்களுக்குத் தேவையான அன்றாடப் புழங்கு பொருட்கள் அனைத்தும் தடையின்றிக் கிடைப்பதற்காகவே இந்நகரம் கட்டமைக்கப்பட்டிருக்க வேண்டும். குணமேனகைபுரத்தில் இருந்த சிங்களாந்தகன் என்னும் உணவு வழங்கும் அறச்சாலையில் நாள்தோறும் இருபத்து ஐந்து பிராமணர்களுக்குத் தடையின்றி உணவும் வழங்கப்பட்டு வந்துள்ளது. இதற்காக பரவைநங்கை நல்லூரில் (இவ்வூரை உருவாக்கியவரும் பரவை நங்கையாரேயாவார்) இருந்து பெற்ற நெல்லில் இருந்து பெறப்படும் அரிசி, ஆழாக்கு மிளகு, புளி, கறி, ஐந்து நாழி மஞ்சள், தயிர், வெற்றிலை, பாக்கு

விறகுக்கட்டு, சனிக்கிழமை நீராடுவதற்கு எண்ணெய், சாலை மடையன் ஒருவர்க்கு நெல்லு ஆறு நாழி, ஆடை, மண்பாண்டங்களைச் செய்து தரும் குசவன் ஒருவனுக்கு நெல்லு நாழியும், தண்ணீர்க் கலம் கொண்டு வருபவனுக்கு நெல்லு நானாழி, பணியாற்றிய ஐந்து பெண்களுக்கு நெல்லு குறுணியும் புடவைக்காக நெல்லும் வழங்கப்பட்டுள்ளன. எனவே இந்த அறச்சாலை தடையின்றித் தமது பணியினைச் செய்து வந்துள்ளது எனலாம்.

1. ஸ்வஸ்திஸ்ரீ திருமன்னி வளர இருநிலமடந்தையும் பொற்சயப்பாவையும் சிர்த்தனில் செல்வியும் தன் பெருந்தேவியாராகிய இன்புற நெடுந்துயிலூரயுள் ளிடை(த்)துறை நாடுந் துடர்வனவேலி

2. ப் படர்வனவாசியும் சுள்ளிச் சூழ்மதிள் கொள்ளிப்பா-க்கமும் நண்ணற்கருமுரண் மண்ணைக் கடக்கமும் பொருகட விழத்தரசர் தம் முடியு மாங்கவன் றெவிய ரொங்கெழில் முடியும் முன்னவ

3. ன் பக்கல் தென்னவன் வைத்த சுந்தரமுடியும் இந்திரன் ஆரமும் தெண்டிரை ஈழமண்டலமுழுவது மெறிபடைக் கேரள(ன்) முறைமயிற் சூடுங் குலதனமாகிய பலர் புகழ் முடியும் செங்

4. கதிர் மாலையுஞ் சங்கதிர்வேலை தொல் பெருங்காவற் பல் பழந்தீவும் செருவிற் சினவி லிருபத்தொருகா லரசுகளை கட்ட பரசுராமன் மெல்வருஞ் சாத்தாகிம-ற்றிவனெ கருதியிருத்திய செம்பொற்றிருத்த

5. கு முடியும் பயங்கொடு பழிமிக முயங்கி முதுகி-ட்டொளித்த செயசிங்க(ள)ன(ரு)ளப் பெரும்புகழொடு பிடியி லிரட்டைபாடி எழரை இலக்கமும் நவநெதிக் குலப்பெருமலைகளும் வக்கிரமவிர சக்கர

6. கொட்டமும் முதிர்படவல்லை மதுரமண்டலமுந் தாமடைவளையமும் நாமணக்கோணமும் வெஞ்சினவி-ரப் பஞ்சப்பள்ளியும் பாசடைப்பழன மாசுணிதெசமும் அயர்வில் வண்கிர்

7. த்தி ஆகினகரவையில் சந்திரன் தொல்குலத்திரு விளை அமர்க்களத்துக் கிளை ஒடும் பிடித்துப் பலதனத்தொடு நிறைகலக்குவையுஞ் சிட்டருஞ் செறிபுன லொட்டவி-ஷயமும் பூசுரர் செரு நற்கொ

8. சலநாடுந் தன்மபாலனை வெம்முனை அழித்து வண்ட-மர்சோலைத் தண்டபுத்தியு மிரணசூரனை முரணற தாக்கித் திக்கெண்கீர்த்தித் தக்கணலாடமும் வராகவெ-ல்கொடி இராசபரிச்சின்னமும் இனையன

9. பலவு முனைவை(யி)ற்கவந்து பொற்களவனத்துப் பார்த்திவ(ர்)ரானார் முன்னருஞ்செய்தறியாது பின்னரு-ஞ்செய்து மென்றெண்ணித் தரியாது கைகலந்தன்னொர் படை யார்த்தன திருமெனியில் செம்புனல் பொழிய

10. வீரமற்களத்து விசையபிஷெகஞ்செய்து விரஹிஹாஸனந் திரியவிட்டருளிக் கங்காபுரி புகுந்தருளித் தன்றிருக்குல-த்தியாவருஞ் செய்தறியாதது வாழிய ஒழுக்கந் தோன்றித் தன்றிருக்காதவனாகிய வென்றிற்தெரியற் கங்

11. கைகொண்டசோழனையு மாங்கவன் றிருமகனாகிய விருநிலங் காவலாளவந்த பெருமாளையும் ஒங்கேழி-ல்வளவன் மும்முடிசோழனையும் ஈங்கவன்றம்பி வெ-ன்றிறல் மிகுபடைவிரசோழனையும் வெள் ம(து) ராந்தகனை

12. யுங் தராபதி திருமக னிராஜெந்திரசோழனையும் இரு-முடிசோழன் ராஜராஜன் சுருதி நன்குணருஞ் சொழபா-ண்டியனையும் வரிசிலைத்தானைக் கரிகாலசோழனையு-ம் சொழ

13. நாமங் குடுத்துத் திருமுடி சூட்டித் தென்னவரிருவா முதலினர்க்குத் தன்குலமளித்துத் தார்க்கடலிலங்கையில் பொற்புரவி நடாத்தி (வி)றற்படைக்கலிகாமன் விரசலா-மெகனைக் கடர்க்களிற்றொடும் அகப்படப் பிடித்துக் கதிர்முடித்

14. தலை தடிந்து முனைவயிற்பகைத்து வந்திழி சளுக்கிய-ங்கெய்தின பரிபவ மின்னநாளி விகலமர்செய்து நிங்கு-வதென்று கடல் கிளர்ந்தன (கி)ளர்படை பரப்பி ஆர்கலி முடக்காற்றில் சளுக்கி கெட்டுடைதர ஆங்க-வனை இருமடிமெ

15. ன்கொண்ட கொவிரா(ச)கெசரி....ன உடையார் ஸ்ரீரா-ஜெந்(தி)ரசோழதேவர்க்கு யாண்டு உயசு வது உடையார் ராஜெந்திரசோழதேவர் அணுக்கி நக்கன் பரவை உடையார் திருச்சிற்றம்பலமுடையார் திருவா-னித்திருநாளில் உடையார் ரெ

16. ழுந்தருளும் அற்றைக்கு வெண்டும் அழிவுக்கும் உடை-யார்க்கு அமுதுபடிக்கும் அமுது செய்தருளும்பொழுது ஸ்ரீமகேஷ்வரற்குச் சட்டிச்சொறு ஆயிரங் குடுக்கவும் திரு விழாவுக்கு வேண்டும் எண்ணைக்கும் உடையார் வழங்கி அ

17. ருளும் பொன்னுக்கும் பரிசட்டம் உள்ளிட்ட அழிவுக-ளுக்கும் காசு இரண்டுக்கும் இப்பரிசு இக்குறித்த நிவந்தங் சந்திராதித்தவற் செல்ல ராஜெந்திரசிங்கவள-நாட்டுத் தனியூர் பெரும்பற்றப்புலியூர்க் கிழ்பிடாகை கிடாரங்கொண்டசோ

18. ழப்பேரிளமைநாட்டுப் பராக்ரம சோழநல்லூற்பாற் குணமெநகைபுரமென் றெறின நகரத்துக்குப் பிராமண-ப்படி கொண்ட நிலன் நாற்பத்தெழரையும் தில்லை அழகநெல்லூர் நிலத்தில் விலைகொண்டுடைய தொ-க்கபாடி

19. நிலன் ஆறரையும் மதுராந்தகப்பேரிளமைநாட்டு ராஜராஜநல்லூர்ப் பெரியபுலன் நிலன் ஒன்றெமுக்கா-லெ முன்றுமா முக்காணியும் குந்தவைநல்லூர் மாளி-கைவாழ்க்கைப் புலன் இரண்டினால் நிலன் ஒன்பதெ மாகாணியும் அருமொ

20. ழிதெவநல்லூர் செண்பகக்காவுஞ் செந்தபட்டனும் நிலன் ஒன்பதரையெ முன்றுமாவும் இடைப்பள்ளம்

நிலன் எ(ழே) இரண்டுமா அரைக்காணி இதில் பிராம-
ணன் உழைச்சாணன் வரதுதெவன் மாதெவனுக்கு
விலை வடக்கடையப் புலன் இரண்டினால் நில

21. ன் முன்றரை நிக்கி நிலனும் ஆகக்
குணமெநகைபுரத்தொடும் எறின விரிவுநிலன் எழுவ-
த்தெட்டெகாலெ அரைக்காணி இதில் ஒடைகளாலும்
நாரைகாலாற்றாலும் கொல்லைகளாலும் நத்தங்களா-
லும்

22. நிங்கு நிலன் முப்பத்துநாலெகாலெ அரைக்காணி நிக்கி
விளைநிலன் நாற்பத்துநால்வெலி இது பல கிடப்பிலும்
ராஜெந்திரசிங்கன் மரக்காலுக்குக் கலத்துவாய்த் தூணி
இளையமற(க்)காலால் வரிசை இட்டபடி நெல்லு
நாலாயிரத்து ஐஞ்ஞாற்றுக்கலம் இதில் மெல்வாரத்தா-
லுடைய

23. நெல்லு இரண்டாயிரத் திருநூற்றைம்பதின்கலம் இவை
காசு ஒன்றுக்கு நெல்லு எண்கலநெ தூணிப்பதக்காக
வந்த காசு இருநூற்றருபத்துநாலெமுக்காலும் குணமெந-
கைபுரத்துக் காலளவு கொல்கூலி உள்ளிட்ட அங்காடி-
ப்பா(ட்)டத்துக்கு வைக்கக்கடவ காசு நாற்பதினாலும்
ஆகக் காசு முன்னூற்

24. (ற்)று நாலெமுக்காலும் இவையிற்றுக்குச் செலவாக
மார்கழித் திருவாதிரைத் திருநாளைக்கு வேண்டும்
வழக்கத்துக்கு பரிசட்டம் உள்ளிட்ட அழிவுகளுக்கு
வேண்டும் காசு நூற்றிருபதும் திருவானித்திருநாளில்
அமுதுபடிக்கும்(வ)ழக்(க)ப்பரிசட்டத்துக்கும்
திருவிளக்கு எண்ணெய் நாநூற்

25. றுநாழிஉள்ளிட்ட அழிவுக்குக் காசு நூற்றெண்பதும்
திருமாசித் திருநாளில் திருத்தொண்டத்துகை விண்ண-
ப்பச்செய்வாற்க்கு காசு ஐஞ்சும் ஆக காசு
முந்நூற்றஞ்சும் கொண்டு இக்குறித்த நிமந்தம் இந்தக்
குண(மெ)நகைபுரத்து ஏறின வியாபாரிகளும் வெள்ளா-
ளரும் சக்க

26. (க)ரப்பாடியாரும் சாலியரும் பட்டினவரும் உள்ளிட்ட குடிகளும் தச்சர் கொல்லர் தட்டார் கொலியர் உள்ளி-ட்ட கிழ்கலனைகளுங் கொண்டு இந்நிவந்தம் சந்திரா-தித்தவற் செலுத்தக்கடவதாகவும் இவரே இவ்வூர் வைத்த சாலை சிங்களாந்தகனில் உ

27. ண்ணும் பிராமணர் இருபத்தைவர்க்கு நிவந்தமாக இவ்வூர்ப்பால் கொண்ட நிலன் பாழாய் சங்கொடியான பரவைநங்கநல்லூரர்ப் பிராமாணப்படி விலைகொண்டுடைய நிலன்பதினைஞ்சரை இதில் பயிர்(ச்)செய்ய ஒண்ணாது நிங்கும் நிலம் ஐஞ்

28. சரை நிக்கி நிலன் பதிற்றுவெலி இது மரக்கால் மேற்ப-டிகாலால் நெல்லுப் பன்னிரு கலனெ முக்றுணியாக வரிசை இட்ட நெல்லு இரண்டாயிரத்து நானூற்றை-ம்பதின் கலம் இதில் மெல்வாரத்தால் நெல்லு ஆயிர-த்திருநூற்றிருபத்தைங்கலம் இவையிற்று

29. க்குச் செலவாக சாலையில் உண்ணும் பிராமணர் இருபத்தைவற்கு நாள் ஒன்றுக்கு அரிசி தூணிப்பதக் கிருநாழியாக ஐஞ்சு இரண்டு வண்ணத்தால் நெல்லுக் கலனெ முக்குறுணி ஐஞ்ஞாழியும் கறி.......................... நெல்லுத் தூணியும் மிளகு ஆழாக்குக்கு நெல்லு ஐஞ்ஞாழி உரியு

30. ம் புளி ஐம்பலத்துக்கு நெல்லு நானாழியும் உப்பு இருநாழிக்கு நெல்லு ஐஞ்ஞாழியும் மஞ்சள் கைய்சுக்கு நெல்லு உரியும் நெய் உரி ஆழாக்குக்கு நெல்லு ஐங்கு-றுணியும் தயிர் குறுணினானாழிஉரிக்கு நெல்லு முக்கு-றுணி ஒருநாழி.........வெற்றிலைப்பற்று இரண்டரைக்கும் பாக்கு நூற்றுக்கு நெ

31. ல்லுக்குறுணிஐஞ்ஞாழியும் விறகு சுட்டு ஒன்றுக்கு நெல்லு முக்குறுணிநானாழியும் சனி ஒன்றுக்கு எண்ணெய் உரி ஆழாக்குக்கு நெல்லு ஐங்குறுணியும் சாலைமடையன் ஒருவனுக்கு நெல்லு அறுநாழியும் மேற்படியானுக்குப் புடவை ......நெல்லு எண் கலமும் குசவன் ஒருவனுக்கு நெல்லு நானாழியும் வாழ்வா

32. ச்சி தண்ணீர்கலம் கொ(ண்)டுவருவானுக்கு நெல்லு நானாழியும் பணிசெய்ய பெண்டுகள் ஐய்வற்கு நெல்லு குறுணியும் மேற்படியாருக்கு புடவைக்கு நெல்லு பதின்கலமும் அறதெயன் ஒருவனுக்கு புடவை முதலு-க்கு நெல்லுப் பதின்கலமும்............வான் ஒருவனுக்கு நெல்லு குறுணிநானாழியும் ஆக நாள்(ஒன்றுக்குநெ)

33. ல்லு முக்கலநெ முக்குறுணி நானாழி உள்பட குறித்த நிவந்தங்கள் யாண்டு இருபத்துநாலாவதுமுதல் சந்திரா-தித்தவற் நிவந்தம் செல்ல கல்வேட்டியது உ (S.I.I.VOL. IV.NO.223)

திருவம்பலப் பெருமாள்புரம்

இரண்டாம் கோப்பெருஞ்சிங்கனின் 8ஆம் ஆட்சியாண்டில் (கி.பி.1251) வெளியிடப்பட்ட கல்வெட்டு பெரும்பற்றப் புலியூரான சிதம்பரம் நகரின் புறம்பாடிப் பகுதியில் உருக்கியிருந்த கடவாச்சேரி தில்லைநாயக நல்லூரின் திருவம்பலப் பெருமாள்புரம் என்று புதிய வணிக நகரினை உருவாக்கியுள்ள தகவலைக் குறிப்பிடுகிறது. கடவாச்சேரி தில்லைநாயக நல்லூர் என்பது பெரும்பற்றப்புலியூரின் பிடாகையாக இருந்துள்ளது. திருவம்பலப் பெருமாள்புரத்தில் காமக்கோட்டமுடைய பெரியநாச்சியார்க்குச் சாத்தும் பரிச்சட்டத்திற்கான பட்டாடைகளை நெசவு செய்து விற்பனை செய்துவரும் சாலியர்கள் புதியதாகக் குடியேற்றப்பட்ட செய்தியை **"....திருக்காமக்கோட்ட முடைய பெரியநாச்சியார்க்கும் சாத்தும் பரிசட்டத்துக்கும் வழக்கத்துக்கு உரு இடவும் திருவம்பலப்பெருமாள்புரமென்னும் சிவநாமத்தால் எற்றுகிற நகரத்துச் சாலிகர்க்குக் குடி இருப்பு நத்தமாகப் பெரும்பற்றப்புலியூர்ப் பிடாகை கடவாய்ச்செரியான தில்லைநாயகநல்லூரில்.....**(S.I.I.VOL. XII.NO.154) என்ற கல்வெட்டு வரிகளால் பட்டுநெசவு செய்துவரும் வியாபாரிகளான சாலியர்கள் (பட்டுநெசவு செய்பவர்கள்/வியாபாரிகள்) திருவம்பலப் பெருமாள்புரம் நகரில் குடியேற்றப்பட்டுள்ளனர் என்பது அறியப்படுகிறது. பொதுவாக புரம் என்ற பின்னொட்டுடன் முடியும் ஊர்கள் வணிகத்தோடு தொடர்புடையவையாகும்.

திருப்பாவாடைபுரம்

பிற்காலப் பல்லவ மன்னனான இரண்டாம் கோப்பெருஞ்சிங்கனின் 9ஆம் ஆட்சியாண்டில் வெளியிடப்பட்ட சிதம்பரம் நடராஜர் கோயில் கல்வெட்டில் திருப்பாவாடைபுரம் என்ற ஊரினைப் பற்றிய தகவலை அறிகிறோம். இவ்வூர் பெரும்பற்றப்புலியூர் நகரின் அருகில் இருந்துள்ளது. திருப்பாவாடைபுரத்தில் இருந்த இராஜாதிவாகரப் பெருந்தெருவைச் சேர்ந்த பணியாட்கள் சிலர் சிதம்பரம் நடராஜர் கோயிலுக்கு நிலதானங்கள் வழங்கியுள்ள செய்தியினைக் குறிப்பிடுகிறது (A.R.E.1962-63.NO.552). இதன் மூலம் இரண்டாம் கோப்பெருஞ்சிங்கன் காலத்தில் சிதம்பரம் நகரினைச் சுற்றி வணிக நகரங்கள் இருந்துள்ளதையும் அவற்றின்கண் இருந்த பெருந்தெருக்களின் பெயரினையும் அறிகின்றோம். பொதுவாக வணிகர்கள் வாழ்ந்த ஊர்களின் தெருக்கள் பெருந்தெருக்கள் என்று அழைக்கப்பட்டதைக் கல்வெட்டுகள் அதிகம் சுட்டுகின்றன. திருப்பாவாடைபுரம் என்ற வணிக நகரம் பெரும்பற்றப்புலியூரின் அருகே அமையப் பெற்றிருந்ததை "...... ச்சியும் திருப்பாவாடைப்புறத் திருநாமத்துக்காணியாகப் பெரும்பற்றப்புலியூர்த் தென்பிடாகை பூலோகமாணிக்க...நா..... லூரான ஸ்ரீ பிராந்தகநல்லூரில் அன்னியநாமத்தால் .....ண்டு இன்நிலத்தால் வந்த மடங்களுக்கு..... (S.I.I.VOL.XII.NO.172), என்ற இரண்டாம் கோப்பெருஞ்சிங்கனின் 11ஆம் ஆட்சியாண்டில் (கி.பி.1254) வெளியிடப்பட்டுள்ள மற்றொரு கல்வெட்டாலும் அறியலாகிறது.

பஞ்சவன்மாதேவிபுரம்

முதலாம் குலோத்துங்க சோழனின் 45ஆம் ஆட்சியாண்டில் (கி.பி. 1115) வெளியிடப்பட்ட கல்வெட்டில் (A.R.E.1958-59. NO.317) பஞ்சவன்மாதேவிபுரம் என்ற வணிக நகரத்தினைக் குறித்து அறிகிறோம். இவ்வூரின் முன்னொட்டில் உள்ள பஞ்சவன்மாதேவி என்ற பெயர் முதலாம் இராஜராஜ சோழனின் மனைவியருள் ஒருவரின் பெயராகும். எனவே இவரது பெயரில் உருவாக்கப்பட்ட நகரமாக இதனைக் கருதலாம். இந்நகரத்தைச் சார்ந்த வணிகர்கள் சிலர் தினந்தோறும் பக்தர்களுக்காக உணவளித்து வரும் தில்லைவளந்தணன் மடத்திற்கு காசும், நந்தவனத்திற்கான நிலங்களையும் வழங்கியுள்ளனர். எனவே சிதம்பரத்தைச் சுற்றி புதிய வணிக நகரங்கள் உருவாக்கப்பட்டு

வருவதையும், அந்நகரத்தைச் சேர்ந்த வணிகர்கள் அறப்பணிகளில் ஈடுபட்டு வருகின்ற பதிவினையும் நடராஜர் கோயில் கல்வெட்டில் காணமுடிகிறது.

விக்கிரமசிங்கபுரம்

சிதம்பரம் நடராஜர் கோயிலின் மூன்றாம் பிரகாரத்தின் தெற்குப் பகுதியில் பொறிக்கப்பட்டுள்ள இரண்டாம் கோப்பெருஞ்சிங்கனின் 19ஆம் ஆட்சியாண்டு வெளியிடப்பட்டுள்ள (கி.பி.1262) கல்வெட்டில் விக்கிரமசிங்கபுரம் என்ற ஊரினைப் பற்றிய பதிவினைக் காண்கிறோம். **''........திருச்சிற்றம்பலமுடையார் கோயில் ஸ்ரீமஹாதேவர்க் கண்காணி செய்வார்களும் ஸ்ரீகாரியஞ் செய்வார்களும் சமுதாயஞ் செய்வார்களும் கோயில் நாயகஞ் செயவார்களும் திருமாளிகை(க்கூறுசெ)ய்வார்களும் கணக்கரும் கண்டுவிடு தந்தாவது ஆளுடையநாயனார்க்கு வழியடிமைகொண்டான் என்னும் பெரால் விக்கிரமசிங்கபுரத்து இங்கிட்டுச்செய்வித்த திருத்தோப்புநிலம்....***(S.I.I.VOL.NO.*209) . இதன் மூலம் விக்கிரமசிங்கபுரத்தைச் சேர்ந்த வழியடிமைக்கொண்டான் என்பவன் தில்லைக் கூத்தற்கு திருத்தோப்பு மற்றும் நந்தவனம் அமைப்பதற்காக வரிநீக்கப்பட்ட நிலங்களை வழங்கியதோடு அவற்றின் பணியாளர்களின் நிரந்தர ஊழியச் செலவிற்காக 47 12/ மா நிலத்தையும் வழங்கியுள்ளார்.

புவனேகவீரப்பட்டணம்

வீரபாண்டியன்(கி.பி.1253) சடையவர்மன் சுந்தரபாண்டியனின் காலத்தைச் சார்ந்தவன். இவன் வெள்ளாற்றங்கரையில் நிகழ்ந்த போரில் சோழ மன்னனை வென்ற (A.R.E.1913.NO.336) பிறகு கி.பி.1263ஆம் ஆண்டு சிதம்பரத்தில் வீராபிஷேகம் செய்துகொண்டான். இவனுக்கு புவனேகவீரன் என்னும் சிறப்புப்பெயர் உண்டு என்பதை,

''புயலுந் தருவும் பொருகைப் புவனேக வீரபுனல்
வயலுந் தரளந் தறுகொற்கை காவல வாரணப்போர்
முயலுங் கணபதி மொய்த்தசெஞ் சோதி முகத்திரண்டு
கயலுண் டெனுமது வோமுனி வாறிய காரணமே''.

இக்கல்வெட்டில் குறிப்பிடப்படும் புவனேகவீரன் என்ற பெயரில் உருவாக்கப்பட்ட ஊரே புவனகிரி என்கிற புவனேகவீரப்

பட்டணமாகும். இந்நகரில் இன்றும் எண்ணெய் வணிகர்கள், கூலவாணிகப் பெருமக்கள், பட்டுநெசவு செய்து வரும் (சாலியர்கள்) சௌராஷ்ட்ரா மக்கள், தச்சர்கள், பொற்கொல்லர்கள், இரும்புக் கருவிகள் செய்து தரும் கொல்லர்கள் போன்றோர் வாழ்ந்து வருகின்றனர். சிதம்பரத்தில் இருந்து 7 கி.மீ தொலைவில் வெள்ளாற்றின் வடக்குக் கரையில் இவ்வூர் அமைந்துள்ளது. நடராஜர் கோயிலில் உள்ள கி.பி. 13ஆம் நூற்றாண்டைச் சார்ந்த இம்மன்னரது பிறிதொரு கல்வெட்டில் **''.....இராஜ திவாகரப் பெருன்தெருவில் நரத்தொம் நியொகம் தில்லைவனமுடைய பரமேஸ்வரிக்கு மஞ்சள்காப்பு நெல்லிக்காப்பு உள்ளிட்டனவைகும் அமுதுசெய்தருளும் அடைக்காயமுது பாக்கு வெற்றிலை உள்ளிட்டனவையிற்றுக்கும் நாங்கள் உபையமாக வைத்த....''**(SII. VOL.VIII.NO.712) அதாவது சிதம்பரத்தில் இருந்த இராஜதிவாகரப் பெருந்தெருவில் வசித்து வந்த நகரத்தார் என்ற வணிகப் பெருமக்கள் தில்லைக் காளிக்கு மஞ்சள் காப்பு மற்றும் நெல்லிக் காப்பு, அமுதுசெய்தருளவும், வெற்றிலைப் பாக்கு, மஞ்சள், நெல்லி, தான்றி உள்ளிட்டவற்றிற்காகத் தரகின் மூலமும் ஆயங்களின் வழியாகவும் பெறப்பட்ட வருவாய்களைச் செலவிட முடிவெடுக்கப்பட்ட தகவலைக் கூறுகிறது. இக்கல்வெட்டில் குறிப்பிடப்பட்டுள்ள நகரத்தார் என்போர் வணிகர், அங்காடிகள், வியாபாரிகள் என அழைக்கப்பட்டவர்களாவர்.

குறிப்பாகத் தஞ்சை பெரியக்கோயில் கல்வெட்டில் **''தஞ்சாவூர் புறம்படி நித்த வினோதப் பெருந்தெருவில் நகரத்தார்''** என்றும் **''தஞ்சாவூர் கூற்றத்து தஞ்சாவூர்ப் புறம்படி திரிபுவநமாதேவிப் பேரங்காடி நகரத்தார்''** போன்ற வரிகளால் இவர்களைப்பற்றி விரிவாக அறிகிறோம். அந்த அடிப்படையில் சிதம்பரம் நகரில் இருந்த இராஜாதிவாகரப் பெருந்தெருவில் கி.பி.13ஆம் நூற்றாண்டிற்கு முன்பாகவே நகரத்தார்கள் என்ற வணிகக்குழுவினர் குடியேற்றப்பட்டிருந்தனர் எனலாம்.

திருச்சிற்றம்பலப்பட்டணம்

நடராஜர் கோயிலின் மூன்றாம் பிரகாரத்தின் நுழைவாயிலின் மேற்குப்புறச் சுவற்றில் பொறிக்கப்பட்டுள்ள மூன்றாம் இராஜராஜ சோழனின் 26ஆம் ஆட்சியாண்டைச் (கி.பி.1242) சார்ந்த கல்வெட்டில் (*A.R.E.*1935-36.*NO*.8) திருச்சிற்றம்பலப்பட்டணம் பற்றிய குறிப்பினைக் காண்கிறோம். மேலும் இவ்வூர் அருகே

தில்லைநாயக விளாகம் என்ற ஊர் அமையப் பெற்றிருந்ததையும் கூறுகிறது. தில்லைநாயகவிளாகமென்பது தற்போது விளாகம் என்ற பெயரில் சிதம்பரத்தின் மேற்கே 5 கி.மீ. தொலைவில் அமைந்துள்ளது. இம்மன்னரின் அரண்மனையில் சமையல் அறையில் (அடுக்களைப்பெண்டு) பணியாற்றிய முப்புச்சுன்டாள் என்பவர் திருச்சிற்றம்பலப் பட்டணத்தைப் பூர்வீகமாகக் கொண்டவர். இவர் தில்லைக் கூத்தர்க்கு மலர்களை வழங்குவதற்காக நந்தவனமும் தான் வசித்த தெருவில் மடம் ஒன்றும் எதிரிலிச் சோழன் திருத்தோப்பொன்றும் ஏற்படுத்தி அளித்துள்ளார். மன்னர்க்கு நிகராக முப்புச்சுன்டாள் தானங்களை வழங்கியுள்ளதிலிருந்தே இவர் மன்னரிடத்தே எவ்வளவு செல்வாக்கு பெற்றிருந்தார் என்பதைக் காண்கிறோம். பொதுவாகப் பட்டினம், பட்டணம் என்பவை வணிகர்களோடு தொடர்புடைய ஊராகும். இதில் பட்டினம் கடற்கரை சார் வணிக நகரம். பட்டணம் என்பது நாட்டின் உட்பகுதியில் அமையப்பெற்ற வணிக நகரமாகும். திருச்சிற்றம்பலப்பட்டணம் மூன்றாம் இராஜராஜனின் காலத்தில் சிதம்பரத்தின் உட்கிடை வணிக நகரமாக இருந்துள்ளது. இந்நகரில் மன்னரிடம் செல்வாக்கு பெற்றவர்களும், வணிகப் பெருமக்களும் வாழ்ந்துள்ளனர்.

எருக்காட்டாஞ்சேரி

சிதம்பரம் நடராஜர் கோயிலின் முதல் பிரகாரத்தின் தெற்குப்புறச் சுவற்றில் உள்ள முதலாம் குலோத்துங்க சோழனின் 46ஆம் ஆட்சியாண்டு (கி.பி.1116) வெளியிடப்பட்ட கல்வெட்டில் எருக்காட்டாஞ்சேரி என்ற ஊரினைக் குறித்த பதிவினைக் காண்கிறோம். இவ்வூரானது கிடாரங்கொண்ட சோழப்பேரிளமை நாட்டில் இருந்த ஜெயங்கொண்டசோழ நல்லூர் பால் எருக்கட்டாஞ்சேரி அமையப் பெற்றிருந்தது என்பதை, **"....திருவமுது செய்ய மடப்புறம் நம்பெருமான் திருத்தங்கையார் மதுராந்தகியாழ்வார் வாச்சியன் இரவி திருச்சிற்றம்பலமுடையான் பெரால் விலைகொண்ட நிலம் கிடாரங்கொண்ட சோழப் பேரிளமை நாட்டு எருக்காட்டஞ்சேரியான ஜயங்கொண்டசோழநல்லூற்பால்......**(S.I.I..VOL.IV.NO.222)" என்ற கல்வெட்டு வரிகளால் அறியமுடிகிறது. பொதுவாக சேரிகள் என்பவை குறிப்பிட்ட தொழிலைச் செய்யும் மக்கள் வாழ்ந்த பகுதிகளாகும். ஒரு ஊரின்கண் வாழ்ந்த, ஊருக்கு உரிமையுடைய

பழங்குடிகளைக் காட்டிலும் இவர்கள் தகுதியில் தாழ்ந்தவர்களாகக் கருதப்பட்டனர் என்று கல்வெட்டு ஆய்வாளர் வெ.வேதாசலம் அவர்கள் குறிப்பிடுகின்றார். எனவே சேரி என்ற பின்னொட்டுடன் கூடிய எருக்காட்டாஞ்சேரிக்கும் மேற்கண்ட கூற்று பொருந்தும்.

பனங்குடிச்சேரி

நடராஜர் கோயிலின் முதல் பிரகாரத்தின் தெற்குப்புறச் சுவற்றின் வெளிப்பகுதியில் பொறிக்கப்பட்டுள்ள விக்கிரம சோழனின் 3ஆம் ஆட்சியாண்டில் (கி.பி.1121-1122) வெளியிடப் பட்டுள்ள கல்வெட்டில் (A.R.E.1913.NO.268) பனங்குடிச்சேரி என்ற ஊரைப் பற்றிய பதிவினைக் காண்கிறோம். இவ்வூர் பரகேசரி நல்லூரென அழைக்கப்பட்ட தகவலையும் இக்கல்வெட்டு சுட்டுகிறது. பனங்குடிச்சேரி பெரும்பற்றப் புலியூரின் உட்கிடை ஊராக இருந்துள்ளது. இவ்வூரின்கண் வாழ்ந்த நான்கு குடிகளைச் சார்ந்தவர்கள் மந்தாரபுஷ்பங்களை வழங்கக் கூடிய தோட்டத்தைத் தில்லைக் கூத்தர்க்கு அளித்துள்ளனர்.

கடவாய்ச்சேரி

இரண்டாம் கோப்பெருஞ்சிங்கனின் 8ஆம் ஆட்சியாண்டு (கி.பி. 1251) வெளியிடப்பட்டுள்ள கல்வெட்டில் பெரும்பற்றப்புலியூர் பிடாகையில் கடவாய்ச்சேரி என்ற ஊர் அமைந்திருந்தை "......பெரும்பற்றப்புலியூர்ப் பிடாகை கடவாய்ச்செரியான தில்லைநாயக நல்லூரில் சுந்தர சொழவதிக்கு....." (S.I.I.VOL.XII.NO.154) என்ற கல்வெட்டு வரியால் அறிகின்றோம். மேலும் இவ்வூர் தில்லை நாயக நல்லூர் என்று அழைக்கப்பட்டுள்ளதையும் இக்கல்வெட்டு குறிப்பிடுகிறது. காடவர்கோனான இரண்டாம் கோப்பெருஞ்சிங்கன் தமது குலப்பெருமையைப் போற்றும் விதமாக காடவர்ச்சேரி என்ற ஊரினை ஏற்படுத்தியிருக்கலாம். இதனைக் கடவாய்ச்சேரி எனக் கல்வெட்டு குறிப்பிடுவதாகக் கொள்ளலாம். இங்கு கடவாய்ச்சேரி என்பது வேளாண் குடிகள் நிரம்பப்பெற்ற தில்லைநாயக நல்லூரென மாற்றம் பெற்றுள்ளதைக் காண்கிறோம். இவ்வூர் தற்பொழுது சிதம்பரத்திலிருந்து தெற்கே 4 கி.மீ. தூரத்தில் சிவபுரி (இன்றைய பெயர் கடவாச்சேரி) அருகே அமைந்துள்ளது.

பண்ணங்குடிச்சேரி

இரண்டாம் கோப்பெருஞ்சிங்கனின் 8ஆம் ஆட்சியாண்டைச் (கி.பி.1251) சேர்ந்த நடராஜர் கோயில் கல்வெட்டில் பண்ணங்குடிச்சேரி என்ற ஊர் சுட்டப்படுகிறது. இது பெரும்பற்றப்புலியூரின் பிடாகை ஊராக இருந்துள்ளது. இவ்வூர் பரகேசரிநல்லூர் என அழைக்கப்பட்டுள்ளதை "............**இவ்வூர்ப் பிடாகை மதுராந்தகப் பேரிளமைநாட்டு பண்ணங்குடிச் செரியான பரகேசரிநல்லூரிலும் மணலூரான கங்கைகொண்ட சோழநல்லூரிலும் கண்ணுடையச் சீயனென்னும் பெரால் செய்வித்த திருவோடைக்கு**........." (S.I.I.VOL.VIII. NO.48) என்ற கல்வெட்டு வரிகளால் அறிகிறோம். பண்ணங்குடிச்சேரி ஊரின் பின்னொட்டில் உள்ள சேரி என்பது குறிப்பிட்ட தொழில் செய்யும் மக்கள் வாழ்ந்த இடங்களைக் குறிப்பதாக இருந்தாலும் இது பரகேசரி நல்லூராக மாற்றப்பட்டுள்ளது.

காரட்டஞ்சேரி

தில்லை காளி கோயிலில் உள்ள பைரவர் சன்னதியின் தெற்கு மற்றும் கிழக்குப்பகுதியில் பொறிக்கப்பட்டுள்ள இரண்டாம் கோப்பெருஞ்சிங்கனின் 11ஆம் ஆட்சியாண்டு (கி.பி.1254) வெளியிடப்பட்டுள்ள கல்வெட்டில் "......**கிடாரங்கொண்டசோழ ......காரட்டஞ்செரியான சொழநல்லூர்ப்பாலின்.....**" (S.I.I.VOL.VIII. NO.716) என்ற வரியில் காரட்டஞ்சேரி என்ற ஊரினைக் குறித்த பதிவினைக் காண்கிறோம். இது தற்பொழுது சிதம்பரம் வழியாகச் செல்கின்ற இரயில்வே பாதையின் கிழக்கே வெள்ளாற்றின் தென்கரையில் அமைந்துள்ள கரக்கட்டினாஞ்சேரி என்ற அழைக்கப்படும் ஊராக இருக்கலாம்.

அரசூர்

இரண்டாம் கோப்பெருஞ்சிங்கனின் 10ஆம் ஆட்சியாண்டு (கி.பி.1251) வெளியிடப்பட்டுள்ள நடராஜர் கோயில் கல்வெட்டில் அரசூர் (A.R.E.1903NO.401) என்ற ஊரைப் பற்றிய பதிவினைக் காண்கிறோம். இவ்வூரைச் சேர்ந்த உடையார் பெருமாள் பிள்ளை என்பவர் தில்லைக் காளிக்குத் தானம் வழங்கிய செய்தியைக் குறிப்பிடுகிறது. அரசூர் தற்போது காட்டுமன்னார் கோயில் வட்டத்தில் கொள்ளிடம் ஆற்றின் வடகரையில் அமைந்துள்ளது.

மிதுனக்குடி

இதே கோயிலில் உள்ள மூன்றாம் இராஜராஜ சோழனின் 3 ஆம் ஆட்சியாண்டு (கி.பி.1219) வெளியிடப்பட்ட கல்வெட்டில் மிதுனக்குடி (A.R.E.1913.NO.282) என்ற ஊரினைப் பற்றிய பதிவினைக் காண்கிறோம். இவ்வூரானது தானவினோதநல்லூர் என அழைக்கப்பட்டதையும் இக்கல்வெட்டு குறிப்பிடுகிறது. பொதுவாகக் குடி என்னும் பின்னொட்டுடன் முடிகின்ற சொல் ஊர்ப்பகுதியில் உள்ள குடியிருப்புப் பகுதிகளை உணர்த்துவதாகும். உறவுமுறையுடைய பல குடும்பத்தார் ஒரு குடியினராகக் கருதப்படுவர். இத்தகைய குடியினர் சேர்ந்து வாழுமிடம் குடியிருப்பு என்றும், குடி என்றும் அழைக்கப்படும். தஞ்சை நாட்டில் பேரளத்துக்கருகே சிறுகுடி என்னும் ஊர் உள்ளது. இளையான் குடியிற் பிறந்த மாறன் என்ற திருத்தொண்டர் இளையான்குடி மாற நாயனார் எனப் பெரிய புராணத்தில் சுட்டப்படுகிறார். மற்றொரு சிவனடியாராகிய சிறுத்தொண்டர் பிறந்த ஊர் செங்காட்டங்குடியாகும். மேலும் தேவாரத்தில் கற்குடி, கருக்குடி, விற்குடி, வேள்விக்குடி, நெல்லை நாட்டில் திருக்குறுங்குடி, திராவிட மொழி நூலின் தந்தையென அழைக்கப்படும் கால்டுவெல் ஐயர் ஐம்பது ஆண்டுகளுக்கு மேலாகத் தமிழ்ப் பணியாற்றிய இடம் இடையன்குடியாகும். எனவே மக்கள் குடியிருப்புகளால் நிரப்பப்பட்ட பகுதியைக் குறிக்கக் குடி என்ற சொல்லாடல் பயன்படுத்தப்பட்டுள்ளதாகக் கருதலாம். மிதுனக்குடி என்ற ஊர் தற்பொழுது மீதிக்குடி என்ற பெயரில் அழைக்கப்படுகிறது. இது தற்போது சிதம்பரம் நடராஜர் கோயிலில் இருந்து நேர் கிழக்குப் பகுதியில் அமைந்துள்ளது.

இராஜசிகாமணிநல்லூர் என்ற புளியங்குடி

நடராஜர் கோயிலின் முதல் பிரகாரத்தின் தெற்குப்புறச் சுவற்றில் உள்ள முதலாம் ஜடாவர்மன் சுந்தரபாண்டியனின் 13 ஆம் ஆட்சியாண்டில் (கி.பி.1264) வெளியிடப்பட்ட கல்வெட்டில் (A.R.E.1913.NO.277) இவ்வூரைப் பற்றிய பதிவினைக் காண்கிறோம். சிதம்பரத்தின் மேற்குப்பகுதியில் இருந்த விக்கிரம பாண்டிய சதுர்வேதிமங்கலத்தைச் சார்ந்த 108 பிராமணர்களுக்காக, இராஜசிகாமணிநல்லூர் என்ற புளியங்குடி ஊரினை முதலாம் ஜடாவர்மன் சுந்தரபாண்டியன் புதிதாக உருவாக்கியுள்ளான். அவ்வூரில் குடியேறப்போகும் 108 பிராமணர்களுக்காகப்

பொன்னேரியின் (பொன்னேரி என்பது சிதம்பரத்தின் மேற்கே 5 கி.மீ. தூரத்தில் உள்ளது) மேற்குப் பகுதியில் $117^{3/4}$ வேலி நிலம் ஒதுக்கப்பட்டது. இந்த $117^{3/4}$ வேலி நிலத்தை 108 பங்காகப் பிரித்து ஒவ்வொரு பிராமணருக்கும் ஒரு வேலி நிலம் (ஒரு வேலி என்பது 6.17 ஏக்கர் பரப்பளவு) வழங்கப்பட்டிருந்தது (இதில் புளியங்குடியில் கட்டப்பட்டிருந்த சரஸ்வதி பண்டாரம் நூலகத்தின் பணியாட்கள் மற்றும் ஊர்ப் பணியாட்களும் அடக்கம்). மீதமுள்ள ஐந்தேமுக்கால் வேலி நிலத்திலிருந்து வேதம் போதிக்கும் ஆசிரியருக்கு மூன்று வேலியும், சாஸ்திரங்களைப் போதிக்கின்ற ஆசிரியருக்கு ஒரு வேலியும், இரண்டு மருத்துவர்களுக்காக ஒன்றே முக்கால் வேலி நிலம் வீட்டு மனைகளுக்காக அளிக்கப்பட்டிருந்தது. இவர்கள் அனைவரும் முதல்நிலை குடிகளாவர்.

இது தவிர புளியங்குடி ஊரின் புறத்தேயிருந்த நத்தம் பகுதியில் நாவிதருக்கு முக்கால் வேலியும் பொற்கொல்லர்க்கு கால் வேலியும், ஊர் கணக்கருக்கு அரை வேலியும், பறை இசைப்போர்க்கு கால் வேலியும், மண்பாண்டங்கள் செய்து தரும் குயவர்க்குக் கால் வேலியும், கம்மாளர்க்குக் கால் வேலியும், தச்சர்க்கு அரை வேலியும், சலவைத்தொழில் செய்பவர்க்கு முக்கால் வேலியும், பாடிக்காவல் புரிவோருக்கு முக்கால் வேலியும், தூய்மைப் பணியாளர்க்குக் கால் வேலியும், வெட்டியானுக்கு அரைக்கால் வேலியும் மனைகளாக வழங்கப்பட்டிருந்தன. இவர்கள் அனைவரும் இரண்டாம் நிலைக்குடிகளாவர். இதுதவிர புளியங்குடியில் வேளாண்குடி மக்களான வெள்ளான் காணியாளர்களும் குடியேற்றப் பட்டிருந்தனர். இவர்கள் மூன்றாம் நிலைக் குடிகளாக வைக்கப்பட்டிருந்தனர். இவை தவிர கோயில் கட்டுவதற்காக 4 வேலி நிலம் தனியாக ஒதுக்கப்பட்டது.

இவ்வூரிலிருந்து ஆண்டுதோறும் 500 கலம் நெல் ஜடாவர்மன் சுந்தரபாண்டியன் தில்லைக் கூத்தருக்கென ஏற்படுத்தி இருந்த எல்லாந்தலையான் பெருமாள் சந்நதிக்காக வழங்கப்பட்டு வந்துள்ளது. இக்கல்வெட்டின் மூலம் கி.பி. 13ஆம் நூற்றாண்டில் புதிய ஊர்களை உருவாக்கும்போது ஒரு குடும்பத்திற்காக ஒரு வேலி நிலம் அதாவது 6.17 ஏக்கர் நிலம் வழங்கப்பட்டுள்ளது. இது பிராமணர்களுக்காக உருவாக்கப்பட்ட அக்ரகாரமென்பதால் இங்கு பிராமணர்களுக்கே முன்னுரிமை வழங்கப்பட்டுள்ளதையும்

காண்கிறோம். அக்ரகாரத்தின் புறப்பகுதியான நத்தம் பகுதியில் நாவிதர், பொற்கொல்லர், ஊர்க்கணக்கர், பறை இசைப்போர், குயவர், கம்மாளர்கள், தச்சர், சலவைத்தொழிலாளி, தூய்மைப் பணியாளர், ஊர் காவல் செய்பவர் போன்றோருக்காக வீட்டு மனைகள் அவர்களின் புழங்குத் தன்மைக்கு ஏற்ப ஒதுக்கப் பட்டிருந்தன. அக்ரகாரத்தின் மூன்றாவது பகுதியில் வேளாண் குடிகளுக்கான மனைகள் வழங்கப்பட்டுள்ளன. எனவே அக்ரகாரமாக இருந்தாலும் அந்த ஊர் எந்த விதத்திலும் மனிதவள இழப்பின்றி நீண்ட நாட்களுக்கு நீடித்த ஆயுளுடன் இருக்கவேண்டும் என்பதற்காகவே அனைத்து அலகீட்டுக் குடிகளும் இங்கு குடியேற்றப்பட்டுள்ளனர். இதன் மூலம் புதிய ஊர்களை உருவாக்கும்போது பல்லவர் காலத்தில் நடைமுறையில் இருந்த அத்தனை அலகுகளும் சோழர் காலத்திலும் பின்பற்றப்பட்டிருந்த அதேவேளையில் பாண்டியர் காலத்திலும் தொடர்ச்சி இருப்பதை இக்கல்வெட்டின் வழியாக அறியலாகிறது. புளியங்குடி என்ற ஊர் தற்பொழுது ஏ. புளியங்குடி என்ற பெயரில் அழைக்கப்படுகிறது. இவ்வூர் சிதம்பரத்திலிருந்து மேற்கே 8 கி.மீ. தூரத்தில் உள்ளது.

கொற்றங்குடி

இரண்டாம் கோப்பெருஞ்சிங்கனின் 9ஆம் ஆட்சியாண்டில் (கி.பி. 1252) வெளியிடப்பட்டுள்ள கல்வெட்டில் கொற்றங்குடி என்ற ஊரினைப் பற்றிய பதிவினைக் காண்கிறோம். அக்கல்வெட்டில் **''.......பெருமாள்பிள்ளையான சோழகோனார் செய்வித்த பெரும் பற்றப்புலியூர்ப் பிடாகை கொற்றங்குடியான பவித்திரமாணிக்க நல்லூர் திருநந்தவனக் குடிகளுக்கு ......''** (S.I.I.VOL.XII.NO.157) என்ற வரிகளில் சுட்டப்பட்டுள்ள கொற்றங்குடி என்ற ஊரானது அண்ணாமலைப் பல்கலைக்கழகப் பொறியியல் துறை அமைந்துள்ள பகுதியாகும். தற்பொழுதும் இவ்வூர் கொத்தங்குடி என்று அழைக்கப்படுகிறது. இங்குதான் கரந்தைச் செப்பேடுகள் குறிப்பிடும் சோழர்களின் பெரும்பற்றப்புலியூர் மாளிகை இருந்தப் பகுதியாகையால் இதனைக் கொத்தங்குடி என்று அழைகின்றனர். (இது கொற்றவன் குடி என்பதன் திரிபாகும்). இரண்டாம் கோப்பெருஞ்சிங்கனின் காலத்தில் கொற்றங்குடி என்ற ஊர் பவித்திரமாணிக்கநல்லூர் என அழைக்கப்பட்டுள்ளது.

சாத்தாங்குடி

நடராஜர் கோயிலின் மூன்றாம் பிரகாரத்தின் தெற்குப்புறச் சுவற்றில் பொறிக்கப்பட்டுள்ள மூன்றாம் இராஜராஜ சோழனின் 9ஆம் ஆட்சியாண்டில் வெளியிடப்பட்ட (கி.பி.1225-26) கல்வெட்டில் (A.R.E.1961-62.NO.287) சாத்தாங்குடி என்ற ஊரினைப் பற்றிய பதிவினைக் காண்கிறோம். இதன் முந்தையப் பெயர் மகிபாலகுலகால நல்லூர் (வங்காள மன்னன் மகிபாலனை வென்றதன் நினைவாக இராஜேந்திரசோழன் மகிபாலகுலகாலன் என்ற விருதுப்பெயரை ஏற்றிருந்தான். எனவே அவனது பெயரில் உருவாக்கப்பட்டிருந்த ஊராகும்) என்பதாகும். எனவே இவனது காலத்தில் யாதுகாரணத்தினாலோ மகிபாலகுலகாலநல்லூர் என்ற பெயர் மாற்றப்பட்டு சாத்தாங்குடி என்ற பெயர் சூட்டப்பட்டுள்ளதற்கான காரணத்தை அறியமுடியவில்லை. இவ்வூர் தற்பொழுது சாக்காங்குடி என்ற பெயரில் அழைக்கப்படுகிறது. சிதம்பரத்தில் இருந்து மேற்கே 8 கி.மீ. தூரத்தில் புளியங்குடி அருகே அமைந்துள்ளது.

தில்லைநாயக விளாகம்

மூன்றாம் இராஜராஜ சோழனின் 26ஆம் ஆட்சியாண்டு வெளியிடப்பட்டுள்ள நடராஜர் கல்வெட்டில்(A.R.E.1935-36. NO.15) தில்லைநாயக விளாகம் என்ற ஊரைக் குறித்த பதிவினைக் காண்கிறோம். இவ்வூரில் இருந்த திருச்சிற்றம்பலநத்தம் என்றப் பகுதியில் முப்பூச்சுண்டதேவி என்ற அடுக்களைப்பெண்டு (இவர் அரண்மனை சமையற் கூடத்தில் உதவிப்பணியாளராக இருந்தவர்) நந்தவனம், எதிரிலிச்சோழன் திருத்தோப்பு போனவற்றை தில்லைக் கூத்தருக்காக எடுப்பித்துள்ளார். அதோடு மட்டுமன்றி இவர் வசித்துவந்த தில்லைநாயக விளாகத் தெருவில் மடம் ஒன்றையும் கட்டியுள்ள தகவலையும் இக்கல்வெட்டு சுட்டுகிறது. இதே கோயிலில் உள்ள சிதைந்த மற்றொரு கல்வெட்டில் (A.R.E.1929-30.NO.614) பஞ்சகமாதேவி (பஞ்சவன்மாதேவி விளாகம்) விளாகம் என்ற ஊரைப்பற்றி குறிப்பிடுகிறது. இவ்வூரின் முன்னொட்டில் உள்ள பஞ்சவன்மாதேவி என்பது முதலாம் இராஜராஜ சோழனின் மனைவியருள் ஒருவரின் பெயராகும். பின்னொட்டில் உள்ள விளாகம் என்பது விளைநிலங்களைத் தன்னகத்தேக் கொண்டப் பகுதியாகும். எனவே, பஞ்சவன்மாதேவி விளாகம் என்பது இராஜராஜ சோழன் காலத்தில் உருவாக்கப்பட்ட ஊராகும்.

சாத்தப்பாடி

இரண்டாம் கோப்பெருஞ் சிங்கனின் 5 ஆம் ஆட்சியாண்டில் (கி.பி.1248- 49) வெளியிடப்பட்டுள்ள நடராஜர் கோயில் கல்வெட்டில் **''.....ராஜாயிராஜவளநாட்டு (நி)லுவூர்நாட்டு இரு மரபுந்தூயபெருமாள்மங்கலத்துடன் கூட்டின நிலத்துக்கு உள்வரியும் திருமுகப்படி நிலமுமாய் இவர் தம்பியார் திருவையாறுடையார் திருப்பாவாடைச்சிறப்பாகக் குடுத்த விருத்தராஜபுயங்கர வளநாட்டு ராஜநாராயணசதுர்வேதிமங்கலத்துப் பிறிந்த அரிந்தவன்சாத்தப்பாடியில் ஒழுகறைஉடையான் சிங்களராயன்காணியான நிலத்து........''** (SI.I.VOL.VIII.NO.47) என்ற வரிகளில் அரிந்தவன் சாத்தப்பாடி என்ற ஊரினைக் குறித்த பதிவினைக் காணமுடிகிறது. இவ்வூர் தற்பொழுது சாத்தப்பாடி என்ற பெயருடன் சிதம்பரத்திலிருந்து புவனகிரி வழியாகக் குறிஞ்சிப்பாடி செல்லும் சாலையில் அமைந்துள்ளது. இராஜநாராயண சதுர்வேதி மங்கலத்திலிருந்து பிரிக்கப்பட்டு இம்மன்னரது காலத்தில் உருவாக்கப்பட்ட ஊராக இதனைக் கருதலாம். பொதுவாக முல்லை நில ஊர்ப்பெயராயின் காடு, பட்டி, பாடி, வனம் போன்ற பின்னொட்டுகளுடன் முடியும் (ஆர். ஆளவந்தார், கல்வெட்டில் ஊர்ப்பெயர்கள் ப. 21). சாத்தப்பாடியின் கிழக்கே பூவாலை என்ற ஊர் அமைந்துள்ளது.

விளாகம் பொருள் விளக்கம்

தமிழகத்தில் விளாகம் என்ற பெயர் கொண்ட ஊர்கள் பல உள்ளன. விளாகம் என்பதற்குப் போர்க்களம் சூழ்ந்தவிடம் என்று மதுரை தமிழ்ப் பேரகராதி விளக்கம் தருகிறது. சங்க இலக்கியங்களில் விளா, வளாகம் என்ற சொற்கள் மட்டுமே உள்ளன. ஆனால் விளாகம் என்ற சொல் இலக்கியப் பயன்பாட்டில் இல்லை. மாறாகக் கல்வெட்டுகளில் விளாகம் என்ற சொல் அதிக அளவில் கையாளப்பட்டுள்ளதைக் காணமுடிகிறது. திருக்குறுங்குடியில் உள்ள முதலாம் வரகுண மகாராஜரின் கல்வெட்டே விளாகத்தைச் சுட்டும் முதல் கல்வெட்டாகக் கொள்ளப்படுகிறது. கோயிலுக்குரிய நிலத்தின் எல்லைகளைக் குறிக்கும் பொழுது **''.....வைகுந்த விளாகத்துக்கே போன பெருவழி....''** (S.I.I.VOL.XIV.NO.19) எனச் சுட்டுகிறது. இங்கு வைகுந்த விளாகம் என்பதை ஊராகக் கொள்வதற்கு இடமுள்ளது. காரணம் போனப் பெருவழி என்பதை இவ்வூர் வழியாகப் போகின்ற பெருவழியாகக் கொள்ளலாம். பல்லவ

மன்னரான மூன்றாம் நந்திவர்மரின் திருவைகாவூர் கல்வெட்டில் நந்தாவிளக்குக்கும் அமுதுபடிக்கும் கொடையாகத் தரப்பட்ட இறையிலி நிலம் விளாகம் எனக் குறிப்பிடுகிறது. இங்கு விளாகம் என்ற சொல் இறையிலி நிலத்தைச் சுட்டுகிறது. சோழர் கல்வெட்டுகள் அதிக இடங்களில் விளாகங்களைப் பற்றி குறிப்பிடுகின்றன. திருவிளக்குடியிலுள்ள முதலாம் இராஜராஜனுக்கு முற்பட்டதாகக் கருதப்படும் பரகேசரியின் கல்வெட்டில், **''......கல்லுவிச்ச ஸ்ரீகரணப் பெருவிளாகம்.....''** (S.I.I.VOL.XIV.NO.27) என்று புதியதாகப் பயன்பாட்டிற்கு கொண்டுவரப்பட்ட நிலத்தை விளாகம் என்ற சொல்லாடலால் குறிப்பிடுகிறது. திருவெண்காட்டிலுள்ள முதலாம் இராஜாதிராஜனின் கல்வெட்டொன்று பாழாயிருந்து பின் பண்படுத்தப்பட்ட நிலத்தைக் **''......கல்லித் திருத்தின பிச்ச தேவவிளாக நிலம்......''**(Kaveri.P.No.680) எனச்சுட்டுகிறது. அச்சிறுபாக்கத்திலுள்ள ஸ்ரீமூலஸ்தானத்து இறைவனுக்கு வேண்டிய நிவந்தங்களுக்காக மண்ணை கொண்ட சோழப் பல்லவரையன் என்ற அதிகாரி பயன்பாட்டில் இல்லாத நிலத்தை விளைச்சலுக்குக் கொண்டுவந்து அதை **''.....தெக்ஷணாமூர்த்தி விளாகம்.....''** (S.I.I.VOL.VII.NO.467) என்ற பெயரில் கொடையாக அளித்ததை வீரராஜேந்திரன் கல்வெட்டு குறிப்பிடுகிறது.

திருவரங்கத்திலுள்ள முதலாம் குலோத்துங்க சோழனின் எண்பத்து மூன்று கல்வெட்டுகளில் இருபத்தொன்பது கல்வெட்டுக்கள் விளாகங்களைப் பற்றி விரிவாக எடுத்துரைக்கின்றன. முதலாம் குலோத்துங்கனின் 39ஆம் ஆட்சியாண்டுக் கல்வெட்டு பாண்டி நாட்டைச் சேர்ந்த கண்ணகருமாணிக்கமான வளவ விச்சாதிரப்பல்ல வரையர்தம் பேரால் வைத்த திருநந்தவனத்தைக் கண்ணகருமாணிக்க விளாகம் என்று குறிப்பிடுகிறது. விளாகம் பற்றிப் பேசும் அனைத்துக் கல்வெட்டுகளுமே பயன்படுத்தப்படாமலிருந்த நிலம் விளைச்சல் நிலமாக்கப்பட்டதைப் பற்றியே குறிப்பிடுகின்றன. **''சுரபி விளாகமாகத் திருத்தும் நிலம்'',''கஸ்தூரி சாத்துவதற்கு புதுவிளாக மாகக் கொண்ட திருத்தி'', ''இராமதேவி விளாகமாகக் கல்லி, விளாகமென்னும் பெய ரில் திருத்தி'', ''திருத்துவித்த கண்ட நாராயண விளாகம்'', ''திருமல்லிநாத விளாக மென்று பேர் கூவப்பட்ட நிலம் வேலியும் திருத்தி''** *(Kaveri.P.No.680)* என்ற கல்வெட்டுத் தொடரால் திருத்திச் சீரமைக்கப்பட்ட விளைநிலப்

பகுதியைக் கல்வெட்டுகள் விளாகம் என்ற பொதுச் சொல்லால் அழைப்பதைக் காணமுடிகிறது. மேலும் மதுராந்தக விளாகம் என்று பேர் கூவப்பட்ட நிலம் முக்காலும் ஆக நிலம் ஒன்றையும் திருத்தித் தான் வேண்டும் பயிர் செய்து கொள்ளவும் என்ற வரியின் மூலம், விளாக நிலத்தால் பயனடையும் பயனாளிகள் தாம் விரும்பும் பயிர்களைச் செய்து கொள்வதற்கான உரிமை கொடுக்கப்பட்டிருந்ததையும் அறியமுடிகிறது. குலோத்துங்கனைத் தொடர்ந்து வந்த பிற சோழர்களின் காலத்திலும் விளாகங்கள் பற்றிய குறிப்புகளைக் காணமுடிகிறது. திருவானைக்கா கல்வெட்டு **''மறித்துலகங்காத்தான் விளாகம்'', ''திருப்புதியூர் விளாகம்''** *(Kaveri.P.No.680)* என இரண்டு விளாகங்கள் பற்றிக் கூறுகின்றது. திருவெண்காட்டில் உள்ள முதலாம் குலோத்துங்க சோழனின் கல்வெட்டு ஒன்று ஊர்க் கீழ் இறையிலியாக விடப்பட்ட பல்வேறு விளாகங்களிருந்து வரியாகப் பெறப்பட்ட காசுகள் பற்றிய விரிவான தகவல்களைத் தருகிறது. மேற்கண்ட தரவுகளின் வழியாகப் புதிய நிலப்பரப்பைத் திருத்தி விளைநிலமாக்கப்பட்ட பகுதியே விளாகமென்பதை அறிகிறோம். இந்த விளாகங்கள் பின்னாளில் ஊராக்கம் பெற்றதை **''.... ஸ்ரீகுலோத்துங்க சோழச் சதுர்வேதிமங்கலத்து பிடாகையான குலோத்துங்க சோழ விளாகமும்.....''** (S.I.I.VOL.V.NO.632), **''...... கண்டராதித்தசோழச்சதுர்வேதி மங்கலத்துப் பிடாகையான உலகுய்யவந்த சோழநல்லூரிலிருந்து வேறு ஊராகப் பிரிக்கப்பட்ட பொன்னார்மேனி விளாகம்......'**'(S.I.I.VOL.VI.NO.45) என்ற திருமழபாடி மற்றும் மன்னார்குடி கல்வெட்டுகளால் அறியலாகிறது. விளை நிலங்களைக் குறிக்கப் பயன்படுத்தப்பட்ட விளாகம் என்ற சொல்லுடன் முன்னொட்டாக மடை என்ற சொல்லைச் சேர்த்து மடை விளாகம் என அழைக்கப்பட்டதைப் பல கல்வெட்டுகளில் காணமுடிகிறது. கோயிலுடன் தொடர்புடைய பணியாளர்களின் குடியிருப்புப் பகுதியே மடைவிளாகம், திருமடை விளாகமென அழைக்கப்பட்டுள்ளது.

முதலாம் ஆதித்தனின் கல்வெட்டில் திருஎறும்பியூர்க் கோயிலைக் கட்டுவித்த வேதிவேளான் என்பவன் மடை விளாகம் அமைக்கக் கண்டராதித்த சதுர்வேதி மங்கலத்துச் சபையோரிடம் நிலம் விலைக்கு வாங்கியதைக் கூறுகிறது. குத்தாலம் கோயிலைக் கட்டிய செம்பியன் மாதேவியார் கோயில் தொடர்பான பணிகளுக்கு நிலம் ஒதுக்கும்போது மடைவிளாகத்திற்கென்று

தனியாக நிலம் ஒதுக்கிய தகவல் கல்வெட்டின் மூலம் அறியப்படுகிறது (*Kaveri.P.No.*680). இது போன்ற மடைவிளாகங்களில் திருக்கோயிலுடையார்கள், உவச்சர்கள், ஸ்ரீகாரியம் செய்பவர்கள், அடிகள்மார், கவரிப்பிணாக்கள், தபஸ்யர் ஆகியோரின் குடியிருப்புக்களும் அமைந்திருந்தன. இவர்களைத் தவிர இவ்விளாகத்தில் மன்றாடிகள், வணிகர், கைக்கோளர், தேவரடியார், உவச்சர், இடையர் போன்றோர் வாழ்ந்ததாகக் கல்வெட்டுகள் சுட்டுகின்றன.

திருமடைவிளாகத்தில் மடங்கள் இருந்ததற்கான குறிப்புகளும் உள்ளன. திருவானைக்காவில் திருஞானசம்பந்தன் மடமும், கொமரலிங்கத்தில் திருநீறிட்டான் திருமடமும், திருவீழிமிழலையில் திருத்தொண்டத்தொகையார் திருமடமும், திருஞான சம்பந்தன் திருமடமும் இருந்துள்ளன. திருக்கச்சூரில் உள்ள இரண்டாம் இராஜாதிராஜ சோழனின் கல்வெட்டு திருமடை விளாகத்தில் செக்கிட்டு ஆட்டப்பட்டதாகக் கூறுகிறது. கோயிலுக்குத் தேவையான எண்ணெய்க்காக இச்செக்கு பயன்படுத்தப்பட்டிருக்க வேண்டும். மக்கள் வரி தரமுடியாமல் ஊரைவிட்டு ஓடிப்போய் விட்டதாகவும், அதனால் திருமடைவிளாகம் பாழ்பட்டு இறைவனுக்குப் பூசைகள் நடத்தப்படாமல் கோயில் மூடப்பட்டது. அதனால் மடைவிளாகத்தில் மீண்டும் மக்களைக் குடியேற்றித் தறியும் இடப்பட்ட தகவலை அரியண்ன உடையாரின் கல்வெட்டு குறிப்பிடுகிறது.

காளத்தி கோயில் மடவிளாகம் முதலாம் இராஜேந்திரனின் காலத்தில் ஓர் ஊராகவே அமைந்திருந்ததை மடவிளாகமானச் சிவபாதசேகர மங்கலம் என்ற கல்வெட்டு உணர்த்துகிறது. கோயில் கட்டப்பட்ட காலத்திலேயே மடவிளாகமும் கட்டப்பட்ட தகவல் துறையூரிலுள்ள மூன்றாம் இராஜராஜனின் கல்வெட்டில் காணமுடிகிறது. நிலம் ஒன்றரையில் ஸ்ரீகோயிலும் திருமடைவிளாகமும் தீர்த்தக்குளமும் அமைக்கப்பெற்றன. திருமடைவிளாகத்தில் யார், யார் எந்தெந்தப் பகுதியில் குடியிருந்தனர் என்பது பற்றியும் அவர்கள் வாழ்ந்த மனைகள் பற்றியும் கல்வெட்டுகளில் குறிப்புகள் கிடைக்கின்றன. மடைவிளாகத்தின் கிழக்கில் திருப்பூத் தொண்டர்களுக்காக நிச்சயித்த பகுதியில் இருந்த திருஞானசம்பந்தப் பிச்சன் மனை

கோனேரிராஜபுரம் கல்வெட்டில் எல்லையாகக் குறிக்கப்பட்டுள்ளது.

திருநெடுங்குளம் மடைவிளாகத்திலிருந்த தில்லையுளார் மனையும் கல்வெட்டொன்றில் எல்லையாகச் சுட்டப்பட்டுள்ளது. திருக்கண்ணபுரத்துமடை விளாகத்தில் மாளிகைகள் அமையப்பெற்றிருந்த தகவலை அறிகிறோம். திருக்கோடிக்கா கல்வெட்டொன்று மடைவிளாகத்தில் இருப்பவர்களுக்கு மருத்துவம் பார்ப்பதற்காக வைத்திய விருத்தியாகச் சத்துருமாணியன் ஆளப்பிறந்தான் என்பார்க்கு நிலம் கொடையளிக்கப்பட்டதைக் கூறுகிறது. திருமடைவிளாகத்தில் குடியிருந்தவர்கள் தறியிறை, தட்டாரப்பாட்டம் போன்ற வரிகளைக் காசாகவோ நெல்லாகவோ தந்ததாகவும் அது, இறைவனின் திருப்பணித் தேவைகளுக்குப் பயன்படுத்தப் பட்டதாகவும் திருக்கழுக்குன்றம் கல்வெட்டு சுட்டுகிறது. விளைந்தறியா இயல்புடையதாக இருந்து திருத்திச் சீர்செய்து விளைவுக்குக் கொணரப்பட்ட நிலப்பகுதியைக் குறிக்கப் பயன்பட்டதுடன் மடை எனும் முன்னொட்டை ஏற்றுக் கோயில் சார்ந்தவர்களின் குடியிருப்பைச் சுட்டும் சொல்லாக வளர்ந்த நிலையையும் காணமுடிகிறது.

மடை என்ற சொல் சமையல்தொழிலைக் குறிப்பதாகும். கோனேரிராஜபுர கல்வெட்டில் மடையர்கள் என்று சமையற்காரர்களைக் குறிப்பதை நோக்கும் பொழுது மடைவிளாகம் என்பது முதலில் கோயிற்சார்ந்த அடுக்களைப் பணியாளர்களுக்காக உருவாக்கப்பட்ட குடியிருப்புப் பகுதியாக இருந்து, பிறகு கோயிற் பணியாளர் அனைவருக்குமான குடியிருப்புப் பகுதியாக வளர்ந்து பணியாளர்கள் எண்ணிக்கையில் பெருக்கம் ஏற்படவே விளாகம் என்பது முழு ஊராக்கம் பெற்றதாகக் கொள்ளலாம். சிதம்பரத்தில் இருந்து மேற்கே 5 கி.மீ. தூரத்தில் அமைந்துள்ள விளாகம் என்ற ஊரில் கடந்த 2009ஆம் ஆண்டு களஆய்வு மேற்கொள்ளப்பட்டது. இங்கு நடத்தப்பட்ட ஆய்வில் கிடைத்த சிலைகள், கோயிலின் கட்டுமானப் பகுதிகள், குடியிருப்புப் பகுதிகள், சுடுமண் உறை கிணறுகள், கட்டுமானக்கிணறு, பானை ஓடுகள், பிற கலைபொருட்கள் போன்றவை கி.பி. 10 முதல் கி.பி. 13ஆம் நூற்றாண்டு வரையிலான காலத்தைச் சார்ந்தவையாகும்.

கோயிலின் கட்டுமானங்கள் கிடைத்த இடத்திலிருந்து கிழக்கு மற்றும் தெற்குப் பகுதிகள் அக்கால மக்களின் வாழ்விடப்பகுதியாக இருந்துள்ளது. சுமார் ஒரு ஏக்கர் பரப்பளவில் கோயில் வளாகம், ஏழு ஏக்கர் பரப்பளவில் மக்கள் வாழ்விடப்பகுதிகள் போன்றவை மண்ணில் புதையுண்டதற்குக் காரணம் வீராண ஏரியின் கரை உடைப்பால் ஏற்பட்ட வெள்ளப் பாழாக இருக்கலாம். இப்பண்பாட்டுப் பகுதியை ஒட்டி உருவாகி உள்ள புது விளாகத்தில் வேளாண் குடியினர், மட்பாண்டக் கலைஞர்கள், தச்சர், கம்மாளர், செட்டியார், நெசவுத்தொழில் செய்வோர், பொற்கொல்லர், வண்ணார், கோயில் பணி செய்வோர் போன்றோர் இன்றும் வசித்து வருவது ஆய்விற்குரிய ஒன்றாகும்.

பராந்தக நல்லூர்

பொதுவாக நல்லூர் என்ற பின்னொட்டுடன் திகழும் ஊர்கள் அனைத்துமே வேளாண் பொருட்களை உற்பத்தி செய்வதற்காக உருவாக்கப்பட்டவை. இத்தகைய நல்லூர்களில் உற்பத்தியாளர்களான வேளாளர்களும், உழுகுடிகளான பணியாளர்களும் அதிகம் குடியேற்றப்பட்டிருந்தனர். அதனால்தான் வளர்ந்துவரும் நகரான சிதம்பரத்தைச் சுற்றிப் பல நல்லூர்கள் பண்டைக்கால மன்னர்களால் உருவாக்கப்பட்டிருந்தன. இவை உருவாக்கப்பட்டதன் பிரதான நோக்கமே இந்நகரின் ஒட்டுமொத்த உணவுத் தேவையை நிவர்த்தி செய்வதற்காகவேயாகும். இவ்வாறாக சிதம்பரத்தைச் சுற்றிப் புதியதாக 21 நல்லூர்கள் உருவாக்கப்பட்டிருந்ததைக் கல்வெட்டுகளின் வழியாக நோக்கும்போது இப்பகுதி வேளாண் உற்பத்தியில் தன்னிறைவைப் பெற்றுச் சிறப்புப் பொருளாதார மண்டலமாகவே மாற்றியிருந்ததாக கருதலாம். இதற்கு முக்கியக் காரணம் வீரநாராயணப் பேரேரியை வெட்டுவித்ததோடு மட்டுமல்லாமல் அதனை இராஜராஜன் வாய்க்கால், உத்தமசோழன் வாய்க்கால், குணவதி வாய்க்கால், சோழகுல சுந்தரன் வாய்க்கால், சோழகுல சுந்தரி வாய்க்கால், கண்டராதித்தன் வாய்க்கால், வானவன்மாதேவி வாய்க்கால், அம்பலத்தான் வாய்க்கால் போன்ற பிரதான வாய்க்கால்களின் மூலம் இணைக்கப்பட்டு அவற்றின் வழியாகக் கொண்டுவரப்பட்ட தண்ணீரினால் மிகப்பெரிய நீரியல் வலைப்பின்னலையே ஏற்படுத்தி ஆண்டு முழுவதும் சிதம்பரம் நகர மக்களுக்குத் தடையின்றி உணவு உற்பத்தியைப் பெற்றிட வழிவகை

செய்துள்ளனர். இதனால்தான் அமைதியான முறையில் நடராஜர் கோயில் தமது ஆன்மீகப் பணியினைத் திறம்பட செய்துவர முடிந்தது.

இரண்டாம் கோப்பெருஞ்சிங்கனின் 11ஆம் ஆட்சியாண்டில் வெளியிடப்பட்டுள்ள சிதம்பரம் நடராஜர் கோயிலின் மூன்றாம் பிரகார நுழைவாயிலின் மேற்குப்பகுதியில் பொறிக்கப்பட்டுள்ள கல்வெட்டில் பராந்தகநல்லூர் என்ற ஊரினைப் பற்றிய பதிவினைக் காண்கிறோம். இவ்வூரின் முன்னொட்டில் உள்ள பராந்தக என்பது சோழமன்னன் பராந்தக சோழனைக் குறிப்பதாகும். பின்னொட்டில் உள்ள நல்லூர் என்பது வேளாண் தொழில் செய்யும் மக்களைச் சுட்டுவதாகும். எனவே பராந்தக நல்லூர் என்பது பராந்தக சோழனின் நினைவைப் போற்றும் விதமாக உருவாக்கப்பட்ட சோழர் காலத்திய ஊர் என்பது புலனாகிறது. **".....திருப்பாவாடைப்புறத் திருநாமத்துக்காணியாகப் பெரும்பற்றப்புலியூர்த் தென்பிடாகை பூலோகமாணிக்க நல்லூரான ஸ்ரீபிராந்தகநல்லூரில் அன்னியநாமத்தால்......**(S.I.I.VOLXII. NO.172) என்ற இரண்டாம் கோப்பெருஞ்சிங்கனின் மற்றொரு கல்வெட்டு பூலோகமாணிக்க நல்லூர் என்ற பராந்தக நல்லூர் பெரும்பற்றப்புலியூரின் தென்பிடாகை ஊராக இருந்துள்ளதைக் குறிப்பிடுகிறது.

பரகேசரி நல்லூர்

விக்கிரமசோழனின் 3ஆம் ஆட்சியாண்டில் (கி.பி.1121-22) வெளியிடப்பட்டுள்ள நடராஜர் கோயில் கல்வெட்டில் பனங்குடிச்சேரி என்ற பரகேசரி நல்லூர் பற்றிய குறிப்பினைக் காண்கிறோம் (*A.R.E.*1913.*NO.*268). இது பெரும்பற்றப்புலியூருக்கு உட்பட்ட குக்கிராமமாக இருந்துள்ளது. இதே கோயிலின் இரண்டாம் பிரகாரத்தின் வடக்குப்புறச் சுவற்றில் பொறிக்கப்பட்டுள்ள மூன்றாம் குலோத்துங்க சோழனின் 12ஆம் ஆட்சியாண்டு (கி.பி.1190-910) வெளியிடப்பட்டுள்ள கல்வெட்டிலும் பரகேசரி நல்லூரில் (*A.R.E.*1913.*NO.*309) விக்கிரமசோழ ஈஸ்வரம் உடையார் என்ற கோயில் கட்டப்பட்டுள்ள தகவலைச் சுட்டுகிறது. இக்கோயிலின் பெயரிலிருந்தே இது விக்கிரமசோழனால் கட்டப்பட்டது என்பதையும் அறிகின்றோம்.

அருண்மொழித்தேவன் நல்லூர்

நடராஜர் கோயில் முதல் பிரகாரத்தின் தெற்குப்புற வெளிச் சுவற்றில் பொறிக்கப்பட்டுள்ள முதலாம் இராஜேந்திர சோழனின் 24ஆம் ஆட்சியாண்டைச் (கி.பி.1036) சார்ந்த கல்வெட்டு அருண்மொழித்தேவன் நல்லூர் என்ற ஊரினைக் குறிப்பிடுகிறது. அக்கல்வெட்டில் **''......குந்தவைநல்லூர் மாளிகைவாழ்க்கைப்புலன் இரண்டினால் நிலன் ஒன்பதெ மாகாணியும் அருமொழிதெவநல்லூர் செண்பகக்காவுஞ் செந்தபட்டனும் நிலன் ஒன்பதரையெ.....''** (S.I.VOL.IV.NO.223) என்ற வரிகளில் சுட்டப்பட்டுள்ள அருண்மொழித்தேவன் நல்லூர் தற்பொழுது சிதம்பரத்திலிருந்து 8கி.மீ. தூரத்தில் பி. முட்லூர் அருகே அருண்மொழித்தேவன் என்ற பெயரில் அழைக்கப்படுகிறது. ஊரின் முன்னொட்டில் உள்ள அருண்மொழித்தேவன் என்பது முதலாம் இராஜராஜ சோழனுக்கு அவனது பெற்றோர்கள் சிறுவயதில் சூட்டிய பெயராகும். இதிலிருந்தே இவ்வூரானது இராஜராஜ சோழனைப் போற்றும் விதத்தில் உருவாக்கப்பட்டதாகக் கருதலாம்.

பராக்கிரம சோழ நல்லூர்

இரண்டாம் கோப்பெருஞ்சிங்கனின் 11ஆம் ஆட்சியாண்டு (கி.பி.1254) வெளியிடப்பட்ட கல்வெட்டு பரகேசரி சோழ நல்லூர் என்ற ஊரினைக் குறிப்பிடுகிறது. இவ்வூரானது பெரும்பற்றப்புலியூரின் வடபிடாகை ஊராக இருந்துள்ளதை **''......பெரும்பற்றப்புலியூர் வடபிடாகை மதுராந்தகப் பேரிளமைநாட்டு முட்டைவூறலான பராக்கிரமசோழநல்லூரில் ஸ்ரீ சுந்தரசோழவதிக்கு....''**(S.I.I.VOL.VIII. NO.716) என்ற கல்வெட்டு வரிகளால் அறியப்படுகிறது.

வீரநாராயண நல்லூர்

இரண்டாம் கோப்பெருஞ்சிங்கனின் 12ஆம் ஆட்சியாண்டில் வெளியிடப்பட்டுள்ள நடராஜர் கோயில் கல்வெட்டு வீரநாராயண நல்லூர் என்ற ஊரினைப் பற்றி பகர்கின்றது. ஊரின் முன்னொட்டில் உள்ள வீரநாராயணன் என்பது முதலாம் பராந்தக சோழனின் விருதுப் பெயர்களில் ஒன்றாகும். பின்னொட்டில் சுட்டப்பட்டுள்ள நல்லூர் என்பது வேளாண் குடிகளைக் கொண்ட ஊரைக் குறிப்பதாகும். இவ்வூர் ஆலம்பாடி என்ற குலோத்துங்கசோழ நல்லூரின் பிடாகையாக இருந்துள்ளதை (பிடாகை என்பது சிற்றூரைக் குறிப்பதாகும். ஒரு பெரிய

நகரையோ, தலைநகரையோ, சூழ்ந்துள்ள சிற்றூர்களையோ பிடாகை என்றே அழைப்பர்) **''....திருநந்தவனம் செய்ய நடு(நி) லைநாடான இராசராசவளநாட்டு வெள்ளாற்றுக்கு வடகரையில் ஆலம்பாடியான குலோத்துங்கசோழ நல்லூர்ப் பிடாகை விரநாராயண நல்லூரில் விலைகொண்ட.......''**(S.I.I.VOLXII. NO.175). என்று கல்வெட்டு குறிப்பிடுகின்றது. இங்கு குறிப்பிடப்பட்டுள்ள ஆலம்பாடி என்ற ஊர் தற்போது புவனகிரியிலிருந்து வடக்கே 5கி.மீ. தொலைவில் அமைந்துள்ளது.

இருந்தசேரியான சண்டேஸ்வர நல்லூர்

இவ்வூரினைப் பற்றிய பதிவினை இரண்டாம் கோப்பெருஞ்சிங்கனின் 3ஆம் ஆட்சியாண்டில் வெளியிடப்பட்ட நடராஜர் கோயில் கல்வெட்டால் அறிகிறோம். மேல் பிடாகை கங்கைகொண்ட சோழப் பேரிளமை நாட்டில் இருந்த சேரியான சண்டேஸ்வர நல்லூர் என்பதை **''......அரசூருடையார் செங்கனிவாயரான பிள்ளை சொழகோனார் ஆளியார் திருநந்தவனமாகச் செய்யக் கொண்டு விட்ட இவ்வூர் மெல்பிடாகை கங்கைகொண்டசொழப் பேரிளமை நாட்டு இருந்தச்செரியான சண்டேஸ்வரநல்லூர்....''** (S.I.I.VIII.NO.55) என்ற கல்வெட்டு வரிகளால் சண்டேஸ்வரநல்லூர் என்பது குறிப்பிட்ட தொழிலைச் செய்யும் மக்கள் வாழ்ந்த பகுதியாக இருந்து பிறகு உழுவோர் குடிகள் வாழும் நல்லுராக உயர்வுபெற்றுள்ளதைக் காண்கிறோம்.

மதுராந்தக நல்லூர்

இரண்டாம் கோப்பெருஞ்சிங்கனின் 16ஆம் ஆட்சியாண்டு (கி.பி.1259-60) வெளியிடப்பட்டுள்ள நடராஜர் கோயில் கல்வெட்டில் மதுராந்தக நல்லூர் என்ற ஊரினைப் பற்றிய பதிவினைக் காண்கிறோம். அக்கல்வெட்டில் **''..... திருப்பூமண்டபத்து திருப்பள்ளித் தாமந் தொடுக்கும் பேர் இரண்டும் ஆக பெர் முப்பத்தெண்வர்க்கும் இலக்கைக்கும் சொற்றுக்கும் விருதராஜபயங்கரவளநாட்டு ஸ்ரீவிரநாராயணச்சதுர் வேதிமங்கலத்து வடபிடாகை மதுராந்தகநல்லூரில் இவர் விலைகொண்டு திருநாமத்துக்காணியாகத் திருக்கைஒட்டிப் பண்டாரத்துக் குடுத்த......''** (S.I.I.VOL.VIII.NO.56) என்ற கல்வெட்டு வரிகளாலும் இதே மன்னரின் 34ஆம் ஆட்சியாண்டு வெளியிடப்பட்டுள்ள மற்றொரு கல்வெட்டில் **''....... திருச்சிற்றம்பலமுடையார் உலகுடையான்பட்டனும் பக்கல்**

ஸ்ரீவிரநாராயணச் சருப்பெதிமங்கலத்துப் பிடாகை மதுராந்தகநல்லூரில் வெறுபிறிந்த அத்தியன பட்டார்கள் அகரப்பற்று.....'' S.I.I.VOL.VIII.NO.49) என்ற வரிகளாலும் இவ்வூர் வீரநாராயண சதுர்வேதிமங்கலத்தின் வடபிடாகை ஊராக இருந்துள்ளதை அறிகின்றோம். மேலும் இவ்வூரின் முன்னொட்டில் உள்ள மதுராந்தகன் என்பது முதலாம் இராஜேந்திர சோழனின் இயற்பெயராகும். பாண்டியர்களுக்கு எமனைப் போன்றவன் என்பதைக் குறிப்பதற்காகவே இவனுக்கு மதுராந்தகன் அதாவது மதுரைக்கு அந்தகனைப் போன்றவன் என்ற பொருளை உடைய மதுராந்தகன் என்ற திருநாமத்தினை இவனது தந்தையார் மாமன்னர் இராஜராஜ சோழனால் சூட்டப்பட்டதாகும். எனவே இவ்வூரினை இராஜேந்திர சோழன் தனது பெயரில் உருவாக்கிய ஊராகக் கருதலாம். மதுராந்தக நல்லூர் தற்போது சிதம்பரத்திலிருந்து மேற்கே 5 கி.மீ. தொலைவில் அமைந்துள்ளது.

பூபாலசுந்தரச் சோழ நல்லூர்

சிதம்பரம் நடராஜர் கோயிலின் இரண்டாம் பிரகாரத்தின் தெற்குப்புறச் சுவற்றில் பொறிக்கப்பட்டுள்ள இரண்டாம் கோப்பெருஞ்சிங்கனின் 19ஆம் ஆட்சியாண்டைச் சேர்ந்த கல்வெட்டில் பூபாலசுந்தரச் சோழ நல்லூர் என்ற ஊரைப் பற்றிய பதிவினைக் காண்கிறோம். மேலும் இவ்வூர் வெசாலிப்பாடிப்பற்றில் இருந்துள்ளதைக் **''.......கோயிலுக்கும் திருக்காமக்கொட்டமுடைய பெரியநாச்சியார்க்கும் வெசாலிப்பாடிப் பட்டரு பூபாலசுந்தரசோழநல்லூ(ர்)ரில் செய்வித்த சொக்கச்சியன் கமுகுதி(ரு) நந்தவனம்......'**'(S.I.I.VOL.XII.NO.215) என்ற கல்வெட்டு வரிகளால் உணரலாகிறது. பூபாலசுந்தரச் சோழ நல்லூரின் கரு என்ற நடுப்பகுதியில் உள்ள சுந்தரச் சோழன் என்பது இரண்டாம் பராந்தகச் சோழனைக் குறிப்பதாகும். அரிஞ்சயனின் மகனான இவர் கி.பி. 957ஆம் ஆண்டு சோழ இராச்சியத்தின் மன்னராக முடிசூட்டப் பெற்றவன். இவன் அரிஞ்சயனுக்கும் வைதும்பராயன் மகளுக்கும் பிறந்தவனாவான். இளையப்பருவத்தில் பேரழகுடையவனாயிருந்தமையால் இவனுக்கு சுந்தரச்சோழன் என்னும் பெயர் சூட்டப்பட்டுள்ளதை அன்பில் செப்பேடுகளால் அறியப்படுகிறது. பூபாலசுந்தரச்சோழ நல்லூர் என்பது சுந்தரச் சோழனின் பெயரில் நிர்மாணிக்கப்பட்ட ஊராகும்.

ஜனநாத நல்லூர்

முதலாம் ஜடாவர்மன் சுந்தரபாண்டியனின் 5ஆம் ஆட்சியாண்டு வெளியிடப்பட்டுள்ள நடராஜர் கோயில் கல்வெட்டில் ஆடூர் என்கிற (A.R.E.1913.NO.278) ஜனநாத நல்லூரைப் பற்றிய குறிப்பினைக் காண்கிறோம். இக்கல்வெட்டில் சுட்டப்பட்டுள்ள ஆடூர் (தற்பொழுது கே.ஆடூர் என அழைக்கப்படுகிறது) என்பது சிதம்பரத்திற்கு மேற்கே 6கி.மீ. தூரத்தில் அமைந்துள்ளது. கண்ணங்குடி வழியாகச் சென்றால் இவ்வூரினை அடையலாம். ஜனநாத நல்லூரின் முன்னொட்டில் உள்ள ஜனநாதன் என்பது முதலாம் இராஜராஜ சோழனின் விருதுப் பெயர்களில் ஒன்றாகும். எனவே இவனது புகழினைப் போற்றும் விதமாகத் தோற்றுவிக்கப்பட்ட ஊர் இது. ஜனநாதன் என்றால் மக்கள் தலைவன் என்று பொருள். கி.பி. 991ஆம் ஆண்டு இராஜராஜ சோழன் இலங்கை மீது படையெடுத்துச் சென்று ஐந்தாம் மஹிந்தனைத் தோற்கடித்து வட இலங்கை முழுவதும் கைப்பற்றினான். பண்டைக்கால முதற்றே ஈழமண்டலத்தின் தலைநகராக விளங்கிய அநுராதபுரத்தைக் கைப்பற்றி அம்மண்டலத்தின் நடுவனுள்ள பொலன்னருவா என்னும் நகரத்திற்கு தமது விருதுப் பெயரான ஜனநாதன் (மக்கள் தலைவன்) என்பதை முன்னொட்டாகக் கொண்டு அதற்கு ஜனநாதமங்கலம் என்ற பெயரினைச் சூட்டினான். பட்டுக்கோட்டையிலுள்ள சோழபுரம் என்னும் மும்முடிச் சோழபுரத்தின் வழியாகச் சென்ற சாலை இவனது பெயரில் ஜனநாதன்வழி என அழைக்கப்பட்டுள்ளதையும் கல்வெட்டுகளில் காண்கிறோம்.

மகிபாலகுலகால நல்லூர்

மூன்றாம் இராஜராஜனின் 8ஆம் ஆட்சியாண்டு (கி.பி.1225) வெளியிடப்பட்டுள்ள நடராஜர் கோயில் கல்வெட்டில் மகிபாலகுலகால நல்லூர் என்ற ஊரைப் பற்றிய பதிவினைக் (A.R.E.1961-62.NO.172) காண்கிறோம். மாமன்னன் இராஜேந்திர சோழன் மகிபாலகுலகாலன் என்னும் விருதுப் பெயரினையும் பெற்றிருந்தான். வடஆற்காடு மாவட்டம் வந்தவாசி வட்டத்தில் உள்ள கூழம்பந்தல் என்ற ஊரில் இருக்கும் கங்கைகொண்ட சோழீஸ்வரர் கோயிலில் காணப்படும் கல்வெட்டில் "மகிபாலகுலகாலன்" என்னும் பெயர் கொண்ட அதிகாரி ஒருவர் ஓலை எழுதுவோனாகப் பணியாற்றினார் என்ற செய்தியினை

அறிகிறோம். இக்கல்வெட்டு இராஜேந்திர சோழனின் 12ஆம் ஆட்சியாண்டில் வெளியிடப்பட்டதாகும். அரசியல்துறையில் போற்றத் தகுந்த முறையில் நற்பணியாற்றும் அதிகாரிகளுக்கு மன்னன் தனது சிறப்புப் பெயரினைச் சூட்டி, பாராட்டி, ஊக்குவிப்பது அக்கால வழக்காயிருந்தது. எனவே இராஜேந்திர சோழனும் ஓலை எழுதுவோனுக்குத் தனது சிறப்புப் பெயரான **''மகிபாலகுலகாலன்''** என்பதனைச் சூட்டியுள்ளான். இராஜேந்திரன் வங்க நாட்டு வேந்தனான மகிபாலனை வென்றடக்கியதன் நினைவாக மகிபாலகுலகாலன் என்ற விருதுப் பெயரினைப் பெற்றிருந்தான் (**''.....தங்காத சாரல் வங்காள தேசமும் தொடுகழற் சங்குகொட்டல் மகிபாலனை வெஞ்சமர் வளாகத் தஞ்சுவித் தருளி....''** மெய்க்கீர்த்திகள்.ப.27). இதுபோன்று தன்னிடம் தோல்வி கண்ட மன்னனின் பெயரினை இணைத்து விருதுப்பெயர் கொள்வது வழக்கமென்பதை இராஜேந்திர சோழன் சயசிம்மனை வென்று சயசிம்மசரபன் என்ற விருதுப்பெயர் பூண்டதாலறியலாம்.

விக்கிரமசோழ நல்லூர்

சிதம்பரம் நடராஜர் கோயிலில் உள்ள தில்லையம்மன் கோயில் வளாகத்தில் இருக்கும் பைரவர் சன்னதியின் வடபுறச் சுவற்றில் பொறிக்கப்பட்டுள்ள இரண்டாம் கோப்பெருஞ்சிங்கனின் 8ஆம் ஆட்சியாண்டில் வெளியிடப்பட்ட கல்வெட்டில் விக்கிரமசோழநல்லூர் என்ற ஊரினைக் குறித்த செய்தியைப் பெறுகிறோம். இவ்வூர் தனியூரான ' பெரும்பற்றப்புலியூரின் வடபிடாகையில் மதுராந்தகப் பேரிளமை நாட்டிலிருந்த பள்ளிப்படையான விக்கிரமசோழ நல்லூர் என்பதை **''.......... ஸ்வஸ்திஸ்ரீஉ சகலபுவனச்சக்கரவத்திகள் ஸ்ரீ கோப்பெருஞ்சிங்க தேவர்க்கு யாண்டு அ- வது கற்கடனாயற்று தியதி பத்தினால் தனியூர் பெரும்பற்றப்புலியூர் வடபிடாகை மதுராந்தகப்பேரிளமைநாட்டுப் பள்ளி(ப்)படையான விக்கிரமசோழநல்லூரில் விக்கிரமசோழன் தெங்குதிருவிதியில் தென்பக்கத்து எழுந்தருளி இருந்து பூசை கொண்டருளுகிற நாயனார் வாரணவாசிமாதெவர் கோயில் ....''** (S.I.I.VOL.VIII. NO.717) என்ற கல்வெட்டு வரிகளால் அறியலாகிறது. இதே மன்னரின் 10ஆம் ஆட்சியாண்டைச் சேர்ந்த மற்றொரு கல்வெட்டில் **''....ஸ்ரீகோயிலும் திருமுற்றமும் திருமடவிளாகத்திலும் அகப்பட்ட பள்ளிப்படையான விக்கிரமசோழநல்லூரில்....''**

(S.I.I.VOL.XII.NO.159) என விக்கிரமசோழ நல்லூரின் அமைவியலைச் சுட்டுகிறது. இரண்டாம் கோப்பெருஞ்சிங்கனின் 16ஆம் ஆட்சியாண்டைச் சார்ந்த பிறிதொரு கல்வெட்டு "........ **திருக்காமக்கொட்டமுடைய பெரியநாச்சியார்க்கும் சிறப்பாகச் சாந்தி அருளசோழகோனார் பெரும்பற்றப்புலியூர்ப் பிடாகை பள்ளிப்படையான விக்கிரமசோழநல்லூர்...."** (S.I.I.VOL.VIII.NO.56) எனக் குறிப்பிடுகிறது. மேற்கண்ட கல்வெட்டுத் தரவுகளை நோக்குங்கால் இவ்வூர் விக்கிரம சோழனால் ஏற்படுத்தப்பட்டதாகக் கருத இடமுள்ளது. முதல் பிரகாரத்தின் தென்புறச் சுவற்றில் உள்ள முதலாம் ஜடாவர்மன் சுந்தரபாண்டியனின் 14ஆம் ஆட்சியாண்டில் (கி.பி.1265) வெளியிடப்பட்ட கல்வெட்டு நடராஜர் பெருமானுக்கும் சிவகாமி அம்மையாருக்கும் நித்தம் மலர்களை வழங்குவதற்காக நந்தவனம் அமைப்பதற்கான நிலம் சுவாமிதேவரால் வழங்கப்பட்ட செய்தியைக் கூறுகிறது. அந்நிலமானது விக்கிரமசோழநல்லூர் என அழைக்கப்பட்ட அக்கன் பள்ளிப்படையில் இருந்தது. (பள்ளிப்படை - இறந்தாரை எரித்த அல்லது இட்ட இடத்திலோ அல்லது அவர்களின் நினைவுச் சின்னமாகவோ அமைக்கப்பெறும் கற்கட்டிடம், கற்கோயிலுக்குப் பள்ளிப்படை என்று பெயர்) இங்கு சுட்டப்படுகின்ற அக்கன் பள்ளிப்படை என்பது தற்போது சிதம்பரம் நகரின் வடபகுதியில் அமைந்துள்ள பள்ளிப்படை என்ற ஊராகும். அக்கன் என்பது மன்னர்களது மூத்த சகோதரியைக் குறிப்பதாகும். இராஜராஜ சோழனின் தஞ்சாவூர் பெருவுடையார் கோயிலில் பொறிக்கப்பட்டுள்ள கல்வெட்டில் யான் கொடுத்தனவும் என் அக்கன் கொடுத்தனவும் என்ற கல்வெட்டு வரியில் காணப்படுகிற அக்கன் என்பது குந்தவையைக் குறிப்பதாகும். எனவே இங்கு குறிப்பிடப்படும் அக்கன் என்பது பெருவேந்தரின் சகோதரியின் இறப்போடு தொடர்புடைய கட்டிடம் ஒன்று இங்கு இருந்திருக்க வேண்டும். அது தற்போது அழிந்திருக்க வேண்டும். அந்த நினைவைப் போற்றும் விதமாக இவ்வூர் இன்றும் பள்ளிப்படை என்றே அழைக்கப்பட்டுவருகிறது.

இந்த விக்கிரமசோழ நல்லூர் அருகில் சோழக்கேரளதேவன் நல்லூர் என்ற ஊரும் அமைந்திருந்தது. இவ்வூரின் வழியாக நடராஜர் பெருமானும் சிவகாமி அம்மையாரும் கடலில் நீராடச் செல்லும் நிகழ்வின்போது பிரசாதங்கள் வழங்குவதற்காக இவ்வூரின் மொத்த வருவாயும் செலவிடப்பட்டுவந்த தகவலையும்

இவனது கல்வெட்டில் காணமுடிகிறது. முதலாம் ஜடாவர்மன் சுந்தரபாண்டியன் தமது சேரநாட்டின் வெற்றியின் நினைவைப் போற்றும் வகையில் அக்கன்பள்ளிப்படை அருகே சோழகேரளதேவன் நல்லூர் என்ற புதிய ஊரினையும் தோற்றுவித்துள்ளான் என்பது குறிப்பிடத்தக்க ஒன்றாகும்.

ஜெயங்கொண்டசோழ நல்லூர்

இதே கோயிலின் முதல் பிரகாரத்தின் தெற்குப்புறச் சுவற்றில் பொறிக்கப்பட்டுள்ள மூன்றாம் விக்கிரம பாண்டியனின் 6ஆம் ஆட்சியாண்டு (கி.பி.1290) வெளியிடப்பட்ட கல்வெட்டு ஜெயங்கொண்டசோழ நல்லூர் என்ற ஊரினைப்பற்றிச் சுட்டுகிறது. மேலும் இவ்வூர் மணலூர் என அழைக்கப்பட்ட தகவலும் இக்கல்வெட்டால் (A.R.E.1913.NO.276) அறியப்படுகிறது. தற்போது மணலூர் என்ற ஊர் சிதம்பரத்தின் வடமேற்குப்பகுதியில் அமையப்பெற்றுள்ளது. முதலாம் இராஜராஜ சோழனின் விருதுப் பெயர்களுள் ஒன்று ஜெயங்கொண்டான் என்பதாகும். அதன் நினைவாகவே இவ்வூருக்கு அப்பெயர் சூட்டப்பட்டிருக்க வேண்டும். இருப்பினும் இராஜேந்திர சோழனின் மகனான முதலாம் இராஜாதிராஜனுக்கும் ஜெயங்கொண்ட சோழன் என்ற பட்டப்பெயர் உண்டு. இவனது காலத்தில் உருவாக்கப்பட்ட ஊரே கங்கைகொண்ட சோழபுரத்திற்கு அருகேயுள்ள ஜெயங்கொண்டப்பட்டினமாகும்.

குலோத்துங்கசோழ நல்லூர்

சிதம்பரம் நடராஜர் கோயிலின் மூன்றாம் பிரகாரத்தின் வடபுறச் சுவற்றில் உள்ள இரண்டாம் கோப்பெருஞ்சிங்கனின் 12ஆம் ஆட்சியாண்டு (கி.பி.1255) வெளியிடப்பட்ட கல்வெட்டு குலோத்துங்கசோழ நல்லூர் (S.I.I.VOL.XII.NO.174) என்ற ஊரைக் குறிப்பிடுகிறது. இவ்வூரின் முன்னொட்டில் உள்ள குலோத்துங்க சோழன் என்பது முதலாம் குலோத்துங்க சோழனைக் குறிப்பதாகும். எனவே இவ்வூர் அவனது பெயரில் நிர்மாணிக்கப் பட்டதாகக் கருதலாம். குலோத்துங்க சோழ நல்லூர் ஆலம்பாடி என அழைக்கப்பட்டதையும் இக்கல்வெட்டால் அறிகிறோம்.

சோழகுலவள்ளி நல்லூர்

நடராஜர் கோயிலின் மூன்றாம் பிரகாரத்தின் கிழக்குப்புறச் சுவற்றில் உள்ள வீரபாண்டியன் காலத்தில் வெளியிடப்பட்ட

கல்வெட்டில் (A.R.E.1962-63.NO.550) சோழகுலவள்ளி நல்லூர் என்ற ஊரைப் பற்றிய பதிவினைக் காண்கிறோம். இவ்வூரில் தில்லைக் கூத்தருக்காக திருநந்தவனம் அமைப்பதற்கான நிலத்தை இப்பாண்டிய மன்னன் வழங்கியுள்ளான்.

தில்லைநாயக நல்லூர்

இரண்டாம் கோப்பெருஞ்சிங்கனின் 8ஆம் ஆட்சியாண்டில் (கி.பி.1251) வெளியிடப்பட்ட கல்வெட்டு நடராஜர் கோயிலின் மூன்றாம் பிரகாரத்தின் வடக்குப்புறச் சுவற்றில் உள்ளது. இக்கல்வெட்டில் **"....பெரும்பற்றப்புலியூர்ப் பிடாகை கடவாய்ச்செரியான தில்லைநாயக நல்லூரில் சுந்தரசோழவதிக்கு...."** (S.I.I.VOL.XII. NO.154) எனச் சுட்டப்பட்டுள்ள வரியின் மூலம் தில்லைநாயக நல்லூர் என்பது கடவாய்ச்சேரி என அழைக்கப் பட்டுள்ளதையும் இவ்வூர் பெரும்பற்றப்புலியூர் பிடாகையில் இருந்துள்ளத்தையும் மேற்கண்ட கல்வெட்டு வரியால் அறியலாகிறது. இதே கோயிலிலுள்ள கி.பி. 13ஆம் நூற்றாண்டைச் சார்ந்த சிதைந்த கல்வெட்டில் (A.R.E.1958-59.NO.309) தில்லைநாயக நல்லூர் என்ற ஊரைப்பற்றிச் சுட்டுகிறது.

பராக்கிரம சோழ நல்லூர்

சிதம்பரம் நடராஜர் கோயிலில் உள்ள இரண்டாம் கோப்பெருஞ்சிங்கனின் 3ஆம் ஆட்சியாண்டைச் (கி.பி.1246) சார்ந்த கல்வெட்டில் பராக்கிரமசோழ நல்லூர் என்ற ஊரைப் பற்றிய பதிவைக் காண்கிறோம். இம்மன்னரது காலத்தில் இவ்வூர் மதுராந்தகப் பேரிளமை நாட்டில் இருந்துள்ளது. பராக்கிரமசோழ நல்லூர் முட்டையூர் என அழைக்கப்பட்டுள்ளதை **".....எங்கள் நிலம் இவ்வூர் வடபிடாகை மதுராந்தகப்பேரிளமைநாட்டு முட்டையூறலான பராக்கிரம சொழநல்லூர்பால் ஸ்ரீசுந்தரவதிக்கு கிழக்கும் ஸ்ரீவானவமாதெவி வாய்க்காலுக்கு வடக்கு...."** (S.I.I.VOL. VIII.NO.707) என்ற கல்வெட்டு வரிகளால் அறியலாகிறது.

தானவினோத நல்லூர்

இதே கோயிலில் உள்ள இரண்டாம் கோப்பெருஞ்சிங்கனின் 11ஆம் ஆட்சியாண்டு (கி.பி.1254) வெளியிடப்பட்டுள்ள கல்வெட்டு மிதுனக்குடியான தானவினோத நல்லூர் என்ற ஊரினைப் பற்றிக் குறிப்பிடுகிறது. இவ்வூரானது கிடாரங்கொண்ட பேரிளமை நாட்டில் இருந்துள்ளதை **"........பெரும்பற்றப்புலியூர்ப்**

பிடாகைகளில் அன்னியநாமத்து விலைகொண்ட கிடாரங்கொண்ட........பேரிளமைநாட்டு மிதுனக்குடியான தானவினோதநல்லூரில் திருச்சிற்றம்பலவதிக்குக் கிழக்கு கண்டராதித்த வாய்க்காலுக்கு தெற்கு........" (S.I.I.VOL.XII.NO.173) என்றக் கல்வெட்டு வரிகளால் அறியமுடிகிறது. கல்வெட்டில் சுட்டப்பட்டுள்ள மிதுனக்குடி என்பது தற்போது மீதிக்குடி என்ற பெயரில் சிதம்பரத்தின் கிழக்குப்பகுதியில் அமைந்துள்ளது.

பவித்திரமாணிக்க நல்லூர்

பவித்திரம் என்பது தூய்மை என்னும் பொருளுடையது. பவித்திரமாணிக்கம் என்பது தூய்மையான, குற்றமற்ற மாணிக்கத்தைக் குறிப்பதாகும். (இதே பெயரில் பவித்திர மாணிக்க வளநாடு என்ற வளநாடு உருவாக்கப்பட்டிருந்தது (இது இராஜேந்திர வளநாட்டில் அடங்கியிருந்த 14 உட்பிரிவு நாடுகளில் ஒன்றாகவும் இருந்ததாக ந. வெங்கடேசன் அவர்கள் புதுவை மாநிலக் கல்வெட்டுகளில் நாடும் வளநாடும் என்ற தமது நூலில் குறிப்பிடுகிறார்). இரண்டாம் கோப்பெருஞ்சிங்கனின் 9ஆம் ஆட்சியாண்டில் (கி.பி.1252) வெளியிடப்பட்ட நடராஜர் கோயில் கல்வெட்டில் பவித்திரமாணிக்க நல்லூர் என்ற ஊரைப் பற்றிய குறிப்பினைக் காண்கிறோம். இவ்வூரானது பெரும்பற்றப்புலியூரின் பிடாகையான கொற்றங்குடி என்கிற பவித்திரமாணிக்க நல்லூர் என்பதை ".......சோழகோனார் செய்வித்த பெரும்பற்றப்புலியூர்ப் பிடாகை கொற்றங்குடியான பவித்திரமாணிக்க நல்லூர் ....." (S.I.I.VOL.XII.NO.157) என்ற கல்வெட்டு வரியால் அறியலாகிறது. மேலும் இதே கோயிலில் உள்ள ஜடாவர்மன் சுந்தரபாண்டியனின் 7ஆம் ஆட்சியாண்டைச் சார்ந்த மற்றொரு கல்வெட்டும் (A.R.E.1961-62.N0155) இவ்வூரைப் பவித்திரமாணிக்க நல்லூர் என்றே குறிப்பிடுகிறது.

ஷத்திரியசிகாமணி நல்லூர்

இரண்டாம் கோப்பெருஞ்சிங்கனின் 9 ஆம் ஆட்சியாண்டு (கி.பி.1252) வெளியிடப்பட்டுள்ள நடராஜர் கோயில் கல்வெட்டில் (A.R.E.1962-63.NO.552) ஷத்திரியசிகாமணி நல்லூர் பற்றிய பதிவினைக் காண்கிறோம். இவ்வூரில் நெல் விளையக்கூடிய நிலங்களில் இருந்து பெறக்கூடிய அனைத்து வரிகளும் நடராஜர் கோயிலுக்கு இம்மன்னரது ஆட்சிக்காலத்தில் தானமாக வழங்கப்பட்டுள்ள தகவலையும் காணமுடிகிறது.

தில்லை அழகநல்லூர்

நடராஜர் கோயிலில் உள்ள மகிஷாசூரவர்த்தினி கோயிலின் கிழக்குப் புறச்சுவற்றில் உள்ள இரண்டாம் கோப்பெருஞ்சிங்கனின் 12ஆம் ஆட்சியாண்டுக் (கி.பி.1255) கல்வெட்டில் தில்லை அழகநல்லூர் பற்றிய பதிவினைக் காண்கிறோம். இவ்வூர் பெரும்பற்றப்புலியூரின் கீழ்பிடாகை ஊரான குமாரமங்கலம் என்ற தில்லை அழகநல்லூரென அழைக்கப்பட்டதை **"...... இவ்வூர்க் கிழ்பிடாகை கிடாரங்கொண்டசொழப் பெரிளமைநாட்டுக் குமாரமங்கலமான தில்லை அழக நல்லூரில் ஸ்ரீஜெனநாதவதிக்கு......"** (S.I.I.VOL.XII.NO.175) என்ற வரிகளால் அறியமுடிகிறது.

கணபதி நல்லூர்

இதே கோயிலின் இரண்டாம் பிரகாரத்தின் வடக்குப்புறச் சுவற்றில் பொறிக்கப்பட்டுள்ள இரண்டாம் கோப்பெருஞ்சிங்கனின் 5ஆம் ஆட்சியாண்டில் (கி.பி.1248-49) வெளியிடப்பட்ட கல்வெட்டில் இவ்வூர் சுட்டப்படுகிறது. **"...... பெரும்பற்றப்புலியூர்த் தென்பிடாகை புவ(ன)லொகமாணிக்க வளநாட்டு கொப்பாடியான கணபதிநல்லூர்ப்பால் சொழமாதெவிவதிக்கு மெற்கும்....."** (S.I.I.VOL.VIII.NO.52) என்ற கல்வெட்டு வரிகளின் மூலம் பெரும்பற்றப் புலியூரின் தென்பிடாகையான புவனலோக மாணிக்க வளநாட்டில் கணபதி நல்லூர் இருந்துள்ள தகவலையும் பெறுகிறோம்.

முடிகொண்டசோழ நல்லூர்

இவ்வூரின் முன்னொட்டில் உள்ள முடிகொண்டசோழன் என்பது இராஜேந்திர சோழனின் விருதுப்பெயர்களில் ஒன்றாகும். இராஜேந்திர சோழன் தனது தந்தை இராஜராஜ சோழனால் கூடக் கைப்பற்ற முடியாத பாண்டியரின் மணிமுடியை இலங்கை வெற்றியின் மூலம் கைக்கொண்டதன் நினைவைப் போற்றும் விதமாக இந்த ஊருக்கு முடிகொண்டசோழ நல்லூர் என்ற பெயரினைச் சூட்டியிருக்கலாம். இத்தகவல் நடராஜர் கோயிலில் உள்ள சிதைந்த கல்வெட்டின் (SA.R.E.1929-30.NO.614) வழியாக அறியலாகிறது.

உத்தமசோழ மங்கலம்

நடராஜர் கோயில் மூன்றாம் பிரகாரத்தின் கிழக்குப்புறச்சுவற்றில்

பொறிக்கப்பட்டுள்ள இரண்டாம் கோப்பெருஞ்சிங்கனின் 9ஆம் ஆட்சியாண்டுக் (கி.பி.1252) கல்வெட்டு (A.R.E.1962-63.NO.552) உத்தமசோழ மங்கலம் என்ற ஊரைப் பற்றிக் குறிப்பிடுகிறது. இந்த ஊரின் முன்னொட்டில் உள்ள உத்தமசோழன் என்பவன் கண்டராதித்த சோழனின் மகனாவார். இவன் கி.பி. 970ஆம் ஆண்டு அரியணையேறியவன். இவனது பெயரில் உருவாக்கப்பட்ட ஊராக இதனைக் கருதலாம். இந்த ஊரின் பின்னொட்டில் உள்ள மங்கலம் என்பது வேதம் வல்ல பிராமணர்களின் நிலவுடமையையும் நிருவாகத்தினையும் பெற்றிருந்ததாகும். எனவே உத்தமசோழ மங்கலம் என்பது பிராமணர்கள் குடியேற்றப்பட்ட ஊராகும்.

சுந்தரபாண்டியன் சதுர்வேதிமங்கலம்

சிதம்பரத்திற்குள் புதிய மக்கள் குடிபெயர்வதையும், வெளியூர்களில் இருந்து வரும் பக்தர்களின் எண்ணிக்கை கூடுவதையும் கருத்தில் கொண்ட ஜடாவர்ம சுந்தரபாண்டியன் தில்லையம்பதியின் அருகே சுந்தரபாண்டியன் சதுர்வேதிமங்கலம் என்ற பிராமணர்களுக்கான புதிய குடியேற்றமொன்றை உருவாக்கினான். இதனோடு நத்தம் என்ற ஊர்ப் பகுதியும் இணைக்கப்பட்டது. இக்குடியேற்றப் பகுதியில் 121 பிராமணர்கள் வேத, சாஸ்திர மற்றும் மருத்துவம் போன்ற துறைகளில் விற்பன்னர்களாக விளங்கிய ஆசிரியப் பெருமக்களையும் குடியேற்ற ஆணை பிறப்பித்துள்ளான். மேலும் கணக்கர், தச்சர், மட்பாண்டக் கலைஞர், பொற்கொல்லர், உவச்சர், நாவிதர், பாடிக்காப்பார், மருத்தும் பார்க்கும் மகளிர் போன்ற பணிமக்களையும் சுந்தரபாண்டியன் சதுர்வேதிமங்கலத்தில் குடியேற்றினான். வெள்ளலூர் பகுதியில் கால்நடைகள் வளர்ப்பவர்களுக்கான மேய்ச்சல் நிலப்பகுதியும், சுடுகாட்டுப்பகுதியும் ஏற்படுத்திக் கொடுக்கப்பட்டது. பாண்டியர் காலத்தில் புதிய மக்கள் குடியேற்றங்கள் ஏற்படுத்தப்படும் போதும் கூரம் செப்பேட்டில் சுட்டப்பட்டுள்ள பெரும்பாலான அலகுகள் அப்படியே பின்பற்றப்பட்டுள்ளதைக் காணமுடிகிறது. எனவே ஊராக்கத்திற்கான பொதுவிதியானது பாண்டியர் காலத்திலும் தொடர்ந்தது என்பதற்கு இக்கல்வெட்டினையே (*A.R.E.*1961-62.*NO.*156) சான்றாகக் கொள்ளலாம்.

விக்கிரமபாண்டிய சதுர்வேதிமங்கலம்

முதலாம் ஜடாவர்மன் சுந்தரப்பாண்டியனின் 13ஆம் ஆட்சியாண்டில் (கி.பி.1264) வெளியிடப்பட்டுள்ள நடராஜர் கோயில் கல்வெட்டில் (A.R.E.1913.NO.277) விக்கிரமபாண்டிய சதுர்வேதிமங்கலம் என்ற ஊரைப்பற்றிய பதிவினைக் காண்கிறோம். இவ்வூர் சிதம்பரத்தின் மேற்குப்பகுதியில் இருந்துள்ளது. இங்கிருந்து 108 பிராமணர்கள் சுந்தரபாண்டியனின் காலத்தில் புதிதாக உருவாக்கப்பட்ட புளியங்குடி என்ற ஊரில் குடியேற்றப்பட்டுள்ளனர். விக்கிரமபாண்டிய சதுர்வேதி மங்கலத்தின் முன்னொட்டிலுள்ள விக்கிரம பாண்டியன் என்பவன் சுந்தர பாண்டியன் காலத்திலிருந்த பாண்டிய மன்னனாவான். இவன் கல்வெட்டுகள் அச்சிறுப்பாக்கம், திருப்புட்குழி, திருமாணிக்குழி, திருக்கோவிலூர் முதலான ஊர்களில் காணப்படுகின்றமையால் இவன் தொண்டை மண்டலத்திலும் நடு நாட்டிலும் சில ஆண்டுகள் அரசப் பிரதிநிதியாக இருந்திருத்தல் வேண்டும் என்று தி.வை.சதாசிவ பண்டாரத்தார் குறிப்பிடுகிறார் (பாண்டியர் வரலாறு.ப.120). நடராஜர் கோயிலின் பாடல் கல்வெட்டுகள் இவன் செய்த போர் மற்றும் அடைந்த வெற்றிகளையும் குறிப்பிடுவதோடு இவனுக்குப் புவனேகவீரன் என்னும் பட்டப்பெயர் இருந்துள்ளதையும் (S.I.I.VOL.IV.NO.228) சுட்டுகின்றன. ஆக மேற்கண்ட ஊர் இவனது பெயரில் பிராமணர்களுக்காக ஏற்படுத்தப்பட்ட குடியேற்ற ஊராகக் கருதலாம்.

தில்லைநாயக சதுர்வேதிமங்கலம்

இதே கோயிலில் இரண்டாம் கோப்பெருஞ்சிங்கனின் 36ஆம் ஆட்சியாண்டில் (கி.பி.1279) வெளியிடப்பட்ட இரண்டு கல்வெட்டுகளில் தில்லைநாயக சதுர்வேதிமங்கலம் என்ற ஊரைப் பற்றிய பதிவினைக் காண்கிறோம். முதல் கல்வெட்டில் **"………. இன்நிலங்கள் ஒழுகும் மடக்கும் பிற(க்)கும் இடத்து தில்லைநாயகசசருப்பெதிமங்கலத்து (கயவ) யன பட்டர்கள்பெரில் தில்லை முவாயிரவிளாகம் என்னும் பெராலே எழுதக் கடவர்களாகவும்……"** (S.I.I.VOL.VIII. NO.43) என்றும் இரண்டாவது கல்வெட்டில் **"……எதிரிலிசொழன் திருநந்தவனத்து மெல்பக்கத்து தில்லைநாயகச்சருப்பெதி மங்கலம் என்னும் திருநாமத்தால்……"** (S.I.I.VOL.XII.NO.245) என்ற இரு

கல்வெட்டுகள் குறிப்பின்படி பெரும்பற்றப்புலியூரின் பகுதியில் இவ்வூர் அமையப் பெற்றிருந்ததாகக் கருதமுடிகிறது.

அவனிமுழுதுடை சதுர்வேதிமங்கலம்

நடராஜர் கோயிலின் இரண்டாவது பிரகாரத்தின் மேற்குப்புறச் சுவற்றில் உள்ள சிதைந்த கி.பி. 13ஆம் நூற்றாண்டைச் சேர்ந்த பாண்டியர் காலக் கல்வெட்டில் அவனிமுழுதுடை சதுர்வேதி மங்கலம் (A.R.E.1958-59.NO.308) என்ற ஊர் குறிப்பிடப்பட்டுள்ளது. இவ்வூர் 124 பிராமணர்களுக்காக நிறுவப்பட்டது என்கிற தகவலும் இக்கல்வெட்டில் சுட்டப்பட்டுள்ளது.

பூவாலை

இரண்டாம் கோப்பெருஞ்சிங்கனின் 16ஆம் ஆட்சியாண்டு (கி.பி.1259-60) வெளியிடப்பட்டுள்ள சிதம்பரம் நடராஜர் கோயில் கல்வெட்டில் இவ்வூரைப் பற்றிய குறிப்பு காணப்படுகிறது. இவ்வூர் சிதம்பரத்திலிருந்து புவனகிரி வழியாகக் குறிஞ்சிப்பாடி செல்லும் சாலையில் அமைந்துள்ள சாத்தப்பாடி என்ற ஊரின் கிழக்குப்பகுதியில் உள்ளது (புவனகிரியில் இருந்து 6 கி.மீ. தூரத்தில் பூவாலை அமைந்துள்ளது). கி.பி. 13ஆம் நூற்றாண்டில் பூவாலை வெசாலிப்பாடிப்பற்றில் இருந்துள்ளதை "......திருக்காமக்கொட்டமுடையபெரிய நாச்சி யார்க்கும் வெசாலிப்பாடிப் பற்று பூவாலையில் சொக்கச்சியன் கமுகு திருநந்தவனத்துக்கு....." (S.I.I.VOL.VIII.NO.55) என்ற கல்வெட்டு வரிகளால் அறியப்படுகிறது.

பூவாலை ஊரின் தொன்மைப்பெயர் பூவாலை சுந்தரசோழ நல்லூர் என்பதை இதே கல்வெட்டின் பத்தாவது வரியில் "........ வெசாலிப்பாடிப்பற்று ஜயங்கொண்ட சொழச் சருப்பெதி மங்கலத்துக் கீழ்பிடாகை பூவாலை சுந்தரசோழ நல்லூர்......" எனக் குறிப்பிடப்படுவதினால் அறிகிறோம். எனவே இவ்வூரின் பின்னொட்டில் உள்ள சுந்தரசோழன் என்பது இராஜராஜ சோழனின் தந்தையான சுந்தரசோழனின் பெயராகும். இம்மன்னரது பெயரில் உருவாக்கப்பட்ட இந்த ஊர் ஜயங்கொண்டசோழச் சதுர்வேதி மங்கலத்தின் கீழ் பிடாகையில் இருந்துள்ளது. இந்த ஊரில் சொக்கச்சியான் கமுகு திருநந்தவனம் ஒன்று தில்லைக் கூத்தருக்காக இம்மன்னரால் ஏற்படுத்தப் பட்டுள்ளதையும் இந்த நந்தவனத்தில் நூறு பேர் பணியாற்றியதையும் இக்கல்வெட்டு சுட்டுகிறது.

விளங்கல்பட்டு

நடராஜர் கோயிலின் இரண்டாவது பிரகாரத்தின் வடக்குப்புறச் சுவற்றில் பொறிக்கப்பட்டுள்ள இரண்டாம் கோப்பெருஞ்சிங்கனின் 16ஆம் ஆட்சியாண்டில் வெளியிடப்பட்ட கல்வெட்டில் இவ்வூர் குறிப்பிடப்படுகிறது. அக்கல்வெட்டில் "......இராஜாயிராஜவளநாட்டு குறிஞ்சி அளநாட்டுத் தெவதானம் **தாமரையான் பாடியான வெளங்கன்பட்டிலும் வெள்ளற்றுக்கு மெல்கரைப்பட்ட.....**" (S.I.I.VOL.VIII. NO.55) என்ற கல்வெட்டு வரிகளின் வழியாக விளங்கல்பட்டு என்ற ஊர் இராஜாதிராஜ வளநாட்டில் குறிஞ்சி வளநாட்டில் தாமரையான்பாடி என்று அழைக்கப்பட்ட விளங்கல்பட்டு வெள்ளாற்றின் மேல்கரைப் பகுதியில் அமையப் பெற்றிருந்ததை அறிகிறோம். தற்பொழுதும் விளங்கல்பட்டு என்ற பெயரால் அழைக்கப்படும் இவ்வூரினைச் சிதம்பரத்திலிருந்து வெள்ளாற்றைக் கடந்து முட்லூர் வழியாகச் சென்றால் அடையலாம். இவ்வூரில் இரண்டாம் கோப்பெருஞ்சிங்கனின் காலத்தில் தில்லைக் கூத்தருக்காகப் பாக்கு மரங்கள் வளர்க்கப்பட்டிருந்ததை ......**வெளங்கன் பட்டிலும் வெள்ளற்றுக்கு மெல்கரைப்பட்ட துண்டத்தும் கூடின நிலத்துக் கமுகுதறையும் சுற்றுக்குலையும் உள்பட....**" (S.I.I.VOL. VIII.NO.55) என்ற கல்வெட்டு வரிகளால் அறியலாகிறது.

சிறுபாலையூர்

இரண்டாம் கோப்பெருஞ்சிங்கனின் 16ஆம் ஆட்சியாண்டைச் (கி.பி.1259-60) சார்ந்த கல்வெட்டில் சிறுபாலையூர் குறித்த பதிவினைக் காண்கிறோம். இவ்வூர் வெசாலிப்பாடி நாட்டுக் குறிஞ்சி வளநாட்டில் தேவதான ஊராக இருந்துள்ளதை ".......... **கமுகுதிருநந்தவனத்துக்கும் சுற்றுக்குலைக்கும் வெசாலிப்பாடி நாட்டுக் குறுஞ்சி அளநாட்டுத் தெவதானம் சிறுபாலையூர்.......**" (S.I.I.VOL.VIII.NO.55) என்ற கல்வெட்டு வரிகளால் அறியமுடிகிறது. சிறுபாலையூர் தற்பொழுது சிதம்பரத்திலிருந்து கடலூர் செல்லும் தேசிய நெடுஞ்சாலையில் மேட்டுப்பாளையம் பேருந்து நிறுத்தத்தில் இருந்து மேற்கே 5 கி.மீ. தூரத்தில் அமைந்துள்ளது.

கோயில்பூண்டி

மூன்றாம் குலோத்துங்கனின் 32ஆம் ஆட்சியாண்டில் வெளியிடப்பட்ட (கி.பி.1210-11) கல்வெட்டில் (A.R.E.1913. NO.273) கோயில்பூண்டி என்ற ஊரைப் பற்றிய பதிவினைக்

காண்கிறோம். இவ்வூர் பெரும்பற்றப்புலியூருக்கு உட்பட்ட சிற்றூராக இருந்துள்ளதை இக்கல்வெட்டு குறிப்பிடுகிறது. இதே கோயிலில் உள்ள மூன்றாம் இராஜராஜ சோழனின் 10ஆம் ஆட்சியாண்டைச் (கி.பி.1227) சார்ந்த மற்றொரு கல்வெட்டில் கோயில்பூண்டி என்ற ஊர் ஷத்திரியசிகாமணிநல்லூரின் முந்து பெயராகுமென்பதை (A.R.E.1913.NO.316) உரைக்கிறது. தற்போது சிதம்பரத்தின் கிழக்குப்பகுதியில் அமைந்துள்ள இவ்வூர் கோயிலாம்பூண்டி என்றே அழைக்கப்பட்டு வருகிறது.

☙◉❧

7. மக்கள் நல அலகுகள்

கிரேக்க வரலாற்று அறிஞர்களில் முதன்மையானவராக வைத்துப் போற்றப்படும் ஹெரோடாட்டஸ் தாம் வாழ்ந்த காலத்தில் (கி.மு.484 -425) கிழக்கு மேற்காக 1700 மைல்களும் தெற்கு வடக்காக 1600 மைல்களும் பயணித்து உலகின் பல நாடுகளுக்குச் சென்று அவர்களின் மொழி, மக்களின் உருவ வகைகள், பொருள்சார் பண்பாடு (Material Culture), திருமணம், மணவிலக்கு, சமுதாயச் சட்டமுறைகள், அரசின் செயல்பாடுகள், போர் நடவடிக்கைகள் போன்றவற்றை விளக்கமுற ஆராய்ந்து தமது வரலாறு என்ற நூலில் பதிவு செய்துள்ளார். அந்நூலில் சமயம், கோயில் திருவிழாக்கள், பொழுதுபோக்கு மையங்கள், மருத்துவம், கல்வி, உணவுப்பொருள் சேமிப்பு, வணிகம் போன்ற மக்கள் நலன்சார் கூறுகள் அனைத்தும் அரசின் தலைநகரங்கள், பெருநகரங்கள், ஊர்கள் போன்றவற்றில் பரவலாக்கப் பட்டிருந்ததையும் குறிப்பிடுகிறார். மக்கள் நலன் காக்கும் முக்கிய அலகுகளான மருத்துவம், உணவு, கல்வி, பொழுதுபோக்கு, சமயத் திருவிழாக்கள் போன்றவை மக்களினத்தை மேம்படுத்துபவை என்பதை நன்குணர்ந்த தமிழ் வேந்தர்களும் மக்கள் குடியேற்றங்களை உருவாக்குகின்றபோது அவற்றைப் பின்பற்றியுள்ளதை வரலாற்றின் பக்கங்களில் காண்கிறோம். மேற்கண்ட மக்கள் நலன்சார் அலகுகள் அனைத்தும் சிதம்பரம் நகர உருவாக்கத்திலும் நகர்ப்புற விரிவாக்கத்திலும் அப்படியே பின்பற்றப்பட்டுள்ளது.

மருத்துவமனை

மாமன்னர் அசோகரின் இரண்டாவது கற்பாறை ஆணையில் **''கடவுளர் விரும்புபவனும் காட்சிக்கினியவனுமான மன்னன் நாட்டில் எல்லாவிடங்களிலும் அடுத்துள்ள சோழர், பாண்டியர், சத்தியபுத்திரர், கேரளபுத்திரர் (நாடுகளிலும்), தாம்பபர்ணி வரையிலும், கிரேக்க மன்னன் ஆன்டியோகஸ், அவன் அண்டையோர் நாடுகளிலும் எல்லாவிடங்களிலும் கடவுளர் விரும்புபவனும் காட்சிக்கினிய வனுமான மன்னன் இரண்டு முறையில் நோய்தீர்க்கும் ஏற்பாடுகள்; விலங்குகளுக்கு நோய்தீர்க்கும் ஏற்பாடுகள் (மருத்துவமனைகள்) மருந்து மூலிகைகள் கூட, மனிதர்களுக்கு வேண்டிய மருந்து மூலிகைகளும் விலங்குகளுக்கான மருந்து மூலிகைகளும் எங்கெங்கு இல்லையோ அங்கெல்லாம் வெளியிலிருந்து வரவழைக்கப்பட்டு நடப்பட்டுள்ளன...''** *(M.S. கோவிந்தசாமி, அசோகரும் அவருடைய காலமும், ப.137)* என்று சுட்டிச்செல்கிறது. இக்கல்வெட்டு வரிகளின் மூலம் உலகிலேயே மனிதருக்கும், விலங்கினத்திற்குமென்று தனித்தனியாக மருத்துவமனைகளை ஏற்படுத்துவதை அறமென உரைத்திட்ட முதல் மன்னன் இவராகத்தான் இருக்கமுடியும். தனது ஆட்சிப்பரப்பில் மட்டுமன்றி தூரதேசத்து மன்னர்களான சோழர், பாண்டியர், சேரர், சத்தியபுத்திரர்களின் நாடுகளிலும் இவ்வகை மருத்துவமனைகளை ஏற்படுத்தியதோடு மூலிகைச் செடிகள் வளர்க்கப்படவேண்டுமென்று உரைத்திட்டதை நோக்குங்கால் பிரமிப்பாக உள்ளது. அதனால்தான் சோழ நாட்டின் தஞ்சாவூரில் சுந்தர சோழ விண்ணகர் ஆதுலர் சாலையும் (மருத்துவமனை), திருப்புகலூரில் ஆதுலர் சாலையும், திருவாடுதுறையில் மருத்துவக்கல்லூரியும், திருமுக்கூடலில் வீரசோழன் ஆதுலர் சாலையும் நிறுவப்பட்டிருந்ததையும் அவற்றுக்கு அவர்கள் வழங்கியிருந்த நிரந்தரக் கொடைகள் குறித்தும் கல்வெட்டுகளில் காண்கிறோம்.

அசோகரின் மேற்கண்ட கல்வெட்டு ஆணையில் குறிப்பிட்டுள்ள மூலிகைச் செடிகள் நடப்பட்டு வளர்க்கப்பட வேண்டியதன் அவசியத்தை அப்படியே சோழர்களும் பின்பற்றி வந்துள்ளதை அவர்களது கல்வெட்டுகளில் பார்க்கமுடிகிறது. குறிப்பாக சோழர்காலத்தில் கோயில்களுக்காக உருவாக்கப்பட்ட நந்தவனங்களில் மருத்துவ குணமிக்க செங்கழுநீர் ,

வழுதிலை (கண்டங்கத்திரி) (நடன.காசிநாதன், அருண்மொழி ஆய்வுத் தொகுதி, ப. 166) போன்ற மருத்துவ குணமிக்க செடிகள் நடப்பட்டிருந்ததாகக் கல்வெட்டுகள் சுட்டுகின்றன.

நடராஜர் கோயிலில் உள்ள பத்திற்கும் மேற்பட்ட கல்வெட்டுகளில் செங்கழுநீர் (இதன் தாவரப்பெயர் நிம்பேயா ஸ்டெல்லேட்டா என்று அழைக்கப்படுகிறது. மருதநிலத்தில் வளரும் தாவரமாகும். குளிர்ந்த குளத்தில் பூத்த செங்கழுநீர் என்று மதுரைக்காஞ்சி குறிப்பிடும் இந்த அரிய மூலிகையின் வேர், கிழங்கை முறைப்படி எடுத்து வெயிலில் உலர்த்திச் சூரணம் செய்து ஒரு மண்டலம் சாப்பிட்டு வந்தால் வாத, பித்த, கபத்தைக் கட்டுப்படுத்தும், உடல் வெப்பத்தைக் குறைக்கும், வேரின் சாறு வயிற்றுவலி, ஆஸ்துமா, கல்லீரல் பாதிப்பையும் குணப்படுத்தும் தன்மை கொண்டது. (கு.சீநிவாசன், சங்க இலக்கியத் தாவரங்கள், ப. 37) என்ற மருத்துவச் செடிகள் வளர்க்கப்பட்டு வந்துள்ளப் பதிவினைக் காண்கிறோம். இவர்களைப் போன்றே பாண்டிய மன்னர்களும் புதிய ஊர்களை உருவாக்குகின்றபோது அவ்வவ்வூர்களில் மருத்துவர்களையும் குடியேற்றியுள்ள பதிவினை நடராஜர் கோயில் கல்வெட்டுகளில் பார்க்கமுடிகிறது.

ஜடாவர்மன் சுந்தரபாண்டியனின் 7ஆம் ஆட்சியாண்டுக் கல்வெட்டு (A.R.E.1958-59.NO.306) சிதம்பரத்தின் புறப்பகுதியில் இருந்த சுந்தரபாண்டியன் சதுர்வேதிமங்கலத்தில் பணியாற்றிய இரண்டு மருத்துவர்களுக்கு நிரந்தர வைப்பாக நிலதானம் வழங்கப்பட்ட செய்தியைக் கூறுகிறது. மேலும் இதே மன்னரின் 13ஆம் ஆட்சியாண்டைச் சார்ந்த மற்றொரு (A.R.E.1913.NO.277) கல்வெட்டில் புதியதாக உருவாக்கப்பட்ட புளியங்குடி என்ற ஊரில் மருத்துவர்கள் குடியேற்றப்பட்ட தகவல் காணப்படுகிறது. இதன் மூலம் பண்டைக்காலத்தில் புதியதாக ஊர்களை உருவாக்கும்போது அங்கு மக்கள் நலன்களுக்காக பல கட்டமைப்புகள் ஏற்படுத்தப் பட்டிருந்தாலும் மிக முக்கிய அலகான மருத்துவமனை, மருத்துவர்கள் என்ற கட்டமைப்பிற்கு முக்கியத்துவம் அளிக்கப்பட்டுள்ளதை அறியப்படுகிறது.

கடிகை - கல்விச்சாலை

கடிகை என்பது பூர்வாங்க வடமொழிக் கல்வி பெற்றவர்கட்கு

மேலும் உயர்நிலைக் கல்வி பெறுவதற்காக நிறுவப்பட்ட உயர் தர வடமொழிக்கல்லூரி என்று சி.கோவிந்தராசன் அவர்கள் கல்வெட்டுக் கலைச்சொல் அகரமுதலியில் குறிப்பிடுகிறார். திருநெல்வேலி மாவட்டம் அம்பாசமுத்திரம் வட்டம் அய்யனார்குளம் என்ற ஊரில் உள்ள மன்னார் கோயிலின் குகைப்பகுதியில் பொறிக்கப்பட்டுள்ள தமிழ்க் கல்வெட்டில் "பள்ளி செய்வித்தான், கடிகை(கோ)வின் மகன், பெருங்கூற்றன்...." என்ற வரியில்தான் முதன் முதலாக கடிகை என்ற சொல்லாடல் காணப்படுகிறது. எனவே, தமிழ்நாட்டில் கல்வி போதிக்கப் படுவதற்கென்று 1800 ஆண்டுகளுக்கு முன்பாகவே இத்தகைய கடிகைகள் ஏற்படுத்தப்பட்டிருந்ததை உணர்த்தும் சான்றாக இக்கல்வெட்டினைக் குறிப்பிடலாம். இதேபோன்று காஞ்சிமாநகரில் கி.பி. 5ஆம் நூற்றாண்டிலிருந்தே வரையறுக்கப் பட்ட கல்வியினை மக்களுக்கு வழங்கப்பட்ட வேண்டும் என்பதற்காகவே கடிகை ஒன்று திறம்படச் செயல்பட்டு வந்துள்ளதை யுவான்சுவாங்கின் குறிப்பின் வழியாகக் காண்கிறோம். நாளந்தா பல்கலைக்கழகத்தில் கல்வி பயின்ற இவர் தமது கல்வியை முடித்துக் காஞ்சிபுரத்திலிருந்த கடிகையில் ஆசிரியராகப் பணியாற்றினார். பல்லவ மன்னன் இராஜசிம்மன் காலத்தில் காஞ்சியில் உள்ள கைலாசநாதர் கோயிலில் கடிகையார் கூடியதையும் அவன் காஞ்சி கடிகையைச் செம்மைப்படுத்தினான் என்பதையும் வேலூர் பாளையம் செப்பேடுகள் (பல்லவர் செப்பேடுகள் முப்பது, ப.253) சுட்டுகின்றன.

பெரும்பற்றப் புலியூரான சிதம்பரத்தில் உயர்கல்வி பெறுவதற்கென கடிகை ஒன்று இருந்துள்ளது. இரண்டாம் கோப்பெருஞ்சிங்கனின் ஐந்தாம் ஆட்சியாண்டில் வெளியிடப்பட்ட ஆற்றூர் கல்வெட்டில் சிதம்பரம் நடராஜர் கோயிலின் தெற்குக் கோபுரத்தின் திருப்பணிக்காக உதவினான். அப்போது கடிகையின் வசமிருந்த $31^{1/4}$ வேலி இறையிலி நிலத்தையும் பிற தருமங்களுக்காக விடப்பட்டிருந்த நிலங்களையும் நீக்கி மற்ற நிலங்களின் நெல் ஆயங்களையும், காசு ஆயங்களையும் திருப்பணிக்காக ஒதுக்கியுள்ளான். இதிலிருந்து கல்வி நிறுவனங்களுக்காக வழங்கப்பட்ட நிலங்கள் எக்காலத்திலும் அரசின் பிற பணிகளுக்காக அபகரிக்கப்பட மாட்டாது என்ற உயரிய சித்தாந்தத்தை அறமென அக்கால வேந்தர்கள் கருதியுள்ளனர்.

நகர உருவாக்கத்தின்போது அப்பகுதி மக்களுக்குக் கல்விச்சேவையை வழங்கும் பொருட்டு இத்தகைய கடிகைகள் கட்டாயமாக உருவாக்கப்பட்டிருந்ததன் நீட்சியைச் சிதம்பரத்திலும் காணமுடிகிறது. ஜடாவர்மன் சுந்தரபாண்டியனின் 7ஆம் ஆட்சியாண்டு (கி.பி.1258-59) வெளியிடப்பட்டுள்ள நடராஜர் கோயில் கல்வெட்டு (A.R.E.1958-59.NO.306) பெரும்பற்றப்புலியூரின் உட்கிடைப்பகுதியில் தனது பெயரில் புதிதாக உருவாக்கப்பட்ட சுந்தரபாண்டியச் சதுர்வேதிமங்கலத்தில் ஆசிரியர்களைக் குடியேற்றியுள்ள தகவலைக் குறிப்பிடுகிறது. இதேபோன்று இவனது 13 ஆம் ஆட்சியாண்டில் (கி.பி.1264) வெளியிடப்பட்ட மற்றொரு கல்வெட்டில் (A.R.E.1913.NO.277) புதியதாக உருவாக்கப்பட்ட புளியங்குடி என்ற ஊரில் குடிகளுக்கு நிகராக ஆசிரியர்கள், ஊர் நூலகத்தில் பணியாற்றுபவர்களுக்கு வீட்டுமனைகள் ஒதுக்கப்பட்டுள்ளதைக் காண்கிறோம். எனவே புதியதாக ஊர்களை உருவாக்குகிறபோது கல்வியைப் போதிப்பதற்கான ஆசிரியர்களும் அவ்வவ்வூர்களிலேயே குடியமர்த்தப்பட்டுள்ளனர் என்பதற்கு இக்கல்வெட்டுகளைச் சான்றுகளாகக் கொள்ளலாம்.

சரஸ்வதி பண்டாரம்

சரஸ்வதி என்பது நூல்களையும் பண்டாரம் என்பது (கரூவூலம்) சேமிக்கின்ற இடத்தையும் குறிப்பதாகும். சிதம்பரம் நடராஜர் கோயில் வளாகத்தில் மிகப்பெரிய நூலகம் இருந்த செய்தியைக் கல்வெட்டுச் சான்றுகள் பகர்கின்றன. கி.பி. 1251 மற்றும் கி.பி. 1264ஆம் ஆண்டுகளைச் சார்ந்த சடையவர்மன் சுந்தர பாண்டியனின் இரண்டு கல்வெட்டுகள் நூலகத்தின் செயல்பாடுகள் குறித்து விவரிக்கின்றன. இந்நூலகத்தை நல்ல முறையில் பராமரித்திடவும் மேலும் விரிவுபடுத்திடவும் சுந்தரபாண்டியனின் அமைச்சக அதிகாரியான பல்லவதரையன் என்பவன் தானம் வழங்கியுள்ளதை இக்கல்வெட்டுகள் சுட்டுகின்றன. இந்நூலகத்தில் வாசிக்கவும், அழிவின் விளிம்பில் இருக்கின்ற ஓலைச் சுவடிகளை மீண்டும் எழுதவும், அவிழ்ந்தவைகளைக் கட்டி ஒழுங்காக அடுக்கி வைத்திடவும், திவ்ய ஆகமம், புராணம், ஜோதிட சாஸ்திரங்கள் படிக்கவும் அதற்கான விளக்கங்களை எழுதவும் நூல்களை வாசிக்கின்றபோது ஏற்படுகின்ற ஐயப்பாடுகளை விளக்கிச் சொல்வதற்காகவும் என இருபது அறிஞர்கள் நியமிக்கப்பட்டிருந்தனர். இந்த சரஸ்வதி

பண்டாரத்தில் பணிபுரிந்த இருபது பண்டிதர்களுக்கு ஊதியமாக நெல்லும், பணமும் நிரந்தரமாகக் கிடைக்கத்தக்கவாறு நிலங்கள் தானமாக அளிக்கப்பட்டிருந்தன. இந்நூலகத்திலிருந்த நூல்களுள் ஆகச்சிறந்த நூல் "சித்தாந்த ரத்னாகரம்" என ஆவணங்கள் சுட்டுகின்றன. மூன்றாம் குலோத்துங்கசோழனின் இராஜகுருவான சோமேஸ்வரப் பண்டிதர் என்ற சுவாமி தேவரால் இந்நூல் எழுதப்பட்டதாகும்.

அமைவிடம்

சரஸ்வதி பண்டாரம் நடராஜர் கோயிலில் அமைந்திருந்த இடம் குறித்து ஜடாவர்மன் சுந்தரபாண்டியனின் 13ஆம் ஆட்சியாண்டுக் (கி.பி.1264) கல்வெட்டின் (A.R.E.1913. NO.277) வழியாக அறியமுடிகிறது. "......சுப்ரஹ்மண்ய பிள்ளயார் எழுந்தருளி யிருக்கின்ற இடத்திற்கு வடக்காக....." என்ற கல்வெட்டு வரியும், "மன்றுளாடும் கூர்த்த விருட்கண்டர் புறக்கடையின் பாங்கர் ஆர்த்த தமிழிருந்த விடம்" என்றும் "ஐயர் நடமாடும் அம்பலத்தின் மேல் பால்" இருந்தது எனத் திருமுறை கண்ட புராணமும் குறிப்பிடுகிறது. சரஸ்வதி பண்டாரம் குறித்து சுந்தரபாண்டியனின் கல்வெட்டில் கூறப்படும் சுப்ரமணியர் சன்னதியின் வடபுறச் சுவரும் அம்பலத்தின் மேல்பால்தான் உள்ளது. எனவே தேவாரத் திருமுறைகள் கண்டெடுக்கப்பட்ட அறை நூல் நிலையத்தின் அறையே என உறுதிபடக் கூறலாம். இந்த நூலகத்தின் மொத்த நிர்வாகப் பணிகளையும் மேற்பார்வை செய்யும் தலைமை நூலகராகப் பணியமர்த்தப் பட்டிருந்தவர் தான் சுவாமி தேவராவார்.

சுவாமி தேவர்

பிற்காலச் சோழராட்சியில் அனைத்துத் துறைகளில் பணியாற்றிய பெரியோர்கள் பெரிதும் மதித்துப் போற்றப் பட்டுள்ளனர். அவர்களில் மூத்தோராகக் கருதப்பட்டவர் சுவாமி தேவராவார். இவர் மூன்றாம் குலோத்துங்கனின் (கி.பி.1178-1218)அரசவையில் ஒரு சிற்றரசன் போல் திகழ்ந்ததாகத் தொல்பொருள் ஆய்வாளர் வசந்தி கூறுகிறார் (கடலூர் மாவட்டத் தடயங்கள்.தொகுதி, 2.ப.63). இவர் தட்சிணத்தைச் சேர்ந்த கௌட தேசத்திலிருந்து தமிழகத்திற்கு வந்தவர் என்பதைக் காஞ்சிபுரம் மாவட்டம் ஆர்ப்பாக்கம் திருவாலீஸ்வரர் கோயில் கல்வெட்டின் வழியாக அறியப்படுகிறது (S.I.I., VOL. VI, NO. 456).

வங்கநாடு, பௌண்டரநாடு, காமரூபம் போன்ற நாடுகள் இணைந்த தேசமே பண்டைய கௌட தேசமாகும். இதன் தலைநகரம் கர்ண சுவர்ணாவாகும். கௌட தேசத்து அரசனாகிய ஐந்தாம் மனுவின் மகனான சிம்மவர்மன் தன் தோல்நோய்கள் நீங்கப் பதஞ்சலி வியாக்ரபாதரின் ஆலோசனைக்கேற்ப சிதம்பரம் நடராஜர் கோயிலில் உள்ள சிவகங்கை தீர்த்தத்தில் குளித்து உடல்நலம் பெற்றதாகத் தில்லை தலப்புராணம் கூறுகிறது. எனவே புராணக் காலம் தொட்டு சுவாமி தேவர் காலம் வரையில் தமிழகத்திற்கும் கௌட தேசத்திற்குமிடையே தொடர்பு இருந்துள்ளதைக் காண்கிறோம். இக்கல்வெட்டில் இவரது மற்ற பெயர்களாக உமாபதி தேவர், ஞானசிவ தேவர் ஆகியவை சுட்டப்பட்டுள்ளன. இதே மாவட்டம் இராமகிரி என்ற ஊரில் உள்ள மற்றொரு கல்வெட்டு திருக்காளத்தி என்ற யாதவ அரசனால் (சோழர்களின் சிற்றரசன்) சுவாமிதேவருக்குத் தம் பெயராலேயே சதுர்வேதிமங்கலம் ஒன்றைத் தானமாக அளித்த செய்தியையும் கூறுகிறது.

சுவாமிதேவர் சரஸ்வதி பண்டாரத்தில் ஓலைச்சுவடிகளை ஒழுங்குபடுத்திப் பிரதியெடுப்பதற்கான வழிமுறைகளை வகுத்துத் தமிழிலும், வடமொழியிலும் எழுதப்பட்ட நூல்களைச் சரிபார்ப்பதற்கு வேண்டிய ஏற்பாடுகளைச் செய்திருந்தார். அந்நூல்களுள் ஒன்றாக சித்தாந்த ரத்னாகரம் என்ற சம்ஸ்கிருத நூலின் பெயரும் கூறப்பட்டுள்ளது. இந்நூலை எழுதியவர் **"உடையார் சுவாமி தேவர் ஸ்ரீகண்ட சிவனின் மகனார் ஈஸ்வரசிவன்"** எனக் கூறப்பட்டுள்ளது (கடலூர் மாவட்டத் தடயங்கள், தொகுதி.2.ப.64). மூன்றாம் குலோத்துங்க சோழனின் அவையிலிருந்த சுவாமிதேவர் பற்றி இரண்டாம் இராஜேந்திரன் காலம் முதற்றே அறியப்படுகிறது. காஞ்சிபுரம் மாவட்டத்தில் உள்ள ஆர்ப்பாக்கம் என்ற கிராமம் ஏகபோக இறையிலியாக நம் சுவாமி தேவருக்கு அளிக்கப்பட்ட செய்தியும் அவர் அதனைப் பெற்ற காரணத்தையும் அக்கல்வெட்டு குறிப்பிடுகிறது. அக்கல்வெட்டில் சோழநாட்டில் ஈழப்படையினால் நேரவிருந்த ஆபத்தைத் தம் தவவலிமையாலும் கடவுள் நம்பிக்கையாலும் தடுத்து நிறுத்தியதால் இவருக்குச் சோழ அரசின் மற்றொரு சிற்றரசன் எதிரிலிசோழ சம்புவராயனால் அக்கிராமம் தானமாக வழங்கப்பட்டுள்ளது.

சுவாமிதேவர் தஞ்சாவூர் மாவட்டம் நன்னிலம் வட்டம் அச்சுதமங்கலத்தில் உள்ள சோமநாதர் கோயிலை எடுப்பித்து அதற்குப் பல நிவந்தங்களை அளிக்கும்படி செய்துள்ளார். இதே கோயில் திருமடை விளாகத்திற்குத் தேவையான தானங்களையும் இவர் செய்துள்ளார். இக்கோயிலில் உள்ள மற்றொரு கல்வெட்டில் இவரது மக்கள் (பிள்ளைகள்) பற்றிய குறிப்பு காணப்படுகிறது (நன்னிலம் கல்வெட்டுத் தொகுதி இரண்டு. க.எண். 290.291). சுவாமி தேவர் மூன்றாம் குலோத்துங்க சோழன் நியமித்த கோயில் குருக்களை நீக்கிவிட்டு வழிவழியாக வந்த கோயில் குருக்களை நியமித்த செய்தியினைத் திருக்கடையூர் கல்வெட்டு கூறுகின்றது (*A.R.E.*1907.*NO.*403). இதனை நோக்கும்போது அந்நாளில் அரசனின் ஆணையையே நீக்கி நீதியை நிலை நாட்டிய பெருந்தகையாய் இருந்ததையும் அரசர் அவரிடம் கொண்டிருந்த நன்மதிப்பையும் அறியமுடிகிறது. சுவாமி தேவர் சோழர்களுக்கு மட்டுமில்லாமல் பாண்டிய அரசனுக்கும் குருவாய்த் திகழ்ந்தார். இவர் திருப்புகலூரில் பாண்டிய மன்னன் வீரபாண்டியன் பெயரால் (மூன்றாம் குலோத்துங்கனின் காலத்தவன்) வீரபாண்டியன் சந்தி என்ற நிவந்தத்தை ஏற்படுத்தியளித்துள்ளார் (நன்னிலம் கல்வெட்டுத் தொகுதி இரண்டு, க.எண்.368). அத்துடன் நில்லாமல் அக்கன் பள்ளிப்படை என்ற ஊரினை நடராஜர் கோயிலுக்கு நிவந்தமாக அளித்துள்ளார் (*A.R.E.*.1913.*NO.*275). இதனால் சோழ அரசர்கள் மட்டுமன்றி பாண்டிய மன்னர்க்கும் சிறப்புச் செய்யுமாறு தன் செயலாலும் அறிவாலும் உயர்ந்த இப்பெரியவராவார் என்று தொல்லியல் ஆய்வாளர் சி. வசந்தி அவர்கள் குறிப்பிடுகிறார் (கடலூர் மாவட்டத் தடயங்கள். தொகுதி, 2. ப.64).

அறுபத்து மூன்று நாயன்மார்களின் வாழ்வியலையும், இறைத்தொண்டையும் கூறும் பெரியபுராணத்தைச் சேக்கிழார் சிதம்பரத்தில் தங்கி எழுதினார் என்று திருமுறை கண்டபுராணம் கூறுகிறது. அவர் சிதம்பரம் கோயிலைத் தேர்ந்தெடுத்ததற்கு நாயன்மார்களின் வரலாற்றை எழுதுவதற்குத் தேவையான மூலங்களும், சைவ சமயத் தத்துவ நூல்களும் நிறைந்ததொரு நூலகம் தில்லையில் இருந்ததுதான் காரணமாகும். சேக்கிழார் இரண்டாம் குலோத்துங்கனின் அரசவையில் முதல் மந்திரியாகப் பணியாற்றியவர். அப்பரும், சம்பந்தரும், சுந்தரருக்கு ஒரு

நூற்றாண்டிற்கு முன்னர் வாழ்ந்தவர்கள். இவர்களது நூல்களெல்லாம் இந்நூலகத்திலிருந்தே எடுக்கப்பட்டு வெளியுலகிற்கு அறிமுகமானது என்பது இதன் கூடுதல் சிறப்பாகும். மேலும் இந்நூலகம் கி.பி. 8ஆம் நூற்றாண்டு முதல் சிதம்பரத்தில் செயல்பட்டு வந்ததாகக் கல்வெட்டு ஆய்வாளர் முனைவர் ஆ. பத்மாவதி அவர்கள் கூறுகின்றார் (கடலூர் மாவட்டத் தடயங்கள், தொகுதி. 2.ப.57). ஆனால், கி.பி.10ஆம் நூற்றாண்டளவில் இந்நூலகம் என்ன காரணத்தாலோ மூடப்பட்டிருக்கிறது. பிறகு முதலாம் இராஜராஜ சோழன் மூடிக்கிடந்த சரஸ்வதி பண்டாரத்தைத் திறந்தான் என்பதை உமாபதி சிவாச்சாரியார் தாம் யார்த்த திருமுறை கண்ட புராணத்தில் **''பண்டாரம் திறந்து விட்டான் பரிவு கூர்ந்தான்''** எனப் பெருமையாகக் குறிப்பிடுகிறார். முதலாம் இராஜராஜ சோழனால் மீண்டும் திறக்கப்பட்டு மக்களின் செயல்பாட்டில் இருந்த நூலகத்தைக் கண்டு வியந்த சுந்தரபாண்டியன் அதைப் பாதுகாக்க எண்ணியே $117^{3/4}$ வேலி நிலங்களைத் தமது அதிகாரியின் மூலம் தானமாக வழங்கியுள்ளான். சோழருக்கும் பாண்டியருக்கும் அரசியல் பகை இருந்தாலும் அறிவுப் பெருக்கத்தின் கருவூலமாக விளங்கிய சரஸ்வதி பண்டாரத்தைக் காப்பதில் இருந்த ஒற்றுமை அளப்பரியதாகும். சோழர்கால நகர நிர்மாணத்தின் முக்கிய அலகாக இந்த அறிவுச்சுரங்கம் திகழ்ந்துள்ளது.

முதல் கல்வெட்டு

இக்கல்வெட்டுகள் இரண்டும் மறைந்த பேராசிரியர் இல. தியாகராஜன் மற்றும் நூலாசிரியரால் நேரடியாக வாசிக்கப்பட்டு கைப்பிரதியாக எழுதப்பட்டவையாகும்.

1. ஸ்வஸ்தி ஸ்ரீ ஸரஸ்வதி பண்டாரத்துக்கு பல க்ரந்தங்கள் பார்க்கவும் எழுதவும் அவிழ்த்து •••தேவர் •••ஞானஸமுத்ரதேவர் ••• ற்ற ••• க்கு உள்வரி யெழுதிக் கொடுத்த•••ன திஸ்யாகத்துக்கும் வ்ய•••ப்பிக்கவும் வாசிக்கவும் காரம்பிச் செட்டுச் சொக்கத் தே ••• ழகந்த.....றத்து ஸுப்ரமண்யன். புளிங்குறுபட்.......

2. ருமாள். வங்கிப்புறத்து வினாயகபட்டன். காஞ்சிகுறி திருவெண்காவுடையா •••பொத்தகங்கள் அவிழ் ••• ••• றை வித்யாபதி பட்டர். தி•••சறை முதலியார். இந்•••ற மங்க ••• •••

கோம[ட]த்து திருவானைக்காவுடையார். எழுதும் பேர்க்கு கோமடத்து மண்டலபுருசஷன். வங்கிபுறத்துத் திருநம் ••• ஆழ்வார்.

3. குரோவி திருவலஞ்சுழி உடையார்.•••வினாயகதேவர் நொரட்டூர் வெள்ளைப்பிள்ளை. காஞ்சி •••நிர்த்தராஜன் ஆழ்வான். திருவல•••கு குண்டூர்த் திருவம்பல ••• க்கன் ••• புராணத்துக்கு முப்ரால் பெரியதேவர். ஜோதிஷ ஸாஸ்த்ரத்துக்கு குரோவி ஆயத்[ராஜ]ன். ஆகப் பேர் இருபதுக்கு எழுதின ஏவற் தீட்டுப்படி அனைத்துலகுங் கொண்டருளிய ••• ••• ணி ••• ஒன் ••• ஹற்று அறுவரும்

4. வில்லவதரையன் ஓலை தென்னவன் ப்ரஹ்ம••••••க்ரம சோழ ப்ரஹ்மராயரும் ஜயதுங்கப் பல்லவரையரும் குருகுலத்தரையரும் உடையார் திருச்சிற்றம்பல முடையார் ••• ண்காணி செய்வார்களும் ••• ஞ் செய்வார்களும் சாமுதாயஞ் செய்வார்களும் கோயில்னாயகஞ் செய்வார்களும் திருமாளிகைக்கூறு செய்வார்களும் பண்டாரப் பொத்தகமுடையார்களும் கணக்கரும் ••• [கண்]டுவிடு தந்ததாவது இராஜாதிராஜ ••• ••• மேல்பக்கத்து ஸரஸ்வதி பண்டாரத்துடனே

5. சேர தேவர் ஸுவாமிதேவர் செய்வித்த ••• ஸரஸ்வதி பண்டாரஞ் செய்விக்குமிடத்து முன்[பாட்]டை ஸரஸ்வதி பண்டாரத்தில் எழுதிக்கிடக்கிற க்ரந்தங்கள் இப ••• ••• யச் .. [செ] ••• து இதுக் ••• ன்று போதுகிற பேர்ரிட்டும் முன்பு தேவை செய்து போதுகிறபடிகளிலே நின்று தேவை செய்து போதக்கடவார்களாகவும் இப்பண்டாரத்து •••ங் ••• ••• ரிக க்ரந்தங்கள் ••••. க்ரந்தங்கள் இ•••லெ இந்த க்ரந்தங்கள்

6. எழுதி சேர்க்கவேண்டுகையில் ••• ••• த்துடனே சேர்க்கவும் வேண்டும் இடம்பெற வகுத்து ••• காணியே பண்டாரத்தி ••• ழுதின ••• ••• இருக்கு ••• னவும் இப்பண்டாரத்தில் இக் க்ரந்தங்கள் எழுதப் பேர் பத்து முன்பத்தைப் பண்டாரத்தில் உள்ள க்ரந்தங்கள் தேஸா[ந்த்ர]ங்களினின்றும் ••• வி ••• க்கவும் இ ••• ••• டியாலே பண்டார ••• •••

விளக்கம்

நூலகத்திற்குப் பல நூல்களைப் பார்த்திடவும் எழுதிடவும்

நூல்களைப் பிரித்துக் கட்டவும் ஞானசமுத்திரத் தேவர் எழுதிக் கொடுத்த உள்வரி விவரம் யாதெனில் திஸ்யாகம், வாசிப்பு ஆகியவற்றிற்காகச் சொக்கத் தே, சுப்ரமணியன், புளிங்குறு பட்டன், பெருமாள், வங்கிப்புறத்து வினாயக பட்டன், காஞ்சிக்குறி திருவெண்கா வுடையான் ஆகியோரும் நூல்களைப் பிரித்துக் கட்ட, வித்யாபதி பட்டர், தி.....சறை முதலியார்..... கோமடத்து திருவானக்காவுடையான் ஆகியோரும் ஏடு எழுதும் பொறுப்பிற்கு கோமடத்து மண்டல புருஷன், வங்கிபுறத்து திருநம்.....ஆழ்வான், குரோவி திருவலஞ்சுழி உடையார்,...... வினாயக தேவர், நொரட்டூர் வெள்ளைப் பிள்ளை, காஞ்சி...... நிர்த்தராஜன் ஆழ்வான், திருவம்பல.......க்கன் ஆகியோரும்,..... புராணத்திற்கு முப்ரால் பெரியதேவர், ஜோதிடத்திற்கு குரோவி ஆயத்ராஜன் ஆகியோர் அமர்த்தப்பட்டுள்ளனர். ஆக இந்த இருபது பேருக்குக் கையெழுத்திட்ட ஓலை ஆவணப்படி அனைத்துலகுங் கொண்டருளிய (சடையவர்ம சுந்தர பாண்டியன் என உய்த்துணரப்பட்டுள்ளது) மேலும் தெளிவாக அறியமுடியாதபடி கல்வெட்டு சிதைந்துள்ளது. வில்லவத்தரையன் விடுத்த ஓலை ஆவணம் யாதெனில் தென்னவன் பிரம்ம......(வி) க்ரம சோழ பிரம்மராயரும், ஐயதுங்க பல்லவரையரும், குருகுலத்து அரையரும், உடையார் திருச்சிற்றபலமுடையார் (இறைவன் நடராஜன்)......கங்காணி செய்பவர்களுக்கும் கோயில் நிர்வாகம் (ஸ்ரீகாரியம்) செய்பவர்களுக்கும் ஊரில் பொது நிர்வாகம் செய்பவர்களுக்கும் தமக்கான பங்கைப் பெறும் கோயில் உட்பிரிவு அர்ச்சகர்களுக்கும் நூலக வரிப்புத்தகம் பேணுபவருக்கும் கணக்கருக்கும் வழிகாட்டுதல் தந்தது யாதெனில் இராசாதிராசன் மாளிகை அமைந்த மேல்பக்கத்து நூலகத்துடன் சேர்த்து வேந்தரின் அரசகுரு எழுதிய நூல்களை நூலகத்தை ஏற்படுத்தும்போது முன்னம் நூலகத்தில் எழுதி வைத்துள்ள நூல்களோடு சேர்க்க வேண்டும். முன்னர் எவ்வாறு தேவையானவற்றைச் செய்து கொண்டு போகிறபடியிலேயே இருந்தனரோ அப்படியே இப்போதும் தேவையானவற்றை செய்யக் கடவார்களாக. இந்த நூல்களை எழுதிச் சேர்க்கின்ற போது அவற்றுடன் அரசகுருவின் நூல்களும் அதில் இடம்பெறச் செய்து (தெளிவில்லாதபடி சிதைந்துள்ளது). இந்த நூல் களஞ்சியத்தில் இந்நூல்களை எழுதப் பத்து பேரை அமர்த்தி முன்பு இருந்தது போல வெவ்வேறு இடங்களில் இருந்து நூல்களைக் கொண்டு வந்து இப்படியாக நூலகத்தை நடத்திச்

செல்ல வேண்டும். சிதம்பரம் நடராசர் கோவில் மூன்றாம் திருச்சுற்றில் உள்ள சுப்பிரமணியர் கோவிலுக்கு வடக்கே மேற்குக் கோபுரம் அருகே உள்ள மண்டபத்தில் உள்ள 8 வரி கல்வெட்டு. நடுப்பகுதிக் கட்டடத்தினுள் மறைந்துள்ளது.

இரண்டாவது கல்வெட்டு

1. ஸ்வஸ்தி ஸ்ரீ த்ரிபுவனச் சக்ர........ருவையாறுடையானும் மதுராந்தக ••••••நும் ஆளுடையார் கோ....... த் திருமாளிகைக்கூறு தில்லை அம்பலப் பல்லவரையனும் ஸ்ரீகாரியஞ் செய்வார்களும் ஸாமுதாயஞ் செய்வார்களும் கோயில்நாயகஞ் செய்வார்களும் திருமாளிகைக்கூறு செய்வார்களும் செய்யத் திருவாய்மொழி ••• கோயிலில் இராஜா[தி]ராஜ••••.... மாளிகை மேலைத் திருமாளிகையில் ஸுப்ரமண்யப் பிள்ளையார் எழுந்தருளி இருக்கிற இடத்துக்கு வடக்காக ••••••••

2. ச் செய்த ஸரஸ்வதி பண் •••••• உடையார் ஸ்வாமி தேவர் எழுதிவித்தனவாய்ப் புகுந்த பொத்தகங்களும் இவ் ••• [பெ] ••• ஸித்தாந்தாகரமும் உள்ளிட்டன எழுதின பொத்தகங்களும் நின்பை ஆட்கொண்டான் பட்டனும் கௌதமன் உய்யக் கொண்டான் பட்டனும் கோ••••...... பட்டனும் தபஸ்ஸிவக ••• சம்பந்தன் •••ணலூர் கிழவன் திருஞானசம்பந்தன் திருச்சிற்றம்பலமுடையானும் அவிழ்த்துக் கட்டவும் ••• ஜீர்ண்ணத்தவை •••

3. எழுதவும் இவையும் ஆளுடை ••• ம் ••• ன் இலைச்சினை ••• ணிய ••• இவனும் புல்லூருடையா[ன்] திருநீலகண்டன் மெய்காப்பானாய் இ ••• பல .. கோக்கவும் இவர்களுக்குக் கொற்றுக்கும் புடவை முதலுக்கும் இவர்களில் நின்பை ஆட்கொண்டான் பட்டனுக்கும் கௌதமன் உய்யக்கொ(ண்டா)••• னுக்கு ••• ••• நாள் ஒன்றுக்கு நெல்லு தூணியும் ஆட்டைக்கு காசு நாலும்...••••லிக்கு••••..(உய்)யக்கொண்டான் பட்டனுக்கு நாள் ஒன்றுக்கு ••• பதக்கும் ஆட்

4. ட்டைக்கு காசு இரண்டும் அலஞ்••••.....•••டைவானுக்கும் பேர் ஒன்றுக்கு நாள் ஒன்றுக்கு நெல்லுத் தூணியும் ஆட்டைக்குக் காசு நாலும் இராமபட்டனுக்கு நாள்

ஒன்றுக்கு நெல் முக்குறுணி நானாழியும் ஆட்டைக்குக் காசு மூன்றரையும் புல்லூருடையான் திருநீலகண்டனுக்கு நாள் ஒன்றுக்கு நெல்லுப் பதக்கு நானாழியும் ......க வந்த நெல்லுங் காசும் பெறவும் பெறுமிடத்து உடையார் த்ரிபு[வன] வீரஈஸ்வரமுடையார் கோயில் திருமலையில் (பெ)ரிய நாயனாரையும் நாச்-

5.சியாரையும் எழுந்தரு(ளுவி)த்த வி....(ள) நாட்டு (வடநா) லூரான குலோத்துங்க சோழ அரசூர் நிலம் இருபத்தெழே இரண்டுமா அரைக்காணி முந்திரிகையும் இறையிலியாய் வருகிறபடி தவிர்ந்து பழம்படியே காணியாய் விஸ்வாதிகவிவேக மங்கலமென்னும் பேராகவும் இன்நிலம் ஆளுடையார்க்கு அந்தரா ... தேவதான இறையிலியாக இடவும் இன்னிலத்துக்கு முன்பு முதல்....ண்டு வருகிறபடியே எண்ணூற்றொருபதின் கல நெல்லு கொண்ட முதலும் இன் நெல்லில் மூன்று

6. கூறிட்ட ஒரு கூற்றில் ...... றவும் திருநாள்....... க்கங்களில் இ....... கரி....... ப் பெறவும் இப்படி ... இத்திருமாளிகையி(ல்) ஸுப்ரமண்யப் பிள்ளையார் ... உடைப்பறக் கல்வெட்டவும் விக்கிரமசோழன் திருமாளிகைத் திருக்கை ஒட்டியில் க்ரந்தங்களிலும் தமிழ்களிலும் எழுதவேண்டுவன இவர்களில் வேண்டுவார்க்கு எழுதி ஒக்கப் பார்த்து இவை இ ஸரஸ்வதி பண்டாரத்துக்கும் கோயிலில் திருக்கை ஒட்டிக்கு முதலாக ஒடுக்கவும் செய்யக் கடவதாக வேண்டுமென்று ... ... ஸ்வாமிதேவர்

7. செய்தமையில் இப்படிக் ... ம் இப்படி செய்யவும் ஆரியன் இராமபட்டன் ...றை கைத் தீ...............ளுக்குள்ளும் புகக்கடவனாகவும் பண்ணுவது எழுதினான் தி...................................

ராஜெந்த்ர தே.............வேளான் என்றும் இப்படி திருவாய் மொழிந்தருளினார்........இவை வீராடராய னெழுத்தென்றும் சீத்தாராயனெழுத்தென்றும் இவை விசயராய னெழுத்தென்றும் இவை அங்கராய னெழுத்தென்றும் இவை தொண்டைமா னெழுத்தென்றும் ப்ரஸாத......

8. ஞ் செய்தருளின செய்யும்படி..........

விளக்கம்

திரிபுவன சக்கரவர்த்திகள் எனத் தொடங்கி கல்வெட்டு சிதைந்துள்ளதால் வேந்தனின் பெயர், ஆட்சி ஆண்டு ஆகியவற்றை அறியமுடிவில்லை. திருவையாறுடையனும், மதுராந்தக நும், ஆளுடையார் கோமடத் திருமாளிகைக்கூறு தில்லை அம்பலப் பல்லவரையனும் கோயில் திருப்பணி செய்பவரும் ஊர்ப்பொது நிர்வாகம் செய்பவரும் கோயில் தலைமை ஏற்றிருப்பவரும், தமக்கான பங்கைப் பெறும் கோயில் உட்பிரிவு அர்ச்சகர்களுக்கும் கோயிலில் இராஜாதிராஜன் மாளிகை அமைந்த மேற்குத் திருமாளிகையில் சுப்பிரமணிய பிள்ளையார் கோயில் இருக்கிற இடத்திற்கு வடக்காக ஏற்படுத்திய நூலகத்தில் வேந்தரின் அரசகுருவானவர் எழுதியது என்று வந்து சேர்ந்த நூல்களும், இவ்வாறு வந்து சேர்ந்த நூல்களில் சித்தாந்தாகாரம் உள்ளிட்டவையான நூல்களை நின்பை ஆட்கொண்டான் பட்டனும், கௌதமன் உய்யக் கொண்டான் பட்டனும், கோ....... பட்டனும், தபஸ்ஸிவக.......சம்பந்தன்...... ணலூர் கிழவன் திருஞானசம்பந்தன் திருச்சிற்றப்பலமுடையான் ஆகியோர் பிரித்துக் கட்டுவதற்கும் அழிந்து சிதைந்த நூல்களை எழுதுவதற்கும் அத்தோடு ஆளுடை.....ம், இலைச்சினை..... ணியன், புல்லூருடையான் திருநீலகண்டன் நூலகத்திற்கு மெய்க்காப்பானாய் இருந்து பல நூல்களைக் கோர்க்க வேண்டும். இவர்களுடைய தவசக் கூலிக்கும், ஆடை முதலுக்கும் செய்யவேண்டியது யாதெனில் இவருள் நின்பை ஆட்கொண்டான் பட்டனுக்கும் கௌதமன் உய்யக் கொண்டானுக்கும் நாள் ஒன்றுக்கு தூணி அளவு நெல்லும் ஆண்டிற்கு நாலு காசும், உய்யக் கொண்டான் பட்டனுக்கு நாள் ஒன்றுக்கு நெல் பதக்கு அளவும் ஆண்டிற்கு காசு இரண்டும் பெறக்கடவதாக........ஆள் ஒருவர்க்கு நாள் ஒன்றுக்கு தூணி அளவு நெல்லும் ஆண்டிற்கு நாலு காசும் தரவேண்டும். இராமபட்டனுக்கு நாள் ஒன்றுக்கு முக்குறுணி நானாழி நெல்லும் ஆண்டிற்குக் காசு மூன்றரையும் தரப்படவேண்டும். புல்லூருடையான் திருநீலகண்டனுக்கு நாள் ஒன்றுக்கு நெல் பதக்கு நானாழி தரப்படவேண்டும்.....வந்த நெல்லையும் காசையும் பெற்று அப்படி வந்தவற்றை உடையார் திரிபுவன வீர ஈசுவரமுடையார் கோயில் இறைவனையும் இறைவியையும் எழுந்தருளச் செய்து வி.....ளநாட்டு வடநாலூரான குலோத்துங்க சோழ அரசூர் நிலம் இருபத்தேழே இரண்டுமா

அரைக்காணி முந்திரிகையும் இறையிலியாக வருவதைக் கருத்தில் கொள்ளாமல் தவிர்த்துப் பழயபடியே காணியாய் விஸ்வாதிகவிவேக மங்கல மென்னும் பெயராலேயே இந்நிலம் இறைவர்க்கு அந்தராயமாக தேவதான இறையிலியாகக் கொடுக்க இன்னிலத்திற்கு முன்னம் வருகிறபடியே 810 கல நெல்லைப் பெறும் போது இதில் மூன்றில் ஒரு பங்கை....... கோயிலில் சுப்பிரமணிய பிள்ளையார் உரிமை பெறக் கல்வெட்டாக வெட்டுவதற்கும் விக்கிரம சோழன் திருமாளிகையில் அமைந்த திருமறை ஓதுவார் மண்டபத்தில் சமஸ்கிருத நூல்களிலிருந்தும் தமிழ் விளக்க நூல்களிருந்தும் எழுத வேண்டியவற்றை எழுதிக் கொள்ள விரும்புவோர் வந்து எழுதிக்கொள்ள, ஒத்துப் பார்த்துப் படியெடுக்க நூலகத்திற்கும் கோயில் திருமுறை ஓதுவார் மண்டபத்திற்கும் முதலாகக் கட்டணம் செலுத்துவதற்கு ஏற்பாடு செய்ய வேண்டும் என்று அரசகுரு முன்னேற்பாடு செய்ததால் அதன்படியே செய்ய ஆரியன் இராமபட்டனுக்கு ஆணை ஓலை எழுதினான் இராஜேந்திரதேவ வேளான் இதை வழிமொழிந்தார்.........இவை விராடராயன், சீத்தாராயன், விசயராயன், அங்கராயன், தொண்டைமான் ஆகியோரால் அரசாணைப்படுத்தியபடியே செய்யப்பட வேண்டும் என்று கல்வெட்டு முடிவடைகிறது.

பரதக்கலை

சிதம்பரம் நடராஜர் கோயிலின் கிழக்கு மற்றும் தெற்கு இராஜகோபுர வாயிலின் இரு பக்கங்களிலும் சிவபிரானின் 108 தாண்டவங்கள் சிற்ப வடிவங்களாகச் செதுக்கப்பட்டு அதன் கீழே கர்ணங்களுக்கு உரிய பெயர்கள் கிரந்தத்தில் பொறிக்கப்பட்டுள்ளன. மேலும் ஆயிரங்கால் மண்டபம், சிவகாமி அம்மன் கோட்டம் போன்ற இடங்களிலும் பரத நாட்டிய நடனச் சிற்பங்கள் காணப்படுகின்றன. இவற்றில் இசைக் கலைஞர்களின் வாத்திய இசைக்கு தகுந்தாற்போல் நடனம் புரிபவரின் உடல் அசைவின் தன்மையைக் கொண்டு வாத்திய இசையின் ஒருங்கிணைப்பினை உணரக் கூடிய வகையில் உயிரோட்டமாக இச்சிற்பங்கள் வடிக்கப்பட்டிருப்பது சிறப்பு வாய்ந்த ஒன்றாகும். இக்கர்ண சிற்பங்கள் பரத முனிவரின் நாட்டிய சாஸ்திரத்தைப் பின்பற்றும் **''மார்கி''** எனப்படும் சாஸ்திரிய நடன உத்திகளையும் பரத முனிவருக்குப் பிற்காலத்தில் எழுந்த **''தேசி''** எனப்படும் நடன நுட்பங்களும் இச்சிற்பங்களில்

ஒருங்கே காணப்படுவது கூடுதல் சிறப்பாகுமென்கிறார் பாரதநாட்டியக் கலைஞர் பத்மா சுப்ரமணியம் (கடலூர் மாவட்டத் தடயங்கள்.ப.243).

இந்நாட்டிய சிற்பத் தொகுப்புகளின் மூலமாக கி.பி. 10 முதல் கி.பி. 13ஆம் நூற்றாண்டு வரையிலான காலகட்டத்தில் பரதநாட்டியக் கலையானது எந்த அளவிற்கு சிறப்புற்றிருந்தது என்பதைப் புரிந்து கொள்ளலாம். சோழர் காலத்தில் பரத முனிவரின் நாட்டிய சாஸ்திரத்தில் பின்பற்றப்பட்ட செயல்முறை விளக்கங்கள் அனைத்தையும் நடராஜர் கோயில் சிற்பங்களில் காணமுடிகிறது. இடைக்காலத்தில் ஆடப்பட்டு வந்த பரேங்கணி, பேரணி, திருவாலத்தி, திருச்சூலம் போன்ற தேசிய நடனப் பதிவுகளும் சிதம்பரம் நடராஜர் கோயில் சிற்பத் தொகுப்புகளில் இடம்பெற்றிருப்பது முக்கியத்துவம் வாய்ந்த ஒன்றாகும். இடைக்காலத்தில் நடராஜர் கோயிலில் சிவபிரானின் 108 கரணங்களைப் பிரதிபலிக்கும் வகையில் நாட்டிய நிகழ்ச்சிகள் நடைபெற்றிருக்க வேண்டும். இந்நாட்டியங்களின் வழியாகத் தில்லைக் கூத்தனின் பெருமைகள், அவனது திருவிளையாடல்கள், மன்னர்களின் வீரதீரச் செயல்கள், அறக்கதைகள் போன்றவையும் நாட்டியக்கலையின் வழியாக மக்களிடம் கொண்டு சேர்க்கப்பட்டிருக்கலாம். எனவே பண்டைக் காலத்தில் நடராஜர் கோயிலுக்கு வரும் மக்களின் உள்ளத்தில் இறைபக்தி, சைவ சமய நெறிமுறைக் கருத்துக்கள், மன்னரின் பெருமைகள், வாழ்வியல் சார்ந்த அறக்கதைகள் போன்றவற்றைக் கொண்டு சேர்க்கின்ற பணியினைப் பரதக்கலை செய்துள்ளதாகவும் கருதலாம். எனவே பரதக்கலை என்பது இங்கு சமூகவியல் ஊடகமாகச் செயல்படுத்தப்பட்டுள்ளது என்பதனை இச்சிற்பத் தொகுப்புகள் வலியுறுத்துவதாக இருப்பினும் பரதக்கலையை வளர்க்கும் மையமாக இக்கோயில் திகழ்ந்துள்ளதை மறுக்க முடியாது. எனவே மக்களுக்கான பொழுதுபோக்கென்பது அறநெறி சார்ந்ததாக இருக்கவேண்டும். அதோடு நாட்டியக் கலையினையும் பாதுகாக்க வேண்டுமென்ற அடிப்படையில் இக்கரணச் சிற்பங்கள் இலக்கணம் வழுவாமல் நடராஜர் கோயிலில் செதுக்கப்பட்டு ஆவணப்படுத்தியமைப் போற்றத்தக்கதாகும்.

பசுமை நகரம்

தனது மனைவி அமியிட்டீஸ் அவர்களுக்காக மன்னர் இரண்டாம் நேபுகாத்நேசர் தமது தலைநகரான பாபிலோனியாவில் தொங்கும் தோட்டத்தைக் கட்டியதாகக் கூறப்படுகிறது. காரணம், இவரது மனைவி பிறந்த இடத்தின் பசுமை நிறைந்த மலைகளை அவர் பிரிந்ததால் மிகவும் வாடினார் என்பதால் மன்னர் இந்தத் தொங்கும் தோட்டத்தை ஏற்படுத்தினார். இத்தோட்டத்தின் அமைவியல் அழகைப் பற்றி கிரேக்க புவியியலாளரும் வரலாற்று ஆய்வாளருமான இஸ்ட்ராபோ தாம் யார்த்த ஜியோகிரபிகா என்ற நூலில் வருணிக்கிறார். இது இன்று உலக அதிசயங்களில் ஒன்றாகப் போற்றப்படுகிறது. தனிமனிதனுக்காக மக்களின் வரிப்பணத்திலிருந்து கட்டப்பட்ட இந்தப் பூங்கா உலக அதிசயமானது என்பதை எப்படி ஏற்க முடியும். இந்த விடயத்தில் மேற்கத்திய உலகம் இரண்டாம் நேபுகாத்நேசரை தூக்கிக் கொண்டாடுகின்ற அதேவேளையில் நமது நாட்டில் பல மன்னர்கள் இயற்கை சார்ந்த கட்டமைப்புகளை உருவாக்குகின்ற போது அதில் உலகளாவிய மனிதத் தன்மையுடன் நடந்துகொண்டதை மறுக்கவே முடியாது. மாமன்னர் அசோகர் தமது ஏழாவது கல்தூண் ஆணையில் அவர் எப்படிப்பட்ட இயற்கையை நேசிக்கின்ற செயல்பாட்டாளராக இருந்துள்ளார் என்பதனை **''கடவுளர் விரும்புபவனும் காட்சிக்கினியவனுமான மன்னன் இவ்வாறு கூறுகிறான் ; சாலைகளில் மாந்தர்க்கும் விலங்குகளுக்கும் நிலழ்தரும் ஆலமரங்களை நட்டிருக்கிறேன்; மாந்தோப்புகளை வைத்திருக்கிறேன்; அரைக் கோசிற்கு(ஒன்றேகால் மைல்) ஓரிடத்தில் கிணறுகளை வெட்டிவைத்துள்ளேன்; விடுதிகளும் கட்டப்பட்டுள்ளன; மற்றும் மாந்தருக்கும் விலங்குகளுக்கும் வசதியாக ஏராளமான தண்ணீர்ப்பந்தல்கள் பலவிடங்களில் வைக்கப்பட்டுள்ளன ஆனாலும் இவையெல்லாம் சிறிய இன்பமே...''** *(M.S.* கோவிந்தசாமி, அசோகரும் அவருடைய காலமும், ப.164*)* எனக் குறிப்பிடுகிறார்.

அசோகர் மரம் வளர்த்தல், நீர்நிலைகளை ஏற்படுத்துதல், தோப்புகளை ஏற்படுத்துதல் போன்றவை சிறந்த அறமாகும் என்கிறார். இங்கு தனிமனித சுயலாபத்திற்கு இடமளிக்காமல் உலகப் பொது நலத்திற்கு மட்டுமே அவரது பணிகள் இருந்துள்ளன. மேற்கத்திய நேபுகாத்நேசர்க்கு வரலாற்றில் கொடுக்கப்படும் முக்கியத்துவம் மாமன்னர் அசோகருக்கும் வழங்கப்படவேண்டும். அசோகரைப் போன்றே அத்தகைய அறப்பணிகளை அப்படியே

தமிழ் வேந்தர்களும் பின்பற்றியுள்ளதைச் சிதம்பர நகரத்தில் காணமுடிகிறது. குறிப்பாக நரலோகவீரன் நடராஜர் கோயிலுக்காக இந்நகரில் ஐம்பதாயிரம் பாக்கு மரங்களை நட்டுவித்தான். கோயிலின் கிழக்குப் பகுதியிலிருந்து கடற்கரை வரையிலும் சாலையமைத்து, நந்தவனங்களை ஏற்படுத்தி தில்லையைப் பசுமையான நகராக மாற்றியுள்ளான். மாசி மகத்தன்று நடராஜர் கடலுக்குச் சென்று புனித நீராடுவதற்காகச் சிதம்பரத்திலிருந்து கடற்கரை வரை சாலை அமைத்தான். அங்கு வரும் பக்தர்களின் தாகம் தீர்க்க கடற்கரைப் பகுதியில் மூன்று நன்னீர் குளங்களை வெட்டுவித்தான்.

நடராஜர் கோயிலுக்காக 73 நந்தவனங்கள் மற்றும் தோப்புகள் ஏற்படுத்தப்பட்டிருந்ததைக் கல்வெட்டுகள் விரிவாகச் சுட்டுகின்றன. இவற்றின் பராமரிப்புப் பணிகள் தடையின்றி நடைபெற ஏதுவாக பணியாளர்களுக்கு நிரந்தர வைப்பக நிலங்கள், தானியங்கள், காசுகள், பணியாளர்களுக்கான குடியிருப்பு வளாகம் போன்றவை ஏற்படுத்தப்பட்டிருந்ததையும் அறியமுடிகிறது. உதாரணமாகக் கி.பி. 1246ஆம் ஆண்டு பிற்காலப் பல்லவ மன்னனாக விளங்கிய இரண்டாம் கோப்பெருஞ்சிங்கன் சிதம்பரம் நடராஜர் கோயிலுக்குச் சொந்தமான திருத்தோப்புப் பராமரிப்பு பற்றித் தெளிவாகச் சுட்டுகிறது. இவனது மூன்றாம் ஆட்சியாண்டில் சோழகன் என்பவன் தென்னவன் பிரம்மராயர், மதுராந்தக விழுப்பரையன், மகேஷ்வர கங்காணி செய்பவர்கள், ஸ்ரீகாரியம் செய்வோர்கள், திருமாளிகைக் கூறு செய்பவர்கள், பண்டாரப் பொத்தக முடையார்களும், கணக்கர் போன்ற அதிகாரிகளை நேரடியாகக் கண்டு விக்கிரமசிங்கபுரத்தின் மேல்புறத்தில் செய்வித்த ஆளியார் திருத்தோப்பின் நிர்வகாத்திற்காக நியமனம் செய்யப்பட்ட 48 பணியாளர்கள் *(Gardeners)* இரண்டு கண்காணிப்பாளர் *(Superintendents)* உட்பட 50 பேருக்கும் ஆள் ஒன்றுக்கு இரண்டு மா நிலம் வீதம் 100 மா நிலம், குடும்பத்துக்கு நாள் ஒன்றுக்கு பதக்கு நெல், இரண்டு காசு வீதம் ஒதுக்கப்படவேண்டும் என்ற ஆணையைப் பெற்று சிதம்பரம் நடராஜர் கோயிலில் உள்ள குலோத்துங்க சோழன் திருமாளிகையின் புறவாயிலின் அருகே கல்லிலே வெட்டப் பட்டதாகக் கல்வெட்டு குறிப்பிடுகிறது. இதன் மூலம் நந்தவனம், தோப்புகளின் பராமரிப்புப் பணிகள் தடையில்லாமல் நடைபெற்றுள்ளதாக உணர்கிறோம். மேற்கண்ட கட்டமைப்புகளை நோக்குங்கால் பண்டைக்காலத்தில் சிதம்பரம்

நகரானது தென்னிந்தியாவின் முதல் பசுமை நகரமாகத் திகழ்ந்துள்ளது எனலாம்.

மழைநீர் சேகரிப்பு

சிதம்பரம் நடராஜர் கோயில் 51 ஏக்கர் பரப்பளவைக் கொண்டது. இக்கோயிலின் உட்பகுதியில் விழும் மழைநீர் முழுவதையும் சேமிக்க வேண்டும் என்ற கருதுகோள் அக்காலக் கோயில் கட்டுமானத்தில் கருத்தில் கொள்ளப்பட்டிருப்பது சமீபத்தில் கண்டுபிடிக்கப்பட்டது. கடந்த 2015ஆம் ஆண்டு சிதம்பரம் நடராஜர் கோயிலின் வடகிழக்குப் பகுதியில் இரண்டாம் குலோத்துங்க சோழனால் உருவாக்கப்பட்ட திருப்பாற்கடல் என்ற குளம் தமிழ்நாடு அரசால் தூர்வாரப்பட்டது. அப்போது குளத்தின் தெற்குப் பகுதியில் ஒரு கால்வாய் இணைக்கப்பட்டிருப்பது கண்டறியப்பட்டது. நான்கு அடி உயரம், இரண்டு அடி அகலம் கொண்ட இக்கால்வாய் முற்றிலும் செங்கற்களால் கட்டப்பட்டு நீள் செவ்வக வடிவக் கருங்கல் பலகையால் மூடப்பட்டு இருந்தது. இது முழுவதும் தூய்மைப்படுத்தப்பட்டது.

அப்பொழுது நடராஜர் கோயிலின் வடக்குப் பகுதியில் உள்ள யானைக்கால் மண்டபத்தின் அருகே தொடங்கப்பட்ட மற்றொரு கால்வாய் சுமார் 1200 மீட்டர் வரை பூமிக்கடியில் வடக்கு நோக்கிச் சென்று திருப்பாற்கடல் குளத்துடன் இணைக்கப்பட்டிருப்பது நூலாசிரியரால் கண்டுபிடிக்கப்பட்டது. இக்கால்வாய் 65 செ.மீ அகலமும், 77 செ.மீ ஆழமும் கொண்டது. இக்கட்டுமானத்திற்குப் பயன்படுத்தப்பட்டுள்ள செங்கற்கள் 24x15x5 செ.மீ அளவுகளைக் கொண்டவை. இந்த நிலவரைக் கால்வாய் மூலம் சிதம்பரம் நடராஜர் கோயிலில் விழும் ஒட்டுமொத்த மழை நீரையும் சேதாரமின்றித் திருப்பாற்கடல் குளத்தில் சேமிக்க வழிவகை செய்யப்பட்டுள்ளது. இதன் மூலமாக கோயில் வளாகத்தில் மழைநீர்த் தேங்குவது நிரந்தரமாகத் தடுக்கப்பட்டது. இக்கால்வாய் நில மட்டத்திலிருந்து 30 செ.மீ அளவில் தொடங்கித் திருப்பாற்கடல் குளத்தை அடையும் பொழுது 200 செ.மீ ஆழத்தில் முடிவடைகிறது. இதனால் மழை நீர் நேராகக் குளத்தினை அடைவது எளிதாக்கப்பட்டது. இக்கட்டுமானத் தொழில்நுட்பக் கூறுகளை ஆய்வு செய்த ஆய்வாளர்கள் இதன் காலம் கி.பி.11- 12ஆம் நூற்றாண்டு எனக் குறிப்பிட்டுள்ளனர். மழைநீர் சேமிப்பின் மூலம் நிலத்தடி நீர்

பாதுகாக்கப்பட வேண்டும் என்பதில் சோழ மன்னர்கள் காட்டிய அக்கறை அளப்பரியதாக உள்ளது.

தமிழர்களைப் போன்று நெடிய வரலாற்றுப் பின்புலத்தினைக் கொண்ட உலகின் பிற மக்களிடத்திலும் மழைநீர் சேகரிப்பின் ஒற்றுமையைக் காண்கிறோம். குறிப்பாக நீர் மேலாண்மையில் எந்த நாகரிக மக்கள் தன்னிறைவைப் பெற்றுத் திகழ்ந்தனரோ அவர்கள் மட்டுமே உயர்வு பெற்று வாழ்ந்துள்ளனர். நிலவியல் அமைப்பிலிருந்த இடர்ப்பாட்டினைக்கூடத் தங்களின் கூர்மதியால் அக்கால மக்கள் வென்றெடுத்துத் தண்ணீர் மேலாண்மையில் தன்னிறைவைப் பெற்று வேளாண் உற்பத்தியில் உயர்வு பெற்றுத் திகழ்ந்துள்ளனர். நீர் மேலாண்மை என்ற ஒருமித்த பண்பாட்டு நீட்சியினை இவ்வுலகில் வாழ்ந்த பண்டைய மக்கள் பின்பற்றியுள்ள முறை பற்றி ஆராய்ந்தால்தான் தமிழரின் நீர்மேலாண்மை நுட்பத்தின் உயர்வினை அறியமுடியும்.

கி.மு. 6ஆம் நூற்றாண்டு வாக்கில் ஜோர்டானின் தென்மேற்குப் பகுதியில் இருந்த பெட்ராவில் குடியேறிய நபாட்டன் என்ற நாடோடிக் கூட்டத்தினர் அப்பகுதியைத் தங்கள் வசமாக்கிக் கொண்டனர். இவர்களது கடுமையான உழைப்பினால் கரடுமுரடான ஹர்மலைப் பகுதியில் பெட்ரா என்ற வனப்புமிகு நகரம் உருவாக்கப்பட்டது. கி.மு. மூன்றாம் நூற்றாண்டு முதல் நபாட்டன்களின் தலைநகர் என்ற அந்தஸ்தை இந்நகர் பெற்றது. பெட்ரா நகரம் கடல் மட்டத்தில் இருந்து 810 மீட்டர் உயரத்தில் அமைந்திருந்தது. இது கிழக்கே சீனா, இந்தியாவையும், மேற்கில் ரோமாபுரியையும் இணைக்கும் வர்த்தக மையமாக 250 ஆண்டுகாலம் நீடித்திருந்தது. அக்காலகட்டத்தில் இந்நகரம் செல்வ வளத்தில் திளைத்திருந்தது. மேற்காசியப் பகுதியில் மழைநீர் சேமிப்புத் தொழில்நுட்பத்தை முதன் முதலில் அறிமுகப்படுத்திய பெருமை ஜோர்டனில் வாழ்ந்த நபாட்டன்களையே சாரும். ஜோர்டனின் ஹர்மலை முழுவதும் ரோஜா இதழின் நிறத்தைக் கொண்டிருந்ததால் நகரமே இளஞ்சிவப்பு நிறத்தில் காட்சியளித்தது. இங்கு வாழ்ந்த மக்கள் ஹர்மலையைக் குடைந்து தங்களுக்குத் தேவையான பாதுகாப்பு மிக்க வீடுகளையும் கோயிலையும் பொழுதுபோக்கு அரங்குகளையும் பூங்காக்களுடன் கூடிய நீச்சல் குளங்களையும் உருவாக்கியிருந்தனர். இவர்களின் வாழ்விடங்கள் குடவரை இல்லங்கள் என அழைக்கப்பட்டன. கி.மு. 312 முதல்

கி.பி. 106 வரை செழித்தோங்கிருந்த இந்நகரம் கி.பி.363 மற்றும் கி.பி.700 ஆகிய ஆண்டுகளில் ஏற்பட்ட கடுமையான நிலநடுக்கத்தால் முற்றிலும் அழிந்தது.

நபாட்டன்களின் நீர் மேலாண்மை

இங்கு நடத்தப்பட்ட அகழாய்வின் மூலம் வெளிக்கொண்டு வரப்பட்ட இவர்களின் நேர்த்திமிகு நீர்மேலாண்மை நுட்பங்கள் உலகத்தையே திரும்பிப் பார்க்க வைத்தது. காரணம் பெட்ரா மற்றும் ஹர்மலையை ஒட்டியுள்ள பகுதிகளில் மேற்கொள்ளப்பட்ட அகழாய்வில் ஏராளமான குடிநீர்க் குழாய்களின் தொடர்கள் கண்டறியப்பட்டன. இக்குழாய்கள் அனைத்தும் மலையைக் குடைந்து உருவாக்கப்பட்டிருந்த தண்ணீர் சேமிக்கும் தொட்டிகளோடு இணைக்கப்பட்டிருந்தன. பெட்ரா நகரில் மட்டும் சுமார் இருபதாயிரம் பேர் வாழ்ந்துள்ளனர். ஆண்டில் சில குறிப்பிட்ட நாட்களில் மட்டும் பொழியும் மழைநீரை எந்தவிதச் சேதாரமுமின்றிப் பூமிக்கடியில் சூரிய ஒளி படாவண்ணம் தோண்டப்பட்ட நிலவறைத் தொட்டிகளில் சேமித்துக் கொண்டனர். ஹர்மலைமீது விழும் மழைநீர் மலைகளின் கீழ் அடிப்பகுதியில் வெட்டப்பட்ட சிறுசிறு கால்வாய்கள் மூலம் கொண்டு செல்லப்பட்டு நிலவறையில் அமைக்கப்பட்டிருந்த மிகப்பெரிய தொட்டிகளில் சேமிக்கப் பட்டது. இதுபோன்ற இணைப்புக் கால்வாய்கள் மற்றும் நிலவறைத் தொட்டிகள் ஹர்மலை முழுவதும் அமைக்கப்பட்டிருந்தன. இதன் வாயிலாக தாங்கள் வாழும் பாலைவனப் பிரதேசத்தைச் சோலைவனமாக்கிய இவர்களின் நீர்மேலாண்மைத் திட்டம் இன்றளவும் போற்றத்தக்க ஒன்றாக உள்ளது. மேலும் சமவெளிப் பகுதியில் விழும் மழை நீரின் போக்குகளைக் கண்டறிந்து அவ்வழித்தடங்களில் சிறுசிறு தடுப்பணைகளை அமைத்துச் சேமித்தனர். அத்தண்ணீரை விவசாயத்திற்குப் பயன்படுத்தி உணவு உற்பத்தியில் தன்னிறைவைப் பெற்றனர். இவர்களின் நுட்பமான மழைநீர் சேமிப்பின் விளைவாக 20,000 பேர்களைக் கொண்ட பெட்ரா நகரில் மட்டும் ஒரு லட்சம் மக்கள் பயன்படுத்தும் அளவிற்கு மழைநீர் சேமிக்கப்படிருந்தது. அதாவது ஒரு துளி மழைநீரையும் வீணாக்கக் கூடாது என்பதே நபாட்டன்களின் நீர்மேலாண்மைத் திட்டத்தின் தலையாய நெறியாகும்.

இன்கா மக்களின் நீர் மேலாண்மை

இன்கா நாகரிகம் உலகின் சிறந்த நாகரிகங்களில் ஒன்று. இது தென்அமெரிக்காவில் உள்ள பெரு நாட்டில் தோன்றியதாகும். இன்கா மக்களின் புகழ்பெற்ற நகரம் மெச்சுபிச்சி. இந்நகர் கடல் மட்டத்திலிருந்து சுமார் 2400மீட்டர் உயரத்தில் ஆண்டிஸ் மலைத்தொடர் மீது அமைந்திருந்தது. கி.பி. 1450 ஆம் ஆண்டுகளில் சிறப்புற்றிருந்த மெச்சுபிச்சி நகரம் கி. பி. 1572 ஆம் ஆண்டு ஸ்பானியர்களின் படையெடுப்பால் முற்றிலும் அழிக்கப்பட்டது. கடுமையான மலைத்தொடர்மீது வாழ்ந்த இன்கா மக்கள் தங்களுக்குத் தேவையான தண்ணீரைப் பெறுவது மிகவும் சவாலாக இருந்தது. காரணம் மலைமீது வாழ்ந்த இவர்களால் கிணறுகளைத் தோண்டவோ அணைகள் கட்டித் தண்ணீரைச் சேமிக்கவோ முடியாது. மேலும் இம்மலைத்தொடர் அடிக்கடி நிலச்சரிவு ஏற்படும் தன்மை கொண்டது. இதனை நன்குணர்ந்த இன்கா மக்கள் விவசாயம் மற்றும் குடிநீர் தேவைக்காகத் தண்ணீரைப் பயன்படுத்துவதற்குக் கையாண்ட உயர்தொழில்நுட்பம் சிறப்பு வாய்ந்த ஒன்றாகும்.

தண்ணீரை நிலையாக ஒரிடத்தில் தேக்கினால் ஆபத்து என்பதால் மலைகளின்மீது இயற்கையாக உள்ள சுனைகளைக் கண்டறிந்து அத்தண்ணீர் கருங்கற்களால் உருவாக்கப்பட்ட சிறு சிறு கால்வாய்கள் மூலம் கொண்டு வரப்பட்டு அதைக் குடிநீருக்குப் பயன்படுத்திக் கொண்டனர். மீதியை மலைச்சரிவிற்குக் கொண்டு சென்று அப்படியே விவசாயத்திற்குப் பயன்படுத்தி உணவு உற்பத்தியில் உயர்வு பெற்றனர். நபாட்டன் நாகரிகம் மழை குறைந்த பாலைவனப்பகுதியில் தோன்றியது. இன்கா மக்களின் நாகரிகமோ மலை உச்சியில் நிலைபெற்றிருந்தது. தமிழர் நாகரிகமோ சமவெளியில் உயர்வு பெற்றிருந்தது. ஆனால் இந்த மூன்று நாகரிக மக்களின் அத்தியாவசியத் தேவை தண்ணீர். அதனால்தான் இவர்கள் வாழ்ந்த இடங்களைப் பற்றிக் கவலைப்படாமல் அம்மண்டலத்தில் கிடைக்கும் தண்ணீரைக் கொண்டு நாட்டை வளப்படுத்திப் பொருளாதரத்தில் உயர்வு பெற்று ஆகச்சிறந்த மக்களாக வாழ்ந்துள்ளனர்.

૮ა⊙૨ა

8.
அயலகத் தொடர்பு

ஒரு பகுதியில் வாழ்கின்ற உற்பத்தியாளர்களை உலகின் பிற பகுதிகளில் வசிக்கின்ற நுகர்வோருடன் இணைக்கின்ற பணியினைத் திறம்படச் செய்தவர்கள் வணிகப்பெருங்குடி மக்களேயாவர். இவர்களின் மூலம் அரசின் கருவூலம் நிரம்பியதோ இல்லையோ கலை மற்றும் பண்பாட்டுப் பரவல்களால் அம்மண்டலமே உலகமயமாக்கலின் துவக்கப் புள்ளியாகத் திகழ்ந்திருந்தது. சங்க காலத்தில் சோழர்களின் பன்னாட்டு வர்த்தக மையமாக விளங்கிய காவிரிப்பூம்பட்டினம் யவனர்களுடனும், அரேபியர்களுடனும், கிழக்காசிய நாட்டு வணிகர்களுடனும் கடல்சார் வர்த்தகத்தில் ஈடுபட்டு வந்துள்ளதைச் சங்க இலக்கியங்கள் பகர்கின்றன. இவ்வணிகர்கள் இந்நகருடன் வர்த்தகம் மேற்கொண்டதற்கு முக்கியக் காரணம் தமிழர்கள் வகுத்திருந்த **"கொள்வதூஉ மிகைகொளாது கொடுப்பதூஉங் குறைபடாது"** (பட்டினப்:210) என்ற உலகிற்கொத்த பன்னாட்டு வர்த்தகச் சட்டமும் முக்கியக் காரணமாகும். மேலும் உலகின்கண் இருந்த பெருவணிகக் குழுக்கள் தமிழர்களோடு வணிகம் செய்வதற்காகப் போட்டி போட்டுக் கொண்டு கப்பற்துறையை அடைகின்ற போது மக்கள் அவற்றை மகிழ்ச்சியுடன் வரவேற்றதை **"......பட்டினம் எய்திக் கரைசேரும், ஏமுறு நாவாய் வரவெதிர் கொள்வார்....."** (பரிபாடல்.10:3839) என்ற பாடல் வரிகளால் அறிகின்றோம். தமிழர்களின் வணிகச்சட்டம், வணிகர்களை வரவேற்கும் விதம் போன்றவற்றால் பண்டைத் தமிழகத்தில் செயல்பாட்டிலிருந்த

கடற்கரை நகரங்கள் அனைத்தும் அந்நியச் செலாவணியால் திளைத்திருந்தன. இதேபோன்று இடைக்கால அரசுகளும் மேற்கண்ட வர்த்தக நடைமுறைக் கோட்பாட்டினை அப்படியே பின்பற்றியுள்ளதையும் மறுக்கலாகாது. கடல்சார் வர்த்தகத்திற்கு இடையூறுகளை ஏற்படுத்தும் அரசுகளைத் தமது இராணுவ பலத்தால் அச்சுறுத்தி அவற்றைத் தொடர் கண்காணிப்பின் கீழ் வைத்திருந்ததை முதலாம் இராஜேந்திர சோழனின் முக்கடல் வெற்றிகளின் மூலம் அறியமுடிகிறது.

இன்றைய சிதம்பரம் நகரம் கடற்கரையில் இருந்து 10 கி.மீ. தூரத்தில் அமைந்திருந்தாலும் நகரின் வடக்கேயுள்ள வெள்ளாறு, தெற்கேயுள்ள கொள்ளிடம் ஆறும் கடலுடன் கலக்கின்ற கழிமுகப்பகுதிகள் வெளிநாட்டுக் கப்பல்கள் தடையின்றி வந்துசெல்லும் வகையில் சிறந்த கடற்கரைப் பகுதியைக் கொண்டிருந்தன. அதனால்தான் கப்பல்களில் இருந்து இறக்கப்பட்ட பொருட்கள் வெள்ளாறு மற்றும் கொள்ளிடம் ஆறுகளின் வழியாக நாட்டின் உட்பகுதிகளுக்கு எடுத்துச்செல்லும் வகையில் இவற்றின் நீர்வழிப்பாதைகளும் சாதகமாக இருந்துள்ளன. எனவேதான் இவ்வாறுகளை ஒட்டியே புதிய வணிக நகரங்கள் இப்பகுதிகளில் தோற்றம் பெற்று வந்துள்ளதையும் காண்கிறோம். வெள்ளாறு கடலுடன் கலக்கின்ற இடத்தை வென்ற செஞ்சியின் நாயக்க மன்னன் கிருஷ்ணப்பன் அதற்கு கிருஷ்ணாப் பட்டினம் என்று தமது பெயரினைச் சூட்டினான். கி.பி. 1745ஆம் ஆண்டு இப்பகுதிக்கு வந்த டச்சுக்காரர்கள் அதற்கு போர்ட்நோவோ (புதிய துறைமுகம்) எனப் பெயரிட்டனர். தேவிக்கோட்டை, மகேந்திரப்பள்ளி, ஜெயங்கொண்ட பட்டினம் போன்றவை கடல்சார் வணிகர்களோடு தொடர்பில் இருந்ததைக் களஆய்வுத் தரவுகள், இலக்கியப் பதிவுகள், கல்வெட்டுச்சான்றுகள் உரைப்பதை முன்னரே கண்டோம். இடைக்காலத்தில் சிதம்பரத்தைச் சுற்றி எட்டு வணிக நகரங்கள் செயல்பாட்டில் இருந்துள்ளதை நடராஜர் கோயில் கல்வெட்டுகள் சுட்டுகின்றன. இவற்றில் மூன்று கல்வெட்டுகளில் குதிரைச்செட்டிகள் என்ற பன்னாட்டு வணிகக் குழுவினைப் பற்றிய பதிவினைக் காண்கிறோம்.

குதிரைச்செட்டிகள்

சங்ககாலம் முதற்றே அரேபிய நாட்டவருடன் குதிரை வணிகத்தில் தமிழகம் ஈடுபட்டு வந்துள்ளதை **"நீரின் வந்த நிமிர்பரிப் புரவியுங்"** *(பட்டினப்:185)* என்ற வரியின் மூலம் அறியலாகிறது. இடைக்காலத்தில் அரேபியாவிலிருந்து இறக்குமதி செய்யப்பட்ட குதிரைகள் தமிழகத்தில் முக்கியப் பங்கு வகித்தன. செங்கடல், ஏடன் வளைகுடாவிற்கு இடைப்பட்ட பகுதியில் அரேபியர்கள் வாழும் கடல்சார் நாடுகளான ஆர்மோசு *(Harmosu)*, கிஸ் *(Kiss)* ஏடன் *(Aden)* பகுதிகளிலிருந்து தமிழகத்திற்கு, குறிப்பாகப் பாண்டிய நாட்டின் முக்கியத் துறைமுகமான காயல்பட்டினத்தில் குதிரைகள் இறக்குமதி செய்யப்பட்டதை மார்க்கோ போலோ குறிப்பிடுகிறார் *(பா.ஜெயக்குமார்.ப.179)*. ஒவ்வொரு ஆண்டும் 2,20,000 தினார் மதிப்புள்ள 10,000 குதிரைகள் அரேபியாவிலிருந்து கேரளாவிற்கும், அதன் தொடர்புடைய பகுதிகளுக்கும் இறக்குமதி செய்யப்பட்டன என்பதை வாசப் குறிப்பிலிருந்தும் சோழமண்டலக் கடற்கரையில் அமைந்திருந்த மணிபட்டன் (நாகப்பட்டினம்) என்ற நகரத்தைக் குறிப்பிடுவதோடு பிற நாடுகளிலிருந்தும் சோழநாட்டிற்குக் குதிரைகள் வரவழைக்கப்பட்டதை அபுல்பதா *(கி.பி.1273-1331)* குறிப்பிலிருந்தும் அறியமுடிகிறது *(பா.ஜெயக்குமார்.ப.179)*. சீனாவின் கி.பி. 14ஆம் நூற்றாண்டைச் சேர்ந்த வரலாற்றுக் குறிப்பான தாங்பாவோவும் மணிபட்டன் பற்றிக் குறிப்பிடுகிறது. இடைக்காலச் சோழர்களின் புகழ் மிக்க துறைமுக நகரமாக விளங்கிய நாகப்பட்டினத்தை வரலாற்றுப் பயணிகள் மணிபட்டன் அல்லது மலிபடன் என அழைத்தனர் என்பது இங்கு குறிப்பிடத்தக்கதாகும். அரேபியக் குதிரைகள் அதிக எண்ணிக்கையில் இறக்குமதி செய்யப்பட்டதற்கு முக்கியக் காரணம் அக்குதிரைகளுக்குத் தமிழகத்தில் மிகுந்த வரவேற்பு இருந்ததே ஆகும்.

இரண்டாம் குலோத்துங்க சோழனின் *(கி.பி.1133-1150)* சமகாலத்தவரான சேக்கிழார் யார்த்த பெரியபுராணத்தில் நாகப்பட்டினத்தின் சிறப்பைப் பற்றிக் குறிப்பிடுமிடத்தில் கடல் வணிகத்தில் குதிரை முக்கியப்பங்கு வகித்ததையும் சுட்டுகிறார். ஆசிரியர் பெயர் தெரியாத உண்ணியாச்சி சரிதம் என்ற இடைக்காலத்தைச் சார்ந்த மலையாள மொழிக்குறிப்பு

மலைமண்டலத்து வணிகர்கள் சோழநாட்டில் பரந்த அளவில் சுறுசுறுப்பாகக் குதிரை வணிகத்தை மேற்கொண்டு வந்ததைக் கூறுகிறது (' சோனக குதிரெய சோணாட்டு விற்றால், ஆனை அச்சுடன் இரண்டாயிரம் கிடைக்கும்' பா.ஜெயக்குமார்.ப.179). வரலாற்றுப் பயணிகளின் குறிப்புகள் மற்றும் இலக்கியக் குறிப்புகள் தவிர இடைக்காலக் கல்வெட்டுகளும் குதிரை வணிகம் பற்றிய குறிப்புகளைத் தருகின்றன. இக்கல்வெட்டுகள் பெரும்பாலும் வணிகக் குழுக்களைப் பற்றியே விவரிக்கின்றன. இத்தகைய வணிகக் குழுக்களில் சோழநாட்டைச் சாராத மலைமண்டலத்துக் குதிரைச் செட்டிகள் என்ற வணிகக் குழுவினர் சிறப்புநிலை பெற்று விளங்கினர் என்பதையும் காண்கிறோம். மலைமண்டலம் என்பது தற்போதைய மேற்குக் கடற்கரைப் பகுதியைக் குறிக்கும். செட்டிகள் என்ற இக்குதிரை வணிகர்கள் 'திசையாயிரத்து ஐநூற்றுவர்' என்ற வணிக அமைப்பில் உள்ள ஒரு பிரிவைச் சேர்ந்தவர்களாவர் (பா. ஜெயக்குமார்.ப.180).

சிதம்பரம் நடராஜர் கோயிலில் உள்ள மூன்றாம் இராஜராஜ சோழனின் காலத்தில் வெளியிடப்பட்டுள்ள மூன்று கல்வெட்டுகளில் குதிரைச்செட்டி குறித்த பதிவினைக் காண்கிறோம். இக்கல்வெட்டுகள் மலைமண்டலத்து (*A.R.E.*1958-59.*NO*.322) ஒருதாளைப்பள்ளியைச் சேர்ந்த கோவிந்தன், சென்னிநாயகன் என்ற இரு குதிரை வணிகர்களைப் பற்றிக் குறிப்பிடுகின்றன. இரண்டாவது கல்வெட்டு மேற்கூறிய சென்னிநாயகன் என்ற குதிரை வணிகன் நிலம் வாங்கிய ஒப்பந்த விவரம் மற்றும் அதைக் கோயிலுக்குக் கொடையாக அளித்தமையைக் கூறுகிறது (*A.R.E.*1935-36.*NO*.15). இக்கல்வெட்டில் ஒருதாளைப்பள்ளி என்னும் ஊர் தளைப்பள்ளி என்று குறிப்பிடப்பட்டுள்ளது. இவ்வூர் தற்பொழுது பாலக்காடு மாவட்டம் சோரனூருக்குத் தெற்கே வடக்கஞ்சேரிக்கு அருகில் அமைந்துள்ளதாகப் பேராசிரியர் பா.ஜெயக்குமார் உரைக்கின்றார். மேற்கொண்ட செய்தியையுடைய மூன்றாவது கல்வெட்டு படப்பை நாராயண நாயகன் என்ற குதிரை வணிகனை முன்னிறுத்திக் குறிக்கின்றது (*A.R.E.*1935-36.*NO*.16). கடைசி இரு கல்வெட்டுகளும் நெறியுடைசோழ மூவேந்தவேளான் என்ற அரசு உயர் அதிகாரியான வாணாதிராஜன் என்பவனின் வேண்டுகோளின்படி அரசு ஆணையாக வெளியிடப்பட்டுள்ளன.

மூன்றாம் குலோத்துங்க சோழன் கல்வெட்டில் நெறியுடைசோழ மூவேந்தவேளான் என்ற அதிகாரி குறிக்கப்பெறுவது நோக்கத் தக்கதாகும். மேலும் மூன்றாம் குலோத்துங்க சோழனுக்கு நெறியுடைசோழன் என்ற சிறப்புப் பெயர் இருந்ததும் இங்கு சுட்டத்தக்கதாகும் (பா.ஜெயக்குமார்.ப.182).

குதிரைச் செட்டிகளைக் குறிக்கும் கல்வெட்டுகள் பல சோழர்கால ஆட்சிப் பகுதிகளில் பரவலாகக் கிடைக்கின்றன. இக்கல்வெட்டுகளில் இவர்களுக்குக் கொடுக்கப்பட்டுள்ள முக்கியத்துவத்தை நோக்கும்போது இவர்கள் அரசின் செல்வாக்குப் பெற்றிருந்தனர் என்பது தெளிவாகிறது. முதலாம் இராஜேந்திர சோழன் காலத்தில் சோழப் பேரரசின் தலைநகரம் கங்கைகொண்ட சோழபுரத்திற்கு மாற்றப்பட்டதன் விளைவாக குதிரைச் செட்டிகளின் செல்வாக்கு இப்பகுதியில் இருந்துள்ளதற்கு மேற்கண்ட மூன்று கல்வெட்டுகளைச் சான்றாகக் கொள்ளலாம். இராஜேந்திர சோழனின் எசாலம் செப்பேட்டில் **"..... கங்கைகொண்டசோழபுரத்து ராஜவிச்சாதிரப் பெருந்தெருவில் சோனகன் சாவூர் பரஞ்சோதியான ராஜேந்த்ர சோழக்கந்திருவப்பேர் அரயனுங்....."** (வரி.135-136) என்ற செப்பேட்டு வரிகளால் கங்கைகொண்ட சோழபுரத்தில் இருந்த இராஜவிச்சாதிரப் பெருந் தெருவில் வாழ்ந்த வணிகன் சோனகன் சாவூர் பரஞ்சோதியான இராஜேந்திரசோழ கந்திருவப்பேரரரையன் என்பவர் இராஜேந்திர சோழனின் ஓலை நாயகமாக இருந்த அதிகாரி என்று கூறுகிறது. பொதுவாகச் சோனகர் என்போர் அரேபிய நாட்டு இஸ்லாமிய வணிகர்களாவர். ஜாபர் என்ற பாரசீக மொழிப்பெயரே இங்கு சாவூர் என தமிழ்ப் படுத்தப்பட்டுள்ளதாக இல. தியாகராஜன் குறிப்பிடுகிறார் (கங்கைகொண்ட சோழபுரம் கல்வெட்டுக்கள், ப.52). இவற்றை நோக்குங்கால் தலைநகர் கங்கைகொண்ட சோழ்புரத்தின் கிழக்கே அமைந்துள்ள சிதம்பரம் நகரிலும் அரேபிய நாட்டவரின் தாக்கம் இருந்துள்ளதாகவே கருதமுடிகிறது. இன்றும் பரங்கிப்பேட்டை, பழையார், கொடிப்பள்ளம் போன்ற ஊர்களில் கி.பி.17-18ஆம் நூற்றாண்டுகளில் தமிழகக் கடல்சார் வணிகத்தில் ஈடுபட்டு வந்த மரக்காயர்கள் வாழ்ந்து வருகின்றனர். மரக்காயர் என்பதற்கு மரக்காலநாயர் என்று பொருள் (பா. ஜெயக்குமார்,ப.192). எனவே சிதம்பரத்தின் நகர்ப்புறங்களில் அரேபிய நாட்டு

வணிகர்களின் தாக்கம் இருந்துள்ளதன் தொடர்ச்சியாகவே இதனைக் கருதமுடிகிறது.

காம்போஜ தேசம்

கி. பி. 1114ஆம் ஆண்டு வெளியிடப்பட்ட முதலாம் குலோத்துங்க சோழனின் (இவனுக்கு இளமையில் இராஜேந்திரன் என்னும் பெயர் சூட்டப்பட்டிருந்ததைச் செல்லூர்ச் செப்பேடுகள் கூறுகின்றன) கல்வெட்டில் காம்போஜ நாட்டு மன்னன் விலை மதிப்பற்ற கல்லொன்றைத் தனக்குப் பரிசாகக் கொடுத்ததைப்பெற்று அதை தில்லைச் சிற்றம்பலத்தைச் சார்ந்துள்ள திருவெதிரம்பலத்தில் வைத்துள்ள செய்தியை **ஸ்ரீ இராஜேந்திர சோழ தேவர்க்குக் காம்போஜ ராஜன் காட்சியாகக் காட்டின கல்லு இது உடையார் இராஜேந்திர சோழ தேவர் திருவாய் மொழிந் தருளி உடையார் திருச்சிற்றம்பலமுடையார் கோயிலில் முன் வைத்தது. இந் தக்கல்லு திருவெதிரம் பலத்துத் திருக்கல் சரத்தில் திருமுன் பத்திக்கு மேலைப் பத்தியிலே வைத்தது.......''** என்ற இம்மன்னரது கல்வெட்டால் அறியப்படுகிறது (தி.வை.சதாசிவ பண்டாரத்தார் பிற்காலச் சோழர் வரலாறு. ப.245). இவனுக்கு காம்போஜ மன்னன் வழங்கியதாகக் கூறப்படும் கல்லானது நிச்சயமாக விலைமதிப்பு மிக்கதாக இருக்க வேண்டும். அக்கல்லைக் குலோத்துங்க சோழன் நடராஜ பெருமான் நடனம் புரியும் கனகசபைக்கு எதிரே உள்ள வெள்ளியம்பலத்தின் திருமுன்பத்திக்கு, மேற்குப்பகுதியில் உள்ள பத்தியில் வைத்திருக்கலாம் என்பதை அறியமுடிகிறது. சயாம் தேசத்திற்குக் கிழக்கேயுள்ளதும் இக்காலத்தில் கம்போடியா என அழைக்கப்படும் தேசமே பண்டைய காம்போஜ தேசமாகும். இந்நாட்டின் மன்னன் மூன்றாம் ஹர்ஷவர்மன் முதலாம் குலோத்துங்கனின் காலத்தவன்.

தக்ஷிணராதா

பிற்காலப் பல்லவ மன்னனான இரண்டாம் கோப்பெருஞ் சிங்கனின் 19ஆம் (கி.பி.1262) ஆட்சியாண்டைச் சார்ந்த கல்வெட்டில் **"தக்ஷிணராதா"** என்ற ஊரைப் பற்றிய பதிவினைக் காண்கிறோம். இக்கல்வெட்டானது சிதம்பரம் நடராஜர் கோயிலின் மூன்றாம் பிரகாரத்தில் உள்ள சிற்றாலயத்தில் பொறிக்கப்பட்டுள்ளது. கல்வெட்டில் குறிப்பிடப்பட்டுள்ள **"தக்ஷிண ராதா"** என்பது தற்போது வங்காள நாட்டின் **"அஜயா"** (Ajaya) என்ற நதியின் தென்பகுதியில் அமையப்பெற்ற

தேசமாகும். இது கி.பி. 10ஆம் நூற்றாண்டில் தக்கணலாட நாட்டிற்குக் கட்டுப்பட்ட அரசாக இருந்துள்ளது. இராஜேந்திர சோழனின் கங்கைப் படையெடுப்பின்போது வெல்லப்பட்ட நாடுகளில் தக்கணலாடமும் ஒன்று என்பதை "**...திக்கணைகீர்த்தி தக்கணலாடம்...**" (பூ.சுப்பிரமணியம்.மெய்க்கீர்த்திகள்.ப.27) அதாவது எல்லாத் திசைகளிலும் கீர்த்தி பெற்ற தக்கணலாட தேசத்தைத் தாம் வென்றதாக இவனது மெய்க்கீர்த்தி பெருமையாகக் குறிப்பிடுகிறது.

இப்படையெடுப்பின் போது அந்நாட்டின் மன்னனாகத் திகழ்ந்தவன் இரணசூரனாவான். இந்நாட்டின் அதிகாரத்திற்கு உட்பட்டிருந்த "**......தக்ஷிண ராதத்து ஸாவர்ண கோத்திரத்துக் கங்கோணி......**" (S.I.I.VOL,XII,NO:216) என்பவன் தில்லைத் திருச்சிற்றம்பலம் உடையார்க்கும் திருக்காமக் கோட்டமுடைய பெரிய நாச்சியார்க்கும் அளக்கிற பேர் நால்வருக்கு இலக்கைக்கு உடலாக நிலம் தானம் செய்து தந்துள்ள தகவலை மேற்கண்ட கல்வெட்டால் அறியமுடிகிறது. இதன் மூலம் இம்மன்னரது காலத்தில் வட நாட்டவரும் தில்லை நகருக்கு வருகை புரிந்து நடராஜர் பெருமானை வழிபட்டு அரசர்களுக்கு நிகராக நிலதானம் வழங்கும் அளவிற்கு நடராஜர் கோயிலும் சிதம்பரம் நகரும் இன வேறுபாடுகளின்றி பிறநாட்டவரும் சுதந்திரமாக வந்து செல்லும் வகையில் இரண்டாம் கோப்பெருஞ்சிங்கனின் காலத்தில் செல்வாக்கு பெற்றிருந்ததைக் காண்கிறோம்.

நுளம்பாடி

நடராஜர் கோயிலின் இரண்டாவது பிரகாரத்தின் மேற்குப்புறச் சுவற்றில் உள்ள மூன்றாம் குலோத்துங்க சோழனின் 9ஆம் ஆட்சியாண்டுக் (கி.பி.1187-88) கல்வெட்டில் (A.R.E.1902. NO457) நுளம்பபாடி நாட்டைச் சேர்ந்த நுளம்பாடி ராஜன் என்பவரைப் பற்றிய குறிப்பினைக் காண்கிறோம். இவன் மூன்றாம் குலோத்துங்க சோழனின் அரசவையில் அரசு அதிகாரியாக இருந்துள்ளான் என்பதையும் இக்கல்வெட்டு குறிப்பிடுகிறது. எனவே நுளம்ப தேசத்துக்கும் சோழர்களுக்குமான நட்புறவு இவனது காலத்திலும் தொடர்வதைக் காண்கிறோம். மேலும் சிதம்பரம் நடராஜர் கோயிலின் இரண்டாவது பிரகாரத்தின் தெற்குப் பகுதியில் பொறிக்கப்பட்டுள்ள மூன்றாம் இராஜராஜ சோழனின் 3ஆம் ஆட்சியாண்டில் (கி.பி.1219)

வெளியிடப்பட்டுள்ள மற்றொரு கல்வெட்டும் (*A.R.E.*1913. *NO.*282) நுளம்பாடியைச் சேர்ந்த விஜயன் நுளம்பன் என்பவரது மகளான உமயாள்வி என்பவர் தில்லை கூத்தற்குத் திருநந்தவனம் ஒன்றை வழங்கியுள்ள தகவலைப் பகர்கிறது. இவரை நிச்சயமாக அரசகுடும்பத்தைச் சார்ந்தவராகவே கருதலாம். சோழர்களைப் போன்று நுளம்ப அரசர்களும் சைவசமயத்தைப் போற்றியவர்கள். இவர்களது தலைநகரான ஹேமாவதியில் சிவனுக்காகக் கட்டப்பட்டுள்ள சித்தேஷ்வரர் கோயிலை இதற்குச் சான்றாகக் கொள்ளலாம். நுளம்பாடி என்பது பண்டைய மைசூரின் கீழ்ப்பகுதி மற்றும் பல்லாரி ஜில்லாவையும் தன்பாற் கொண்ட நாடாகும். பல்லவர்களின் கிளை மரபினர்களே நுளம்பர்கள் ஆவர். இராஜராஜன் கங்கபாடி வெற்றியை அடுத்து நுளம்பபாடியைப் பிடித்ததாக இவனது கல்வெட்டுகள் பகர்கின்றன. அன்று முதல் நுளம்பபாடி சோழர்களின் கட்டுப்பாட்டின் கீழ் இருந்து வந்தது. அந்நாட்டைச் சார்ந்த அரசக் குடும்பத்தார் ஒருவர் நடராஜர் கோயிலுக்கு தானம் வழங்கியிருப்பது போற்றத்தக்க ஒன்றாகப் பார்க்கப்படுகிறது.

சிதம்பரத்தில் மாலிக்காபூர்

பிற்கால பாண்டியப் பேரரசின் மன்னனாக விளங்கிய முதலாம் மாறவர்ம குலசேகர பாண்டியன் கி.பி. 1310ஆம் ஆண்டு தமது சொந்த மகனால் படுகொலை செய்யப்பட்டான். இந்நிகழ்வு பாண்டியப் பேரரசின் வீழ்ச்சிக்கு வித்திட்டது. குலசேகர பாண்டியனுக்குச் சுந்தரபாண்டியன், வீரபாண்டியன் என இரு மகன்கள் இருந்தனர். சுந்தரபாண்டியன் பட்டத்தரசியின் மகனாவான். இரண்டாவது மகன் வீரபாண்டியனோ வைப்பு மனைவிக்கு பிறந்தவன். வீரபாண்டியன் ஆட்சித் திறமையும் வீரமும் ஒருங்கே பெற்றிருந்ததால் அவனே தமக்குப் பிறகு பாண்டியப் பேரரசை ஆளும் தகுதி படைத்தவன் எனக்கருதிய குலசேகர பாண்டியன் வீரபாண்டியனுக்கு முடிசூட்டினான். இதனை ஏற்காத சுந்தரபாண்டியன் தமது தந்தையான குலசேகரனைப் படுகொலை செய்து மதுரை அரியணையைக் கைப்பற்றிக் கொண்டான். இதனால் வீரபாண்டியன் திருச்சி அருகே உள்ள உறையூரைத் தலைமையிடமாகக் கொண்டு ஆட்சிசெய்து வந்தான். இருப்பினும் சுந்தரபாண்டியனுக்கும், வீரபாண்டியனுக்கும் இடையே அவ்வப்போது அரசுரிமைப்போர்

நடந்து கொண்டேயிருந்தது. ஒரு கட்டத்தில் சுந்தரபாண்டியனை வீரபாண்டியன் மதுரையிலிருந்தே விரட்டினான்.

நாட்டை இழந்த சுந்தரபாண்டியன் டில்லி சுல்தான் அலாவுதீன் கில்ஜியின் படைத்தலைவன் மாலிக்காபூர் தென்னகம் நோக்கிப் படையெடுத்து வருவதைக் கேள்விபட்டான். இதற்கிடையே கில்ஜியின் படைகள் ஹொய்சாள தேச எல்லையில் முகாமிட்டிருந்தது. போர் செய்வதைத் தவிர்த்த ஹொய்சள அரசன் மாலிக்காபூரின் மேலாண்மையை ஏற்று அவனைத் தமது தலைநகரான துவார சமுத்திரத்தில் தங்க வைத்திருந்தான். இதனை அறிந்த சுந்தரபாண்டியன் நேராக துவாரசமுத்திரம் சென்று மாலிக்காபூரைச் சந்தித்தான். தனது தனையனிடமிருந்து மதுரை அரியணையை மீட்டுத்தர உதவி வேண்டினான். அதற்கு ஒத்துக்கொண்ட மாலிக்காபூர் தமது பெரும் படையுடன் மதுரை நோக்கிப் புறப்பட்டான். வழியில் இருந்த உறையூரை மாலிக்காபூரின் படைகள் சூறையாடின. பிறகு ஸ்ரீரங்கம் கோயில் முழுவதும் கொள்ளையிட்டது. உறையூரில் இருந்து தப்பித்த வீரபாண்டியன் தமது கஜானாவைக் காலிசெய்து 120 யானைகளில் ஏற்றிக்கொண்டு தப்பிக்க முற்பட்டான். அப்போது வழிமறித்த மாலிக்காபூரின் வீரர்களிடம் தமது பொருட்கள் அனைத்தையும் விட்டுவிட்டு அங்கிருந்து பொன்னமராவதி, தஞ்சாவூர், கங்கை கொண்ட சோழபுரம் வழியாகச் சிதம்பரம் தேவிக்கோட்டை வனப்பகுதியில் சென்று பதுங்கிக்கொண்டான். மதுரைக்குச் சென்ற மாலிக்காபூரின் படைகள் அந்நகரை முழுவதும் கொள்ளையிட்டுக் கைப்பற்றின. உதவிக்காகக் காத்திருந்த சுந்தரபாண்டியனுக்கு வெறும் ஏமாற்றமே மிஞ்சியது. ஒரு கட்டத்தில் சுந்தரபாண்டியன் தமது உயிரைக் காப்பாற்றிக் கொள்ள மதுரையை விட்டே ஓட வேண்டியதாயிற்று.

இதற்கிடையே வீரபாண்டியன் தேவிக்கோட்டையில் பதுங்கி யிருப்பதாகக் கிடைத்த இரகசியத் தகவலின் அடிப்படையில் மாலிக்காபூர் தமது படையைச் சிதம்பரம் நோக்கிச் செலுத்தினான். சிதம்பரம் வந்த அவன் நடராஜர் கோயிலின் பொன்னம்பலத்தின் கலை அழகினைக் கண்டு வியப்படைந்து அதனை விடுத்துக் கோயிலின் பிற பகுதிகளைத் தீயிட்டுக் கொளுத்திக் கருவூலத்தை முழுமையாகக் கொள்ளையிட்டான்.

இத்தாக்குதலின்போது சிதம்பரத்தின் அறிவுக் கருவூலமாகத் திகழ்ந்துவந்த சரஸ்வதி பண்டாரமும் அழிக்கப்பட்டிருக்கலாம். சிதம்பரம் நகரில் இருந்த வீடுகள் அனைத்தும் சூறையாடப்பட்டு தீக்கிரையாக்கப்பட்டன. இங்கிருந்து பெருவாரியான பொருட்களும், 250 யானைகளும் மாலிக்காபூருக்குக் கிடைத்தன. மாலிக்காபூர் சிதம்பரம் நோக்கி வருவதை முன்பே கேள்வியுற்ற தில்லை வாழ் தீக்ஷிதர்கள் நடராஜர் சிலை மற்றும் ஆபரணங்களைப் பொன்னம்பலத்தில் இருந்து அகற்றிப் பாதுகாப்பான இடத்தில் மறைத்து வைத்தனர். இந்த கொடூரத் தாக்குதலின் விளைவாக நடராஜர் கோயில் ஏறக்குறைய 70 ஆண்டுகள் பூட்டி வைக்கப்பட்டதாகக் கூறப்படுகிறது. அதன் பிறகு கி.பி. 1388ஆம் ஆண்டு விஜயநகர மன்னர் ஹரிஹரராயருக்குப் பிறகு வந்த விரூபாக்ஷர் காலத்தில் மீண்டும் பழையபடி பூசைகள், திருவிழாக்கள், தேரோட்டம் போன்ற நிகழ்ச்சிகள் சிறப்புடன் நடைபெற்றதாகத் திருப்பனந்தாள் மடத்தில் உள்ள செப்பேட்டின் வழியாக அறிகிறோம்.

இரண்டாம் மைசூர் போர் கி.பி.1780 - 1784

சிதம்பரம் நடராஜர் கோயில், திப்புவின் மைந்தரான ஐதருக்கும் ஆங்கிலேயக் கிழக்கிந்தியக் கம்பெனியார்க்கும் இடையே கடலூர் மாவட்டத்தில் நடைபெற்ற இரண்டாம் மைசூர் போரில் கோட்டையாக இருந்துள்ளது. மதிலரண் மிக்க நடராஜர் கோயிலில் ஐதரின் ஒரு படைப்பிரிவினர் தங்க வைக்கப்பட்டிருந்தனர். கி.பி. 1780ஆம் ஆண்டு ஐதரின் 3000 வீரர்களைக் கொண்ட ஒரு படைப்பிரிவினர் சிதம்பரம் (N:11’ 23’57.0, E: 79’ 41 37.8) நடராஜர் கோயிலைக் கைப்பற்றிப் பாசறையாகக் கொண்டு தங்கினர். இதனை அறிந்த ஆங்கிலேயத் தளபதி சர் அயர் கூட் சிதம்பரம் நடராஜர் கோயிலைக் கடுமையாகத் தாக்கினார். இப்போரில் கோயில் சிறந்த கோட்டையைப் போன்று இருந்ததால் ஐதரின் சிறிய படையானது ஆங்கிலேயப் படையினரின் தாக்குதலைச் சிரமமின்றி எதிர்கொண்டது. கோயிலின் மேற்குக் கோபுர வாயிலைத் தாக்கிய அயர் கூட்டின் கடுமையான தாக்குதலை நீண்ட நாட்களுக்குத் தாக்குப் பிடிக்க முடியாமல் ஐதரின் படைகள் திணறின. ஏறத்தாழ தோல்வியுற்ற நிலையில் ஆங்கிலேயப்படை கோயிலின் முதல் இரண்டு வாயிலைக் கடந்தன. இருப்பினும் மூன்றாவது வாசல் கதவு மணல் குவியல்களால் ஐதரின்

படைகளால் வலுப்படுத்தப்பட்டிருந்தது. ஆனால் 18.06.1781 அன்று நடந்த தாக்குதலில் எதிர்பாராத விதமாக ஆங்கிலேயப் படையில் ஏற்பட்ட வெடிவிபத்து அவர்களுக்குப் பெருத்த சேதத்தை ஏற்படுத்தியது. மேலும் ஆங்கிலேயப்படை தோல்வியைத் தழுவியது. ஐதரின் படைகள் கோயிலைக் கோட்டையாகப் பயன்படுத்திய காலத்தில் கோயிலுக்கு அதிக சேதம் ஏற்படாமல் பார்த்துக்கொண்டது கூடுதல் சிறப்பாகும்.

கி.பி. 1781ஆம் ஆண்டு சர் அயர் கூட் ஐதர் அலியின் வசமிருந்த செங்கற்பட்டு, ஆற்காடு போன்ற பகுதிகளைக் கைப்பற்றி புதுச்சேரியையும் கடலூரையும் நோக்கி முன்னோக்கிச் சென்றார். மனம் தளராமல் போராடி வந்த ஐதர் அலியின் படையைப் பரங்கிபேட்டைக்கு அருகிலுள்ள பேட்டைப் பகுதியில் ஆங்கிலேயப்படை எதிர்கொண்டது. இங்கு நடைபெற்ற கடுமையான போரில் தளபதி அயர் கூட்டிடம் கி.பி. 1781ஆம் ஆண்டு ஜூலை மாதம் 1ஆம் தேதி ஐதர் அலியின் படைகள் தோல்வியைத் தழுவின. இங்கு நடைபெற்ற போரில் ஆங்கிலேயப் படைகளின் தாக்குதலில் இருந்து தங்களைப் பாதுகாத்துக் கொள்வதற்காக ஐதரின் வீரர்கள் சிலர் போர்க்களத்தின் அருகிருந்த அமிர்தகடேஸ்வரர் கோயிலினுள் சென்று பதுங்கியுள்ளனர். இதனை அறிந்த ஆங்கிலேயப்படையினர் அக்கோயிலைச் சுற்றி வளைத்து துப்பாக்கி மற்றும் பீரங்கிகளால் தாக்கினர். இன்றும் அக்கோயிலின் சுவர்களில் துப்பாக்கி, பீரங்கி குண்டு தாக்குதலின் தடயங்களைக் காணலாம். ஆங்கிலேயத் தளபதி சர் அயர் கூட், ஐதர் அலியை வெற்றி பெற்றதன் நினைவாக வைக்கப்பட்ட கல்வெட்டு வெற்றிச் சின்னமாகப் பரங்கிப்பேட்டை கடற்கரை அருகே உள்ளது. கடந்த 2014ஆம் ஆண்டு பரங்கிப்பேட்டை அகரத்தின் வடபகுதியில் உள்ள பேட்டைப் பகுதியில் சுமார் இருபது ஏக்கர் பரப்பளவில் நடத்தப்பட்ட களஆய்வில் அமிர்தகடேஸ்வரர் கோயிலின் மேற்குப்பகுதியில் துப்பாக்கிகளுக்குப் பயன்படுத்தப்பட்ட ஈயகுண்டுகள், பீரங்கிகளுக்குப் பயன்படுத்தப்பட்ட கற்குண்டுகள் போன்றவை கிடைத்துள்ளன.

௯.

முடிவுரை

நகரம் என்பதற்கு இலக்கணம் வகுத்தவர்களில் முதன்மையானவர் V. கோர்டன் சைல்ட் என்ற ஆஸ்திரேலிய நாட்டைச் சேர்ந்த தொல்லியல் ஆய்வாளர் ஆவார். இவரது கருத்துப்படி நகரம் என்பது உயர்ந்தோங்கிய மாடங்களைக் கொண்டிருக்க வேண்டும், உணவு உற்பத்தியில் பங்கெடுக்காத மக்கள் குழுக்களையும் நெருக்கமான மக்கள்தொகை, அறிவியல் வளர்ச்சி, எழுத்து அறிமுகம், தேவைக்கதிகமான உற்பத்தி, சமயச் சமூக விழாக்களின் மையங்கள் ஆகிய இயல்புகளைக் கொண்டிருக்க வேண்டும் என்கிறார். இவரது கூற்றினை நோக்குங்கால் நகர மற்றும் நகர்வாழ் மக்கள் வெறும் நுகர்வோர் சமூகமாகவே காட்டப்பட்டுள்ளனர். ஆனால் சோழர்கள் காலத்தில் ஒவ்வொரு நகரங்களின் புறம்படிப்பகுதிகள் அனைத்தும் உற்பத்தியாளர்களின் மையங்களாகத் திகழ்ந்துள்ளதைக் காண்கிறோம். அதனால்தான் தஞ்சாவூர், பழையார், கங்கைகொண்ட சோழபுரம், மதுரை, காஞ்சிபுரம் போன்ற பெருநகரங்கள் நதிகளின் வளமையை மையமாக வைத்து உருவாக்கப்பட்டதற்குக் காரணம் நகரமக்கள் உற்பத்தியாளர்களாகவும் இருக்க வேண்டும் என்பதற்காகவேயாகும். இதேபோன்று ஊர்கள், தனியூர், நகரம், நகர்ப்புறங்கள் போன்றவை நதிகளில் இருந்து பிரிக்கப்பட்ட பிரதான வாய்க்கால்களின் வலைப்பின்னல்களால் அரிசி உற்பத்தியின் கேந்திரங்களாக்கப் பட்டிருந்தன. இங்கு உணவு உற்பத்தியில் பங்கெடுக்கக்கூடிய மக்கள் குழுக்களான வேளாளர்,

உழுகுடிகளால் நிரப்பப்பட்டிருந்தது. இந்தக் கட்டமைப்பியல் அனைத்து வளநாடுகளிலும் நடைமுறைப்படுத்தப்பட்டிருந்ததால் பேரரசில் உணவுப்பற்றாக்குறை என்ற பேச்சுக்கே இடமில்லாமல் போனது. இந்தக் கருத்தியலடிப்படையில் உருவாக்கப்பட்ட நகரங்களில் ஒன்றுதான் சிதம்பரமாகும். காடு அழிக்கப்பட்டு கோயிலை மையமாக வைத்து ஊராகத் தோற்றம் பெற்று பிறகு தனியூர் என்ற அந்தஸ்துடன் இருந்த போதிலும் நகருக்கான பொதுத்தன்மையோடு திகழ்ந்தது.

கி.பி. 10ஆம் நூற்றாண்டு முதற்றே நடராஜர் கோயில் செல்வாக்கு பெறத் தொடங்கியதன் விளைவாக இப்பகுதியிலிருந்த முழுவனமும் அழிக்கப்பட்டு புதிய ஊர்கள் மற்றும் வணிக நகரங்களின் உருவாக்கமும், அதைத் தொடர்ந்து மக்கள் குடியேற்றங்களும் மன்னர்களின் ஆதரவோடு நடைபெற்று வந்துள்ளன. இந்தத் தொடர் விரிவாக்கம் என்பது அந்தந்த காலகட்ட மக்கள்தொகைக்கேற்ப நடைபெற்றன. ஒரு கட்டத்தில் சிதம்பரம் தென்னகச் சைவ சமயத்தின் மையமாகவே உயர்வு பெற்றதன் விளைவாகக் கோயிலை மையப்படுத்தி தேரோடும் வீதிகள், மக்கள் வசிக்கும் தெருக்கள் போன்றவை விரிவாக்கம் செய்யப்பட்டதோடு நீர்நிலைகள், வேளாண்நிலங்கள், அதன் உற்பத்தியாளர்கள், உழுகுடிகள், வணிகப் பெருமக்கள், சாலியர், பொற்கொல்லர்கள், தச்சர்கள், கம்மாளர்கள், மட்பாண்டம் செய்வோர், ஆசிரியர்கள், மருத்துவர்கள் போன்ற குடியினர்களுக்கான நிரந்தரக் குடியிருப்புப் பகுதிகள் ஏற்படுத்தப்பட்டிருந்ததையும் காண்கிறோம்.

குறிப்பாக, சோழர்கள் காலத்தில் வெட்டப்பட்ட வீரநாராயணப் பேரேரியால் இப்பகுதி மிகப்பெரிய வேளாண் மண்டலமாக உருமாற்றம் பெற்றது. அதன் விளைவாக உணவு உற்பத்தியில் தேவைக்கு அதிகமான மிகை உற்பத்தியினையும் பெற்றிருந்தது. இதன் மூலம் சிதம்பரம் தனியூர், நகர், நகரம் நகரமயமாதல் என்ற சிறப்புகளுடன் உயர்வு பெற்றதையும் மறுக்கமுடியாது. எனவே தில்லைமரக் காடாக இருந்த ஒரு வனப்பகுதி மனித ஆற்றலால் பெரும்பற்றப்புலியூராக வளர்ந்து பிறகு தனியூர் என்ற தன்னாட்சி அதிகாரத்தோடு உயர்ந்து நகரம் என்ற அந்தஸ்தோடு இன்றுவரை நிலைத்திருப்பதற்கு முக்கியக்காரணம் அதன் சரியான நிலவியல்

திட்டமிடலேயாகும். சரியான நிலத்திட்டமிடல் இல்லாத பகுதியில் அவசரகதியில் உருவாக்கப்பட்ட நகரங்கள் அதே அவசரகதியில் கைவிடப்பட்டுள்ளதையும் வரலாற்றின் பக்கங்களில் நிரம்பக் காண்கிறோம்.

முகமது பின் துக்ளக் டெல்லியில் இருந்து 700கி.மீ. தூரத்தில் இருக்கும் தேவகிரிக்குத் தமது தலைநகரை மாற்றுவதற்கான அறிவிப்பினைத் திடீரெனப் பிறப்பித்தான். இதனைச் சற்றும் எதிபார்த்திராத டெல்லி மக்கள் பரம்பரை பரம்பரையாக வாழ்ந்து வந்த இடத்தை விட்டுப் பிரிய மனமில்லாது காலம் தாழ்த்தி வந்தனர். இதனை உணர்ந்த மன்னர் உடனடியாக டெல்லியைக் காலி செய்துவிட்டு தேவகிரியில் குடியேற வேண்டும் என்ற கடுமையான உத்தரவினைப் பிறப்பித்தார். உடனே அனைத்து மக்களும் டெல்லியைக் காலிசெய்து தேவகிரி நோக்கிப் பயணப்பட்டனர். நகரை விட்டுக் கிளம்பாதவர்கள் கண்டறியப்பட்டு வலுக்கட்டாயமாக வெளியேற்றப்பட்டனர். முதியோர்கள் பலர் வீரர்களால் தரதரவென்று இழுத்துச் செல்லப்பட்டதாக ஜியாவுதீன் பரானி குறிப்பிடுகிறார். டெல்லியில் நாய், பூனைகள் கூட விட்டுவைக்கப் படவில்லை அப்படியொரு சரித்திரப் பிரசித்தி பெற்ற மக்கள் வெளியேற்றமென இபன் பதூதா குறிப்பிடுகிறார். தௌலதாபாத் என்று பெயரிடப்பட்ட தேவகிரி கர்நாடக மாநிலத்தில் உள்ள கோதாவரி நதிக்கு அருகே அமையப்பெற்ற ஊராகும். டெல்லியில் இருந்து புறப்பட்ட மக்கள் நாற்பது நாட்கள் பயணப்பட்டு இங்கு வந்து குடியேறினர். சரியான திட்டமிடல் இல்லாமல் போனதால் குடியேறிய சில ஆண்டுகளிலேயே தேவகிரி நகரத்தைக் கைவிட்டுவிட்டு மக்கள் உடனே டெல்லிக்குச் செல்லவேண்டும் என்ற மறு உத்தரவைப் பிறப்பித்தார் துக்ளக். மீண்டும் மக்கள் டெல்லியை அடைவதற்குள் ஏராளமானவர்கள் உயிரிழந்தே விட்டனர். குடியேறிய மக்களுக்கு டெல்லியில் பேரதிர்ச்சி காத்திருந்தது. காரணம் நகரங்களில் இருந்த பலவீடுகள் இடிந்து பாழ்பட்டு நகரமே சீர்குலைந்து காணப்பட்டது. டெல்லி நகர் தமது பழைய நிலையினை எட்டுவதற்கு ஐந்து ஆண்டுகள் ஆனதாக பரானி குறிப்பிடுகிறார். இந்த விடயத்தில் தமிழர்கள் கை தேர்ந்தவர்கள் எனலாம். ஏனென்றால் இதுபோன்ற இடர்ப்பாட்டினைத் தமிழர் கண்டிலர்.

பண்டைக்காலத்தில் நீரும், வயலும் சூழ்ந்த இடமே ஊர் உருவாக்கத்தின் முதல் நிலை என நிகண்டுகள் பகர்கின்றன. புதிதாக ஊர்களை உருவாக்குவது என்பது எளிது. ஆனால் சரியான நிலவியல் மண்டலத்தில் அது உருவாக்கப்பட வேண்டும் என்பது சற்றுக் கடினமான ஒன்றாகும். காரணம் ஒரு ஊரின் நீடித்த ஆயுளைத் தீர்மானிப்பது நிலவியலேயாகும். மேலும் அப்பகுதியில் நிகழ்ந்த சமூக மாற்றங்கள், பொருளாதார வளர்ச்சி, அறிவியல் தொழில் நுட்பங்கள், கல்வி மேம்பாடு, தொழில் வளர்ச்சி, மொழியாளுமை, சிற்பக்கலை, ஓவியக்கலை, கட்டடக்கலை போன்றவற்றில் நிகழ்ந்த படிநிலை மாற்றங்கள் போன்றவற்றைத் தீர்மானிப்பதும் அப்பகுதியின் நிலவியல் கூறுகளேயாகும். சரியான நிலவியல் திட்டமிடலினால் கட்டமைக்கப்பட்டிருந்ததால்தான் கட்டடக்கலை, சிற்பக்கலை, ஓவியக்கலை, நாட்டியக்கலை, ஆன்மிகம், மருத்துவம், கல்வி, நூலகம், விவசாய உற்பத்தி, மரம்வளர்ப்பு, மொழியாளுமை, இலக்கிய வளர்ச்சி, திருவிழாக்கள் போன்றவை சிதம்பரம் நகரினைப் பன்னோக்குத் தரத்திற்கு உயர்த்தியிருந்தன. ஒரு ஊரின் நீடித்த நிலைத்தன்மையை நிலவியலே தீர்மானிக்கின்றது என்ற அடிப்படைக் கோட்பாடே சிதம்பரம் இன்று வரை நீடித்திருக்கக் காரணமாகும்.

ஒரு நாட்டின் காலநிலை என்பது அந்நாட்டு மக்களின் மன உறுதிப்பாட்டினைச் செம்மையுற வைப்பதில் பெரும்பங்காற்றி வருவதாக மானிடவியலாளர்களின் ஏகோபித்த கருத்தாக உள்ளதைச் சமகால நிலவியல் ஆய்வுகளில் காண்கிறோம். மிதமான வெப்பமுள்ள நாடுகளில் மக்கள் சுறுசுறுப்பாகவும் தொய்வின்றி நெடுநேரம் உழைக்கக் கூடியவர்களாகவும் உள்ளனர். ஆனால் வெப்பமும், குளிரும் அதிகமானதாக உள்ள நாடுகளில் மக்கள் முயற்சி குன்றியவர்களாய் காணப்படுவதும் நாம் யாவரும் அறிந்த ஒன்றாகும். மிதமான தட்பவெப்பமிக்க சூழ்நிலையில் வாழ்பவர்கள் அடிமை மனப்பான்மை உடையவர்களாய் இருப்பர் என்று சட்டமேதை மாண்டெஸ்கியூ குறிப்பிடுகிறார். கிரீஸின் தட்பவெப்பநிலையை மத்தியதரைக்கடல் காலநிலை என்றே நிலவியலாளர்கள் அழைப்பர். கோடைகாலத்தில் வெப்பம் சற்று அதிகமாயிருப்பினும் கடலிலிருந்து வீசும் குளிர்ச்சியான காற்றும் கிரீஸ் நாட்டின் மேட்டுப்பாங்கான நில அமைப்பும் வெப்பத்தைப் பெரிதும்

தணித்து விடுகின்றன. கருங்கடல் பகுதியிலிருந்து வீசும் குளிர் காற்று மக்களுக்குப் புத்துயிரூட்டி அவர்தம் நரம்பு மண்டலத்தை முறுக்கேறச் செய்து விடுகிறது. சாதாரணமாக மந்தமாய் இருப்பவர்கள்கூட அக்குளிர்காற்று உடலில் பட்டவுடன் ஒருவிதத் தெம்பையும் ஊக்கத்தையும் உடனே பெற்றுவிடுகின்றனர்.

இங்ஙனம் உடலுக்கொரு கிளுகிளுப்பையும் இன்பத்தையும் ஊட்டுகின்ற மெல்லியப் பூங்காற்று கிரீஸில் எப்போதும் வீசிக்கொண்டிருப்பதால் மக்கள் திறந்தவெளி வாழ்க்கையையே பெரிதும் விரும்பினர். கிரேக்கர்கள் வீடுகளில் தங்குகின்ற காலம் மிகக் குறுகியதாகவும் வெளியே இருக்கும் காலம் மிகுதியானதாகவும் இருப்பதற்கு முக்கியக்காரணம் சாதகமான காலநிலையேயாகும். இவர்களது சட்டமன்றங்களும், நீதி மன்றங்களும், மற்போர்களும், குத்துச் சண்டைகளும், வீர விளையாட்டுகளும், ஆடல் பாடல்களும் பெரும்பாலும் திறந்தவெளி அரங்குகளிலேயே நடைபெற்றன. இதனால்தான் கிரேக்கர்கள் குடியேறிய அனைத்து இடங்களிலும் நகரினை ஒட்டியவாறு திறந்தவெளி அரங்குகளை அமைத்தற்கான காரணமாகும். வெப்பமும் குளிரும் மிதமாக இருந்ததால் கிரீஸ் மக்கள் மணிக்கணக்கில் வெளியில் நின்றுகொண்டு ஒருவரோடொருவர் பேசி மகிழ்ந்திருந்தனர். அங்காடி முனைகளிலும், தெருக்கள் சந்திக்கின்ற இடங்களிலும் கூட்டமாய் நின்று பேசியே தமது நேரங்களைச் செலவிட்டனர். வாக்குவாதங்களும் சொற்போர்களும் அங்கு நடைபெறும். அரசியல் தலைவர்களும் தளபதிகளும் திறந்தவெளி மேடைகளில் நின்றுகொண்டுதான் மக்களிடம் பேசிப்பேசி அவர்தம் ஆதரவை நிலைபெற்றிடச் செய்திருந்தனர். இவ்வாறாக மக்களாட்சி நன்கு மலர்வதற்கான ஒரு சூழ்நிலையைக் கிரீஸின் தட்பவெப்பநிலை நன்கு அமைத்துக் கொடுத்திருந்தது.

கிரீஸின் வான்வெளி எந்நாளும் கருநிற மேகங்களின்றி தெள்ளத்தெளிவாக இருக்கும். எனவே வெகுதொலைவிலுள்ள பொருட்களையும் அங்கு ஒருவர் எளிதில் பார்க்க முடியும். ஏதென்ஸ் நகரில் ஒரு மாளிகையில் உட்கார்ந்து கொண்டிருக்கும் ஒருவர், கொரிந்திய வளைகுடாவிற்கு அக்கரையில் உள்ள கோயில்களையும் மாடமாளிகைகளையும் தெளிவாகக் கண்டு களிக்கலாம். கடலில் பயணம் செய்துகொண்டே உள்நாட்டின்

வானளவு அமைந்துள்ள கட்டடங்களின் கண்கவர் வனப்பினை ஒருவர் நுகரமுடியும். இதை மனதில் வைத்துத்தான் கிரேக்கர்கள் தங்களது பொதுக்கட்டிடங்களைப் பலவிதமான வண்ணங்களால் அழகுற அலங்கரித்து வைத்தனர் என்கிறார் ஜே.பி. ப்யூரி அவர்கள். ஒரு நாட்டின் மிதமான காலநிலையும் இயற்கையமைப்பும் பல புவியியற் கூறுபாடுகளும் மக்களின் மனப்போக்கையும் அதன் மூலமாக நாட்டின் வரலாற்றையும் பெரிதும் மாற்றியமைத்துள்ளமையை நாம் கிரீஸில் நன்கு காணாலம். கிரீஸ் நாட்டின் ஒருபகுதி இன்னொரு பகுதியோடு தொடர்புகொள்வதற்கும் கடல்வழியே சிறந்த சாதனமாக அமைந்திருந்தது. மலைகளின் செறிவும் ஆறுகளின் வேகமும் சேர்ந்து உள்நாட்டுப் போக்குவரத்திற்குத் தடைகளாக இருந்ததால் கடல் வழியாகவே கிரேக்கர்கள் ஒருவரோடு ஒருவர் தொடர்பு கொள்ளலாயினர். மலைகள் அவர்களைப் பிரித்தன என்றால் கடல்கள் அவர்களை ஒன்று சேர்த்தன. இவ்வாறாக தேற்றம் பெற்றிருந்த ஒற்றுமையுணர்ச்சிக்கும், பிரிவினை உணர்விற்கும் இடையே ஏற்பட்ட கடும் போராட்டமே கிரீஸின் வரலாறாகும். கடல் வாழ்வில் வல்ல ஏதென்ஸ் நகர அரசு கிரீஸை ஒன்றுபடுத்த முயன்றது. ஆனால் அது ஸ்பார்ட்டாவில் வெற்றிபெற முடியாமலேயே போயிற்று. இவ்வாறாகப் பிரிவினை உணர்ச்சி ஓங்கி வளர்ந்து ஒற்றுமை உணர்ச்சியை விழுங்கி விட்டதாலேயே கிரேக்க நாகரிகம் வீழ்ச்சியுற்றதற்கான காரணமென்கிறார் பேராசிரியர் அர்னால்டு ஜெ. டாயன்பி அவர்கள்.

வட ஆப்பிரிக்க நாடான துனிசியா மத்திய தரைக்கடலை ஒட்டி அமைந்துள்ள நாடாகும். இதன் 40 விழுக்காடு நிலப்பரப்பு சஹாரா பாலைவனத்தில் அமையப் பெற்றிருந்தது. இங்கு அரபு மொழி பேசும் பெர்பர் இன மக்கள் வாழும் சிறிய நகரம் ஒன்று உள்ளது. அதற்கு மட்மதா (Matmata) என்று பெயர். இங்கிருந்து தெற்கு துனிசியாவின் டிஜெபல்தஹார் என்ற வறண்ட பிராந்தியத்தில் உள்ள பள்ளத்தாக்கில் வந்து குடியேறிய பெர்பர் இனமக்கள் தங்களின் வீடுகளை முதலில் சமவெளிப்பகுதிகளில் அமைத்துக்கொண்டு வாழ்ந்து வந்தனர். இவர்களது பிரதானத் தொழில் கால்நடை மேய்த்தல், விவசாயமாகும். இவர்கள் தங்கிய பிராந்தியமானது இரவில் இரத்தத்தை உறைய வைக்கும் அளவிற்குக் கடும் குளிராகவும். பகல்பொழுது கடுமையான

வெப்பமாகவும் இருந்தது. கணித்தறிய முடியாத நேரத்தில் பொழியும் மழையால் ஏற்படும் வெள்ளத்தால் வீடுகள் அடித்துச் செல்லப்பட்டுவிடும். எனவே வாழ்க்கை என்பது இவர்களுக்குப் பெரும் சவாலாக இருந்தது. இந்த சூழியல் சவால்களைச் சமாளிக்க எண்ணிய அம்மக்கள் பாதுகாப்பு முக்கியம் என்ற கருத்தியலை அடிப்படையாகக் கொண்டு டிஜெபல்தஹார் பள்ளத்தாக்கில் இருந்த மணற் பாறைகளைக் குடைந்து அறைகளுடன் கூடிய நிலவறை இல்லங்களை அமைத்துக் கொண்டு வாழ முற்பட்டனர். இவற்றைக் குடவறை வீடுகள் என்று அழைக்கின்றனர். இதனால் மனித உயிர் இழப்பு தடுக்கப்பட்டதோடு காலநிலை மாற்றத்தினால் ஏற்பட்டுவந்த இடர்பாட்டுச் சவால்களைச் சமாளித்து அவர்களால் அமைதியாக வாழமுடிந்தது என்கிறார் நிகோலாஸ் கௌகோசாஸ் என்ற ஐரோப்பிய நில ஆய்வாளர். எனவே மக்களுக்குச் சாதகமான நிலவியல் அமைப்பும், காலநிலையும்தான் மக்களின் எண்ணங்களைத் தீர்மானிக்கிறது என்பதற்கு மேற்சுட்டப்பட்டுள்ள சான்றுகளே போதுமானதாகும். அந்த அடிப்படையில் சிதம்பரம் என்ற நகர் மணல் மேட்டின் மீது நிர்மாணிக்கப்பட்டதற்குக் காரணம் கடல்மட்டத்திலிருந்து சற்று உயரத்தில் இருந்ததேயாகும். இதனால் வெள்ளப்பாழிலிருந்து நிரந்தரமாகக் காப்பற்றப்பட்டது. மேலும் இப்பகுதியில் நீர்வளம், நிலவளம், சமச்சீரான காலநிலை போன்ற நிலவியல் கூறுகள் சாதகமாக இருந்ததால்தான் இன்றுவரை மக்கள் அமைதியான வாழ்வினை எய்துவருகின்றனர்.

குறிப்பு நூல்பட்டியல்

1. தென்னிந்தியக் கல்வெட்டுத் தொகுதிகள், IV, VII, VIII, XI-II.

2. சி.கோவிந்தராசன், சி.கோ.தெய்வநாயகம், கரந்தைச் செப்பேட்டுத்தொகுதி, பதிப்புத்துறை, மதுரை காமராசர் பல்கலைக்கழகம், மதுரை, 1984.

3. புலவர்.அ.மாணிக்கனார், புறநானூறு, வர்த்தமானன் பதிப்பகம், சென்னை, 1999.

4. புலியூர்க் கேசிகன், மலைபடுகடாம், சாரதா பதிப்பகம், சென்னை, 2000.

5. புலியூர்க் கேசிகன், அகநானூறு, சாரதா பதிப்பகம், சென்னை, 2010.

6. உ.வே.சாமிநாதையர், நற்றிணை, உ.வே.சாமிநாதையர் நூல் நிலையம், சென்னை, 2012.

7. மறைமலையடிகள், பட்டினப்பாலை ஆராய்ச்சி, மணிவாசகர் பதிப்பகம், சிதம்பரம், 1997

8. புலியூர்க் கேசிகன், பரிபாடல், சாரதா பதிப்பகம், சென்னை, 2010.

9. உ.வே.சாமிநாதையர், மதுரைக்காஞ்சி, உ.வே. சாமிநாதையர் நூல் நிலையம், சென்னை, 2012.

10. உ.வே.சாமிநாதையர், ஐங்குறுநூறு, உ.வே.சாமிநாதையர் நூல் நிலையம், சென்னை, 2011.

11. உ.வே.சாமிநாதையர், கலித்தொகை, உ.வே. சாமிநாதையர் நூல் நிலையம், சென்னை, 2011.

12. தி.வை. சதாசிவபண்டாரத்தார், பிற்காலச் சோழர் வரலாறு, அண்ணாமலைப் பல்கலைக் கழகம், அண்ணாமலைநகர், 2008.

13. தி.வை. சதாசிவபண்டாரத்தார், பாண்டியர் வரலாறு, மணிவாசகர் பதிப்பகம், பாரிமுனை, சென்னை, 1998.

14. கே.ஏ. நீலகண்ட சாஸ்திரி, சோழர்கள், தொகுதி I,II, தமிழாக்கம் கே.வி.இராமன், நியூ செஞ்சுரி புக் ஹவுஸ்(பி)லிட், சென்னை, 2018.

15. பல்லவர் செப்பேடுகள் முப்பது, உலகத் தமிழாராய்ச்சி நிறுவனம், சென்னை, 1966.

16. பூ. சுப்பிரமணியம், மெய்க்கீர்த்திகள், உலகத் தமிழாராய்ச்சி நிறுவனம், சென்னை, 1983.

17. நடன. காசிநாதன், அருண்மொழி ஆய்வுத் தொகுதி, தமிழ்நாடு அரசு தொல்பொருள் ஆய்வுத்துறை, சென்னை, 1988.

18. மா.இராசமாணிக்கனார், பல்லவர் வரலாறு, ஸ்ரீசெண்பகா பதிப்பகம், சென்னை, 2021.

19. எஸ்.ஆர்.பாலசுப்பிரமணியம், பேணு செந்தமிழ் வாழப் பிறந்த காடவன் கோப்பெருஞ்சிங்கன், பாரி நிலையம், 59 பிராட்வே, சென்னை, 1965.

20. ஆர். ஆளவந்தார், கல்வெட்டில் ஊர்பெயர்கள், உலகத் தமிழாராய்ச்சி நிறுவனம், தரமணி, சென்னை, 1983.

21. பா. ஜெயக்குமார், தமிழகத் துறைமுகங்கள், அன்பு வெளியீட்டகம், தஞ்சாவூர், 2001.

22. திருஞானசம்பந்தர் அருளிய தேவாரத் திருப்பதிகங்கள், சோமசுந்தரத் தம்பிரான் சுவாமிகள், ஞானசம்பந்தம் அச்சகம், தருமபுரம், 1963.

23. நடன. காசிநாதன், மா.சந்திரமூர்த்தி, கடலூர் மாவட்டத் தடயங்கள், தொகுதி ஒன்று & இரண்டு, மெய்யப்பன் பதிப்பகம், சிதம்பரம், 2008.

24. ர.பூங்குன்றன், தொல்குடி வெளிர் வேந்தர், நியூ செஞ்சுரி புக் ஹவுஸ் பி.லிட், அம்பத்தூர், சென்னை, 2016.

25. நடன. காசிநாதன், காடவர் வன்னியர் வரலாறு, மெய்யப்பன் பதிப்பகம், சிதம்பரம், 2012.

26. கு. சீநிவாசன், சங்க இலக்கியத் தாவரங்கள், தமிழ்ப் பல்கலைக்கழகம்,தஞ்சாவூர், 1986

27. ஜெ. ஆர். சிவராமகிருஷ்ணன், தேவிக்கோட்டை, அன்றில் பதிப்பகம், தஞ்சாவூர், 2021.

28. ஜெ. ஆர். சிவராமகிருஷ்ணன், நிலவியல் நோக்கில் கங்கைகொண்டசோழபுரம் வரலாறு, தமிழ் மரபு அறக்கட்டளை, 2023.

29. ஆர். நிரஞ்சனாதேவி, அறிவியல் தமிழகம், மீனா கோபால் பதிப்பகம், சென்னை, 2006.

30. க.வெள்ளைவாரணன், தில்லைப் பெருங்கோயில் வரலாறு, சீதை பதிப்பகம், மயிலாப்பூர், சென்னை, 2008.

31. கே.கே.சுந்தர சோபிதராஜ், தலமரங்கள், சோபிதம், சென்னை, 1994.

32. வெ. வேதாசலம், பாண்டியநாட்டு ஊர்களின் வரலாறு, தனலட்சுமி பதிப்பகம், தஞ்சாவூர், 2019.

33. வீ. செல்வகுமார், தொல்லியல் சான்றுகளும் பழந்தமி-ழகத்தின் உலகளாவிய பண்பாட்டுத் தொடர்புகளும், அண்மைக்கால ஆய்வுகள் காட்டும் தமிழ்நாட்டு வரலாறு - ஆய்வுக்கட்டுரைகள், முத்தமிழறிஞர்

கலைஞர் நூற்றாண்டு மாநிலக் கருத்தரங்கம், தமிழ் நாடு அரசு தொல்லியல்துறை, சென்னை, 2023.

34. ஜெ. ஆர். சிவராமகிருஷ்ணன், வரலாற்றில் மருங்கூர், அண்மைக்கால ஆய்வுகள் காட்டும் தமிழ்நாட்டு வரலாறு - ஆய்வுக்கட்டுரைகள், முத்தமிழறிஞர் கலைஞர் நூற்றாண்டு மாநிலக் கருத்தரங்கம், தமிழ் நாடு அரசு தொல்லியல்துறை, சென்னை, 2023.

35. தினமணி நாளிதழ் - 21.11.2015.

ஆங்கில நூல்கள்

1. A.R.E. 1888,1902,1903,1904,1913,1918,1935-36, 1958-59,1961-62,1962-63.

2. A Topographical List of Inscriptions In The Tamil Nadu And Kerala States vol - II South Arcot District, Indian Council Of Historical Research, S.Chand & Company, New Delhi, 1988.

3. T.N.Subramaniam, South Indian Temple Inscripptions, Volume I, Madras Govt.Oriental Series, 1953.

4. Gill,Richardson.B, The Great Maya Drought: Water,Life, and Death,University of New Mexico Press, 2000.

5. Haeeison,Peter. D,Maya Architecture at Tikal, Cambridge University Press, 2006.

6. Alexander Cunningham, The Ancient Geography of India, Trubner And Co, Paternoster Row, London, 1871.

7. R.Champakalakshmi, Trade, Ideology and Urbanization:- South India 300 BC to AD 1300, Oxford University Press, Madras, 1996.

8. S.Rajagopal, Kaveri, Panpattu Veliyiittakam, Chennai, 2001.

9. James Heitzman, Gifts of power Lordship in an Early Indian State, Oxford University Press, New Delhi, 1997.

10. Hasmukh D.Sankalia, The University Of Nalanda, B.G.Paul & Co., Publishers, Madras, 1934.

11. D.G.Apte, University In Ancient India, Faculty Of Education And Psychology, Maharaja Sayajirao University Of Baroda,1976.

12. R.C.Majumdar, History Of Ancient Bengal,G.Bharadwaj & Co,Calcutta,1972.

13. Hermann Kulke, K.Kesavapany,Vijay Sakhuja, Nagapattinam to Suvarnadwipa: Reflectons on the Chola Naval Expeditions to Southeast Asia, Southeast Asia Asian Studies, Singapore.2009.

பிற்சேர்க்கை

அட்டவணை - ஒன்று - சோழர் காலம்

வ. எண்	மன்னர்	வாய்க்கால்-வோடை -ஏரி	சதுர்வேதிமங்கலம் -நாடு- நல்லூர்- ஊர்-புரம்	மேற்கோள்
1	இராஜேந்திர சோழன்		ஜெயங்கொண்ட சோழ நல்லூர்	ARE,-1962 63, NO.544
2	இராஜேந்திர சோழன் அணுக்கி (நக்கன் பரவை உடையார்)		பராக்கிரம்சோழ நல்லூர், குணமேனகைபுரம், தில்லை அழகநல்லூர், தொக்கப்பாடி, இராஜராஜ நல்லூர், குந்தவை நல்லூர், அருமொழிதேவ நல்லூர், பரவைநங்கை நல்லூர்.	S.I.I.VOL:IV, NO:223
3	குலோத்துங்க சோழன்	இராஜராஜன் வாய்க்கால்	எருக்காட்டஞ்சேரி, ஜெயங்கொண்டசோழ நல்லூர்	S.I.I.VOL:IV, NO:222
4			தியாகவல்லி	S.I.I.VOL:IV, NO:225
5	சுங்கம் தவிர்த்த குலோத்துங்க சோழன்	இராஜராஜ வாய்க்கால்	மதுராந்தகப் பெரிளமை நாடு, மணலூர், அபிமான-மேரு நல்லூர்	S.I.I.VOL:IV, NO:226
6	வீரராஜேந்திரன்	குந்தவைவதி, உத்தமசோழ-வாய்க்கால், குணவதி வாய்க்கால்,	குன்றத்தூர் நாடு, சாத்தான்குடி, மஹிபாலகுலகால நல்லூர், ஜனநாத நல்லூர், மண்ணைக்கடா டான்தக நல்லூர்,	S.I.I.VOL:IV, NO:227
7	மூன்றாம் குலோத்துங்க சோழன்		மிதுனக்குடி	ARE,-1962 63 NO.537

ஜெ. ஆர். சிவராமகிருஷ்ணன்

அட்டவணை - இரண்டு
நடுவில் நாடு- நாடும், ஊர்களும்

வ.எண்	நாடு	கூற்றம் - ஊர்
1	மண்டைகுள நாடு	புது நலப்பாடி
2	தென்னாற்று நாடு	குறுக்கை கூற்றம்
3	பொன்னூர் நாடு	பரனூர் கூற்றம்
4	தெள்ளாறு நாடு	மேல் ஆராற்றூர் கூற்றம்
5	வாதவூர் நாடு	கீழ் ஆராற்றூர் கூற்றம்
6	செம்பூர் நாடு	நரையூர் கூற்றம்
7	சிங்கபுர நாடு	பருவூர் கூற்றம்
8	திருநல்லூர் நாடு	நல் வயலூர் கூற்றம்
9	புறையூர் நாடு	உகளூர் கூற்றம்
10	பட்டின நாடு	விளந்தை கூற்றம்
11	சார நாடு	சென்னிவல கூற்றம்
12	விடால் நாடு	குன்ற கூற்றம்
13	கீழ்வேணாடு	
14	அண்ணா நாடு	
15	ஆடையூர் நாடு	
16	மேற்கோவலூர் நாடு	
17	கிடக்கை நாடு	
18	பெருமண்டை நாடு	
19	தண்டரை நாடு	
20	பெருமுக்கில் நாடு	
21	மீகொன்றை நாடு	
22	செங்குன்ற நாடு	
23	விலையூர் நாடு	
24	பனையூர் நாடு	
25	புறையூர் நாடு	
26	பெருவெறும்பூர் நாடு	
27	மெய்குன்ற நாடு	
28	கீழ்கொண்டை நாடு	
29	உடைக்காட்டு நாடு	
30	வாவலூர் நாடு	

31	மாத்தூர் நாடு	
32	ஆனாங்கூர்	
33	விழுப்பரைய நாடு	
34	இடையாற்று நாடு	
35	ஏம்ப்பெற்றூர் நாடு	
36	கற்பூண்டி நாடு	
37	பேரியங்கூர் நாடு	
38	அவியனூர் நாடு	
39	முடியூர் நாடு	
40	கயறபாக்கை நாடு	
41	திருவெண்ணெய்நல்லூர் நாடு	
42	அரசூர் நாடு	
43	குன்றத்தூர் நாடு	
44	மேலூர் நாடு	
45	கீழ் ஆன்மூர் நாடு	
46	பாதூர் நாடு	
47	பட்டான்பாக்கை நாடு	
48	இடைக்கள நாடு	
49	குவளைய நாடு	
50	குறுஞ்சி அள நாடு	
51	கூடல் நாடு	
52	உத்தம சோழ நாடு	
53	இராஜேந்திரசோழ பேரிளமைநாடு	
54	மதுராந்தக பேரிளமை நாடு (1)	
55	மதுராந்தக பேரிளமை நாடு (2)	
56	கிடாரங்கொண்டசோழ பேரிளமை நாடு	
57	பிடாவூர் நாடு	
58	கங்கைகொண்டசோழ பேரிள்மை நாடு	
59	வன் நாடு	
60	துண்டா நாடு	
61	கார் நாடு	

62	வெண்ணையூர் நாடு	
63	மதுராந்தக வளநாடு	
64	கீழ்வேணாடு	
65	புறையூர் நாடு	
66	தனியூர் - பெரும்பற்றப்புலியூர்	

(நன்றி - எ.சுப்பராயலு,கெள.முதுசங்கர், பா.பாலமுருகன் - இடைக்காலத் தமிழ்நாட்டில் நாடுகளும் ஊர்களும் (கி.பி.800-1300) புதுச்சேரி பிரஞ்சு ஆய்வு நிறுவனம்)

அட்டவணை - இரண்டு
நடுவில் நாடு- நாடும், ஊர்களும்

வ.எண்	நாடு	கூற்றம் - ஊர்
1	மண்டைக்ஓலகுள நாடு	புது நலப்பாடி
2	தென்னாற்று நாடு	குறுக்கை கூற்றம்
3	பொன்னூர் நாடு	பரனூர் கூற்றம்
4	தெள்ளாறு நாடு	மேல் ஆராற்றூர் கூற்றம்
5	வாதவூர் நாடு	கீழ் ஆராற்றூர் கூற்றம்
6	செம்பூர் நாடு	நரையூர் கூற்றம்
7	சிங்கபுர நாடு	பருவூர் கூற்றம்
8	திருநல்லூர் நாடு	நல் வயலூர் கூற்றம்
9	புறையூர் நாடு	உகளூர் கூற்றம்
10	பட்டின நாடு	விளந்தை கூற்றம்
11	சார நாடு	சென்னிவல கூற்றம்
12	விடால் நாடு	குன்ற கூற்றம்
13	கீழ்வேணாடு	
14	அண்ணா நாடு	
15	ஆடையூர் நாடு	
16	மேற்கோவலூர் நாடு	
17	கிடக்கை நாடு	
18	பெருமண்டை நாடு	
19	தண்டரை நாடு	
20	பெருமுக்கில் நாடு	

21	மீகொன்றை நாடு	
22	செங்குன்ற நாடு	
23	விலையூர் நாடு	
24	பனையூர் நாடு	
25	புறையூர் நாடு	
26	பெருவெறும்பூர் நாடு	
27	மெய்குன்ற நாடு	
28	கீழ்கொண்டை நாடு	
29	உடைக்காட்டு நாடு	
30	வாவலூர் நாடு	
31	மாத்தூர் நாடு	
32	ஆனாங்கூர்	
33	விழுப்பரைய நாடு	
34	இடையாற்று நாடு	
35	ஏம்ப்பெற்றூர் நாடு	
36	கற்பூண்டி நாடு	
37	பேரியங்கூர் நாடு	
38	அவியனூர் நாடு	
39	முடியூர் நாடு	
40	கயறபாக்கை நாடு	
41	திருவெண்ணெய்நல்லூர் நாடு	
42	அரசூர் நாடு	
43	குன்றத்தூர் நாடு	
44	மேலூர் நாடு	
45	கீழ் ஆன்மூர் நாடு	
46	பாதூர் நாடு	
47	பட்டான்பாக்கை நாடு	
48	இடைக்கள நாடு	
49	குவளைய நாடு	
50	குறுஞ்சி அள நாடு	
51	கூடல் நாடு	
52	உத்தம சோழ நாடு	
53	இராஜேந்திரசோழ பேரிளமைநாடு	

54	மதுராந்தக பேரிளமை நாடு (1)	
55	மதுராந்தக பேரிளமை நாடு (2)	
56	கிடாரங்கொண்டசோழ பேரிளமை நாடு	
57	பிடாவூர் நாடு	
58	கங்கைகொண்டசோழ பேரிளமை நாடு	
59	வன் நாடு	
60	துண்டா நாடு	
61	கார் நாடு	
62	வெண்ணையூர் நாடு	
63	மதுராந்தக வளநாடு	
64	கீழ்வேணாடு	
65	புறையூர் நாடு	
66	தனியூர் - பெரும்பற்றப்புலியூர்	

(நன்றி - எ.சுப்பராயலு,கௌ.முதுசங்கர், பா.பாலமுருகன் - இடைக்காலத் தமிழ்நாட்டில் நாடுகளும் ஊர்களும் (கி.பி.800-1300) புதுச்சேரி பிரஞ்சு ஆய்வு நிறுவனம்)

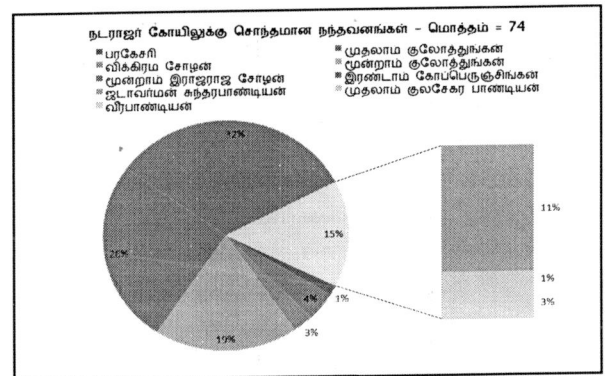

அட்டவணை - நான்கு
நந்தவனம் அமையப்பெற்ற ஊர்கள்

மூன்றாம் இராஜராஜ சோழன்

வ. எண்	ஆட்சியாண்டு	நந்தவனம் அமையப்பெற்ற ஊர்கள்	கல்வெட்டு விவரம்
1	2 ஆம் ஆட்சியாண்டு கி.பி.1218	கோயில் நந்தவனம்	A.R.E,1913. NO.321
2	2 ஆம் ஆட்சியாண்டு கி.பி.1218	அரசு உத்தரவின்படி அரசூரைச் சேர்ந்த இலங்கேஸ்வரன் நிர்வகித்து வந்த நந்தவனத்தில் இருந்து 700 செங்கழுநீர் மலர்கள் வழங்கப்பட்டுள்ளன	A.R.E,1913. NO.315
3	2 ஆம் ஆட்சியாண்டு கி.பி.1218-19	இவனது அரசு அதிகாரியான இராஜேந்திர சிங்க மூவேந்த வேளாளன் என்பவன் தில்லை கூத்தற்கு தினம் செங்கழுநீர் மலர்கள் வழங்குவதற்காக நந்தவனமொன்றை ஏற்படுத்திக் கொடுத்துள்ளான்.	A.R.E,1958 -59.NO.312
4	3 ஆம் ஆட்சியாண்டு கி.பி.1219	இவனது அரசு ஆதிகாரியான தொண்டைமான் என்பவன் இராஜராஜ சோழனின் ஆணைக்கிணங்க மீதுனக்குடி என்று அழைக்கப்பட்ட தானவினோதநல்லூரில் நந்தவனம் ஒன்றை ஏற்படுத்திக் கொடுத்துள்ளான்.	A.R.E, 1913,59. NO.282
5	3 ஆம் ஆட்சியாண்டு கி.பி.1219-20	நுளம்பாடியைச் சேர்ந்த விஜய நுளம்பன் என்பவரது மகளான உமையாள்வி என்பவர் தில்லை கூத்தற்குத் திரு நந்தவனம் ஒன்றை வழங்கியுள்ளார்.	A.R.E, 1913,59. NO.303
6	3 ஆம் ஆட்சியாண்டு கி.பி.1219-20	மீனவன் மூவேந்த வேளாண் என்பவன் தினம் 130 தாமரை மலர்களைக் கொடுக்கும் நந்தவனமொன்றை வழங்கியுள்ளான்.	A.R.E, 1913,59. NO.303
7	3 ஆம் ஆட்சியாண்டு கி.பி.1218-20	பெரும்பற்றப்புலியூர் மூலப் பருஷத்தில் உறுப்பினராக இருந்த சோமநாததேவன் என்ற உடையார் சுவாமிதேவர் என்பவர் நந்தவனம் ஒன்றை நடராஜர் கோயிலுக்கு வழங்கியுள்ளார். இவர் உத்தரபாதத்தைச் சேர்ந்தவர்.	A.R.E,1935- 36.NO.9

மூன்றாம் இராஜராஜ சோழன்			
வ. எண்	ஆட்சியாண்டு	நந்தவனம் அமையப்பெற்ற ஊர்கள்	கல்வெட்டு விவரம்
8	3 ஆம் ஆட்சியாண்டு கி.பி.1220	கோயிலுக்குச் சிவப்புத் தாமரை மலர்களை வழங்குவதற்காக நந்தவனம் ஒன்று ஏற்படுத்தப்பட்டுள்ளது. இந்நந்தவனத்தில் பணியாற்றுபவர்களுக்கு ஆடைகள், கூலியாகப் பணம் வழங்கப்பட்டுள்ளது.	A.R.E,1913. NO.317
9	7 ஆம் ஆட்சியாண்டு கி.பி.1223-24	பூஜைக்கான மலர்கள், தேங்காய் போன்றவற்றைப் பெறும் வகையில் நந்தவனம் ஒன்று ஏற்படுத்தப் பட்டுள்ளது.	A.R.E,1913.. NO.287
10	8 ஆம் ஆட்சியாண்டு கி.பி.1256-57	மலர்களைப் பெறுவதற்காகத் திருநந்தவனம் ஏற்படுத்தப்பட்டுள்ளது. பிறகு சுந்தர பாண்டியன் சாத்தாங்குடி, என்ற மகிபால குலகால நல்லூரின் வருமானம் இந்த நந்தவன நிர்வாகத்திற்கு மடைமாற்றம் செய்யப்பட்டுள்ளது.	A.R.E,1961-62.NO.172
11	9 ஆம் ஆட்சியாண்டு கி.பி.1225-26	அரசின் உத்தரவின்படி காங்கேயராயன் என்பவன் நந்தவனம் ஏற்படுத்தியுள்ளான்.	A.R.E,1913. NO.306
12	10ஆம் ஆட்சியாண்டு கி.பி.1226-27	ஜெயங்கொண்ட சோழ நல்லூரில் இருந்த எருக்கட்டாஞ்சேரி என்ற ஊரில் அரண்மனை சமையல்காரரான திருத்தலைசேரனிரல் என்பவர் நந்தவனம் அமைக்க நிலம் வழங்கியுள்ளார்.	A.R.E, 1935-36. NO.13

மூன்றாம் இராஜராஜ சோழன்			
வ. எண்	ஆட்சியாண்டு	நந்தவனம் அமையப்பெற்ற ஊர்கள்	கல்வெட்டு விவரம்
13	10 ஆம் ஆட்சியாண்டு கி.பி.1226	இரு தனி நபர்கள் நந்தவனம் அமைக்க நில தானம் வழங்கியுள்ளனர்.	A.R.E,1913. NO.281

14	10-11 ஆம் ஆட்சியாண்டு கி.பி.1226-27	கோயிலாம்பூண்டி என்று அழைக்கப்பட்ட ஷத்திரிய சிகாமணி நல்லூரரைச் சேர்ந்த கருப்பூர்வுடையான் என்ற இராஜாதிராஜ பல்லவராயன் என்பவன் மன்னரின் ஆணைக்கு இணங்க மூன்று ஊர்களில் நந்தவனங்களை ஏற்படுத்தவும், பூச் செடிகளை நடவு செய்து அதிலிருந்து மலர்களைப் பறித்துத் தில்லை கூத்தர்க்கு வழங்குவற்கு நடவடிக்கை எடுத்துள்ளான்.	A.R.E,1913. NO.316
15	10 ஆம் ஆட்சியாண்டு கி.பி.1226	மன்னரின் பணிப்பெண் திருமலை சேரனிரல் என்பவர் நந்தவனம் அமைப்பதற்காக நிலம் வாங்கித் தந்துள்ளார்.	A.R.E, 1958-59. NO.324
16	13-14ஆம் ஆட்சியாண்டு கி.பி.1230-31	திருநீர்சோழமங்கலத்தைச் சேர்ந்த காளிங்கராயன் என்பவன் ஆண்டு தோறும் பழத்தோட்டத்தில் இருந்து 500 பலாப்பழம், 5000 மாம்பழங்கள், 5000 வாழைப்பழங்களை வழங்கியுள்ளான். இதனால் இவ்வூருக்கு வரி நீக்கம் செய்யப்பட்டுள்ளது.	A.R.E,1913. NO.280
17	16-17ஆம் ஆட்சியாண்டு கி.பி.1233	வானாதிராஜன் என்பவன் கோயிலாம் பூண்டி ஊரில் சிவகாமி அம்மைக்குத் தினம் பூமாலை வழங்கிட நந்தவனம் ஏற்படுத்தியுள்ளான்.	A.R.E,1913. NO.285
18	16-17ஆம் ஆட்சியாண்டு கி.பி.1233	குதிரை வியாபாரி (குதிரைச்செட்டி) படப்பை நாராயண நாயகன் என்பவன் நந்தவனம் ஏற்படுத்துவதற்காக நில தானம் வழங்கியுள்ளான்.	A.R.E, 1935-36. NO.15

மூன்றாம் இராஜராஜ சோழன்

வ. எண்	ஆட்சியாண்டு	நந்தவனம் அமையப்பெற்ற ஊர்கள்	கல்வெட்டு விவரம்
19	24 ஆம் ஆட்சியாண்டு கி.பி.1241	மருங்கூர் என்ற ஊரைச் சார்ந்த வாபராயன் சொக்கப்பெருமான் என்று அழைக்கப்பட்ட இராஜாதிராஜ பிரம்மராயன் என்பவன் தினந்தோறும் பெரும்பற்றப்புலியூர் ஆளுடைய நாயனார்க்கு நித்தம் மலர்களை வழங்கிட நந்தவனம் ஏற்படுத்தியுள்ளார்.	A.R.E, 1935-36. NO.1
20	26 ஆம் ஆட்சியாண்டு கி.பி.1242	திருச்சிற்றம்பலப் பட்டணத்தைச் சார்ந்த முப்புச்சுண்டாள் என்பவர் நந்தவனம் மற்றும் திருத்தோப்பு ஒன்றையும் வழங்கியுள்ளார்.	A.R.E, 1935-36. NO.8

அட்டவணை: ஐந்து
சிதம்பரம் நகரில் இருந்த தெருக்களின் பெயர்கள்

வ. எண்	மன்னர்	தெருக்களின் பெயர்கள்	கல்வெட்டு
1	மூன்றாம் இராஜராஜ சோழன்	முடித்தலை கொண்ட பெருமாள் திருவீதி	A.R.E.1913. NO.266
2	இரண்டாம் கோப்பெருஞ் சிங்கன்	குலோத்துங்கசோழன் தெங்குதிருவீதி	S.I.I.VOL.XII. NO.154
3	இரண்டாம் கோப்பெருஞ் சிங்கன்	கோப்பெருஞ்சிங்கன் திருவீதி	S.I.I.VOL.XII. NO.154
4	இரண்டாம் கோப்பெருஞ் சிங்கன்	இராஜாக்கள்தம்பிரான் திருவீதி	S.I.I.VOL.XII. NO.154
5	இரண்டாம் கோப்பெருஞ் சிங்கன்	இராஜாதிவாகரப் பெருந்தெரு	A.R.E.1963-63. NO.552
6	இரண்டாம் கோப்பெருஞ் சிங்கன்	அம்பலநாயகப் பெருந்தெரு	S.I.I.VOL.XII. NO.245

7	ஜடாவர்ம சுந்தர பாண்டியன்	குலோத்துங்கசோழன் திருவீதி	A.R.E.1961-62. NO.156
8	ஜடாவர்ம சுந்தர பாண்டியன்	சுந்தரபாண்டியன்தெங்கு திருவீதி	A.R.E.1918. NO.546
9	வீர பாண்டியன்	வீரஇராஜேந்திரதிருவீதி	A.R.E.1961-62. NO.165
10	பாண்டியர் காலம்	இராஜாதிவாகரப் பெருந்தெரு	S.I.I.VOL.VIII. NO.712

அட்டவணை : ஆறு

சிதம்பரம் நகரில் இருந்த அன்னச்சாலைகள் & மடங்கள்

வ. எண்	நிறுவியவர்கள்	அன்னச்சாலை & மடம்	கல்வெட்டு
1	குணமேனகை	சாலை	S.I.I.VOL. IV.NO.223
2	முதலாம் குலோத்துங்கசோழன்	தில்லைவளந்தான்மடம்	A.R.E.1958-59.NO.317
3	மதுராந்தகி ஆழ்வார்	மடப்புறம்	S.I.I.VOL. IV.NO.222
4	மூன்றாம் இராஜராஜ சோழன்	அறப்பெருஞ்செல்வி சாலை	A.R.E.1913. NO.266
5	மூன்றாம் இராஜராஜ சோழன்	திருநாவுக்கரசுதேவன் மடம்	A.R.E.1958-59. NO.305
6	மூன்றாம் இராஜராஜ சோழன்	மடம்	A.R.E.1935-36. NO.8
7	ஜடாவர்ம சுந்தரபாண்டியன்	மடம்	A.R.E.1913. NO.278
8	ஜடாவர்ம சுந்தரபாண்டியன்	திருநோக்கழகியான் மடம்	A.R.E.1961-62.NO.156
9	இரண்டாம் கோப்பெருஞ்சிங்கன்	திருநாவுக்கரசு தென்திருமடம்	S.I.I.VOL.XII. NO.245
10	இரண்டாம் கோப்பெருஞ்சிங்கன்	திருவதிகை மடம்	S.I.I.VOL.VIII. NO.716
11	கோனேரிமேல் கொண்டான்	சாவித்திரிமடம்	A.R.E.1958-59.NO.309

அட்டவணை - ஏழு

வ. எண்	வாய்க்கால்-வோடை-ஏரி	மன்னர்	சதுர்வேதிமங்கலம்-நல்லூர்-ஊர்-புரம்	மேற்கோள்
1	சோழ குலகந்தர வாய்க்கால்	கோப்பெருஞ் சிங்கன்	1.தில்லை நாயகச் சதுர்வேதி மங்கலம் 2.தில்லை மூவாயிர விளாகம்	S.I.I. VOL. VIII, NO.43
2		கோப்பெருஞ் சிங்கன்	1.மிதுனிக்குடி 2.விக்கிரம சோழ நல்லூர் 3.எருக்காட்டஞ் சேரி 4.ஜெயங்கொண்ட சோழ நல்லூர்	S.I.I. VOL. VIII, NO,44
3		கோப்பெருஞ் சிங்கன்	1.கண்டியூர் 2.இராஜநாராயண சதுர்வேதிமங்கலம் 3.கிடாரங்கொண்ட சோழ நல்லூர் 4.இராஜாதிராஜா நல்லூர்\	S.I.I. VOL. VIII, NO,47
4	1.திருவோடை 2.சோழகோன் திரு வோடை 3.செங்கேணிவாயன் திருவோடை 4.இருமரபுந்துய்ய பெருமாள் ஏரி	கோப்பெருஞ் சிங்கன்	1.பள்ளிப்படையான விக்கிரமசோழநல்லூர் 2.பண்ணன்குடிச்சேரி 3.பரகேசரி நல்லூர் 4.மணலூரான கங்கைகொண்ட சோழநல்லூர் 5.கீழ்பூந்தமங்கலம் 6.வீரநாராயணச் சதுர் வேதிமங்கலம் 7.அக்காரமங்கலம் 8.திருவம்பலப் பெரும்பள்ளி நல்லூர்	S.I.I. VOL. VIII, NO,48

பிற்கால பல்லவர்

வ. எண்	வாய்க்கால்	மன்னர்	சதுர்வேதிமங்கலம்-நல்லூர்-ஊர்-புரம்	மேற்கோள்
5		கோப்பெருஞ் சிங்கன்	1.மதுராந்தக நல்லூர்	S.I.I. VOL. VIII, NO,49
6	சோழகுலச் சுந்தரி வாய்க்கால்	கோப்பெருஞ் சிங்கன்	1.சண்டேஸ்வர நல்லூர் 2.சாத்தான்குடி	S.I.I. VOL. VIII, NO,50
7		கோப்பெருஞ் சிங்கன்	1.ஜெயங்கொண்ட சோழ மண்டலத்து ஆத்தூரான ராஜராஜ நல்லூர் 2.அகரமகாவி பூதிச் சதுர்வேதிமங்கலம்	S.I.I. VOL. VIII,NO.51
8	பெருமாள் திருவோடை	கோப்பெருஞ் சிங்கன்	1.கணபதி நல்லூர்	S.I.I. VOL. VIII,NO.52
9	முதலைப்பாடி ஏரி	கோப்பெருஞ் சிங்கன்	1.விக்கிரம சிங்கபுரம்	S.I.I. VOL. VIII,NO.53
10		கோப்பெருஞ் சிங்கன்	1.வெசாலிப்பாடி 2.பூவாலை 3.தாமரையான் பாதியான வெளங்கன்பட்டி 4.ஜெயங்கொண்ட சோழச் சதுர் வேதிமங்கலம் 5.பூவாலைசுந்தர சோழ நல்லூர்	S.I.I. VOL .VIII,NO.55
11		கோப்பெருஞ் சிங்கன்	1.திருச்சிற்றம்பல மங்கலம்	S.I.I. VOL. VIII,NO.56
12	கண்டராதித்தன் வாய்க்கால் வானவன்மாதேவி வாய்க்கால்	கோப்பெருஞ் சிங்கன்	1.திருக்கழிப்பாலை	S.I.I. VOL. VIII,NO. 706
13	வானவன்மாதேவி வாய்க்கால்	கோப்பெருஞ் சிங்கன்	1.முட்டையூர் 2.பராக்கிரம சோழநல்லூர்	S.I.I. VOL. VIII,NO. 707

14		கோப்பெருஞ் சிங்கன்	1.மிதுனக்குடி	S.I.I. VOL. VIII,NO.710
15		கோப்பெருஞ் சிங்கன்	1.இராஜதிவாகரப் பெருந்தெரு நகரத்தார் 2.நந்திமங்கலம்	S.I.I. VOL. VIII,NO.712
16			1.ஜனநாத நல்லூர்	S.I.I .VOL. VIII,NO.716
17	அம்பலனாதன் வாய்க்கால்	கோப்பெருஞ் சிங்கன்		S.I.I. VOL. VIII,NO.717

அட்டவணை - எட்டு
கல்வெட்டு ஆண்டு அறிக்கையில் இடம்பெற்றுள்ள கல்வெட்டுகள்

S. NO	REFER-ENCE	KING	INSCRIPTION DETAILS
1	A.R.E, 1958-59, NO.330	Chola	On loose slabs in the flower garden of the Avantisvara temple. Tamil fragmentary. Parakesarivarman,r.y, (10th Cent.A.D). records a gift of kalanju of gold to feed brahmanas in the temple of Avantisvaram.
2	A.R.E, 1958-59, NO.331	Chola	Parakesarivarman,r.y, (10th Cent.A.D).Records a gift of gold.
3	A.R.E, 1929-30, NO.610	Chola	Rajendra II , r.y, A.D.1052,
4	A.R.E, 1929-30, NO.612	Chola	Rajamahendradeva,r.y.2, A.D.1062, Mentions Paranta-kan-Lokamaha deviyar.
5	A.R.E, 1958-59, NO.317	Chola	Kulottunga I , r.y. 45, A.D.1115, Records an endowment of eight kasu paid into the treasury by Kon Rajaghirajan alias Rajendrachola -Anantapalan of Ilangaraikudi in Peravur nadu, out of which a sum of 10 kasu was paid towards purchase of land from the nagarattar of Panchavanmadevipuram for flower garden named after the donor and for feeding the devotees at Tillaivalandanan - matha and the balance of 70 kasu was invested to yield 30 kasu per annum at the rate of a quarter of a drama per kasu per month for paying of the taxes.
6	A.R.E, 1913, NO.291	Chola	Kulottunga I , r.y.46.A.D.1116, Refers to the purchase of a devadana land by a private individual.

7	A.R.E, 1913, NO.290	Chola	Kulottunga I , r.y.47.A.D.1117, This is stated to be copy of an inscription originally engraved on the edir ambalam. Records gift of land by purchase for supplying garlands of red lotuses to the temble.
8	A.R.E, 1929-30, NO.611	Chola	Kulottunga I , r.y.48.A.D.1118, Mentions Suttamali Valanadu.
9	SITI,i, nos,16 &17, P.256	Chola	Kulottunga I , r.y.48.A.D.1118, No significant details are available.
10	A.R.E, 1918, NO.545	Chola	Kulottunga I , r.y.---.A.D.1070, One of the fragments mentions the name of the king Tribhuvanachakravartin Kulottu(nga-Choladeva) two other contain part of the historical introduction of the inscription of Kulottunga-Choladeva (I) and the rest provide for offerings to the temble.
11	A.R.E, 1913, NO.268	Chola	Vikrama-Choladeva r.y.3,day .95. A.D.1121-22, Registers gift of land for a flower garden by a native of Tiraimur in Tiraimur nadu, a district of Uyyakkondar valanadu at Manarkudi kattalai a hamlet of Jayangondachola chaturvedi mangalam in Merkal nadu a s.d. of Virudarajabhayankara valanadu. Registers also another gift of land in Pannangudichcheri alias Parakesari nallur which a hamlet of Perumbarrapuliyur with four tenants (kudi)for maintaining the garden for providing the mantrapushpa in the temble of Tiruchirrambalam Udaiyaar.
12	A.R.E, 1958-59, NO.303	Chola	Vikrama-Choladeva r.y.7. A.D.1125. Registers gift of land by purchase from Ulachchanan Bhattan Anantana rayankrishnan to the temple by Kolari Ulaguyyavandan alias Vanadhirajan of Vandalanjeri for his own merit.
13	A.R.E, 1958-59, NO.314	Chola	Vikrama-Choladeva r.y.10. A.D.1128. Records that on the 115 th and 313th days of the year, the king visited Chidambaram and issued orders allotting paddy remitted as tax from various villages into Ponmenja Perumal banaram of the temple for the daily food offerings to Aludaiyar.
14	A.R.E, 1934-35, NO.109	Chola	Vikrama-Choladeva r.y.--. A.D.1118. States that the mandapa(was the gift of) Akalankan.
15	A.R.E, 1962-63, NO.559	Chola	Rajadhiraja II ,r.y.--A.D.1163. Refers to the image of Tirujnanasam -banda ppillaiyar in the temple of Abhimuktisvaram -Udaiyar, situated to the west of the (temble of)god Tillai-Vitan-kar in Perumbarrappuliyur a taniyur in Rajadhiraja valanadu.Other details are lost.

16	A.R.E, 1962-63, NO.560	Chola	Rajadhiraja II ,r.y.--A.D.1163.Seems to record a gift for maintaining a lamp Mentions Amarargalnayakabhattan.
17	A.R.E, 1918, NO.551	Chola	Fragmentary ----12th cent. A.D., Refers to the eighth year of Parakesarivamn Tribhuvana chakravartin Vikkrama Choladeva and mentions Nangur in Nanur-Nadu.
18	A.R.E, 1958-59, NO.304	Chola	Fragmentary ----12th cent. A.D., Registers the order of the Tiruvanukkan mulaparushai exempting from taxes some land granted in addition to the original gift of land Alagiyar - Tiruchchirrambalamudaiyar alias Gangeyarayar for a flower garden after his own name for the temble.
19	A.R.E, 1961-62, NO.174	Chola	Fragmentary ----12th cent. A.D., Appears to be part of a record registering a gift of land to Aludaiya pillaiyar.
20	A.R.E, 1935-36, NO. 4	Chola	Kulottunga III,r.y,7,day,240,A.D.,1185-86, Registers the remission of taxes, granted by the king, on three veli and odd of lands endowed after purchase from the mulaparushai of Perumbarrappuliyur an independent village in Rajadhiraja valanadu. By uyyavandan Tirumalappadi - Udaiyan alias Tondaiman of Kalattur, in Eyil nadu, a s.d.of Pandi kulasani valanadu for the maintenance of a flower garden with five gardeners, for the god. Rajendrasinga Muvenda velan figures as the Royal Secretary.
21	A.R.E, 1958-59, NO. 313	Chola	Kulottunga III,r.y,8,A.D.,1186. Records the king's order at the instance of Vanaraja, exempting from taxes some land granted for raising a garden named after Tirutondar siruraittan for supplying flowers daily to the temple by Chekkilan Araiyan Edirili Cholan of Kunrattur in Kunrattur nadu.
22	A.R.E, 1935-36, NO. 7	Chola	Kulottunga III,r.y,11,A.D.,1189-90. Registers the remission of taxes on the lands endowed after purchase from several individuals by Araiyan Tayilumnalla perumal of Kalattur in Eyil nadu a s.d. of Pandikulasani valanadu, for rearing a garden Tayilumnallaperumal tirunandavanam in Kadavaych-cheri alias Tillainakanallur, a hamlet of Perumbarrappuliyur, for the god. These were included in the accounts under the devadana lands.

23	A.R.E, 1913, NO. 309	Chola	Kulottunga III,r.y.12, A.D.,1190-91.Registers that a certain Edirilicholan alias Irungolan having founded a temple called Vikrama Cholisvaram Udiyar at Parakesarinallur, a hamlet of Perumbarrappuliyur, after acquiring the required land from various people and having provided for houses for brahmanas and the assessment on this land to be deducted from the revenue of the village, to be entered in the temple accounts with the original documents preserved in the temple and the whole transaction engraved on the walls of the temple.
24	A.R.E, 1913, NO. 311	Chola	Kulottunga III, r.y.16, A.D.,1194-95. Records gift of land the excess of land discovered by comparison with existing village accounts was granted to the temple and the village accountants (varikkuruseyvar) were ordered to correct their figures. The servants of the garden were exempted from certain services usual to nibandakkarar. The tirumandira olai was Rajanara(ya)na Muvendavelan.
25	A.R.E, 1958-59, NO. 333	Chola	Kulottunga III, r.y.16, A.D.,1194-95.Records a gift for some perpetual lamps. Patanjalidevan tirumatha is re ferred to.
26	A.R.E, 1913, NO. 310	Chola	Kulottunga III, r.y.21, A.D.,1199. Registers that a land was granted for a flower garden and another for maintaining its four servants. It was ordered that these lands might be included with the other temple lands and that the excess (madakku) in measurement be deducted from the village(accounts).The tirumandira olai was Minavan-Muvendavelan.
27	A.R.E, 1913, NO. 273	Chola	Kulottunga III, r.y.32, A.D.,1210-11. Records that a gift of land for a flower garden called "Ponnambalakkuttan" in the village of Koyilpundi a hamlet of Perumbarrappuliyur was made to the temple of Aludaiyar by a certain Ponnambalakkuttan alias Nandipanman. He also provided for its upkeep by another gift of land made at Serundimangalam , which was a hamlet of Tyagavalli Chaturvedimangalam in Merka Nadu.These transactions and gifts were engraved on the walls of the temple by the order of the king's officers at the request of Nandipanman.
28	A.R.E, 1913, NO. 313	Chola	Kulottunga III, r.y.34, A.D.,1212. Records that a gift of land for a flower garden.It was ordered that four servants of the garden must supply iruvacchi, malligai and mandiyavatta flowers to the temple regularly; when these failed other flowers to be supplied.

#	Reference	Dynasty	Description
29	A.R.E, 1913, NO. 298	Chola	Kulottunga III, r.y.34, A.D.,1212-13. Registers that at the request of the chiefs Pottappi-Cholan and Karanai Vilupperaiyan, the original documents pertaining to a gift of land which was made to the temple for a flower-garden were preserved in the treasury of the temple and engraved on its walls.
30	A.R.E, 1913, NO. 301	Chola	Kulottunga III, r.y.36, A.D.,1214-15. A number of lands which had been granted for a flower garden and were partly enjoyed by the servants of the garden were included at the donor's request in the tirunamattukkani lands of the temple and the fact engraved on the temple walls. The tirunamattukkani lands of the temple and the fact engraved on the temple walls. The tirumandira olai was Neriyudaich Chola- Muvendavelan.
31	A.R.E 1913, NO. 314	Chola	Kulottunga III, r.y.39, A.D.,1217. Records that a gift of land for a flower garden. To supply flowers to the temple of the goddess. Refers to a transaction which happened in the 33 rd year of the king.
32	A.R.E, 1913, NO. 284	Chola	Kulottunga III, r.y.39, A.D.,1217-18. Registers an order of three officers of the king, viz.,Tondaiman, Tiruvaiyar udaiyan and Madhurantaka Brahma Marayan. That the lands granted by a certain Lankesvaran of Kiliyur for providing 200 red lotuses to the temple and for maintaining the people that grew them, was to be engraved on the walls of the Vikramachoan - Tirumaligai . The Tirumandira-olai is stated to be Neriyu-Daichchola-Muvendavelan. Still another gift of land by the same person made for a flower garden in the "34th year and the 52nd day" of the king, was also engraved, the old document having "become worn out".
33	A.R.E, 1962-63, NO.561	Chola	Kulottunga III,r.y.-, A.D.1178. Refers probably to a certain Perumbarrappuliyur, a taniyur in Rajadhiraja Valanadu and Tillainayaka.
34	A.R.E, 1958-59, NO.332	Chola	Kulottunga III,r.y---, A.D.1178. Records a gift for some perpetual lamps.
35	A.R.E, 1958-59, NO.321	Chola	Kulottunga III,r.y---, A.D.1178. Seems to register a gift of land, by Purchase, for raising and maintaining a flower garden for the temple, and for feeding the recluses(tapasvins).
36	A.R.E, 1913, NO.299	Chola	Rajrajadeva(Rajraja - III)r.y.2A.D.1218. Records gift of land providing flower garlands to the temple.The grant temple walls and the original documents deposited in the temple treasury. The Royal secretary(tirumandira olai)was Rajendrasinga-Muvendavelan.

No.	Reference	Dynasty	Details
37	A.R.E ,1913, NO.300	Chola	Rajrajadeva(Rajraja - III)r.y.2.A.D.1218. Records gift of land for flower garden and its servants by the donor mentioned in the above record.
38	A.R.E, 1913, NO.315	Chola	Rajrajadeva(Rajraja - III)r.y.2.A.D.1218. Registers that some additional land was granted by a certain Kundan alias Lankesvara of Arasur for the maintenance of a flower garden which had been already granted by himself, for every day. The ten servants and a permitted to enjoy the land given to them as a kani. The transaction was to engraved on the temple walls.
39	A.R.E, 1958-59, NO.312	Chola	Rajrajadeva(Rajraja - III)r.y.2.A.D.1218-19. Records the tirumandira olai of Rajendrasinga Muvenda velan granting land for the daily offering of 200 sengalunir flowers to the god and goddess at the time of worship in the morning and atnoon.
40	A.R.E, 1913, NO.282	Chola	Rajaraja III,r.y. 3. A.D.1219. Records that under orders of Tondaiman, a land presented at Midinikkudi alias Danavinod-anallur for a flower garden was tax free and the same was engraved on the of Vikramacholan tirumaligai.
41	A.R.E, 1913, NO.303	Chola	Rajrajadeva(Rajraja - III)r.y.3.A.D.1219-20. Mentions the gift of a flower garden by Umaiyalvi, daughter of Vijaya Nulamban, chief of Nulambapadi alias Nigarilichola Mandalam.She had purchased the land from different people.
42	A.R.E, 1913, NO.283	Chola	Rajrajadeva(Rajraja - III)r.y.3.A.D.1219-20. Records gift of land Vallam in Vennaiyur Nadu,a s.d. Of Rajadhiraja -Valanadu, for supplying a garland of 130 red lotuses every day. The document registering this grant was engraved under orders of Tondaiman . The tirumandera olai being Minavan Muven davelan.
43	A.R.E, 1935-36, NO.9	Chola	Rajrajadeva(Rajraja - III)r.y.3.A.D.1219-20. Registers a gift for a flower garden to the temple with four gardeners, of the lands which had been obtained by him as gift from the mulaparushaiyar of Perumbarrappuliyur, by Somanathadeva alias Udaiyar Svamidevar of Sandilya gotra belonging to Uttaragrahara in Uttara - Rashtra in Uttarapatha, after obtaining the royal sanction for the same.
44	A.R.E, 1913, NO.317 ,Part. II,.P.86.	Chola	Rajrajadeva(Rajraja - III)r.y.3.A.D.1220. Records gift of land for growing red lotuses and for providing food (koru?)and cloth money to gardeners who grew them. Refers to the land survey made in the sixteenth year of Sungantavirtta Kulottunga Choladeva(Kulottunga I), and to the 25 th year of Periyadevar Tribhuvanaviradeva(Kulottunga III).

45	A.R.E, 1913, NO.267	Chola	Rajrajadeva(Rajraja - III)r.y.4.A.D.1220-21.Registers gift of land for the offerings called tirupavadai on the day of Pushya in the month of Tai to the god Aludaiyar. The inscription was ordered to be engraved on the Kulottunga Cholan tirumaligai by the tirumandira volai officer named Rajanarayana Muvendavelan.
46	A.R.E, 1913, NO.287	Chola	Rajrajadeva (Rajraja - III)r.y.7.A.D.1223-24. Registers an order of Tondaiman that an arrangement regarding a certain land gift made in order to provide flowers, coconuts etc., to be engraved on the wall of Vikkiramacholan - tirumaligai.
47	A.R.E, 1961-62, NO.172 Ibid Int. P14.	Chola	Rajrajadeva (Rajraja - III)r.y.8+1.A.D.1225-26. Gives a detailed account of the acquisition of plots of land by purchase and exchange from individuals by royal order at the instance of the officials of the palace as well as the temple for maintaining a flower garden(Tirunandavanam)named after Sundara Pandiya in Sattangudi alias Mahipalakulakalanallur and for some offerings in the temple.
48	A.R.E ,1913, NO.306	Chola	Rajrajadeva (Rajraja - III)r.y.8+1.A.D.1225-26. Registers an order of king's officers passed at the request of Gangeyarayan, that certain Lands granted to the temple for supplying flowers and maintaining the servants of the flower gardens, were to be made free of "kudimai", that the documents pertaining to the lands in question were to be deposited in the treasury and the transaction was to be engraved on the walls of the temple.
49	A.R.E, 1935-36, NO.14	Chola	Rajrajadeva (Rajraja - III)r.y.10.A.D.1226. Registers the details regarding the land which had been purchased by the donatrix.
50	A.R.E, 1935-36, NO.13	Chola	Rajrajadeva (Rajraja - III)r.y.10.A.D.1226. Records a gift , after purchase of land in Erukkattanjeri, alias Jayangonda chplanallur, a hamlet of Perumbarrappuliyur in Rajadhiraja valanadu by Tiruttalai Serninral, a maid - servant of the royal house hold for a flower garden to the goddess. The order is signed by the Royal Secretary Minavan Muvendavelan.
51	A.R.E, 1918, NO.548	Chola	Rajrajadeva (Rajraja - III)r.y.10.A.D.1226-27. Records a gift of land for supplying Pomegranates and offerings to supplying Pomegranates and offering to the gods and goddesses in the temple.
52	A.R.E, 1913, NO.281	Chola	Rajrajadeva (Rajraja - III)r.y.10.A.D.1226-27. Registers gift of land by two private individuals for a flower garden. Provision was also made for the servants who looked after the garden.

53	A.R.E, 1913, NO.316	Chola	Rajrajadeva (Rajraja - III)r.y.10.A.D.1227. Registers that a flower garden had been made for the benent of the temple by a certain Karupparudaiyan alias Rajadhiraja ppallavaraiyan at the hamlet of Koilpundi surnamed Kshatriyasikhamani nallur, that land in three different villages had been granted for the maintenance of the gardeners who had to water the flower plants pick flowers and supply them to the temple, and that these lands were now included with other temple lands under orders of the king's officers, the transaction being engraved on temple walls and the original documents deposited in the temple treasury.
54	A.R.E, 1958-59, NO.324	Chola	Rajrajadeva (Rajraja - III)r.y.10.A.D.1227. Records a gift of land for a nandavanam for the temple by the king at the request of his women servant named Tiru(ma)llai Seraninral. The purchase of land for maintaining the above gift on the first day of the most Vrischika on the tenth year of the king's reign is also recorded.
55	A.R.E, 1913, NO.280	Chola	Rajrajadeva (Rajraja - III)r.y.14.A.D.1230-31. Records a gift of land at Tirunirru cholamangalam by a certain Kalingarayan, for supplying 500 jack fruits, 5,000 mangoes and 5,000 plaintains to the temple of Aludaiya Nayanar. The assembly of that village agreed to make the land rent free by charging the taxes due on it, to the village. The tirumandira olai was Neriyudaich chola Muvendavelan.
56	A.R.E, 1958-59, NO.310; Ibid, Int, P.17.	Chola	Rajrajadeva (Rajraja - III)r.y.16+1.A.D.1232. Records a gift of land, after purchase by the generals Appanadanda Nayaka and Coppayadanda Nayaka for some provisions, the details of which are lost.
57	A.R.E, 1962-63, NO.548	Chola	Rajrajadeva (Rajraja - III)r.y.16+1.A.D.1233. Records a gift of land in Manikudi alias Tribhuvanaviran - Kidangal and Virarajendran - Vallam to the temple of Aludaiya - Nayanar as tirunamattukkani by purchase in auction as rajarajapperuvilai on behalf of Somaladeviyar for 10,00,000 kasu.
58	A.R.E, 1913, NO.285	Chola	Rajrajadeva (Rajraja - III)r.y.16+1.A.D.1233. Records a gift of garden land at Koyilpundi, a hamlet of Perumbarra-ppuliyur for providing garlands to the shrines of the god and the goddess by a certain Vanadhirajan. The order of the grant was engraved on the walls of the temple.

59	A.R.E, 1913, NO.266	Chola	Rajrajadeva (Rajraja - III)r.y.16+1.A.D.1233. Records a gift of land belonging to the village of Pandur alias Kolottunga Cholan Vallam in Rajadhiraja -Valanadu for maintaining the feeding house named Arapperunjelvi Salai at Perumbarra ppuliyur in the west sreet called Mudittalaikonda - Perumal -Tiruvidhi.
60	A.R.E, 1958-59, NO.305	Chola	Rajraja (Rajraja - III)r.y.18.A.D.1234-35. Records a gift of a portion of his land called Irumarabun-Tuyaperumal - Manga -Lam by Tirumanjanamalagiyan as tiruppavadaippuram to Aludaiya - Nayanar and his consort. Allots some land to the deity Tirumanjanamalagiyar set up by him in the "Tiruna- vukkarasudevan-matha".
61	A.R.E, 1935-36, NO.16	Chola	Rajrajadeva (Rajraja - III)r.y.24.A.D.1240. Seems to register an endowment of land, for a flower garden by a horsedealer named Padappai Narayana Nayakan and engraved on the temple wall at the request of (Vanadhiraja).Mentions the Royal Secretary Neriyu daichchola Muvendavelan as a signatory.
62	A.R.E, 1958-59, NO.323	Chola	Rajraja (Rajraja - III)r.y.24.A.D.1240. Records a gift of land, by purchase by Tiruchchirrambalam Udaiyan alias Kutti - Bhatta, an Arya of Vasa -gotra for raising and maintaining a flower - garden for the temple. Refers to some transactions of two earlier dates, the details of which are lost.
63	A.R.E, 1958-59, NO.322	Chola	Rajraja(Rajraja - III)r.y.24.A.D.1241. Seems to record a gift of land by purchase, for raising and maintaining a flower garden for the temple by (se)nni Nayakkan of Orutalaippalli, ehowas a kudirai chetti.
64	A.R.E, 1935-36, NO.15	Chola	Rajrajadeva (Rajraja - III)r.y.24.A.D.1241. Registers an endowment of land, after purchase, by a horse-dealer (kudirai-chetti) named (Se)nnai-Nayakan of Talaippalli for a flower garden for the temple. The original sale deed and the present gift were engraved on the temple wall by royal order issued at the request of Vanadhirajan. Mentions the Royal Secretary Neriyudaichchola - Muvenda-Velan.
65	A.R.E, 1935-36, NO.1	Chola	Rajrajadeva (Rajraja - III)r.y.24.A.D.1241. Registers the royal order, issued at the request of Vanadhirajan, remitting certain taxes due on some land endowed as tirunandavanappuram to the temple by Murungur Vabharavyan Sokkapperuman alias Rajaraja Brahmarayan, a resident of the Tirunilai elugopurap - perunderuvu at Perumbarrappliyur, for the daily supply of flowers to the god Aludaiya Nayanar and his consort.

66	A.R.E, 1935-36, NO.8	Chola	Rajrajadeva (Rajraja - III)r.y.24.A.D.1241. Registers gifts of 41 ½ veli and odd of land called " Tillainayakavilagam " in Tiruchchrrambalabhattanam made by Muoouchchundalvi, an adukkalaippendu (main servant of the royal household)for the maintenance of persons supplying flowers to the god and goddess and for conducting the matha built by her in the street leading to Edirilicholan tiruttoppu. This gift was ratified, at the request of the donate by a royal order signed by the secretary Raje(ndrachola)Muvendavelan. The land is said to have been originally granted (tax-free)in the seventh year of the king to a certain Gautaman Svamikumaran Arulala - Bhattan alias Savarna chakravarthi of Uttamachola mangalam in Rajadhi raja valanadu, from whose sons the donatrix had purchased it.
67	A.R.E, 1935-36, NO.11	Later Pallva	Kopperunjinga deva(Kopperunjinga II)r.y.5,day 33.A.D.1248-49. Registers a grant of lands in different places made after purchase by Ravalar Srikayilasa devar of the (Gola)ki matha at Tiruvannamalai for the maintenance of flower garden with four gardeners for the temple. The ruler's order of approval is signed by Cholakon.
68	A.R.E ,1935-36, NO.12	Later Pallva	Kopperunjinga deva(Kopperunjinga II)r.y.5.A.D.1248-49. Registers an order signed by Cholakon sanctioning an endowment of land, after purchase, made for rearing a flower garden for the temple, by Ponnambalakuttan Tulaiyadaselvan alias Kurukularayan of Palaiyur alias Rajendra cholanallur in Palaiyur nadu a s.d. of Urrukkattu Kottam a district in Jayangonda chola mandalam.
69	A.R.E, 1958-59, NO.319	Later Pallva	Kopperunjinga deva(Kopperunjinga II)r.y.6.A.D.1249. Records a grant of by purchase, for digging and maintaining an odai (channel)named after the god, for supplying the temple daily with sengalunir flowers.
70	A.R.E, 1958-59, NO.320	Later Pallva	Kopperunjinga deva(Kopperunjinga II)r.y.6.A.D.1249. Records Cholakon's order allotting lands in Suttamalli Nallur which was separated from Viranarayana Chatur - Vedimangalam, a taniyur for maintaining the garden named after himself for supplying flowers to the temple for the welfare of the king.
71	A.R.E, 1958-59, NO.318	Later Pallva	Kopperunjinga (Kopperunjinga II)r.y.8.A.D.1251. Records the order of Perumalppillai alias Cholakon, one of the mudalis making a gift of land by purchase for maintaining flower garden named after himself for the health of the king.

72	SITI, I. NO, P.21-22	Later Pallva	Kopperunjinga deva(Kopperunjinga II)r.y.7.A.D.1250. The records contains an order of Cholakon, responded by the authorities of the Chidambaram temple, by which latter were required to engrave on stone on the Vikramacholan maligai a deed of 23 ¾ kani of land and some house sites gifted for providing offerings to Dakshinmurti by one Tittkka Aduvan after purchase from Tiruch chrrambalam Muvenda Velan of Karikudi. The gift was to be treated as devadana and Tiruna mattukani from the seventh regnal year.
73	A.R.E, 1962-63, NO.552	Later Pallva	Kopperunjinga (Kopperunjinga II)r.y.9.A.D.1252. Records the order of Cholakon specifying the contribution of paddy to be paid to the temple from the lands in many villages such as Uttamachola mangalam, Kshatriya sikha mani Nallur, etc.., endowed as Tiruppavadaippuram to god Tiruchchirram balam Udaiyar. Mentions Rajadivakarapperunderuvu. Refers to some land granted earlier as nattam and tivitam probably to some temple servants.
74	A.R.E, 1958-59, NO.334	Chola	Rajendra III,r.y.6,.A.D.1252. (Fragmentary) Records a gift of land(details lost).
75	A.R.E, 1962-63, NO.553	Later Pallva	Kopperunjinga (Kopperunjinga II)r.y.11.A.D.1254. Records an order of Cholakon, details of which are lost. Also directs that the record should be engraved in the Rajakkaltambiran Tirumaligai. Ntions Perumalpillai towards the end.
76	A.R.E, 1962-63, NO.554	Later Pallva	Kopperunjinga (Kopperunjinga II) r.y.11.A.D.1254. Records the order of Perumalpillai alias Cholakon one of the mudalis of the king, granting land for a flower garden to supply flowers daily to the goddess Tirukkamakkotamudaiya Nachiyar, for the tiruppu mandapam and also providing for the payment of paddy, probably for the maintenance of the gardeners. The endowment is stated to have been created for the welfare of the king.
77	A.R.E, 1962-63, NO.555	Later Pallva	Kopperunjinga Deva (Kopperunjinga II) r.y.12.A.D.1255. Records an order to Perumal Pillai alias Cholakon granting land for residential purposes to those tending a flower garden, as referred to in the above inscription.
78	A.R.E, 1958-59. NO.335	Later Pallva	Kopperunjinga Deva (Kopperunjinga II) r.y.---.A.D. 13 th cent. Seems to record a gift of jewels

79	A.R.E, 1961-62,. NO.150	Pandya	Maravarman Vikrama Pandya deva(Vikrama Pandya I) r.y.6.A.D.1255. Records that the 500 veli of tax-free land, originally endowed by Araiyan Periyanayan alias Gange-yarayan of Enadi - Merkudi in Tirukkalumala Nadu for supply of plantain fruits to the temple, having been taxed on a subsequent date resulting in the reduction in the supply of fruits, was now made once again tax free. Hereafter the mahasabha of Sri-Viranarayanam alias Sundara Pandya Chaturvedimangalam agreed to supply to the temple of Tiruchchirrambalam Udaiyar a specified number of fruits for the daily use as well as for the various festivals in the temple.
80	A.R.E, 1913. NO.278. Ibid. Part II.P.93	Pandya	Jatavarman Sundara Pandya I ?, r.y.5 .A.D.1256-57. Registers gift of 116 veli of land of Aadur alias Jananathanallur to 108 brahmanas, to the god Ulagamu lududaiya Pillaiyar, the matha, etc,.of Ulagamulududaiya Chaturvedi mangalam, a hamlet on the western side of Perumbarrappuliyur. The recipients had to measure out four kalam on each veli of land to the temple of Tillai - Nayaka as the donees of Vikrma Pandya Chaturvedimangalam did.
81	A.R.E ,1958 -59. NO.327	Pandya	Jatavarman Sundara Pandya Deva. (Sundara Pandya I), r.y.6 .A.D.1257. Gives a long list of the lands granted to the temple, in the 39th year of some king, whose name is not mentioned.
82	A.R.E, 1913, NO.330	Pandya	Jatavarman Sundara Pandya Deva. (Sundara Pandya I), r.y.6 .A.D.1257. Contains some detailed account of land measure-ment.
83	A.R.E, 1961-62, NO.155	Pandya	Jatavarman Sundara Pandya Deva. (Sundara Pandya I), r.y.7 .A.D.1258. Records an endowment of 20 ma of land purchased from several persons by Tondaiman for maintaining a fruit and flower garden named Tirunokkala giyan nandavanam after the donor himself, in Korrangudi alias Pavitra manikkanallur.
84	A.R.E ,1961 -62, NO.156	Pandya	Jatavarman Sundara Pandya Deva. (Sundara Pandya I), r.y.7 .A.D.1258. Records a gift of 38 1/2 ma of land by Tondaiman in favour of the Tirunok Kalagiyan Matha in Kulottunga Cholan Tiruvidi and the bhattas of Dandagram, the latter being attached to Sundara Pandya Chaturvedimangalam. This gift was in lieu of some other pieces of land which were originally granted for the same purpose, but had to be give up.

85	A.R.E, 1958-59, NO.306, Ibid, Int.,P.18	Pandya	Jatavarman Sundara Pandya Deva. (Sundara Pandya I), r.y.7 .A.D.1258-59. Commences with the historical introduction Samasta jagadadhara, etc.,of the inscription of the king. Specifies in detail the shares of land given to the various institutions and communities of the newly created villages, Sundara pandya chaturvedi mangalam by the king by clubbing together portions of the village declcared as nattam for the purpose. The communities included 121 brahmanas who were teachers of the veda and srauta, the vaidya(Physician), jatyambashta, accountant, carpenter, potter, blacksmith, uvachchan, barber, padikappan, purangali, midwife and vettiyan. Provision was also made for settling the vellalar as well as for grazing the cattle and for the cremation ground.
86	A.R.E, 1961-62, NO.153	Pandya	Jatavarman Sundara Pandya Deva. (Sundara Pandya I), r.y.7 .A.D.1258-59. Records the gift of 10 ma of land bought from several individuals to provide for offerings to the image of the deity called Tirunokkalagiyan - matha at Perumbarrappuliyur for the well being of Perumal (the king)by Uyyavandan Tirunokkalagiyan Tondaiman of Manjakkudi. Refers to the land granted to Kanakasabhapati panditar who composed a kavya on the mula - parishad of place.
87	A.R.E, 1958-59, NO.325	Pandya	Jatavarman Sundara Pandya Deva. (Sundara Pandya I), r.y.7 .A.D.1258-59. Records a gift of land Arrur alias Rajanarayana chaturvedimangalam in Virudarajabhayankara valanadu as a devadana for offerings to god during the Sundarapandyan sandhi for abhisheka on the day of the king's natal star every month and for other services on specified occasions.
88	A.R.E. 1913, NO.289	Pandya	Jatavarman Sundara Pandya Deva. (Sundara Pandya I), r.y.7 .A.D.1258-59. Records an order of Tondaiman to the temple authorities remitting certain taxes on lands which had been originally granted for the maintenance of the servants of a flower garden belonging to the temple. The reason for the remission was that the said lands being close to the sea had become filled up with sand and overgrown with weeds. Mentions Virarakshasa Velalkkarar.
89	A.R.E. 1913, NO.297	Pandya	Jatavarman Sundara Pandya Deva. (Sundara Pandya I), r.y.8 .A.D.1259. Registers an order of Kalappalarayar to register a Tirunamattukkani certain lands granted for conducting festivals and providing offerings in the temple of Tiruchchirrambala Makali, which was founded on the south side of the road by which the god was taken in procession for the sea bath, and to engrave the same on stone.

90	A.R.E .1961-62. NO.158	Pandya	Jatavarman Sundara Pandya Deva. (Sundara Pandya I), r.y.9 .A.D.1260. Records that nandavana referred to above was raised by Bhagavatiyalvar Kilanadigal Chokkiyar.
91	A.R.E. 1961-62. NO.157	Pandya	Jatavarman Sundara Pandya Deva. (Sundara Pandya I), r.y.9 .A.D.1260-61. Records a gift of land as Tirunandavanapuram for providing fiowers to god Tiruchchirrambalam Udaiyar and to goddess Sivakamasundari and also for providing for garland during a tirtham in the sea at the close festival. States that one of the gardens was located at Pallipadai.
92	A.R.E. 1913. NO.288	Pandya	Jatavarman Sundara Pandya Deva. (Sundara Pandya I), r.y.9 .A.D.1260-61.Records gift of land. Order of Villavadaraiyan approving of certain arrangements about specified temple lands made by the (mula parushaiyar)of Perumbarrappuliyur.
93	A.R.E .1913. NO.293	Pandya	Jatavarman Sundara Pandya Deva. (Sundara Pandya I), r.y.11.A.D.1262-63. Records anorder of Villavarayan remitting assessments on certain lands granted to the temple for a flower garden. The transactions were engraved on the Vikramacholan Tirumaligai.
94	A.R.E. 1913. NO.293	Pandya	Jatavarman Sundara Pandya Deva. (Sundara Pandya I), r.y.14.A.D.1265-66. Registers an order of Villavarayan with reference to certain grants of land providing flower garlands to the god and godess. One of these latter situated in Vikrama Cholanallur (also called Akkan Pallippadai) near Perumbarrappuli -yur and was granted by Svamidevar. Still another grant of land in the hamlet of Kolam alias Cholakeraladevanallur was made for providing offerings on the occasion when the images were taken in procession to the sea.
95	A.R.E. 1913. NO.274	Pandya	Jatavarman Sundara Pandya Deva. (Sundara Pandya I), r.y.14+1.A.D.1266-67. Registers an order of Villavarayan and other officers of the king that the maintenance of worship and offerings in the temple of Devargal Nayanar was to be met from certain grants of land made to that temple.
96	A.R.E. 1958 - 59. NO.315	Pandya	Jatavarman Sundara Pandya Deva. (Sundara Pandya I), r.y.17+1.A.D.1269. Records a gift of land by purchase by Alagapperumal alias Kodandarama nallur in Vadatalai - Chembu - Nadu of Pandi -Mandalam, for providing a garden and some provisions, for the temple. The land was made tax free by the mulaparushaiyar of Perumbarrppuliyur.

97	A.R.E 1913. NO.277	Pandya	Jatavarman Sundara Pandya Deva. (Jatavarman Sundara Pandya I), r.y.13.A.D.1264. Registers the founding of an agrahara named Vikramapandya Chaturvedi Mangalam on the western side of Perumbarrappuliyur and its presentation to 108n learned brhmanas. For the maintenance of these and of other village accessories (gramaparikara)the village Rajasikhamaninallur alias Puliyangudi measuring 117 ¾ veli on the western bank of Ponneri was enquired and granted being divided into 147 ¾ shares(pangu). For the village site, four veli of land were purchased and included within it were the temple premises, the house sites of the 108 brahmanas, of men who were in charge of the village library(sarasvatibhandarattar)and of other village servants (panimakkal). In purchasing the land with its trees, wellspaths, channels, embankments indicating land divisions(bhagasraya0and all other benefits, the rights and privileges of the old tenants and title-holders were completely bought up. The right of way was secured for the brahmanas to walk to the tank Kavarkulam every day for the purpose of performing the sandhyavandana prayers.
			Land for grazing the cattle was also provided for. Apart from the shares to the 108 brahmanas, other vrttis that were settled: teachers of Vedas =3, teachers of Sutras =1; two doctors 1¾ ; ambadyas ½; goldsmith ¼; village accountant ½; drummer ¼; potter ¼; blacksmith ¼; carpenter ½; irankolli ¾; barber ¾; washerman ¼; village watch man(padikappan) ¾; vettiyan 1/8. Of the nattamland outside agrahara 'brahmana quarter' three parts were set apart for vellan kaniyalar and the remainder for other profession.
			All taxes werte remitted but it was stipulated that from the 14th year of the king 500 kalam of paddy of superior paddy, was to be Chidambaram for the service called Ellandalaiyana – Perumal – Sandhi.
98	A.R.E. 1962-63. NO.568	Pandya	Jatavarman Sundara Pandya Deva. (Jatavarman Sundara Pandya I), r.y.18.A.D.1269-70. Contains part of historical introduction Samasta jagadadhara, etc., of the inscription of the king. Appears to record a tax free gift of land by the king in favor of a deity. Mention Manappallavan Vayakkal and Udiayar Alagiyasokkar. Other details are lost.

99	A.R.E. 1961-62. NO.168; Ibid, Int.,P.16	Pandya	Jatavarman Sundara Pandya Deva. (Jatavarman Sundara Pandya I), r.y.--A.D.1251.Records the order of Pallavadaraiyan probably in respect of the details of organization of a Sarasvatibhandaram (library)and a grant for maintaining and expanding the same.The Sarasvatibhandaram seems to have been established by Savamidevar. Enumerates the names of twenty scholars employed in the above bhandaram who seem to have been engaged for writing down the various granthas.
100	A.R.E. 1961-62. NO.169	Pandya	Jatavarman Sundara Pandya Deva. (Jatavarman Sundara Pandya I), r.y.--A.D.1251. Records a grant of land for the maintenance of several persons employed in the library which contained among others manuscripts, arranged to be copied down by Udaiyar Svamideva. Provision was also made for writing and comparing works in Sanskrit and Tamil. Special mention is made of the Siddhantarantnakara among the books of the library.
101	A.R.E .1918. NO.546	Pandya	Jatavarman Sundara Pandya Deva. (Jatavarman Sundara Pandya I), r.y.--A.D.1251. Registers a gift of land fivita to a number of persons who had to look after the garden called Sundarapandyan Tiruttoppu and the street called Sundara Pandiyan Tangu Tiruvidi . Mentions the king's officers Tennavan Brahmarayar, Vikramachola Brahmarayar, Vikrama Pandya Brahmarayar, Jayatunga Pallavaraiyar, Villavarayar and Kurukulattaraiyar.
102	A.R.E. 1913. NO.292	Pandya	Jatavarman Sundara Pandya Deva. (Jatavarman Sundara Pandya I), r.y.--A.D.1251. Registers an order of Villavarayan and other officers assigning the income in paddy from certain land originally granted for the upkeep of a flower garden, for the maintenance of the servants of the temple and of the flower garden.
103	A.R.E. 1913. NO.332, Ibid Part II, P.91	Pandya	Jatavarman Sundara Pandya Deva. (Jatavarman Sundara Pandya I), r.y.--A.D.1251. Consists of two verses the first of which refers to a conquest of the Pandya king over the Chola, the latter being driven into the forest. The second mentions Kadavarkon and the Pandya king Sundarattol.
104	A.R.E. 1913. NO.358, Ibid Part II, P.91	Pandya	Jatavarman Sundara Pandya Deva. (Jatavarman Sundara Pandya I), r.y.--A.D.1251. Contains a single Tamil verse in praise of Sundara Pandya and his weighing himself against gold.

105	A.R.E. 1913. NO.340, Ibid Part II, P.91	Pandya	Jatavarman Sundara Pandya Deva. (Jatavarman Sundara Pandya I), r.y.--A.D.1251. Glorifies the prowess of Sundara Maran (Sundara Pandya)who annihilated the forces of the Telingas that surrounded him and drove the Bana chief into the forest.
106	A.R.E. 1915. NO.561, Ibid Part II, P.91	Pandya	Jatavarman Sundara Pandya Deva. (Jatavarman Sundara Pandya I), r.y.--A.D.1251. Contains three Tamil verses, refers to the fight between Sundara Pandya and the Telungas, at Mudugur in which the dead bodies were strewn up to the banks of the Peraru.
107	A.R.E. 1913. NO.383	Pandya	Jatavarman Sundara Pandya Deva. (Jatavarman Sundara Pandya I), r.y.--A.D.1251. Consista of two Tamil verses. There is apparently a reference to Sundara Pandya's weighing himself against gold and using it for covering the temple.
108	A.R.E. 1962-63. NO.570	Pandya	Jatavarman Sundara Pandya Deva. (Jatavarman Sundara Pandya I),r.y.--A.D.1251. Describes the kings of Kerala and Ceylon and refers to his performance of Tulabhara, the gold weighed in which was used for gilding the sabha of the god.
109	A.R.E .1962-63. NO.571	Pandya	Jatavarman Sundara Pandya Deva. (Jatavarman Sundara Pandya I),r.y.--A.D.1251. Contains verses in praise of the king and refers to the gilding of the sabha.
110	A.R.E 1962-63. NO.556	Later Pallave	Avanialappirandan Kopperurjinga Deva(Kopperunjinga II) r.y.---A.D.1248. Seems to refer to an order of Perumal Pillai alias Cholakon, regarding some house sites. Other details are lost.
111	A.R.E. 1962-63. NO.557	Later Pallave	Avanialappirandan Kopperurjinga Deva(Kopperunjinga II) r.y.---A.D.1243. Seems to record an order of Perumal Pillai alias Cholakon probably granting same land as iraiyilli. Refers to a water course named after the officer Cholakon.
112	A.R.E .1962-63. NO.558	Later Pallave	Avanialappirandan Kopperurjinga Deva(Kopperunjinga II) r.y.---A.D.1243. Records the order of Venadudaiyan in reapect of the grant of some land by purchase from Tiruchchirrambal-amudaiyan Tyagavinoda Brahmarayan, Ulachchanan Tirunattapperumal alias Tiruvidikanda Brahmarayan and others for raising a flower garden to supply flowers daily for the tiruppumandapam of Tiruchirrambalam Udaiyar and for the maintenance of the gardeners.

113	A.R.E. 1913. NO.295	Pandya	Maravarman Tribh.Vikrama Pandyadeva(Vikrama Pandya III) r.y.4,.A.D.1287. Records an order of Kulasekhara Cholakon exempting duties and assessments on lands presented by a certain Chediyarayan for maintaining 36 persons employed in a water shed in the mandapa known as Anaiyerruk-kudam, south of the seven storeyed gopura on the east side of Rajakkalk Tambiran Tirumaligai, 54 persons who prepared offerings at Sikali and lastly the temple supervisors.
114	A.R.E. 1913. NO.270	Pandya	Maravarman Tribh.Vikrama Pandyadeva(Vikrama Pandya III) r.y.5,.A.D.1289. Registers that under orders of Gangeyarayan, land was granted for supplying garlands on the occasion of the service called Rajakkalnayan sandhi after the king, and on the day of a festival called Rajakkalnayan Periyatirunal.
115	A.R.E. 1913. NO.276	Pandya	Maravarman Tribh.Vikrama Pandyadeva(Vikrama Pandya III) r.y.6,.A.D.1290. Registers an order of Vangattaraiyan to the temple authorities to engrave on the walls of Vikramachola Tirumaligai, the gift of lands in Pallippadai alias Vikrama cholanallur, Erukkattanjeri alias Jayangondacholanallur and Manalur alias Jayangondacholanallur, for the flower garden Ulagamuludumudaiyal - Tirunandavanam which was so named after the Queen.
116	A.R.E .1918. NO.549	Pandya	Maravarman Tribh.Vikrama Pandyadeva(Vikrama Pandya III) r.y.6+1,.A.D.1290. Registers an order of Vangattaraiyan and gift of land for supplying Plantain fruits.
117	A.R.E .1913. NO.337	Pandya	Maravarman Tribh.Vikrama Pandyadeva(Vikrama Pandya III) r.y.---,.A.D.1283. Contains one verse in praise of the king(Mina-van) Vikram Pandya.
118	A.R.E. 1913. NO.365	Pandya	Maravarman Tribh.Vikrama Pandyadeva(Vikrama Pandya III) r.y.---,.A.D.1283. Contains three verses extolling Vikrama Pandya. The first says that he conquered the king of Venadu (Travancore)at Podiyil. In the second he is addressed as Bhuvanekavira and Korkai - Kavalan and is stated to have been the enemy of Ganapati. The third advises king Vikrama Pandya not to go to the north; for there it says, is a foe... a women ruling with a man's name. (Obviously a reference to the Kakatiya Queen Rudramba)
119	A.R.E. 1962-63. NO.569	Pandya	Maravarman Tribh.Vikrama Pandyadeva(Vikrama Pandya III) r.y.---,.A.D.1283. Attributes to the king, the epithet Bhuvanaikavira and Praises the King's valour and exploits and seems to refer to the gilding of the vimana.

120	A.R.E. 1918. NO.547	Pandya	Maravarman Tribh. Kulasekhara Deva(Kulasekhara I) r.y.28.A.D.1296-97. Registers an order of Kalinarayan granting lands for the maintenance of certain flower gardens, one of which was called Aiyyanangakarathiruthonda vanam.
121	A.R.E. 1958-59. NO.308	Pandya	Konerinmal kondan,r.y.1.(13th cent.A.D) Recds a royal order allotting rent free land to the temples of Attalisvaram Udaiyar and Avanimuludiya Vinayakap Pillaiyar, to 124 brahmanas and the various communities and institutions in the village, Avanimulududaich Chatur Vedimangalam established by the king by purchase of the nattam land of Kallippattu Mulai alias Dandesvaranallur from the tanattar of the Tiruppulisvaram Udaiyar Temlpe.
122	A.R.E. 1958-59. NO.309	Pandya	Konerinmal kondan,r.y.1.(13th cent.A.D) Records an order regarding the formation of a village called Bhuvanamulududaiya Chaturvedimangalam out of lands in Kadalvaychcheri alias Tillainayaka Nallur. Savitiri matha is one of the institutions benefited by this formation.
123	A.R.E. 1929-30. NO.613	Pandya	Konerinmal kondan,r.y.3.(13th cent.A.D) Records royal order to the sabha of Tiruvalundur in Tiruvalundur Nadu about the lands belonging to the temple of Tirukkadavudaiyadeva in that village.
124	A.R.E. 1935-36. NO.6	Pandya	Jatavarman alias Sundara Pandya Deva .r.y.12.(13th cent. A.D) Registers remission of taxes on some lands endowed after purchase in Erukkattanjeri alias Jayangonda Cholanallur, hamlet of Perumbarrappuliyar in Madhrantakap perilamai Nadu, by Araiyan Nirani Pavalakkunrar alias Cholagangar, the headman of Manarpakkam in Tondi Mandalam, for the god and the goddess and for the maintenance of the gardeners. The signatory is Gangeyayaraya.
125	A.R.E. 1935-36. NO.10	Pandya	Jatavarman Tribh. Sundara Pandya Deva .r.y.13-14.(13th cent. A.D)Registers an order of Kulasekhara Cholakon remitting the taxes on three veli of land got in exchange and granted for a flower garden by Pandiyan alias Narasingadeva of Mayindapuram in Pandi Mandalam.
126	A.R.E .1961-62. NO.165	Pandya	Maravarman Vira –Pandya.r.y.4...... Appears to record the order of Chediya Rayan in respect of some land adjoining the Virarajendrasolan Tiruvidi in Tillai. Two flower gardens, one donated by Araiyan Manrulladumperumal Pallava daraiyar, the headman(?) of Sirrarkadu in Arkattu Kkurram in Pandikulapati valanadu and the other by Sellap Pillaiyar Chediyarayan, the headman(?)of Sirrarkadu, are also mentioned.

127	A.R.E. 1962-63. NO.551	Pandya	Maravarman Vira –Pandya.r.y.7 day.340. Records an order of Vikramapandyan Gangeyarayan in respect of the purchase and grant of some land made tax free for the maintenance of the persons tending a flower garden, formerly granted to the god of the temple.
128	A.R.E. 1958-59. NO.311	Pandya	Maravarman Vira –Pandya.r.y.--. day.---.Records the order of Vikramapandya Gangeyarayar providing some land for a nandavanam at Tillainayakanallur.
129	A.R.E .1962-63. NO.550	Pandya	Maravarman Vira –Pandya.r.y.--. day.---.Records an order of Vikramapandya Gangeyarayan in respect of a grant of some land for raising a flower garden to provide flowers daily to the temple. Mentions Cholakulavallinallur were the land granted probably lay.
130	A.R.E. 1961-62. NO.167	Pandya	Sundara Pandya Deva .r.y.---.(13th cent. A.D) Details not available.
131	A.R.E. 1961-62. NO.167	Pandya	Damaged Pandya (13th Cent; A.D.) Appears to record a royal gift of land for providing for various expenses of some festival during which the god and goddess of the temple were taken out in procession.
132	A.R.E. 1961-62. NO.160	Pandya	Damaged Pandya (13th Cent; A.D.) Contains parts of verses in praise probably of the (Pandya) King's victory over Singhana and others.
133	A.R.E .1961-62. NO.161	Pandya	Damaged Pandya (13th Cent; A.D.) seems to contain part of a verse.
134	A.R.E. 1961-62. NO.166	Pandya	Damaged Pandya (13th Cent; A.D.) Appears to contain part of a verse in praise of the valour of a king.
135	A.R.E. 1913. NO.294	Pandya	Pandya (13th Cent; A.D.) Registers that certain lands granted by Gangeyarayan were made tax free and exempted from duties. The car procession was to be maintained and the temple was to receive 100 kasu as kudimai assessment and six kalam of paddy as virabhoga on each veli of land.
136	A.R.E. 1913. NO.357	Pandya	Damaged Pandya (13th Cent; A.D.) In praise of a Pandya king.Mentions Kudal(Maran).
137	A.R.E. 1913. NO.364	Pandya	Damaged Pandya (13th Cent; A.D.) Two Tamil verses are in praise of the Pandya King(Maran).

138	A.R.E. 1903. NO.396 .S.I.I.VOL. VIII. NO.712	Pandya	Damaged Pandya (13th Cent; A.D.) Records gift of ayam and taragu by the nagarattar of Rajadivakara Perunderu for manjakkappu. Nellikkappu and sacred food offerings to the goddess Tillaivanamudaiya Paramesvari. The taxes were to be collected from the shops near the temple gates. The order was written by Nandimangalamudaiyan the kanakkan of nagaram as ordered by the nagarattar.
139	A.R.E .1962-63. NO.564	Pan-dya--?	-----r.y.(---) 3, day 31(.....)13th cent. A.D. Refers to a transaction in the 16th year of a king (name lost) and mentions Sundaracholavadi. Another fragment seems to record a grant of land and a third refers to a tiruppavadada-ichirappu. A fourth fragment refers to the (Raj) Asrayapa-dugai.
140	A.R.E. 1913. NO.343	Pan-dya--?	-----r.y.(---) 3, day 31(.....)13th cent. In niches on the inner walls of the east gopura of the same temple. Sanskrit (verse) Grantha. These are labels engraved below the images representing women in various dancing postures.
141	A.R.E .1935-36. NOs.21-26	Pan-dya--?	-----r.y.(---) 3, day 31(.....)13th cent. In niches containing images of deities in the eastern side of the same gopura Tamil Grantha. Gives the names of the images as follows; Kamadevan, Agastyan Sridevi, Devendran, Ganesvarar and Durggadevi.
142	A.R.E .1935-36. NOs.27-34	Pan-dya--?	-----r.y.(---) 3, day 31(.....)13th cent. In niches containing images of deities in the north side of the same gopura. Tamil Grantha. Gives the names of the images as; Rudradevar, Rahu-Ketukkal, Naradan, Alakesvaran. Chandran. Kriyasakti, Sanibhagavan and Vayu-bhagavan.
143	A.R.E. 1935-36. NOs.35-44	Pan-dya--?	-----r.y.(---) 3, day 31(.....)13th cent. In niches containing images of deities in the west wall of the same gopura. Tamil Grantha. Gives the names of the images as; Kshetrapalapillai-yar, Gamgadevi, Dhanuvantari, (Tripura)sundaridevi, Bhadrakali and Adichandesvarar.
144	A.R.E. 1935-36. NOs.45-48	Pan-dya--?	-----r.y.(---) 3, day 31(.....)13th cent. In niches containing images of deities in the south wall of the same gopura. Tamil Grantha. Gives the names of the images as; Niruti Budhan, Jnanasakti and Agnidevan.
145	A.R.E. 1958-59. NO.328	Pan-dya--?	-----r.y.(---) 3, day 31(.....)13th cent., On the fragments on the walls of the Somesvara shrine in the same Nataraja temple. Seems to mention some gift for building a temple in stone.
146	A.R.E. 1958-59. NO.336	Pan-dya--?	On loose slabs in the flower garden of the Anantisvara temple. Tamil fragmentary. (13th cent.A.D.). Records a grant of land as pujasesha.

147	A.R.E .1958-59. NO.337	Pan-dya--?	In the same place. Tamil fragmentary. (13th cent.A.D.). Gives the names of some signatories such as Tiruchchirrambalam Udaiyan of Tirukkalippalai and two persons of Kasusika Gotra belonging to Vellarai.
148	A.R.E. 1962-63. NO.565	Pan-dya--?	On fragment paved into the floor on the northern side of the third prakara of the Nadaraja temple. (13th cent.A.D.) Appears to record a gift. Refers to a Nandavanappuram.
149	A.R.E. 1962-63. NO.562	Pan-dya--?	(13th cent.A.D.) Refers to Karunalaiyar of a matha and brahmanakkani.
150	A.R.E. 1962-63. NO.563	Pan-dya--?	(13th cent.A.D.) Refers to a sale of land.Mentions Kadavarach-cheri. Other details lost.
151	A.R.E. 1929-30. NO.614	Pan-dya--?	Refers to the Procession of (the deity)Pillaiyar Cholakerala-deva and his consorts and to gifts of land at Panchagamadevi vilagam in Mudigonda Chola nallur.
152	A.R.E. 1929-30. NO.614	Pan-dya--?	One piece reads Svasti Sri Vikrama Cholan tirumandapam . At the southern entrance to this mandapa are four pillars which bear the label Vira Pandya Tirumandapam.
153	A.R.E. 1918. NO.550	Pan-dya--?	One of the fragments bears the regnal year 48. The others refer to gift of lands.
155	SITI, I, No.22(A),P.34.	Pan-dya--?	Mentions sri mahesvara Kankaniseyuva, sri karyam seyvar and Perumbarrappuliyur.
154	A.R.E. 1913. NO.341	Pan-dya--?	Mentions Cholakulavalli and appears to maks provision for singing the pamalai (hymns)of the Nayanmar(Saiva saints)tn the temple of Tirumulattanamudaiyan. Also mentions the village(?)of Kalumalam.

அட்டவணை - ஒன்பது - அ - புரம்

வ. எண்	புரம்	மன்னர்	கல்வெட்டு
1	குணமேனகைபுரம்	முதலாம் இராஜேந்திர சோழன்	S.I.I.VOL.IV.223
2	திருவம்பலப் பெருமாள்புரம்	இரண்டாம் கோப்பெருஞ்சிங்கன்	S.I.I.VOL.XII.NO.154
3	திருப்பாவாடைபுரம்	இரண்டாம் கோப்பெருஞ்சிங்கன்	S.I.I.VOL.XII.NO.172
4	பஞ்சவன்மா தேவிபுரம்	முதலாம் குலோத்துங்க சோழன்	A.R.E. 1909.NO.201

5	விக்கிரமசிங்கபுரம்	இரண்டாம் கோப்பெருஞ்சிங்கன்	S.I.I.VOL.NO.209

அட்டவணை - ஒன்பது - ஆ
பட்டணம்

வ.எண்	பட்டிணம்	மன்னர்	கல்வெட்டு
1	புவனேகவீரப் பட்டிணம்	வீரபாண்டியன்	(A.R.E.1903.NO.396. SII.VOL.VIII.NO.712)

அட்டவணை - ஒன்பது - இ
சேரிகள்

வ.எண்	சேரிகள்	மன்னர்	கல்வெட்டு
1	எருக்காட்டாஞ்சேரி	முதலாம் குலோத்துங்க சோழன்	S.I.I..VOL.IV.NO.222
2	பனங்குடிச்சேரி	விக்கிரமசோழன்	A.R.E.1888.NO.132
3	கடவாய்ச்சேரி	இரண்டாம் கோப்பெருஞ்சிங்கன்	S.I.I.VOL.XII.NO.154
4	பண்ணங்குடிச்சேரி	இரண்டாம் கோப்பெருஞ்சிங்கன்	S.I.I.VOL.VIII. NO.48

அட்டவணை - ஒன்பது- ஈ
குடிகள்

வ.எண்	குடிகள்	மன்னர்	கல்வெட்டு
1	மிதுனக்குடி	மூன்றாம் இராஜராஜ சோழன்	A.R.E.1913. NO.282
2	புளியங்குடி	முதலாம் ஜடாவர்மன் சுந்தரபாண்டியன்	A.R.E.1913. NO.2770
3	கொற்றங்குடி	இரண்டாம் கோப்பெருஞ்சிங்கன்	S.I.I.VOL.XII. NO.157
4	சாத்தாங்குடி	மூன்றாம் இராஜராஜ சோழன்	A.R.E. 1961-62. NO.287

அட்டவணை - ஒன்பது - உ
விளாகம்

வ.எண்	விளாகம்	மன்னர்	கல்வெட்டு
1	தில்லைநாயக விளாகம்	மூன்றாம் இராஜராஜ சோழன்	A.R.E.1929-30.NO.614

அட்டவணை - ஒன்பது - ஊ
நல்லூர்கள்

வ.எண்	நல்லூர்	மன்னர்	கல்வெட்டு
1	பராந்தக நல்லூர்	இரண்டாம் கோப்பெருஞ்சிங்கன்	S.I.I.VOL XII.NO.172
2	பரகேசரி நல்லூர்	விக்கிரமசோழன்	A.R.E.1913.NO.268
3	பராக்கிரமசோழ நல்லூர்	இரண்டாம் கோப்பெருஞ்சிங்கன்	S.I.I.VOL.VIII.NO.716
4	வீரநாராயண நல்லூர்	இரண்டாம் கோப்பெருஞ்சிங்கன்	S.I.I.VOL XII.NO.175
5	சண்டேஸ்வர நல்லூர்	இரண்டாம் கோப்பெருஞ்சிங்கன்	S.I.I.VIII.NO.55
6	மதுராந்தக நல்லூர்	இரண்டாம் கோப்பெருஞ்சிங்கன்	S.I.I.VOL.VIII.NO.56
7	பூபாலசுந்தரசோழ நல்லூர்	இரண்டாம் கோப்பெருஞ்சிங்கன்	S.I.I.VOL.XII.NO.215
8	ஜனநாத நல்லூர்	ஜடாவர்மன் சுந்தரபாண்டியன்	A.R.E.1913.NO.278
9	மகிபாலகுலகால நல்லூர்	மூன்றாம் இராஜராஜன்	A.R.E.196162.NO.172
10	விக்கிரமசோழ நல்லூர்	இரண்டாம் கோப்பெருஞ்சிங்கன்	S.I.I.VOL.VIII.NO.717
11	ஜெயங்கொண்ட சோழ நல்லூர்	மூன்றாம் விக்கிரம பாண்டியன்	A.R.E.1913.NO.276
12	குலோத்துங்கசோழ நல்லூர்	இரண்டாம் கோப்பெருஞ்சிங்கன்	S.I.I.VOL.XII.NO.174
13	சோழகுலவள்ளி நல்லூர்	வீரபாண்டியன்	A.R.E.1962-63.NO.550
14	தில்லைநாயக நல்லூர்	இரண்டாம் கோப்பெருஞ்சிங்கன்	A.R.E.1958-59.NO.309

15	பராக்கிரமசோழ நல்லூர்	இரண்டாம் கோப்பெருஞ்சிங்கன்	S.I.I.VOL.VIII.NO.707
16	தானவினோத நல்லூர்	இரண்டாம் கோப்பெருஞ்சிங்கன்	S.I.I.VOL.XII.NO.173
17	பவித்திரமாணிக்க நல்லூர்	இரண்டாம் கோப்பெருஞ்சிங்கன்	S.I.I.VOL.XII.NO.157
18	ஷத்திரியசிகாமணி நல்லூர்	இரண்டாம் கோப்பெருஞ்சிங்கன்	A.R.E.1962-63.NO.552
19	தில்லை அழகநல்லூர்	இரண்டாம் கோப்பெருஞ்சிங்கன்	S.I.I.VOL.XII. NO.175
20	கணபதி நல்லூர்	இரண்டாம் கோப்பெருஞ்சிங்கன்	S.I.I.VOL.XII. NO.175
21	முடிகொண்டசோழ நல்லூர்	இரண்டாம் கோப்பெருஞ்சிங்கன்	S.A.R.E.1929-30. NO.614

அட்டவணை - ஒன்பது - எ
மங்கலங்கள்

வ.எண்	மங்கலங்கள்	மன்னர்	கல்வெட்டு
1	உத்தமசோழ மங்கலம்	இரண்டாம் கோப்பெருஞ்சிங்கன்	A.R.E.1962-63. NO.552
2	சுந்தரபாண்டியன் சதுர்வேதிமங்கலம்	ஜடாவர்ம சுந்தரபாண்டியன்	A.R.E.1913.NO.221
3	விக்கிரமபாண்டிய சதுர்வேதிமங்கலம்	ஜடாவர்மன் சுந்தரபாண்டியன்	A.R.E.1913.NO.152
4	தில்லைநாயக சதுர்வேதிமங்கலம்	இரண்டாம் கோப்பெருஞ்சிங்கன்	S.I.I.VOL.VIII. NO.43
5	அவனிமுழுதுடை சதுர்வேதிமங்கலம்	பாண்டியர் காலம்	A.R.E.1958-59. NO.308

அட்டவணை - ஒன்பது - ஏ
பிற ஊர்கள்

வ.எண்	மங்கலங்கள்	மன்னர்	கல்வெட்டு
1	பூவாலை	இரண்டாம் கோப்பெருஞ்சிங்கன்	S.I.I.VOL.VIII.NO.55
2	விளங்கல்பட்டு	இரண்டாம் கோப்பெருஞ்சிங்கன்	S.I.I.VOL.VIII. NO.55

| 3 | சிறுபாலையூர் | இரண்டாம் கோப்பெருஞ்சிங்கன் | S.I.I.VOL.VIII.NO.55 |
| 4 | கோயில்பூண்டி | மூன்றாம் குலோத்துங்கன் | A.R.E.1913.NO.273 |

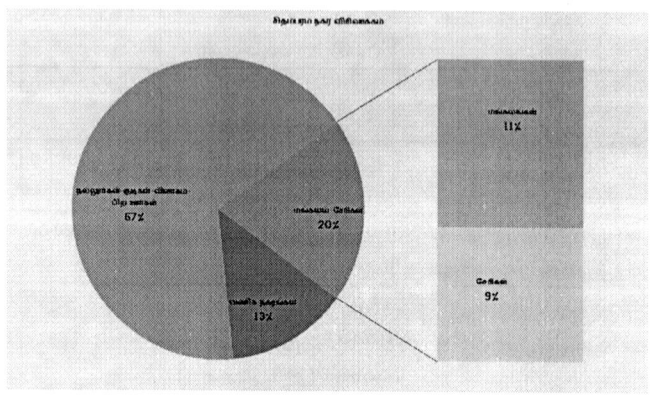

௸8௸

விக்கிரம சோழனின் மெய்க்கீர்த்தி

பூமாலை மிடைந்து பொன்மாலை திகழப்
பாமாலை மலிந்த பருமணித் திரள்புயத்
திருநில மடந்தையொடு ஜயமக ளிருப்பக்
கனவரை மார்வந் தனதெனப் பெற்றுத்
திருமகளொருதனி யிருப்பக் கலைமகள்
சொற்றிறம் புணர்ந்த கற்பின ளாகி
விருப்பொடு நாவகத் திருப்பத் திசைதொறுந்
திகிரியொடு செங்கோல் நடப்ப அகில
புவனமுங் கவிப்பதோர் புதுமதி போல
வெண்குடை மீமிசை நிழற்றக் கருங்கலி
யொளித்துவன் பிலத்திடைக் கிடப்பக் குளத்திடைத்
தெலுங்க வீமன் விலங்கல்மிசை யேறவுங்
கலிங்க பூமியைக் கனலெரி பருகவும்
ஐம்படைப் பருவத்து வெம்படை தாங்கியும்
வேங்கை மண்டலத் தாங்கினி திருந்து
டதிசை யடிப்படுத்தருளித் தென்றிசை
தருமமுந் தவமுந் தானமுந் தழைப்ப
வேதமும் மெய்ம்மையு மாதியுகம் போலத்
தலைத்தலை சிறப்பவந் தருளி வெலற்கரும்
போர்ப்புலி யாணை பார்த்திவர் சூட
நிறைமணி மகுடம் முறைமையிற் சூடி
மன்னுயிர்க் கெல்லா மின்னுயிர்த் தாய்போல்
தண்ணளி பரப்பித் தனித்தனி பார்த்து
மண்முழுதுங் களிப்ப மனுநெறி வளர்த்துத்தன்
கோயிற் கொற்ற வாசல் புறத்து
மணிநா வொடுங்க முரசுகள் முழங்க
விசையமும் புகழும்மேன்மே லோங்க
வாழி வாழிஇம் மாநிலங் காக்கத்
திருமணி பொற்றோட் டெழுதுபத் தாண்டு
வருதிறை முன்னே மன்னவர் சுமந்து
திறைநிறைத்துச் சொரிந்த செம்பொற் குவையால்
தன்குல நாயகன் தாண்டவம் பயிலுஞ்
செம்பொன்னம் பலஞ்சூழ் திருமா ளிகையும்
கோபுர வாசல் கூடசா லைகளும்
உலகு வலங்கொண் டொளிவிளங்கு நேமிக்
குலவரை உதைய குன்றமொடு நின்றெனப்
பசும்பொன் வேய்ந்த பலிவளர் பீடமும்
விசும்பொளி தழைப்ப விளங்குபொன் வேய்ந்து

இருநிலந் தழைப்ப இமையவர் களிப்பப்
பெரிய திருநாள் பெரும்பெயர் விழாவெனும்
உயர்பூரட் டாதி உத்திரட் டாதியில்
அம்பல நிறைந்த அற்புதக் கூத்தர்
இம்பர் வாழ எழுந்தருளு வதற்குத்
திருத்தேர்க் கோயில் செம்பொன் வேய்ந்து
பருத்திரண் முத்தின் பயி ˙ ல்வடம் பரப்பி
நிறைமணி மாளிகை நெடுந்திரு வீதிதன்
திருவளர் பெயராற் செய்துசமைத் தருளி
பைம்பொற் குழித்த பரிகல முதலாச்
செம்பொற் கற்பகத் தொடுபரிச் சின்னமும்
அளவில் லாதன வொளிபெற வமைத்துப்
பத்தா மாண்டில் சித்திரைத் திங்கள்
அத்தம் பெற்ற ஆதிவா ரத்துத்
திருவளர் மதியின் திரையோதசிப் பக்கத்து
இன்ன பலவும் இனிதுசமைத் தருளி
ஒருகுடை நிழற்கீழ்த் தலமுழுதுங் களிப்பச்
செழியர்வெஞ் சுரம்புகச் சேரலர் கடல்புக
அழிதரு சிங்களர் அஞ்சிநெஞ் சலமரக்
கங்கர் திறையிடக் கன்னடர் வென்னிடக்
கொங்க ரொதுங்கக் கொங்கணர் சாயமற்
றெத்திசை மன்னருத் தத்தமக் கரணெனத்
திருமலர்ச் சேவடி உரிமையி லிறைஞ்ச
அங்கவன் மகிழுங் கங்கையொப் பாகிய
தெரிவையர் திலகம் தியாக பதாகை
புரிகுழல் மடப்பிடி புனிதகுண வநிதை
திரிபுவன முழுதுடையா ளெனவுட னிருப்ப
ஊழி அந்நெடு மாலா கத்துப்
பிரியா தென்றுந் திருமக ளிருந்தென
மாதர் மடமயில் பூதலத் தருந்ததி
அரணியல் கற்பிற் றரணிமுழு துடையா
ளிவன்திரு மார்வத் திருளொடு மிருப்பச்
செம்பொன் வீர சிம்மா சனத்து
திரிபுவன முழுதுடையா ளோடும்
வீற்றிருந் தருளியகோப் பரகேசரி வர்மரான
திரிபுவனச் சக்கரவர்த்திகள் ஸ்ரீவிக்கிரம சோழ தேவர்க்கு
யாண்டு...

தமிழ் மரபு அறக்கட்டளை வெளியீடுகள்

1. Der Kural Des Thiruvalluvar

    By Dr.Karl Graul
    (First edition 1856 reprinted - 2019) Euro.25

2. Thiruvalluvar's Prose

    By August Fridrich Cammerer
    (First edition 1803 reprinted - 2019) Euro 25

3. **திருவள்ளுவர் யார்?** (2019)
    கௌதம சன்னா ரூ.200

4. **நாகர் நிலச்சுவடுகள் (இலங்கை பயண அனுபவம்)** (2020)
    மலர்விழி பாஸ்கரன் ரூ.100

5. **அறியப்பட வேண்டிய தமிழகம்** (2021)
    தொ. பரமசிவன் நேர்காணலும் கட்டுரைகளும்
    தொகுப்பாசிரியர் - முனைவர்.க.சுபாஷிணி ரூ.80

6. **கீழக்கரை வரலாறு** (2021)
    எஸ்.மஹ்மூது நெய்னா(இப்போது.காம் இணைபதிப்பு) ரூ.250

7. **கொங்குநாட்டுக் கல்வெட்டுகள்** (2021)
    துரை சுந்தரம் ரூ.160

8. **கொங்கு நாட்டுத் தொல்லியல் சின்னங்கள்**
    துரை சுந்தரம் (2021) ரூ.140

9. **தொல்லியல் நோக்கில் தமிழ்நாட்டுக் கடவுளரும் வழிபாட்டு மரபுகளும்** (2021)
    கோ. சசிகலா ரூ.160

10. **வரலாற்றில் பொய்கள்** (2021)
    தேமொழி ரூ.100

11. **விளையாடிய தமிழ்ச்சமூகம்** (2022)
    ஆ.பாப்பா ரூ.300

12. **கல்வெட்டில் தேவதாசி** (2022)
    எஸ் சாந்தினிபி ரூ.150

13. **ராஜராஜனின் கொடை** (2022)
    க.சுபாஷிணி ரூ.180

14. **இலக்கிய மீளாய்வு** (2023)
    தேமொழி ரூ.100

15. கணிதவியல் (2023)
 ப.பாண்டியராஜா   ரூ.180

16. ராஜேந்திர சோழனின் ஒட்ர நாடு வெற்றி (2023)
 ஜெ.ஆர். சிவராமகிருஷ்ணன்   ரூ.90

17. வரலாற்று ஆய்வில் களப்பணிகள் (2023)
 க.சுபாஷிணி   ரூ.120

18. தமிழகத்தில் பௌத்தம் (2023)
 தேமொழி   ரூ.120

19. நிலவியல் நோக்கில் கங்கைகொண்ட சோழபுரம் வரலாறு (2023)
 ஜெ.ஆர்.சிவராமகிருஷ்ணன்   ரூ.300

20. நீலக்கடல் முழுதும் கப்பல் விடுவோம் (2023)
 நரசய்யா   ரூ.150

21. பொருள்முதல்வாதப் பார்வையில் ஆதிசங்கரரின் அத்வைதம் (2023)
 அ.கா.ஈஸ்வரன்   ரூ.180

22. பத்துப்பாட்டில் சொல்லோவியங்கள் - தொகுதி 1 (2023)
 ப.பாண்டியராஜா   ரூ.250

23. பத்துப்பாட்டில் சொல்லோவியங்கள் - தொகுதி 2 (2023)
 ப.பாண்டியராஜா   ரூ.250

24. நக்கீரர் நடைபயணம் (2024)
 ப.பாண்டியராஜா   ரூ.250

25. தமிழர் புலப்பெயர்வு உலகளாவிய பயணங்கள் - குடியேற்றங்கள் - வரலாறு (2024)
 க.சுபாஷிணி   ரூ.450

26. கொரியாவில் தமிழ்ச் சுவடுகள் (2024)
 நா.கண்ணன்   ரூ.220

27. வரலாற்று நிலவியல் நோக்கில் சிதம்பரம்-நகரும் நகர்ப்புறமும் (2024)
 ஜெ.ஆர்.சிவராமகிருஷ்ணன்   ரூ.320

⁂

தமிழ் மரபு அறக்கட்டளை பதிப்பகம்

தமிழ் மரபு அறக்கட்டளை பன்னாட்டு அமைப்பு 2001ஆம் ஆண்டு தொடங்கப்பட்டது. தமிழ் தமிழர் மரபு. வரலாறு. பண்பாட்டுக்கூறுகள், மரபுசார் தரவுகளைப் பாதுகாத்தல் மற்றும் ஆவணப்படுத்துதலை முக்கிய நோக்கங்களாகக்கொண்டு இவ்வமைப்பு செயல்படுகின்றது. இவை மட்டுமின்றி வரலாற்றுப்பாதுகாப்பு குறித்த சமூக விழிப்புணர்வை ஏற்படுத்தும் செயல்பாடுகளையும் தொடர்ந்து முன்னெடுத்து வருகிறது.

தமிழ் மரபு அறக்கட்டளை தமிழ் கூறும் நல்லுலகிற்கு, குறிப்பாக ஆய்வு நிறுவனங்கள், கல்லூரிகள், பல்கலைக்கழகங்கள், பள்ளிக்கூடங்களில் பயில்வோருக்குத் தரமான ஆய்வு முறைமைகளைப் பயன்படுத்த ஊக்குவிக்கும் பல்வேறு செயல்பாடுகளை, பயிற்சிப் பட்டறைகளை, களப்பணிப் பயிற்சிகளைத் தொடர்ந்து செய்து வருகின்றது.

இச்செயற்பாடுகளின் ஒரு அங்கமாகத் தமிழ் மரபு அறக்கட்டளையின் பதிப்பகப் பிரிவு 2019ஆம் ஆண்டு தொடங்கப்பட்டது. வரலாறு. தமிழியல், பண்பாட்டியல், மானிடவியல், சமூகவியல், புலம்பெயர்வு ஆகிய துறைகளில் ஆய்வுசார்நூல்கள்இப்பதிப்பகத்தின்மூலம் வெளியிடப்படுகின்றன.

தமிழர் வரலாற்றுக்கு ஓர் அரணாக விளங்கும் தமிழ் மரபு அறக்கட்டளை பன்னாட்டு அமைப்பு உலகளாவிய கிளைகள் கொண்டு இயங்குகின்றது. ஜெர்மனியைத் தலைமையகமாகக் கொண்டு இயங்கி வரும் இந்த ஆய்வு நிறுவனம் உலகளாவிய வகையில் தமிழர் வரலாற்றுப் பாதுகாப்பு நடவடிக்கைகளைச் செயல்படுத்தி வருகிறது.

தொடர்புக்கு: e-mail: mythforg@gmail.com